പാലിയം സമരം

Paliyam Samaram

Payyappilli Balan

CHINTHA PUBLISHERS
Thiruvananthapuram

First Edition
July 2011

Second Edition
October 2021

Published
Chintha Publishers, Thiruvananthapuram

Typesetting
Signature Computer Centre, Palayam

Cover Design
Black Mole

ISBN : 978-81-26207-09-1

CR - 2998 / 5573

Email: chinthapublishers@gmail.com
Website: www.chinthapublishers.com

Distribution
DESHABHIMANI BOOKHOUSE
H O Thiruvananthapuram 695035

Branch
Head Office Kunnukuzhi • Statue Thiruvananthapuram •
KSRTC Bus Station Thiruvananthapuram
KSRTC Bus Station Alappuzha • KSRTC Bus Station Ernakulam •
Machingal Lane Thrissur • IG Road Kozhikode •
Mavoor Road Kozhikode • NGO Union Building Kannur •
Central Bus Terminal Complex Thavakkara Kannur

പാലിയം സമരം

പയ്യപ്പിള്ളി ബാലൻ

ചിന്ത പബ്ലിഷേഴ്സ്
തിരുവനന്തപുരം-695 035

പയ്യപ്പിള്ളി ബാലൻ

എറണാകുളം ജില്ലയിൽ മഞ്ഞുമ്മൽ പയ്യപ്പിള്ളി വീട്ടിൽ പാപ്പിഅമ്മയുടെയും കൂടാനക്കാട്ടിൽ ഇരവി രാമൻപിള്ള യുടെയും പുത്രൻ. ജനനം 1925 ജൂണിൽ.

ബാലസംഘം-വായനശാലാപ്രവർത്തനങ്ങളിലൂടെ പൊതുരംഗത്തെ പ്രവർത്തനത്തിന് തുടക്കം. 1942 ലെ ക്വിറ്റ് ഇന്ത്യാസമരത്തോടനുബന്ധിച്ച പഠിപ്പുമുടക്കിൽ പങ്കെടുത്തു. 1945 ൽ കമ്യൂണിസ്റ്റുപാർട്ടി അംഗമായി. ഇടപ്പള്ളി പൊലീസ് സ്റ്റേഷൻ ആക്രമണകേസിൽ ജീവപര്യന്തം തടവിന് ശിക്ഷിക്കപ്പെട്ടു. ഏഴുകൊല്ലത്തോളം തടവിലും അൽപ്പകാലം ഒളിവിലും കഴിഞ്ഞു.

ഏലൂർ പഞ്ചായത്ത് പ്രസിഡന്റും മുനിസിപ്പൽ അഡ്വൈസറി കൗൺസിൽ ചെയർമാനും ആയി സേവനമനുഷ്ഠിച്ചിട്ടുണ്ട്. *ആലുവാ ട്രേഡ് യൂണിയൻ പ്രസ്ഥാനത്തിന്റെ ആദ്യനാളുകൾ, ആലുവാപ്പുഴ പിന്നെയും ഒഴുകി, മായാത്ത സ്മരണകൾ മങ്ങാത്ത മുഖങ്ങൾ* എന്നിവ ഇതര കൃതികൾ.

മേൽവിലാസം : പയ്യപ്പിള്ളി ബാലൻ
മഞ്ഞുമ്മൽ പി ഒ
എറണാകുളം- 683 501

ഉള്ളടക്കം

പ്രസാധകക്കുറിപ്പ് 7

ആദ്യപതിപ്പിന്റെ മുഖവുര 9

ആദ്യപതിപ്പിന്റെ അവതാരിക 11

അയിത്തം എന്നാൽ 15

ജാതികളും ഉപജാതികളും

അന്ധവിശ്വാസങ്ങളും അനാചാരങ്ങളും 20

കീഴാളരുടെ ചെറുത്തുനിൽപ്പും

നവോത്ഥാനത്തിന്റെ അരുണോദയവും 27

അയിത്തോച്ചാടനം ദേശീയ സ്വാതന്ത്ര്യസമര പരിപാടിയിൽ 33

വൈക്കവും ഗുരുവായൂരും 39

കൊച്ചി തിളച്ചു മറിയുന്നു 49

കോവിലകം കഴിഞ്ഞാൽ പാലിയം 63

തീക്കട്ട ഉറുമ്പരിക്കയോ? 75

മാറ്റപ്പാടത്ത് തീപ്പൊരി 83

എല്ലാ വാതിലും മുട്ടി ഒന്നും തുറക്കപ്പെട്ടില്ല 88

പ്രത്യക്ഷ സമരത്തിലേക്ക് 94

ആയിരങ്ങൾ അണിനിരന്ന സഹനസമരം 98

പത്രപ്രതിനിധികൾ കണ്ണുള്ളവരും കണ്ണില്ലാത്തവരും 107

അടിച്ചമർത്താൻ പാലിയവും തയാറെടുത്തു 118

എ കെ ജി എന്ന അത്ഭുത പ്രതിഭാസം 126

മറക്കുടയ്ക്കുള്ളിൽ നിന്ന് സമരത്തിന്റെ തീച്ചൂളയിലേക്ക് 130

തമ്പുരാട്ടിമാരും സമരരംഗത്ത് 140

യുവരാജാക്കന്മാർ പടക്കളത്തിൽ 146

നിരോധനം പുല്ലാക്കി ക്ഷേത്രത്തിൽ കടന്നു 153

ചതുരംഗപ്പട അണിനിരന്ന യുദ്ധക്കളം 160

എ ജി വേലായുധൻ 166

പാലിയത്തിന്റെ അലയൊലികൾ പറവൂരിലും 170

പൊലീസ് ദൃക്സാക്ഷി വിവരണം 179

നായയ്ക്ക് പിന്നെയും മുറുമുറുപ്പ് 182

ഉപസംഹാരം 186

അനുബന്ധം 192

പ്രസാധകക്കുറിപ്പ്

ഓരോ ദേശത്തിനും അവരവരുടേതായ ചരിത്രമുണ്ട്. അതിൽത്തന്നെ സമരചരിത്രങ്ങളും. ഒരു പ്രദേശത്തെ സമരേതിഹാസം ഒരു നാടിനു മുഴുവൻ വിപ്ലവാവേശം പകർന്ന സന്ദർഭങ്ങൾ എടുത്തു പറയാനുണ്ട്. കീഴാള വർഗങ്ങൾ മറ്റു മനുഷ്യരെപ്പോലെ തലയുയർത്തി പൊതുവഴിയിലൂടെ നടന്നുപോകാനുള്ള അവകാശത്തിനുവേണ്ടി നടത്തിയ സമരങ്ങളും അതിലുൾപ്പെടും. വൈക്കം, ഗുരുവായൂർ ക്ഷേത്രങ്ങളോടനുബന്ധിച്ചു നടന്ന ഐതിഹാസികമായ സമരങ്ങൾ ഇതിനുദാഹരണമാണ്. സമൂഹത്തിന്റെ വിവിധ തുറയിൽപ്പെട്ട ഉൽപ്പതിഷ്ണുക്കൾ ഈ സമരങ്ങൾക്കു നേതൃത്വം നൽകിയും പങ്കെടുത്തും ഭാഗഭാക്കുകളായി. എന്തിന്, മഹാത്മാഗാന്ധിപോലും ഇതിലെ കണ്ണിയായി.

പാലിയം സമരവും ചരിത്രപ്രാധാന്യമുള്ള ഇത്തരമൊരു മുന്നേറ്റമായിരുന്നു. മറ്റു സമരങ്ങളിൽ നിന്ന് ഇതിന് പ്രകടമായ ഒരു വ്യത്യാസമുണ്ടായിരുന്നു. ഉപരിവർഗത്തിലെ ഉൽപ്പതിഷ്ണുക്കളായിരുന്നില്ല മറിച്ച് കീഴാളരായിരുന്നു ഇതിന്റെ മുന്നണിയിൽ. മറ്റു സാമുദായികസംഘടനകൾ സമരത്തിൽനിന്ന് ഒഴിഞ്ഞു നിൽക്കുകയും ഗവൺമെന്റും പൊലീസും ഗുണ്ടകളും പാലിയം പ്രതിനിധികളും സമരത്തെ കയ്യൂക്കുകൊണ്ടു നേരിടുകയാണുണ്ടായത്. പത്രങ്ങളും സമരത്തിനെതിരായിരുന്നു. കമ്യൂണിസ്റ്റുപാർട്ടിയുടെ പ്രാദേശിക നേതാക്കളായ ജലീലും പ്രഭാകരനും അബ്ദുക്കയും ശിവൻപിള്ളയും സമരത്തിന് ഊർജം പകർന്നു.

കമ്യൂണിസ്റ്റ് നേതൃത്വത്തെ നിഷേധിക്കുന്ന പ്രസ്താവനയിറക്കുമെങ്കിൽ സമരത്തിന് പിന്തുണ നൽകാമെന്ന വാഗ്ദാനവുമായി പലരും രംഗത്തെത്തി. എന്നാൽ അതിനെ നിരാകരിച്ചുകൊണ്ടുതന്നെ പ്രസ്ഥാനം

മുന്നോട്ടുപോയി. പത്രത്തമ്പുരാക്കന്മാരും കമ്യൂണിസ്റ്റുനേതൃത്വത്തെ തള്ളിപ്പറയാൻ സമ്മർദം ചെലുത്തിയവരിൽപ്പെടും.

എ കെ ജി സമരത്തിൽ പങ്കെടുക്കാനെത്തിയത് സമരക്കാരുടെ മനോവീര്യം ജ്വലിപ്പിച്ചു. കേരളചരിത്രത്തിലെ ജാജ്വലമായ മറ്റൊരു സമരത്തിന്റെ ഭാഗഭാഗിത്വത്തിലേക്ക് സ. എ കെ ജി യും അങ്ങനെ കടന്നുവന്നു.

സ്വയമാർജിച്ചതും മറ്റുസമരനേതാക്കളിൽനിന്ന് പങ്കിട്ടെടുത്തതുമായ സമരാനുഭവങ്ങളുൾപ്പെടുത്തി പയ്യപ്പിള്ളി ബാലൻ സമാഹരിച്ച ഈ ഗ്രന്ഥത്തിലൂടെ ചരിത്രത്തിൽ ഒരുപക്ഷേ, മൂടിപ്പോകുമായിരുന്ന ഒരേട് നമുക്ക് അനുഭവവേദ്യമാകുംവിധം വികസിച്ചുവന്നിരിക്കുന്നു. സ്ഥാപിതതാൽപ്പര്യങ്ങൾ മനഃപൂർവം തമസ്കരിക്കാൻ ശ്രമിച്ച ഒരു ചരിത്രഭാഗം മലയാളി വായനക്കാർക്കായി തുറന്നു നൽകുവാനുള്ള ദൗത്യമേറ്റെടുക്കുന്നതിൽ ചിന്ത പബ്ലിഷേഴ്സിനും സന്തോഷമുണ്ട്.

ചിന്ത പബ്ലിഷേഴ്സ്

ആദ്യപതിപ്പിന്റെ മുഖവുര

ആയിരത്തി തൊള്ളായിരത്തി തൊണ്ണൂറ്റി എട്ട് മാർച്ച് 9 പട്ടിക്കും പൂച്ചയ്ക്കും മനുഷ്യരിൽ അഹിന്ദുക്കൾക്കും ഹിന്ദുക്കളിൽ സവർണർക്കും സഞ്ചാരസ്വാതന്ത്ര്യമുള്ള പാലിയം റോഡിൽ അവർണഹിന്ദുക്കൾക്കും സഞ്ചാരസ്വാതന്ത്ര്യം അനുവദിക്കണമെന്ന പ്രാഥമിക പൗരാവകാശത്തിനുവേണ്ടി നടത്തിയ ക്ലേശനിർഭരവും ത്യാഗോജ്ജ്വലവും ഐതിഹാസികവുമായ പാലിയംസമരത്തിന്റെ സുവർണ ജൂബിലി ദിനമാണ് ഇന്ന്. ഈ പുസ്തകം ഇന്ന് പ്രകാശനം ചെയ്യണമെന്ന ഉദ്ദേശ്യത്തോടെ തയാറാക്കിയെങ്കിലും, അധികാരദുര പെരുത്ത കോൺഗ്രസ് നേതൃത്വം ഗുജ്റാൾ മന്ത്രിസഭയെ മറിച്ചിട്ട് നമ്മുടെ മേൽ ഒരു തിരഞ്ഞെടുപ്പ് അടിച്ചേൽപ്പിച്ചതിനെത്തുടർന്ന്, പാർട്ടി കോൺഗ്രസ് തുടങ്ങിയ ക്രമപ്രകാരമുള്ള പരിപാടികൾ പോലും മാറ്റിവയ്ക്കേണ്ടിവന്നതുപോലെ ഈ പ്രകാശനകർമവും അൽപ്പം നീണ്ടുപോയതാണ്.

ആലുവാപ്പുഴ പിന്നെയും ഒഴുകി എന്ന എന്റെ പുസ്തകം *ദേശാഭിമാനി* വാരാന്തപതിപ്പിൽ സീരിയലായി വന്നപ്പോൾ, എറണാകുളം ജില്ലയിൽ നടന്നിട്ടുള്ള ഇതരസമരങ്ങളെക്കുറിച്ചും എഴുതണമെന്ന് പല സഖാക്കളിൽ നിന്നും നിർദേശം ഉണ്ടായി അങ്ങനെ 1984 ൽ തുടങ്ങിവെച്ചതാണെങ്കിലും ഇപ്പോൾ മാത്രമേ പൂർത്തീകരിക്കാൻ കഴിഞ്ഞുള്ളൂ.

ഈ സമരം സംബന്ധിച്ച് ആകപ്പാടെ കണ്ടുകിട്ടിയ ഒരേ ഒരു രേഖ, സമരത്തിന്റെ രജതജൂബിലി ദിനത്തിൽ *ദേശാഭിമാനി*യിൽ സ: പി ജി ഗംഗാധരൻ എഴുതിയ ഒരു ലേഖനം പിന്നീട് ലഘുലേഖയായി പ്രസിദ്ധീകരിച്ചതുമാത്രമാണ്. അദ്ദേഹം അത് ഓർമയിൽ നിന്ന് എഴുതിയതായിരിക്കണം. എന്തെന്നാൽ അതിൽ പറയുന്ന പല സംഭവങ്ങളുടെയും തിയതികൾ വിട്ടുകളഞ്ഞിരിക്കുകയാണ്. സംഭവങ്ങളുടെ പൂർവാപരബ

ന്ധങ്ങൾ കണ്ടുപിടിക്കാൻ നന്നേ ക്ലേശിക്കേണ്ടിവന്നു. അനുബന്ധത്തിൽ ചേർത്തിട്ടുള്ള സഹായഗ്രന്ഥസൂചികയിൽ പറയുന്ന പഴയ പത്രവാർത്തകൾ ആണ് ഏറെ സഹായകമായി തീർന്നത്.

സമരസേനാനികളിൽ പലരും ഇന്നും കേരളത്തിന്റെ വിവിധ പ്രദേശങ്ങളിൽ ജീവിച്ചിരിപ്പുണ്ട്. അവരിൽ മേൽവിലാസം കിട്ടിയവരുടെയെല്ലാം വീടുകളിൽ ചെന്ന് അവരുമായി അഭിമുഖം നടത്തി വിവരങ്ങൾ ശേഖരിച്ചു. അങ്ങനെ ഈ ചരിത്രം അങ്ങേയറ്റം സത്യസന്ധമാക്കാൻ പരമാവധി പരിശ്രമിച്ചിട്ടുണ്ട്.

ക്ലേശകരവും ആയാസകരവുമായ ഈ സംരംഭം വിജയിപ്പിക്കാൻ മാർഗനിർദേശങ്ങളും ആവശ്യമായ പുസ്തകങ്ങളും യാത്രാച്ചെലവിനുള്ള പണവും നൽകി സഹായഹസ്തം നീട്ടിയ പാർട്ടിഘടകങ്ങളോടും സുഹൃത്തുക്കളോടും പത്രമാനേജുമെന്റുകളോടും സ്ഥാപനങ്ങളോടും ഹൃദയംഗമമായ നന്ദി രേഖപ്പെടുത്തിക്കൊള്ളട്ടെ. അവരുടെ ഓരോരുത്തരുടെയും പേരുകൾ എടുത്തുപറയാൻ തുടങ്ങിയാൽ അനേകം പേജുകൾ തന്നെ വേണ്ടിവരും. അതിന് മുതിരുന്നില്ല. എങ്കിലും ഒരു പേര് പ്രത്യേകം പ്രസ്താവിക്കാതിരിക്കാൻ നിർവാഹമില്ല. അദ്ദേഹം *മലയാള മനോരമ* ജനറൽ മാനേജർ (പേഴ്സണൽ ആന്റ് അഡ്മിനിസ്ട്രേഷൻ) ശ്രീ. രാജൻമാത്യുവാണ്. പാലിയം സമരവാർത്തകൾ ശേഖരിക്കുന്നതിലേക്കായി പഴയ ലക്കങ്ങൾ നോക്കാൻ സൗകര്യപ്പെടുത്തിത്തരണമെന്ന എന്റെ അഭ്യർഥനയ്ക്ക് അദ്ദേഹം മറുപടി തന്നത് ബന്ധപ്പെട്ട വാർത്തകളുടെ ഫോട്ടോകോപ്പികൾ തപാൽവഴി എനിക്ക് എത്തിച്ചുകൊണ്ടാണ്.

ഏറ്റെടുത്ത ദൗത്യത്തോട് നീതിപുലർത്തി എന്ന് വായനക്കാർ വിധിക്കുകയാണെങ്കിൽ ഞാൻ കൃതാർഥനായി.

എല്ലാവർക്കും ഒരിക്കൽക്കൂടി നന്ദി.

മഞ്ഞുമ്മൽ　　　　　　　　　　**പയ്യപ്പിള്ളി ബാലൻ**

9-3-1998

ആദ്യപതിപ്പിന്റെ അവതാരിക

പുരോഗമന കലാസാഹിത്യസംഘത്തിന്റെ കമ്മിറ്റി മീറ്റിങ്ങുകളിലും പൊതുസമ്മേളനങ്ങളിലും വെച്ചാണ് ഞാൻ പയ്യപ്പിള്ളി ബാലനെ പരിചയപ്പെടുന്നത്. ഉന്നതമായ രാഷ്ട്രീയബോധവും വിശാലമായ കലാ-സാംസ്കാരികാവബോധവും സമഞ്ജസമായി സമ്മേളിക്കുന്നൊരു ഹൃദയത്തിന്റെ ഉടമയാണ് പയ്യപ്പിള്ളി എന്ന് ആ സമ്മേളനചർച്ചകളിൽ നിന്ന് ആർക്കും തിരിച്ചറിയാമായിരുന്നു. പിന്നീട് മറ്റു പലരുടെയും സംഭാഷണങ്ങളിൽ നിന്നും അദ്ദേഹത്തിന്റെ തന്നെ പുസ്തകങ്ങളിൽ നിന്നും ആ വ്യക്തിത്വത്തെപ്പറ്റി കൂടുതൽ മനസിലാക്കാൻ കഴിഞ്ഞു. ത്യാഗനിർഭരമായ പോരാട്ടങ്ങളിലൂടെയും ക്ലേശപൂർണമായ ജീവിതാനുഭവങ്ങളിലൂടെയും ഉയർന്നുവന്ന പയ്യപ്പിള്ളിയിലെ രാഷ്ട്രീയനേതാവിന്റെ, തൊഴിലാളി വർഗപ്രസ്ഥാനത്തിന്റെ ചരിത്രവും അതിന്റെ ചെറുതും വലുതുമായ നായകരുടെ ചരിത്രങ്ങളും സരസവും പ്രസന്നലളിതവുമായ ശൈലിയിൽ ആവിഷ്കരിക്കാൻ കഴിവുള്ള പ്രതിഭാശാലിയായ സാഹിത്യകാരന്റെ സുവ്യക്തമായ രൂപം അദ്ദേഹത്തിന്റെ *ആലുവാപ്പുഴ പിന്നെയും ഒഴുകി, ആലുവാട്രേഡ് യൂണിയൻ പ്രസ്ഥാനത്തിന്റെ ആദ്യനാളുകൾ, മായാത്ത സ്മരണകൾ മങ്ങാത്ത മുഖങ്ങൾ* (ചിന്ത പബ്ലിഷേഴ്സ് പ്രസിദ്ധീകരണങ്ങൾ) എന്നീ മൂന്ന് കൃതികൾ നമുക്ക് നൽകും.

ഇടപ്പിള്ളി പൊലീസ് സ്റ്റേഷൻ ആക്രമണക്കേസിൽ ജീവപര്യന്തം തടവിന് ശിക്ഷിക്കപ്പെട്ട "ബാലപ്പൻ എന്ന ബാലകൃഷ്ണപ്പിള്ള" പയ്യപ്പിള്ളി ബാലന്റെ ലോക്കപ്പ് ജീവിതത്തിലെ ദുരന്തസംഭവപരമ്പരകൾ-ഏതാണ്ടൊരു യോഗിവര്യന്റെ നിസ്സംഗതയോടെ അവതരിപ്പിക്കപ്പെട്ടു. ആരെയും ഞെട്ടിക്കുന്ന, പലപ്പോഴും കരളലിയിക്കുന്ന *അനുഭവതീവ്രമായ* നുറുങ്ങുകഥകൾ *ആലുവാപ്പുഴ പിന്നെയും ഒഴുകി* എന്ന 'ആത്മ

കഥ' യിൽ നമുക്ക് വായിക്കാം. അക്കാലത്ത് ഒരു കമ്യൂണിസ്റ്റാവണമെങ്കിൽ എന്തെന്തെല്ലാം ത്യാഗം സഹിക്കണമെന്ന് യുവതലമുറയെ പഠിപ്പിക്കാൻ വളരെയേറെ ഉപകരിക്കുന്ന ഒരു കൃതിയാണത്. പയ്യപ്പിള്ളിയുടെ മറ്റു രണ്ട് കൃതികളും പുരോഗമന രാഷ്ട്രീയ പ്രസ്ഥാനങ്ങളിലെ പുതിയ പ്രവർത്തകർക്ക് ആവേശവും പ്രചോദനവുമരുളാൻ പര്യാപ്തമായ കൈപ്പുസ്തകങ്ങളാണത്രെ.

ഇന്ത്യൻ സ്വാതന്ത്ര്യത്തിന്റെ അമ്പതാം വാർഷികം ആഘോഷിക്കുന്ന ഈ സന്ദർഭത്തിൽ ദേശീയ സ്വാതന്ത്ര്യസമരത്തെക്കുറിച്ചും സ്വതന്ത്രഭാരതത്തിന്റെ അമ്പതു വർഷത്തെ നേട്ടങ്ങളെയും കോട്ടങ്ങളെയും കുറിച്ചും രാജ്യത്താകെ സജീവമായ ചർച്ചകൾ നടക്കുകയാണ്. കോൺഗ്രസിന്റെയും മഹാത്മജിയുടെയും നേതൃത്വത്തിൽ നടന്ന പ്രവർത്തനങ്ങൾ മാത്രമാണ് സ്വാതന്ത്ര്യസമരമെന്ന് ചിലർ വാശിപിടിക്കുന്നു. കൃഷിക്കാരും തൊഴിലാളികളും മറ്റധ്വാനിക്കുന്ന ജനവിഭാഗങ്ങളും ജന്മിത്തത്തിനും നാടുവാഴിത്തത്തിനും സാമ്രാജ്യത്വത്തിനുമെതിരായി നടത്തിയ ത്യാഗോജ്ജ്വലമായ സമരങ്ങളെ സ്വാതന്ത്ര്യസമരത്തിന്റെ ഭാഗമായി കാണാൻ അവർ കൂട്ടാക്കുന്നില്ല. ജാതീയമായ ഉച്ചനീചത്വങ്ങൾക്കെതിരായി, സാമൂഹിക സമത്വത്തിനുവേണ്ടി, കീഴാളവർഗം കെട്ടഴിച്ചുവിട്ട അവകാശസമരങ്ങളെ അവർ സ്വാതന്ത്ര്യസമരത്തിന്റെ ഭാഗമായി കണക്കാക്കുന്നില്ല. സുദീർഘമായ സ്വാതന്ത്ര്യസമരത്തിന്റെ ചരിത്രത്തിൽ ഒരു പ്രവർത്തനവും കാഴ്ചവെക്കാത്ത ചില വിഭാഗങ്ങളുടെ പിന്തുടർച്ചാവകാശികളാണ് ഈ ത്യാഗനിർഭരമായ സാമൂഹിക-രാഷ്ട്രീയ-സാമ്പത്തിക-സാംസ്കാരിക സമരങ്ങളെ തള്ളിപ്പറയുന്നതിന് വ്യഗ്രത കാട്ടുന്നത് എന്നതാണ് വിചിത്രമായ വസ്തുത.

നാടുവാഴിത്ത താൽപ്പര്യസംരക്ഷണവ്യഗ്രമായ ഫ്യൂഡൽ ശക്തികൾക്ക് ബ്രിട്ടീഷ് ഭരണം അതിന്റെ ആദ്യഘട്ടമൊഴിച്ച് മറ്റൊരിക്കലും എതിർക്കപ്പെടേണ്ട ഒരു ശത്രുവായിരുന്നില്ല. ബ്രിട്ടീഷ് സാമ്രാജ്യത്വം അവരുടെ താൽപ്പര്യങ്ങൾ ഭംഗിയായി സംരക്ഷിച്ചുകൊടുത്തിരുന്നു. ഇന്ത്യൻ ബൂർഷ്വാസിയെ-അതിന്റെ മുഖ്യപ്രതിനിധിയായ ഇന്ത്യൻ നാഷണൽ കോൺഗ്രസിനെ-സംബന്ധിച്ചിടത്തോളം ബ്രിട്ടീഷുകാരിൽ നിന്ന് തങ്ങളിലേക്കുള്ള ഭരണമാറ്റമെന്നാണ് സ്വാതന്ത്ര്യത്തിനർഥം. കർഷകർക്കും തൊഴിലാളികൾക്കും മറ്റും സ്വാതന്ത്ര്യമെന്നു പറയുമ്പോൾ അതു മാത്രമല്ല അർഥം. പിന്നെയോ? ജന്മിത്തത്തിന്റെയും മുതലാളിത്തത്തിന്റെയും അവയ്ക്ക് താങ്ങും തണലുമായി നിൽക്കുന്ന സാമ്രാജ്യത്വത്തിന്റെയും ചൂഷണത്തിൽ നിന്നുള്ള മോചനമാണ് അവർക്ക് സ്വാതന്ത്ര്യമെന്നാലർഥം. കീഴ്ജാതിക്കാർക്ക് മേൽജാതി മേധാവിത്വത്തിൽ നിന്നുള്ള വിമുക്തിയാണ് സ്വാതന്ത്ര്യം. ഇപ്രകാരം വിവിധാർഥ തലങ്ങളിലുള്ള സ്വാതന്ത്ര്യം നേടിയെടുക്കുന്നതിനുവേണ്ടി വിവിധ വിഭാഗങ്ങൾ നടത്തിയ സമരധാരകളുടെ മഹാപ്രവാഹമാണ് ഇന്ത്യൻ സ്വാതന്ത്ര്യസമരമെന്ന

യാഥാർത്ഥ്യം അംഗീകരിക്കാൻ ഇനിയും ചിലർക്ക് ബുദ്ധിമുട്ടുണ്ടെന്നാണ് ഈ വാദകോലാഹലങ്ങൾ തെളിയിക്കുന്നത്.

ഇത്രയും പറഞ്ഞത് വടക്കേ മലബാറിലെ കയ്യൂർ-കരിവെള്ളൂരാദി സമരങ്ങളും ബംഗാളിലെ തേഭാഗാസമരവും ആന്ധ്രയിലെ തെലങ്കാന സമരവും തിരുവിതാംകൂറിലെ പുന്നപ്ര-വയലാർ സമരവും ബോംബെയിലെ നാവികസമരവുമെല്ലാം സ്വാതന്ത്ര്യസമരത്തിന്റെ ഭാഗമാണെന്ന ശരിയായ വീക്ഷണം വെച്ചു പുലർത്തുന്നവരെയാണ് പയ്യപ്പിള്ളി പ്രതിനിധാനം ചെയ്യുന്നത് എന്ന് ചൂണ്ടിക്കാട്ടുവാനാണ്. ഈ പശ്ചാത്തലത്തിലാണ് പാലിയംസമരത്തെക്കുറിച്ച് ഒരു കൃതി രചിക്കാൻ അദ്ദേഹം മുന്നോട്ടുവന്നിരിക്കുന്നത്.

കേരളത്തിലെ സ്വാതന്ത്ര്യസമരചരിത്രത്തിൽ ഗുരുവായൂർ-വൈക്കം സത്യഗ്രഹസമരങ്ങൾ പോലെയോ അതിലധികമോ ശ്രദ്ധേയമായ സ്ഥാനം അർഹിക്കുന്നതാണ് പാലിയംസമരം. മഹാത്മാഗാന്ധിയുടെ നേതൃത്വത്തിലുള്ള ദേശീയ സ്വാതന്ത്ര്യസമരത്തിന്റെ മുഖ്യയിനങ്ങളിലൊന്നായ അയിത്തോച്ചാടനം എന്ന പരിപാടി നടപ്പിലാക്കുന്നതിന്റെ ഭാഗമായാണ് പാലിയംസമരവും നടത്തപ്പെട്ടത്. ഗുരുവായൂർ-വൈക്കം സത്യഗ്രഹങ്ങളിൽ നിന്ന് വ്യത്യസ്തമായി, ഗാന്ധിജി യഥാർഥത്തിൽ ആഗ്രഹിച്ചിരുന്നതുപോലെ, കീഴാളവർഗത്തിൽപ്പെട്ടവർ മുഖ്യമായും നേതൃത്വം കൊടുത്തുകൊണ്ട് നടത്തിയ സമരമാണ് പാലിയംസത്യഗ്രഹം. അതുപോലെ തന്നെ, ഈ സമരത്തിൽ അണിനിരന്നവരിൽ ബഹുഭൂരിപക്ഷവും അധഃകൃതവിഭാഗത്തിൽപ്പെട്ടവരാണ്. യാഥാസ്ഥിതികതയ്ക്ക് പേരുകേട്ട, അതുകൊണ്ടുതന്നെ ക്ഷേത്രപ്രവേശന വിളംബരത്തിൽപോലും തൃപ്പൂണിത്തുറ ക്ഷേത്രപരിസരത്തെ ഒഴിവാക്കിക്കൊണ്ട് വെള്ളം ചേർത്ത, കൊച്ചി രാജഭരണത്തിന്റെ ഒഴിഞ്ഞും തെളിഞ്ഞുമുള്ള അനുഗ്രഹാശിസുകളോടുകൂടി, പാലിയം റോഡിലൂടെ അവർണജാതിക്കാർക്ക് സഞ്ചാരസ്വാതന്ത്ര്യം നിഷേധിച്ച പാലിയത്തച്ചന്റെ ജനവിരുദ്ധ നയത്തിനെതിരായി ആയിരക്കണക്കിന് സാധാരണജനങ്ങൾ പങ്കെടുത്ത, മൂന്നു മാസത്തിലേറെ നീണ്ടുനിന്ന, ഉശിരൻ സമരമാണ് പാലിയത്തു നടന്നത്. ഗാന്ധിയൻ രീതിയിലുള്ള സത്യഗ്രഹസമരമായിരുന്നു അത്. എന്നിട്ടും അന്നത്തെ ചില പത്രങ്ങൾ അതിനെ കഠിനമായി എതിർത്തു; മറ്റു പല പത്രങ്ങളും ശരിയായി കണ്ടില്ല. സ്വാതന്ത്ര്യസമരചരിത്രകാരന്മാർ കേരളത്തിലെ സ്വാതന്ത്ര്യസമരങ്ങളുടെ കൂട്ടത്തിൽ ഗുരുവായൂർ-വൈക്കം സത്യഗ്രഹങ്ങൾക്ക് സ്ഥാനം കൊടുത്തപ്പോൾ പാലിയംസമരത്തെപ്പറ്റി പരാമർശിക്കുകപോലും ചെയ്തില്ല. പി കെ ഡീവറെയും സഹോദരൻ അയ്യപ്പനെയും പോലെ കീഴാളവർഗത്തിൽ നിന്നുയർന്നുവന്ന നേതാക്കൾ പോലും പ്രസ്തുത സമരത്തെ അവഗണിക്കുകയാണ് ചെയ്തത്. എന്താണിതിനു കാരണം? മേൽപ്പറഞ്ഞ വിഭാഗങ്ങൾ പ്രതിനിധാനം ചെയ്യുന്ന അധീശവർഗത്തിന്റെ നേതൃത്വത്തിലല്ല, മറിച്ച് കീഴാളവർഗത്തിന്റെ നേതൃത്വത്തിലാണ്, ആ വർഗത്തിന്റെ ന്യായമായ അവകാശങ്ങൾ നേടിയെടു

ക്കുന്നതിന് പ്രതിജ്ഞാബദ്ധമായ കമ്യൂണിസ്റ്റ് പാർട്ടിയുടെ പ്രവർത്തകർ ധാരാളമായി പങ്കെടുത്ത ഒന്നാണ്, പാലിയം സമരം എന്നതുതന്നെ.

ഈവിധം അധീശവർഗത്താൽ അവഗണിക്കപ്പെട്ടതും കേരളത്തിന്റെ നവോത്ഥാനപ്രക്രിയയിൽ ഗണ്യമായ പങ്കുവഹിച്ചതും അതുകൊണ്ടുതന്നെ സ്വാതന്ത്ര്യസമരചരിത്രത്തിൽ ശ്രദ്ധേയമായ സ്ഥാനം അർഹിക്കുന്നതുമായ പാലിയം സമരത്തിന്റെ സമഗ്രവും വസ്തുനിഷ്ഠവുമായ ഒരു ചരിത്രം കേരളീയ സാംസ്കാരികരംഗത്തെ ഉൽക്കടമായൊരാവശ്യമാണ്. ഈ ആവശ്യം നിറവേറ്റുകയാണ് ഈ ഗ്രന്ഥത്തിന്റെ രചനയിലൂടെ പയ്യപ്പിള്ളി ബാലൻ ചെയ്തിരിക്കുന്നത്. ഗ്രന്ഥകാരന് സർവവിധ ഭാവുകങ്ങളും ഗ്രന്ഥത്തിന് പ്രചുരമായ പ്രചാരവും ആശംസിച്ചുകൊള്ളുന്നു.

കാലടി

ഡോ. എൻ വി പി ഉണിത്തിരി

1998 ജനുവരി 11

1

അയിത്തം എന്നാൽ

അയിത്തം ഇന്ന് ഒരു പഴങ്കഥ. പുതിയ തലമുറയ്ക്ക് അത് കേട്ടുകേൾവി മാത്രം. എന്നാൽ ഞാൻ കൃത്യമായും ഓർക്കുന്നു.

എനിക്ക് നാലോ അഞ്ചോ വയസ് പ്രായം. എന്റെ ജ്യേഷ്ഠൻ കേശവപിള്ളയ്ക്ക്-ഇന്നദ്ദേഹം ജീവിച്ചിരിപ്പില്ല- എന്നേക്കാൾ ഏഴ് വയസ് മൂപ്പ് കൂടും. നേരം പുലർന്ന് ഉണർന്നെഴുന്നേറ്റാൽ പ്രഭാതകൃത്യത്തിന് ശേഷം, അറയിൽ കടന്ന് അവിടെ ഭരണിയിൽ സൂക്ഷിച്ച എള്ളെണ്ണ കോരിയെടുത്ത് തലയിലും ദേഹത്തും കുളുർന്നെ തേച്ച്, ഈഞ്ചയും ഈർക്കിലിയും ഉണങ്ങിയ വാഴയിലയിൽ ഉമിക്കരിയും പൊതിഞ്ഞെടുത്ത് ഞങ്ങൾ ഒരോട്ടമാണ്, അരനാഴിക അകലെയുള്ള പുഴക്കടവിലേക്ക്. അത് ഞങ്ങളുടെ പതിവാണ്, മലവെള്ളം കയറി പുഴയരികിലുള്ള പാടം മുങ്ങുന്ന കാലത്തൊഴികെ.

അന്നാളിൽ ഒരു ദിവസം പുഴക്കടവിലേക്കുള്ള യാത്രയുടെ മുക്കാൽ ഭാഗത്തിലധികം പിന്നിട്ടപ്പോൾ കടവിന്റടുത്തുനിന്ന് ഒരു ശബ്ദം.

"ഹായ് ഹാ"

ജ്യേഷ്ഠൻ ഉടൻ പ്രതികരിച്ചു:

"ഹോയ് ഹോ"

എനിക്കൊന്നും മനസിലായില്ല. ജ്യേഷ്ഠന്റെ പിന്നിൽ ആയിരുന്നതുകൊണ്ടും, നെൽച്ചെടികൾ എന്നെക്കാൾ അധികം ഉയരത്തിൽ വളർന്ന് പൊങ്ങിയതിനാലും ഞാൻ ഒന്നും കണ്ടതുമില്ല.

കടവിന് അടുത്തെത്തിയപ്പോൾ ഓട്ടത്തിന്റെ വേഗം കുറച്ചു.

വീതിയുള്ള നടവരമ്പിൽനിന്ന് പിരിയുന്ന പാർശ്വത്തിലുള്ള ഒരു ചെറുവരമ്പിൽ അൽപ്പം അകലെ മാറിനിന്ന് വൃദ്ധനായ ഗോപാലൻ നായർ നരച്ച പുരികത്തിന്റെമേൽ കൈപ്പത്തികൊണ്ട് മറപിടിച്ച് ഞങ്ങളെ

സൂക്ഷിച്ചു നോക്കുന്നത് കണ്ടു. ഞങ്ങളെ തിരിച്ചറിഞ്ഞപ്പോൾ ആശ്വാസത്തോടെയും എന്നാൽ ഏറിയ അരിശത്തോടെയും അദ്ദേഹം പറഞ്ഞു.

"ഇത് രാമൻപിള്ളയുടെ പിള്ളേരല്ലെ? അസത്തുക്കൾ എന്നെ പേടിപ്പിച്ചുകളഞ്ഞല്ലോ. അയിത്തായീന്ന് നിരീച്ചു. ഒന്നുകൂടി മുങ്ങണല്ലോ എന്ന് കരുതിയതാ. കുളീം കഴിഞ്ഞ് എത്തുമ്പോൾ രാമൻപിള്ളയെക്കൊണ്ട് നിങ്ങൾക്ക് നല്ല ഈരണ്ട് തരീക്ക്ണണ്ട്ട്ടോ".

കഥയുടെ സാരം മനസിലായല്ലോ? നായർ മുതൽ ഉയർന്ന ജാതിക്കാർ പുറത്തിറങ്ങി നടക്കുമ്പോൾ "ഹായ്ഹാ" എന്ന് വിളിച്ചുകൂവും. ഇതിനെ 'തീണ്ടാട്ട്' അല്ലെങ്കിൽ 'വിളിയാട്ട്' എന്ന് പറയും. തമ്പുരാനായ താൻ വരുന്നുണ്ട്, തീണ്ടൽ ജാതിക്കാർ വഴിയിൽ ഉണ്ടെങ്കിൽ മാറിപ്പോവിൻ എന്നാണ് അതിന്റെ അർഥം. അടിയൻ മാറിക്കൊള്ളാമേ എന്നാണ് അയിത്തക്കാരൻ പുറപ്പെടുവിക്കുന്ന മറുശബ്ദത്തിലൂടെ നൽകുന്ന സൂചന. സ്ഥലഭേദമനുസരിച്ച് തീണ്ടാട്ട് ശബ്ദത്തിന് വ്യത്യാസം ഉണ്ടായേക്കാം. ഗോപാലൻ നായരെ ചുമ്മാ ഒന്ന് വിരട്ടാൻ വേണ്ടിയാണ് മഹാകുസൃതിയായിരുന്ന എന്റെ ജ്യേഷ്ഠൻ മറുശബ്ദം പുറപ്പെടുവിച്ചത്. മാറിക്കൊള്ളാമേ എന്ന് അനുസരണ സൂചന നൽകിയിട്ടും നേരെ മുന്നോട്ട് തന്റെ നേർക്കുതന്നെ ഓടിവരുന്ന കറുത്ത പിള്ളേരെ കണ്ടപ്പോൾ തീണ്ടാതിരിക്കാൻ വേണ്ടിയാണ് ഗോപാലൻ നായർ അരികിലുള്ള വരമ്പിലേക്ക് ധൃതിയിൽ മാറിനിന്നത്.

തീണ്ടിയാൽ, അതായത് അയിത്തജാതിക്കാരൻ നിശ്ചിത ദൂരത്തിൽ കവിഞ്ഞ് അടുത്തു വരികയോ തൊടുകയോ ചെയ്താൽ, മേൽജാതിക്കാരനായ സവർണന് അശുദ്ധമാവും. അശുദ്ധം മാറ്റി ശുദ്ധി വരുത്തണമെങ്കിൽ സവർണൻ മുങ്ങിക്കുളിക്കണം എന്നാണ് ആചാരം.

അപ്പോൾ ചില മനുഷ്യരായി വേറെ ചില മനുഷ്യർ അടുത്തുകൂടാ, അവരെ തൊട്ടുകൂടാ. നായർ മുതൽ മുകളിലോട്ടുള്ള സവർണജാതിക്കാരുമായി നായർക്ക് തൊട്ടുതാഴെ ഉള്ള ഈഴവരാദി കീഴ്ജാതിക്കാർ അടുക്കുകയോ അവരെ തൊടുകയോ ചെയ്തുകൂടാ. അങ്ങനെ ചെയ്താൽ സവർണന് അയിത്തമാകും. അശുദ്ധം എന്ന പദത്തിൽ നിന്നായിരിക്കും അയിത്തം രൂപംകൊണ്ടത്.

ഈ അയിത്തം മനുഷ്യൻ മനുഷ്യന്റെ മേൽ അടിച്ചേൽപ്പിച്ച നിബന്ധന ഒന്നുമല്ല, ദൈവകൽപ്പിതമാണ് എന്നാണ് അരനൂറ്റാണ്ടിന് മുമ്പുവരെ സവർണരുടെ വക്താക്കൾ ഉദ്ഘോഷിച്ചത്. ഇത് ശുദ്ധ പൊളി. അയിത്തം എന്ന നിന്ദ്യവും നീചവും ആയ ആചാരത്തെ സൃഷ്ടിച്ച ചാതുർവർണ്യവും ജാതിസമ്പ്രദായവും അന്ന് നിലവിൽ ഉണ്ടായിരുന്ന സാമൂഹിക വ്യവസ്ഥയുടെ സന്തതികൾ ആയിരുന്നു എന്ന് ഇന്ന് ഏവരും സമ്മതിക്കും. ജാതി-ജന്മി-നാടുവാഴി വ്യവസ്ഥയിൽ ആയിരുന്നു അവയുടെ ഉത്ഭവം.

പാലിയം സമരത്തിന്റെ പ്രസക്തിയും പ്രാധാന്യവും പൂർണമായി ഗ്രഹിക്കണമെങ്കിൽ നൂറ്റാണ്ടുകളായി ഇവിടെ നിലനിന്ന ജാതിവ്യവസ്ഥ

യുടെ ഭീകരതയുടെയും അതിനെതിരെ നടത്തിയ ത്യാഗനിർഭരമായ സമരങ്ങളുടെയും ഒരു രത്നച്ചുരുക്കം അറിയേണ്ടത് ആവശ്യമാണ്.

പ്രാചീനകേരളത്തിൽ മനുഷ്യർ തമ്മിൽ തൊട്ടുകൂടായ്മയും തീണ്ടിക്കൂടായ്മയും മറ്റ് യാതൊരുവിധത്തിലും ഉള്ള അയിത്തവും നിലനിന്നതായി ചരിത്രഗവേഷകന്മാർ കണ്ടെത്തിയിട്ടില്ല. സംഘകാലകൃതികളിൽ ഇന്നത്തേതുപോലുള്ള ജാതികളെക്കുറിച്ച് പരാമർശങ്ങൾ ഒന്നുംതന്നെ ഇല്ല. എന്നാൽ തുടയൻ,പറയൻ,വേടൻ,പാണൻ,കടമ്പൻ തുടങ്ങി ചില കൂട്ടരെപ്പറ്റി പറയുന്നുണ്ടെങ്കിലും അത് കേവലം തൊഴിലിനെ മാത്രം അടിസ്ഥാനപ്പെടുത്തിയുള്ള ജാതിവിഭജനമായിട്ടാണ് പരിഗണിക്കപ്പെട്ടുപോന്നത്. എന്തെന്നാൽ ഇവർക്ക് എല്ലാവർക്കും തന്നെ സമൂഹത്തിൽ മാന്യപദവി ഉണ്ടായിരുന്നു. തന്നെയുമല്ല ഇവരിൽ പണ്ഡിതന്മാരും കവികളും കലാകാരന്മാരും കൂടി ഉണ്ടായിരുന്നുവെന്നും കണ്ടെത്തിയിട്ടുണ്ട്. സുദീർഘമായ ഒരു കാലയളവോളം ചേരസാമ്രാജ്യത്തിന്റെ ഭാഗമായിരുന്ന കേരളത്തിനും സംഘസാഹിത്യത്തിലെ പ്രസ്താവങ്ങൾ ബാധകമാണല്ലോ.

ഇതേ കാലഘട്ടത്തിൽ തന്നെ ഉത്തരേന്ത്യയിൽ ചാതുർവർണ്യവും, ജാതിവ്യവസ്ഥയും നിലനിന്നതായുള്ള സൂചനകളും സംഘസാഹിത്യകൃതികളിൽ തന്നെയുണ്ട്. ജാതിവ്യത്യാസവും അയിത്തവും കേരളീയമല്ലെന്നും അത് ഇവിടെ കുടിയേറിപ്പാർത്ത ആര്യന്മാരുടെ-നമ്പൂതിരിമാരുടെ-സൃഷ്ടിയാണെന്നും വ്യക്തം.

കേരളത്തിലെ-ഇന്ത്യയിലെ തന്നെ അത്യന്തം സങ്കീർണമായ ജാതിവ്യവസ്ഥയും അത് സമൂഹത്തിൽ അഴിച്ചുവിട്ട പ്രത്യാഘാതങ്ങളും വിശ്വപ്രശസ്തരായ ചരിത്രകാരന്മാരുടെയും നരവംശശാസ്ത്രജ്ഞന്മാരുടെയും മറ്റും സവിസ്തരവും ഗാഢവുമായ പഠനത്തിനും ചർച്ചകൾക്കും വിധേയമായ വിപുലമായ വിഷയമാണ്. ഇത് സംബന്ധമായി അനേകം ഗ്രന്ഥങ്ങൾ പരിശോധിച്ച് പണ്ഡിതന്മാർ പറയുന്നത് ഇന്ത്യയിൽ മാത്രം കാണുന്ന പ്രത്യേകമായ ഒരു സാമൂഹ്യപ്രതിഭാസമാണ് ജാതിവ്യവസ്ഥ എന്നാണ്. പരിഷ്കൃതജീവിതത്തിന്റെ പ്രാരംഭദശയിൽ മറ്റുചില രാജ്യങ്ങളിലും ജാതിവിഭജനം ദൃശ്യമായിരുന്നെങ്കിലും ഇന്ത്യയിലൊഴികെ മറ്റൊരിടത്തും ജാതിവ്യവസ്ഥ വേരുറയ്ക്കുക ഉണ്ടായില്ല. ഇന്ത്യയിൽ ഏതാണ്ട് മൂവായിരം വർഷത്തോളമായി ചാതുർവർണ്യവും ജാതിവ്യവസ്ഥയും നിലനിൽക്കുന്നു.

കുറെക്കൂടി വൈകിയാണ് കേരളത്തിൽ ആര്യന്മാരും അവരുടെ കൂടെ ചാതുർവണ്യവും ജാതിയും അയിത്തവും എത്തിയത്. വടക്കേ ഇന്ത്യയിൽ കുടിയേറിപ്പാർക്കുകയും പൂർവനിവാസികളെ കീഴടക്കി മേധാവിത്വം സ്ഥാപിക്കുകയും ചെയ്ത ബ്രാഹ്മണരുടെ പിന്മുറക്കാർ തന്നെയാണ് ഇങ്ങ് തെക്കൻ കേരളത്തിലും എത്തിയത്. കേരളത്തിൽ ബ്രാഹ്മണർ-നമ്പൂതിരിമാർ-എത്തിയത് ബി സി നാലാം നൂറ്റാണ്ടിനും എ ഡി നാലാം നൂറ്റാണ്ടിനും ഇടയിലാണെന്ന് കരുതപ്പെടുന്നു. അവർ മനുസ്മൃ

തിയിലെ ശാസനങ്ങളെ കർശനമായി അനുസരിച്ചിരുന്നവരും ആണ്. മനുസ്മൃതിയുടെ രചനയും ഈ കാലഘട്ടത്തിൽത്തന്നെയാണ് എന്നാണ് പണ്ഡിതമതം.

കേരളത്തിൽ എത്തിയ നമ്പൂതിരിമാർക്ക് ദ്രാവിഡന്മാരോടും ദ്രാവിഡന്മാരെ ഏതാണ്ട് വ്യാപകമായി ആശ്ലേഷിച്ച ജൈന-ബുദ്ധമത ദർശനങ്ങളോടും ഏറ്റുമുട്ടേണ്ടതുണ്ടായിരുന്നു. ജൈന-ബുദ്ധമതക്കാരെ നമ്പൂതിരിമാർ നിഷ്കരുണം ആട്ടിയോടിച്ചു. ബുദ്ധവിഹാരമായിരുന്ന കൊടുങ്ങല്ലൂർ ക്ഷേത്രത്തിൽ കോഴിവെട്ടും തെറിപ്പാട്ടും നടപ്പാക്കി ബുദ്ധ ഭിക്ഷുക്കളെ അവർ തുരത്തി.

ഭിന്നിപ്പിച്ച് ഭരിക്കുക എന്ന സാമ്രാജ്യതന്ത്രം നൂറ്റാണ്ടുകൾക്ക് മുമ്പേ നമ്പൂതിരിമാർക്ക് കൈവശമായിരുന്നു. നാഗങ്ങളെയും മറ്റും ആരാധിച്ച ദ്രാവിഡന്മാരിൽ ഒരു വിഭാഗത്തെ പ്രീണിപ്പിക്കാനായി ദ്രാവിഡർ തന്നെ പൂജിച്ച കാളിയെ കൊടുങ്ങല്ലൂർ ക്ഷേത്രത്തിൽ പ്രതിഷ്ഠിച്ചു. നായന്മാരും ഈഴവരും ഒരേ നരവംശത്തിൽപ്പെട്ടവരാണെങ്കിലും നായന്മാരെ നമ്പൂതിരിമാർ പാട്ടിൽ പിടിക്കുകയും അവരെ സവർണരിൽ ഉൾപ്പെടുത്തുകയും ചെയ്തു. നമ്പൂതിരിമാരെ ചെറുത്തുനിന്ന ഈഴവരാദി ബഹുജനങ്ങളെ അവർണർ ആയി പരിഗണിച്ച് അയിത്തക്കാരായി താഴ്ത്തി. അതിലേക്ക് നായന്മാരുടെ പിന്തുണയും നമ്പൂതിരിമാർ ലഭ്യമാക്കി.

നമ്പൂതിരിമാരും പൂർവനിവാസികളായ ദ്രാവിഡരും തമ്മിൽ സംഘട്ടനം മാത്രമല്ല, സങ്കലനവും നടന്നു എന്നതിന് *മനുസ്മൃതി* തന്നെ തെളിവ്. *മനുസ്മൃതി*യിൽ നിന്ന് എത്ര ഉദാഹരണങ്ങൾ വേണമെങ്കിലും ഉദ്ധരിക്കാൻ കഴിയും. ബ്രാഹ്മണ-ക്ഷത്രിയ-വൈശ്യ-ശൂദ്രാദി വർണങ്ങൾക്ക് പുറമെ വർണബാഹ്യരും ഉണ്ടെന്ന് പറയുന്ന ഒരൊറ്റകാര്യം മതി മനുസ്മൃതിയുടെ കാപട്യവും വഞ്ചനയും തെളിയിക്കാൻ. മനുശാസന അനുസരിച്ച് കീഴ്ജാതിയിലെ പുരുഷന്മാർ ഉയർന്ന ജാതിയിലുള്ള സ്ത്രീയെ പരിഗ്രഹിക്കരുത്. എന്നാൽ ഇഷ്ടപ്പെട്ട ഇണയെ കണ്ടെത്തുക എന്ന ജന്തുസഹജമായ വാസനയെ തടുക്കാൻ മനുവിനോ, മനുവിന് മുൻപോ പിമ്പോ ആർക്കും കഴിഞ്ഞിട്ടില്ലല്ലോ. എല്ലാ മേൽജാതി പുരുഷന്മാരും എല്ലാ കീഴ്ജാതി സ്ത്രീകളെയും പ്രാപിച്ചതുപോലെതന്നെ എല്ലാ കീഴ്ജാതി പുരുഷന്മാരും എല്ലാ മേൽജാതി സ്ത്രീകളെയും സ്വീകരിച്ചിരുന്നു. ബലാത്സംഗങ്ങളുടെയും വ്യഭിചാരങ്ങളുടെയും കഥകൾ വേറെ. ഇപ്പറഞ്ഞരീതിയിലുള്ള ഓരോ ബന്ധത്തിലും പിറക്കുന്ന സന്തതികൾ പ്രത്യേകം പ്രത്യേകം ജാതികൾ; പിന്നെ ഉപജാതികൾ. അങ്ങനെ പല ഘട്ടത്തിലും പലപല ബന്ധങ്ങൾ വഴിയായും പുതിയ ജാതികൾ രൂപം കൊള്ളുന്നു. ചുരുക്കത്തിൽ ഇ എം എസ് ചൂണ്ടിക്കാട്ടിയതുപോലെ.

> ജാതി,കൂട്ടുകുടുംബം, ഗ്രാമീണ ഭരണം എന്നിവ മൂന്നും നിലനിന്നുവെങ്കിലും അവയിലോരോന്നിലും നിരവധി മാറ്റങ്ങൾ അനുസ്യൂതം നടന്നുകൊണ്ടിരുന്നു. പല പല കാലഘട്ടങ്ങളിലായി പല പല പുതിയ ജാതികളും ഉയർന്നുവന്നു. നിലവിലുള്ള ജാതിക

> ളിൽത്തന്നെ ചിലവയ്ക്ക് സ്ഥാനക്കയറ്റവും മറ്റ് ചിലവയ്ക്ക് സ്ഥാനഭ്രംശവും വന്നു. ജാതികൾ തമ്മിൽതമ്മിൽ ബന്ധങ്ങൾ സ്ഥാപിക്കപ്പെടുകയും മുറിയുകയും ചെയ്തു..... (*കേരളം മലയാളികളുടെ മാതൃഭൂമി.* രണ്ടാം പതിപ്പിനുള്ള മുഖവുര പേജ്, 32)

കീഴ്ജാതി പുരുഷന് ഉയർന്നജാതി സ്ത്രീയിലുണ്ടാകുന്ന സന്തതി നീചജാതി. ഒറ്റ ഉദാഹരണം മാത്രം കാണിക്കാം. ശൂദ്രന് ബ്രാഹ്മണ സ്ത്രീയിൽ ജനിക്കുന്ന കുട്ടി ചണ്ഡാലൻ. അതിനെ മനുഷ്യനായി പരിഗണിക്കാൻപോലും മനു തയാറല്ല. അവൻ 'ജന്തു' ആണ്. (അധ്യായം10. ശ്ലോകം 30) ചണ്ഡാലൻ എന്ന ജന്തു മനുഷ്യരിൽ ഏറ്റവും അധമൻ. മനുസ്മൃതി പത്താം അധ്യായത്തിലെ 51 മുതൽ 56 വരെയുള്ള ശ്ലോകങ്ങളിലൂടെ ചണ്ഡാലനെ സാമൂഹ്യമായി ഒറ്റപ്പെടുത്തുന്നു. ഇവിടെ ആരംഭിക്കുന്നു അയിത്തം.

നായാട്ടും പരിമിതമായ തോതിൽ കൃഷിയും കൈത്തൊഴിലുകളും ചെയ്ത് ഉച്ചനീചത്വങ്ങൾ ഇല്ലാതെ മനുഷ്യരെല്ലാം ഒന്നുപോലെ കഴിഞ്ഞ കാലം കടന്നുപോയി. അന്ന് പ്രാകൃതഭാവത്തിൽ കണ്ട ജാതി ജന്മനാ ഉള്ള ഒരു പ്രതിഭാസം ആയി മാറി. ഉച്ചനീചത്വം വന്നുകയറി. അതായത് ഉൽകൃഷ്ട ജാതികളും നീചജാതികളും ആയി പിരിഞ്ഞു. ഇത് പെട്ടെന്ന് സംഭവിച്ചതല്ല. കൃഷി വികസിച്ചു. ഭൂമി പ്രധാന ഉൽപ്പാദന ഉപാധിയായിത്തീർന്നു. ആത്മീയ കാര്യങ്ങൾ മാത്രം നോക്കിയ ബ്രാഹ്മണർക്ക് ക്ഷേത്രങ്ങളുടെ ചെലവിലേക്ക് വിളവിന്റെ ഒരംശം നീക്കിവയ്ക്കേണ്ടിവന്നു. ഈ നീണ്ട പ്രക്രിയയുടെ അവസാനത്തിൽ ഭൂമിയുടെ ഉടമാവകാശം ജന്മിമാരിലും ക്ഷേത്രങ്ങളിലെ ദേവന്മാരിലും നാടുവാഴികളിലും രാജാക്കന്മാരിലും എത്തിച്ചേർന്നു. ഭൂമിയിൽ ഇറങ്ങി അധ്വാനിക്കാതെ, അധ്വാനിക്കുന്ന കൃഷിക്കാരെ ചൂഷണം ചെയ്യാനുള്ള ഉപകരണമായി മാറി. നീചജാതിക്കാർക്ക് ഹീനവും കഠിനവുമായ അധ്വാനം നീക്കിവെച്ചു. അങ്ങനെ ജാതിയും ജന്മിത്തവും നാടുവാഴിത്തവും ഇടകലർന്നുകിടന്ന വ്യവസ്ഥയിലാണ് അയിത്തം രൂപംകൊണ്ടതും, ഭീകരരാക്ഷസന്റെ രൂപം കൈവരിച്ചതും. വർഗസമൂഹത്തിലെ ചൂഷകവർഗത്തിന്റെ സൃഷ്ടിയാണ് ജാതിയും അതിനെ അടിസ്ഥാനപ്പെടുത്തിയ അയിത്തവും.

2

ജാതികളും ഉപജാതികളും അന്ധവിശ്വാസങ്ങളും അനാചാരങ്ങളും

*മനുസ്മൃതി*യുടെ കാലത്ത് ചണ്ഡാലനെയും ശ്വപചനെയും മാത്രാണ് അയിത്തം കൽപ്പിച്ച് അകറ്റിനിർത്തിയത്. കേരളത്തിൽ എത്തിയ നമ്പൂതിരിമാർ ആകട്ടെ അയിത്തം വ്യാപകവും കഠിനവും കർക്കശവും അത്യന്തം ക്രൂരവും ആക്കി. ബഹുഭൂരിപക്ഷം ജനങ്ങളെയും അയിത്തജാതിക്കാരാക്കി ദൂരെ നിർത്തി. ജാതിനിർണയം ചെയ്തത് ശങ്കരാചാര്യർ ആണോ എന്ന വാദത്തിലേക്കൊന്നും നമുക്ക് കടക്കേണ്ടതില്ല. നമ്പൂതിരിമാർക്ക് ആയിരുന്നു ഇതിന്റെ നേതൃത്വം എന്നതിന് തർക്കമില്ല. സമൂഹത്തിനാകെ ആവശ്യമായ ഭക്ഷ്യധാന്യങ്ങളും മറ്റ് പദാർഥങ്ങളും ഉൽപ്പാദിപ്പിച്ച മഹാഭൂരിപക്ഷവും അയിത്തക്കാരായി താഴ്ത്തപ്പെട്ടു. ഭൂമിയുടെ ക്രയവിക്രയം തുടങ്ങിയതോടെ ആ ഭൂമിയിൽ താമസിച്ച് കാർഷികവേലകളിൽ ഏർപ്പെട്ട പുലയരാദി വേലക്കാരെയും കൈമാറിയിരുന്നു ഭൂമിയോടൊപ്പം. എന്നുവെച്ചാൽ കീഴ്ജാതിക്കാരെല്ലാം ഏതാണ്ട് മുഴുവൻ തന്നെ അടിമകളായി മാറി.

സവർണരും അവർണരും ആകെക്കൂടി എത്ര ജാതികൾ ഉണ്ടായിരുന്നു എന്ന് പറയുക അസാധ്യം. മേൽപ്രസ്താവിച്ച ഇ എം എസിന്റെ ഉദ്ധരണി ഓർമിക്കുക. സവർണർ ഉൾപ്പെടെ ഓരോ ജാതിക്കും അനേകം ഉപജാതികളും അവാന്തര വിഭാഗങ്ങളും ഉണ്ടായിരുന്നു എന്നതാണ് ഏറ്റവും രസകരമായ വസ്തുത. നമ്പൂതിരിക്ക് മാത്രം എട്ട് അവാന്തര വിഭാഗങ്ങൾ ഉണ്ടായിരുന്നുവത്രേ. ഈ ജാതികളും ഉപജാതികളും അവാന്തര വിഭാഗങ്ങളും തമ്മിൽ തമ്മിൽ പല വിധത്തിലുള്ള അയിത്താചരണങ്ങളും നിലനിന്നു എന്നതാണ് നേര്.

"അഷ്ടൗഹി വിപ്രാദ്വൗ ന്യൂനൗ
ദ്വാദശൈവാന്തരാളികാ:

അഷ്ടാദശാഃസ്യൂ ശ്ശുദ്രഷ്ഷഡ്
ശില്പിന പതിതാദശ
നീചാപ്രഥകർമാ ചത്വാര"

എന്ന ജാതിനിർണയത്തിലെ ശ്ലോകം ഉദ്ധരിച്ചുകൊണ്ട് പ്രൊഫ. പി എസ് വേലായുധൻ എഴുതുന്നു:

> ഈ പദ്യത്തെ ചിലർ വ്യാഖ്യാനിച്ച് കേരളനിവാസികളെ ആദ്യമായി അറുപത്തിനാല് ജാതികളായി വിഭജിച്ചു എന്ന് ചിലർ പറയുന്നു. മറ്റു ചിലർ ബ്രാഹ്മണർ എട്ട്, ന്യൂനജാതികൾ രണ്ട്, അന്തരാളജാതികൾ പന്ത്രണ്ട്, ശൂദ്രജാതികൾ പതിനെട്ട്, ശിൽപ്പിജാതികൾ ആറ്, പതിതജാതികൾ പത്ത്, നീചജാതികൾ എട്ട്, മറ്റ് ജാതികൾ എട്ട് എന്നിങ്ങനെ ജാതികൾ എഴുപത്തിരണ്ടുണ്ടെന്നും പറയുന്നു. പക്ഷേ, യഥാർഥത്തിൽ ഇതിലും എത്രയോ അധികം ജാതികളാണ് കേരളത്തിൽ ഉണ്ടായിരുന്നത്. ഉദാഹരണത്തിന് നായന്മാരെ തന്നെ എടുക്കാം. പാദമംഗലക്കാർ, തമിഴ്പാദക്കാർ, മാരാൻ, ചെമ്പകൊട്ടി, കുശവൻ, ചാലിയൻ എന്നിങ്ങനെ ആറും കിരിയത്ത് നായർ, ഇല്ലത്ത് നായർ അല്ലെങ്കിൽ സൂദ്രനായർ, സ്വരൂപത്തിൽ നായർ അല്ലെങ്കിൽ ചാത്തനായർ, ഇടച്ചേരി നായർ, ആന്തൂർ നായർ അല്ലെങ്കിൽ ഓടത്ത് നായർ, വ്യാപാരി നായർ, വിളക്കിത്തല നായർ, വെളുത്തേടത്ത് നായർ, പുളിക്കൽ നായർ എന്നിങ്ങനെ പന്ത്രണ്ടും ചേർത്ത് പതിനെട്ട് ജാതി നായന്മാരെ ജാതിനിർണയത്തിൽ വിവരിക്കുമ്പോൾ ആയിരത്തിത്തൊള്ളായിരത്തി ഒന്നിലെ സെൻസസ് റിപ്പോർട്ടിൽ നൂറ്റിപ്പതിനാറ് നായന്മാരെക്കുറിച്ച് പറയുന്നു. അതുപോലെ തന്നെ ഈഴവരെ സംബന്ധിച്ചും പറയുന്നുണ്ട്. ചാന്നാന്മാരും അവരുടെ പിറകിൽ അവരുടെ അവാന്തര വിഭാഗങ്ങളും അതിന് പിറകിൽ കുണ്ടൻ,വടുകൻ എന്നിങ്ങനെ ഉള്ള പേരുകളിൽ ഒരു കാലത്ത് ചാന്നാന്മാർ അടിമകളായി വാങ്ങിയ 'പുഴുക്കളും' ഉണ്ടായിരുന്നു. ഇവരെല്ലാം ചേർന്നതാണ് ഈഴവസമുദായമെന്നത്രേ സി കേശവൻ പറയുന്നത്. അപ്പോൾ ഇതത്രയും കാണിക്കുന്നത് കേരളത്തിൽ നിലനിന്ന ജാതികൾ അറുപത്തിനാലും എഴുപത്തിരണ്ടും ഒന്നും ആയിരുന്നില്ല, അതിനും എത്രയോ കൂടുതൽ ആയിരുന്നു എന്നാണ്. 1857 ലെ തിരുവിതാംകൂർ സെൻസസ് റിപ്പോർട്ട് നാന്നൂറ്റി ഇരുപത് ജാതികളെയും ഉപജാതികളെയും കണ്ടെത്തി. ഇവരാകട്ടെ കൂടിക്കഴിയാത്തവരും തൊട്ടുകൂടാത്തവരും തൊട്ടുണ്ണാത്തവരും ദൃഷ്ടിയിൽപ്പെട്ടാൽ ദോഷമുള്ളവരും ഒക്കെ ആയിരുന്നു. (*എസ് എൻ ഡി പി യോഗചരിത്രം*, പേജ് 4,5)

ജാതിശ്രേണിയുടെ അത്യുന്നതങ്ങളിൽ വിഹരിക്കുന്ന ബ്രാഹ്മണനെ ക്ഷത്രിയനും വൈശ്യനും തൊട്ടുകൂടാ. ശാങ്കരസ്മൃതി അനുസരിച്ച്

നായർ ബ്രാഹ്മണനിൽ നിന്ന് ആറടി അകലത്തിൽ നിൽക്കണം എന്ന് ഉണ്ടെങ്കിൽ അത് പാലിച്ച് കണ്ടില്ല. എന്തെന്നാൽ നായർ സവർണ്ണനായി അംഗീകരിക്കപ്പെട്ടു. ഇവിടെ വീണ്ടും ഇ എം എസിന്റെ മറ്റൊരു നിഗമനത്തിന്റെ യുക്തിഭദ്രത വെളിവാക്കപ്പെടുന്നുണ്ട്. അതായത് കേരളത്തിൽ നായന്മാർ ക്ഷത്രിയന്റെ ധർമം- ആയോധനം-ആണ് നിർവഹിച്ചത്. ആകയാൽ നായർ ബ്രാഹ്മണനെ തൊട്ടുകൂടെന്നേ ഉണ്ടായിരുന്നുള്ളു (പക്ഷേ നമ്പൂതിരിക്ക് നായർ സ്ത്രീയെ സംബന്ധം ചെയ്യാം. ആ ബന്ധത്തിൽ ജനിക്കുന്ന കുട്ടിക്ക് അച്ഛനെ തൊട്ടുകൂടാ; അത് വേറെ കാര്യം).

ബ്രാഹ്മണനിൽനിന്ന് മുപ്പത്തിരണ്ട് അടി അകലത്തിലേ ഈഴവൻ നിൽക്കാവൂ. പുലയൻ അറുപത്തിനാല് അടി ദൂരത്തിൽ നിന്നില്ലെങ്കിൽ നമ്പൂതിരി അശുദ്ധമാവും. ഉള്ളാടനെ കണ്ടാൽ തന്നെ അശുദ്ധമാവും നമ്പൂതിരി.

ഈഴവൻ നായരിൽ നിന്ന് പതിനാറ് അടി അകലെ നിൽക്കണം. പുലയൻ മുപ്പത്തിരണ്ടടിയും. പുലയൻ അടുത്താൽ ഈഴവന് അയിത്തമാവും. ആകയാൽ പുലയൻ ഈഴവനിൽനിന്ന് ആറടി അകലെ നിൽക്കണം. പറയനും പുലയനും ഉള്ളാടനും മറ്റും തമ്മിൽ അടുത്തുകൂടായ്മ ഇല്ലായിരുന്നു; തൊട്ടുകൂടായ്മയേ ഉണ്ടായിരുന്നുള്ളൂ എന്ന് തോന്നുന്നു. ഈ മൂന്ന് ജാതികളിൽപ്പെട്ടവരെ കൂലിപ്പണിക്ക് വിളിച്ചാൽ അവർക്ക് ഉച്ചഭക്ഷണം അകലത്തിൽ മൂന്ന് സ്ഥലങ്ങളിൽ വെച്ച് കൊടുക്കണമായിരുന്നു. മുറ്റത്തിന് പുറത്ത് പറമ്പിൽ ചെറിയ കുഴികളുണ്ടാക്കി അതിൽ വാഴയില വെച്ചാണ് ഭക്ഷണം വിളമ്പിയത്. ആഹരിക്കുന്നിടത്തും ജാതിയുടെ അകൽച്ച: പത്തറുപതുകൊല്ലം മുമ്പ് ഇതായിരുന്നു സ്ഥിതി.

ജാതികളുടെ ഉപജാതി രൂപീകരണ രീതിയും ഉപജാതി രൂപീകരണത്തിലൂടെ ജാതികൾ 'വിശുദ്ധ അശുദ്ധ' പ്രത്യയശാസ്ത്രം പയറ്റുന്ന മിനിജാതിസമൂഹങ്ങളായി മാറുന്ന രീതിയും പി കെ ബാലകൃഷ്ണൻ തന്റെ *ജാതിവ്യവസ്ഥിതിയും കേരളചരിത്രവും* എന്ന ഗ്രന്ഥത്തിലെ 'തണ്ടാൻ നിസ്ഥാനികളും ജാതിസമൂഹത്തിന്റെ അണിയറയും' എന്ന 31-ാം അധ്യായത്തിൽ സവിസ്തരം പ്രതിപാദിക്കുന്നുണ്ട്. അദ്ദേഹം തുടരുന്നു. "വയൽ വരമ്പ് സാമ്രാജ്യം ആക്കിയിട്ടുള്ള വള്ളുവൻ എന്ന പുലയജാതി തലവൻ 'കൂടൻ' എന്ന നമ്പൂതിരി പുലയജാതിക്ക് ജന്മം നൽകിയത്രേ. കൂടൻ സാധാരണ പുലയസ്ത്രീകളുമായി ശാരീരിക ബന്ധത്തിൽ ഏർപ്പെട്ടിരുന്നത് നായർ സ്ത്രീക്ക് നമ്പൂതിരി സംബന്ധം ചെയ്യുന്ന രീതിയിലാണത്രേ."

അയിത്തം ഇത്ര ആഴത്തിൽ വേരോടാൻ ഒരു കാരണം അയിത്തജാതിക്കാരിൽ തന്നെ വന്നുചേർന്ന ബ്രാഹ്മണഭക്തിയും അതിനോടനുബന്ധിച്ച അന്ധവിശ്വാസവും ആണ്-അയിത്തമാക്കപ്പെടുന്ന ബ്രാഹ്മണന്റെ ശാപത്തിലുള്ള ഭയം. അയിത്തമാക്കാൻ ധിക്കാരം കാണിച്ചവനെ തൽക്ഷണം നായർ വെട്ടിനുറുക്കി കൊല്ലുമായിരുന്നു. ക്ഷാത്രധർമം ആചരിച്ച നായർ എപ്പോഴുംകുന്തമോ വാളോ ഏന്തിയേ പുറത്ത് നടക്കുമായി

രുന്നുള്ളു. തന്നെയോ ബ്രാഹ്മണനെയോ അയിത്തമാക്കുന്നവനെ തത്ക്ഷണം കൊലപ്പെടുത്തിയാൽ അത് പുണ്യകർമ്മമാണെന്നായിരുന്നു അന്നത്തെ സങ്കൽപ്പം. അക്കാലത്ത് ഇവിടെ പര്യടനം നടത്തിയ വിദേശ സഞ്ചാരികൾ അത്തരം അനേകം കൊലപാതകങ്ങൾക്ക് സാക്ഷ്യം വഹിച്ചതായി തങ്ങൾ എഴുതിയ ഗ്രന്ഥങ്ങളിൽ നിന്ന് ഉദ്ധരിച്ചിട്ടുണ്ട്, പി കെ ബാലകൃഷ്ണനും (*ജാതിവ്യവസ്ഥിതിയും കേരളചരിത്രവും*) പി കെ ഗോപാലകൃഷ്ണനും (*കേരളത്തിന്റെ സാംസ്കാരികചരിത്രം*) ക്രൂരമായ ഉദാഹരണങ്ങൾ ഇനിയും വഴിയേ വെളിപ്പെടുത്തുന്നുണ്ട്.

അയിത്തജാതിക്കാർപോലും നമ്പൂതിരിയെ ഭൂമിയിലെ ദേവനായി പരിഗണിച്ചു. ഉദാഹരണമായി, അയിത്തത്തിനെതിരെ ആഞ്ഞടിച്ച ടി കെ മാധവൻ തന്നെ തന്റെ മാതാമഹിയെക്കുറിച്ച് രേഖപ്പെടുത്തിയത് നോക്കുക.

> അവർ എല്ലാ ഏകാദശിയും വളരെ നിഷ്ഠയോടുകൂടി ചെറുപ്പം മുതലേ തന്നെ നോറ്റിരുന്നു. ദശമി ദിവസം ഒരിക്കൽ ഊണ്, ഏകാദശി ദിവസം ഹിരവാസരം നീതി ഊണ്, ദ്വാദശി ദിവസം പാരണ കഴിഞ്ഞ് ബ്രഹ്മണോച്ഛിഷ്ടം ഭക്ഷണം കഴിക്കുക, ഏകാദശി ദിവസം മുഴുവൻ ഉറക്കമിളക്കും. ദശമി, ഏകാദശി ദ്വാദശി ദിവസങ്ങളിൽ രാത്രി വെളുക്കുന്നതുവരെ വായനക്കാരെ ഇരുത്തി ഏകാദശിമാഹാത്മ്യം രാമായണം, ഭാഗവതം ഇവയെല്ലാം വായിപ്പിക്കും. വീട്ടിലുള്ളപ്പോൾ ഞാനും എന്റെ സഹോദരനും വായിക്കണമെന്ന് അമ്മയ്ക്ക് നിർബന്ധമായിരുന്നു. ഒടുവിൽ എഴുപതാമത്തെ വയസിൽ നവമിയുടെ അന്ന് അമ്മയ്ക്ക് അതിസാരം ആരംഭിച്ചു. ദശമി, ഏകാദശി, ദ്വാദശി ഈ ദിവസങ്ങളിലെ സാധാരണപോലുള്ള കുളി, ജപം, ഉറക്കമിളപ്പ് മുതലായ ചടങ്ങുകളോടുകൂടി ഏകാദശിവ്രതം നോറ്റു. ദ്വാദശി ദിവസമായപ്പോഴേക്കും ക്ഷീണം വളരെ കലശലായി. ഇതിനിടയ്ക്ക് വൈദ്യന്മാരെ വരുത്തി കാണിക്കുകയും ഏത് ശുശ്രൂഷകളും ചെയ്യാൻ സന്നദ്ധരായി അടുക്കൽ ഉണ്ടായിരുന്ന മക്കളും ബന്ധുക്കളും അപേക്ഷിക്കുകയും നിർബന്ധിക്കുകയും ചെയ്തിട്ടും മരുന്നാകട്ടെ ആഹാരമാകട്ടെ കഴിച്ചില്ല. പാരണ കഴിഞ്ഞ് ഉപയോഗിക്കാൻ പതിവിൻ പ്രകാരം അടുത്തുള്ള ബ്രാഹ്മണഗൃഹത്തിൽ നിന്ന് ബ്രാഹ്മണൻ ഉണ്ടശേഷം ചോറു കൊണ്ടുവന്നിരുന്നു. അത് ദഹിക്കാൻ പ്രയാസം ആകയാൽ ഉപയോഗിക്കാൻ പാടില്ലെന്ന് വൈദ്യന്മാർ ഉപദേശിച്ചു. വീട്ടിൽത്തന്നെ കുറേ പൊടിയരിക്കഞ്ഞി തയാറാക്കിക്കൊണ്ടുചെന്ന് എത്രതന്നെ നിർബന്ധിച്ചിട്ടും കുടിച്ചില്ല. പിന്നെ ബ്രാഹ്മണഗൃഹത്തിൽനിന്നും കഞ്ഞി വെപ്പിച്ച് ബ്രാഹ്മണൻ കഴിച്ചതിന് ശേഷം വാങ്ങിക്കൊണ്ടു വന്ന് കൊടുത്തത് കഴിക്കുകയും ചെയ്തു. പ്രായാധിക്യമുള്ള ഈ കാലത്ത് ഈവിധം നിഷ്ഠയോടുകൂടി അന്ന് ഈ വ്രതം അനുഷ്ഠിച്ചത് നിമിത്തം ദ്വാദശിയുടെ

> അന്നുതന്നെ ആ ഭഗവത്ഭക്ത സ്വർഗലോകം പ്രാപിച്ചു. ഈ ഉച്ഛിഷ്ടം കൊടുത്തയച്ച ബ്രാഹ്മണരാകട്ടെ ആ പേരിന് ഏറ്റവും അനർഹരായി ഞാൻ നേരിട്ടറിഞ്ഞിട്ടുള്ളവരിൽ ഒരാളായിരുന്നു. എന്നാൽ അദ്ദേഹത്തെയോ മറ്റുള്ള ബ്രാഹ്മണരെയോ പഴിച്ച് മക്കളായ ഞങ്ങൾ ആരെങ്കിലും എന്തെങ്കിലും പറഞ്ഞാൽ വാത്സല്യനിധിയായ ആ അമ്മയ്ക്ക് എന്ത് കോപമായിരുന്നു. (പി കെ മാധവൻ എഴുതിയ *ടി കെ മാധവന്റെ ജീവചരിത്രം*, പേജ് 21, 22)

നോക്കണേ, അയിത്തക്കാരന്റേപോലും ഒരു ബ്രാഹ്മണഭക്തി!!

തീർന്നില്ല, നവോത്ഥാനപ്രസ്ഥാനം ഉദിക്കുകയും അയിത്തത്തിനും ജാതികോയ്മയ്ക്കും അനാചാരങ്ങൾക്കും എതിരെ ആഞ്ഞടിക്കാൻ തുടങ്ങുകയും ചെയ്ത കാലത്തെ ഒരു കഥ കേൾക്കൂ:

> ചിറയിൻകീഴിന് സമീപം ഒരു സർക്കാർ പള്ളിക്കൂടം സ്ഥാപിച്ചിരുന്നു. എല്ലാ കുട്ടികൾക്കും അവിടെ പ്രവേശനം അനുവദിച്ചു. നായർകുട്ടികളെ കൂടാതെ അഞ്ചാറ് ഈഴവകുട്ടികളും അവിടെ ചേർക്കപ്പെട്ടു. അപ്പോൾ നേരത്തെ ചേർന്ന നായർകുട്ടികൾ പള്ളിക്കൂടം വിട്ട് പോയി. കുറേക്കഴിഞ്ഞപ്പോൾ രണ്ട് പുലയക്കുട്ടികളെക്കൂടി ആ പള്ളിക്കൂടത്തിൽ ചേർത്തു. അപ്പോൾ ഈഴവക്കുട്ടികളും പള്ളിക്കൂടം വിട്ട് പോയി. അങ്ങനെ പള്ളിക്കൂടത്തിൽ രണ്ട് പുലയകുട്ടികൾ മാത്രം അവശേഷിച്ചു. പിന്നെ ആ പള്ളിക്കൂടം നിർത്തലാക്കി. (*എസ് എൻ ഡി പി യോഗചരിത്രം*, അനുബന്ധം 9-ൽ പേജ് 32,33)

ജാതിശ്രേണിയിൽ ഉയർന്ന പടിയിൽ നിൽക്കുന്ന ഓരോ ജാതിയും കീഴെയുള്ളവനോട് അയിത്തം ആചരിച്ചു. ബ്രാഹ്മണഭക്തിയും അയിത്താചരണവും ആ കാലങ്ങളിൽ പിറന്നുവീണ ഓരോ ശിശുവിന്റെയും രക്തത്തിൽ കലർന്നിരുന്നു എന്നതാണ് സത്യം.

ബഹുഭൂരിപക്ഷം കീഴ്ജാതിക്കാരും സാമ്പത്തിക ചൂഷണത്തിന് വിധേയരായിരുന്നു എന്ന് പറഞ്ഞുവല്ലോ. ജാതിയുടെ പേരിൽ അടിച്ചേൽപ്പിക്കപ്പെട്ട അടിമത്തം സാമ്പത്തിക ജീവിതത്തിൽ ഒതുങ്ങി നിൽക്കാതെ സമൂഹജീവിതത്തിൽ സർവതലസ്പർശിയായി വ്യാപിച്ചു. അയിത്ത ഭാഷയിൽ വരുത്തിയ പ്രത്യാഘാതങ്ങളെപ്പറ്റി പി കെ ബാലകൃഷ്ണൻ ഇങ്ങനെ പറയുന്നു:

> നമ്പൂതിരിയോട് സംസാരിക്കുന്ന നായരുടെ മലയാളഭാഷയിൽ 'ഞാൻ' എന്ന പദം ഇല്ല; 'അടിയൻ' എന്ന പദം മാത്രമേയുള്ളൂ. നമ്പൂതിരിയുടെ മുമ്പിലുള്ള നായർ താമസിക്കുന്നത് 'വീട്ടിൽ' അല്ല; 'കുപ്പാട്ടിൽ' ആണ്. നായർ യാതൊന്നും കുടിക്കുന്നില്ല, എല്ലാം മോന്തുകയാണ്' നടപടി. അവർ തിന്നുന്നത് അരിയല്ല 'കല്ലരി'

യാണ്. അവരുടെ കയ്യിലുള്ള പണം ഉറുപ്പികയല്ല; ചെമ്പുതുട്ട്' ആണ്. അവർ ഉടുക്കുന്നത് തുണിയല്ല; 'പഴന്തുണി' ആണ് അവർ ദേഹശുദ്ധി വരുത്തുന്നത് കുളിച്ചിട്ടല്ല; 'നനഞ്ഞിട്ടാണ്', നായർക്ക് പൊതുവായ ഭക്ഷണം ഇല്ല; 'കരിക്കാടിയേ' ഉള്ളൂ. അവർ വിശ്ര മിക്കുന്നത് കിടന്നിട്ടല്ല 'നടുനിവർത്തി'യിട്ടാണ്. അതവാ ചിന്തി ക്കുകയാണെങ്കിൽ അത് മനസുകൊണ്ടല്ല; 'പഴമനസ്സ്'കൊണ്ടാണ്. അതേസമയത്ത് മനയ്ക്കലെ കുളത്തിൽ നീരാടി അമൃതേത്തും കഴിഞ്ഞ് പള്ളിക്കുറുപ്പ് കൊള്ളുന്നത് തിരുമനസ്സ് കൊണ്ടാണ്. ജാതിശ്രേണിയുടെ പടവുകൾ ഓരോന്നും താഴുന്തോറും തീണ്ടാ പ്പാട് അകലങ്ങൾ മാത്രമല്ല പ്രയോഗക്ഷമങ്ങളായ സാമാന്യനാമ ങ്ങളും അഭിസംബോധന പദങ്ങളും പദങ്ങൾ ഉച്ചരിക്കേണ്ട രീതിയും ഉച്ചാരണശബ്ദവും യഥാക്രമം വികലവും ബീഭത്സവും മൃഗശബ്ദപരവുമായി പടിപടിയായി അധഃപതിച്ചുകൊണ്ടിരിക്കു ന്നു. (പി കെ ബാലകൃഷ്ണൻ, *ജാതിവ്യവസ്ഥിതിയും കേരളചരി ത്രവും*, പേജ് 305, 306)

തന്നെയോ ബ്രാഹ്മണനെയോ തീണ്ടി അയിത്തമാക്കുന്ന അവർ ണനെ തൽക്ഷണം വെട്ടികൊല്ലുമായിരുന്നല്ലോ നായന്മാർ. എന്നാൽ നായർ സ്ത്രീ അയിത്തമായാൽ അവളാണ് ശിക്ഷ അനുഭവിക്കേണ്ടിവ രുന്നത്. ഗർഭിണിയായ ഒരു നായർസ്ത്രീ രാത്രികാലങ്ങളിൽ ഒരു മണ്ണാനെ കാണാൻ ഇടയായാൽ അവൾ മണ്ണാന്റെ ഭാര്യയാകുകയോ, അല്ലെങ്കിൽ വധശിക്ഷയ്ക്ക് വിധേയയാകുകയോ ചെയ്യണമായിരുന്നു. അതുപോലെ പുലയനെയോ പറയനെയോ തീണ്ടിയാൽ ജാതിഭ്രഷ്ട് അല്ലെങ്കിൽ വധശിക്ഷ തീർച്ച. പഴയ തെക്കൻ തിരുവിതാംകൂർ പ്രദേ ശത്ത് പ്രാബല്യത്തിൽ ഉണ്ടായിരുന്ന ഈ മണ്ണാപ്പേടി, പുലപ്പേടി, പറ പ്പേടി ഇത്യാദി പേരുകളിൽ അറിയപ്പെട്ട അനാചാരങ്ങൾ കൊല്ലവർഷം 871-ലെ രാജകീയ വിളംബരത്താലാണ് നിരോധിക്കപ്പെട്ടത്.

മനാശാസനയിൽ ചണ്ഡാലന് ഗ്രാമത്തിലും നഗരത്തിലും പകൽ സഞ്ചരിക്കാൻ സ്വാതന്ത്ര്യം ഉണ്ടായിരുന്നു. ജാതി കാണിക്കുന്ന ചിഹ്നം ധരിക്കണം എന്ന വ്യവസ്ഥയേ ഉണ്ടായിരുന്നുള്ളൂ. പേഷ്വാമാരുടെ തല സ്ഥാനമായ പൂനയിൽ "താൻ ചവിട്ടിയ മൺപൊടി ചവിട്ടി ഹിന്ദു (അ തായത് ബ്രാഹ്മണൻ- പി ബി) അശുദ്ധമാകാതിരിക്കാൻ വേണ്ടി അത് തൂത്തുമാറ്റാനായി അയിത്തജാതിക്കാരൻ തന്റെ അരയുടെ പിൻഭാഗത്ത് നീണ്ട ഒരു ചൂൽ കെട്ടിയിട്ട് അത് വഹിച്ചുകൊണ്ട് നടക്കണമായിരുന്നു. അതുപോലെ അയിത്തക്കാരന്റെ തുപ്പലിൽ അറിയാതെ ചവിട്ടി ഹിന്ദു അശുദ്ധമാകാതിരിക്കാൻ വേണ്ടി തുപ്പൽ എടുക്കാനായി അയാൾ എപ്പോഴും തന്റെ കഴുത്തിൽ ഒരു മൺപാത്രം തൂക്കിയിട്ട് നടക്കണമാ യിരുന്നു. (ഡോ. അംബേദ്കർ, *ജാതി നിർമൂലനം*, മലയാള വിവർത്തനം, പേജ് 54)

എന്നാൽ തിരുവിതാംകൂറിൽ അയിത്തജാതിക്കാരന് പൊതുനിരത്തിൽ 1865 ാം ആണ്ട് വരെ പ്രവേശനമേ ഇല്ലായിരുന്നു. 1865 ൽ എല്ലാ പൊതു നിരത്തുകളും എല്ലാ വിഭാഗക്കാർക്കും തുറന്നുകൊടുത്തു എങ്കിലും അയിത്തജാതിക്കാർ പൊതുനിരത്തിൽ പ്രവേശിക്കുന്നതിനെ ആരെങ്കിലും തടഞ്ഞാൽ തടയുന്നവൻ ശിക്ഷാർഹനാകും എന്ന് 1885 ൽ മുൻ വിജ്ഞാപനം പുതുക്കി വിളംബരപ്പെടുത്തേണ്ടിവന്നു എന്ന് പറഞ്ഞാലത്തെ സ്ഥിതിഗതികൾ ഊഹിക്കാമല്ലോ. രാജശാസനം ഉണ്ടായിട്ടും ധിക്കാരികളായ സവർണർ അവർണരെ പൊതുനിരത്തുകളിൽ പ്രവേശിക്കാൻ അനുവദിച്ചിരുന്നില്ലെന്ന് ചുരുക്കം. സർക്കാറിന്റെയും സവർണരുടെയും കീഴിലുള്ള ക്ഷേത്രങ്ങളിൽ കയറി ആരാധന നടത്താനുള്ള അവകാശം അവർണർക്ക് ഇല്ലാതിരുന്നതിനും പുറമെ ക്ഷേത്രസമീപത്തുള്ള പൊതുനിരത്തുകളിൽ സഞ്ചാരസ്വാതന്ത്ര്യംപോലും നിരോധിക്കപ്പെട്ടിരുന്നു. എന്തിനേറെ, വസ്ത്രം ധരിക്കുന്നതിനും ആഭരണം ഉപയോഗിക്കുന്നതിനും പുര ഓട് മേയുന്നതിനും എന്നുവേണ്ട, പുരുഷന്മാർ മീശ വയ്ക്കുന്നതിനുപോലും സവർണമേധാവിത്തം കൂച്ചുവിലങ്ങ് ഇട്ടു.

സംസ്കാരസമ്പന്നർ എന്നവകാശപ്പെട്ട സാഹിത്യനായകന്മാർ പോലും സവർണജാതിക്കാരല്ലാത്ത സാഹിത്യകാരന്മാരോട് കാണിച്ച അവഗണനയും കുശുമ്പും കുപ്രസിദ്ധമാണല്ലോ. കൊടുങ്ങല്ലൂർ കുഞ്ഞിക്കുട്ടൻതമ്പുരാന്റെ കവിഭാരതവും അതേത്തുടർന്ന് മൂലൂർ എസ് പത്മനാഭപ്പണിക്കർ എഴുതിയ കവിരാമായണവും ഉയർത്തിയ വാദകോലാഹലങ്ങൾ വിസ്മരിക്കാറായോ? ലക്ഷണയുക്തമായ ശ്രീയേശുവിജയം എന്ന മഹാകാവ്യം രചിച്ച കട്ടക്കയത്തെ,

> പൊട്ടക്കുളത്തിൽ പുളവൻ ഫണീന്ദ്രൻ,
> തട്ടിൻപുറത്താഖു മൃഗാധിരാജൻ,
> കാട്ടാളരിൽ കാപ്പിരി കാമദേവൻ,
> കട്ടക്കയം ക്രൈസ്തവ കാളിദാസൻ

എന്ന് ആക്ഷേപിച്ചതും മറ്റും കുപ്രസിദ്ധ കഥകളാണല്ലോ.

കണ്ടത്തിൽ വർഗീസ് മാപ്പിളയുടെയും അദ്ദേഹം സ്ഥാപിച്ച *ഭാഷാപോഷിണി*യുടെയും തണലിൽ തഴച്ചുവളർന്ന സവർണസാഹിത്യകാരന്മാരും ഇത്തരത്തിൽപ്പെടുന്ന ജാതി കുശുമ്പന്മാർ ആയിരുന്നുവെന്ന് അറിയുന്നത് രസാവഹം തന്നെയല്ലേ?

അങ്ങനെ മനുഷ്യത്വം ലേശമില്ലാത്ത ഭ്രാന്തൻ ജാതിവ്യവസ്ഥയും തൊട്ടുകൂടായ്മയും തീണ്ടിക്കൂടായ്മയും എല്ലാം കണ്ട് മനം നൊന്തിട്ടാണ് സ്വാമി വിവേകാനന്ദൻ ഇങ്ങനെ വിലപിച്ചത്:

കേരളം കേവലം ഭ്രാന്താലയം.

3

കീഴാളരുടെ ചെറുത്തുനിൽപ്പും നവോത്ഥാനത്തിന്റെ അരുണോദയവും

വർഗവിഭജനം നടന്നുകഴിഞ്ഞപ്പോൾ തന്നെ അതിനെതിരായ സമരവും ആരംഭിച്ചു. രേഖപ്പെടുത്തപ്പെട്ട ചരിത്രം പിൽക്കാലത്താണ് ഉണ്ടായതെങ്കിലും അതിന് എത്രയോ മുൻപേ പൊട്ടിപ്പുറപ്പെട്ട രോഷത്തിന്റെയും ചെറുത്തുനിൽപ്പിന്റെയും സൂചനകൾ കീഴാളരുടെ പഴയ നാടോടിക്കഥകളിലും നാടൻപാട്ടുകളിലും കണ്ടെത്താവുന്നതാണ്. നൂറ്റാണ്ടുകളോളം നീണ്ടുനിന്ന പ്രതിഷേധങ്ങളുടെയും ചെറുത്തുനിൽപ്പുകളുടെയും മുൻപിൽ അടിമത്ത സമ്പ്രദായം അവസാനിപ്പിക്കപ്പെട്ടു. അയിത്തവും മറ്റു അനാചാരങ്ങളും അവസാനിപ്പിക്കാൻ പിന്നെയും കാലം ഏറെ എടുത്തു. നവോത്ഥാനപ്രസ്ഥാനവും പിന്നീട് ദേശീയ സ്വാതന്ത്ര്യ സമരപ്രസ്ഥാനവും അതിൽനിന്നും ഉരുത്തിരിഞ്ഞുവന്ന തൊഴിലാളിവർഗ വിപ്ലവപ്രസ്ഥാനവും ഈ പ്രക്രിയയ്ക്ക് കൂടുതൽ കരുത്ത് പകരുകയും അതിനെ ത്വരിതപ്പെടുത്തുകയും ചെയ്തു.

1872-മാണ്ട് സെപ്റ്റംബർ 2-ന് അടിമത്തം നിർത്തൽ ചെയ്തുകൊണ്ട് കൊച്ചി ഗവൺമെന്റ് വിളംബരം പ്രഖ്യാപിച്ചു. വസ്തുക്കൾ വിൽക്കുകയും പണയപ്പെടുത്തുകയും ചെയ്യുന്നതുപോലെ തൊഴിലാളികളെ അവരുടെ ഇഷ്ടമില്ലാതെ വിൽക്കുകയോ അന്യദേശത്തേക്ക് അയക്കുകയോ ചെയ്യുന്നത് ഏഴ് വർഷത്തെ തടവും പിഴയും ശിക്ഷയ്ക്ക് അർഹമായ കുറ്റമാക്കി.

1854-ൽ മദ്രാസ് പ്രസിഡൻസിയിലും അടിമത്തം അവസാനിപ്പിച്ചുകൊണ്ടുള്ള ഉത്തരവ് വന്നു.

1855-ൽ തിരുവിതാംകൂറിലും അടിമത്തം അവസാനിപ്പിച്ചു. എങ്കിലും മൂന്നിടങ്ങളിലും സാമൂഹികവും സാമ്പത്തികവും സാംസ്കാരികവുമായ മർദനം തുടർന്നുകൊണ്ടിരുന്നു.

ഈഴവാദി ജാതിക്കാർക്ക് ഗവൺമെന്റ് സത്രങ്ങളിലോ സ്കൂളുകളിലോ പ്രവേശനം ഉണ്ടായിരുന്നില്ല. ഏതെങ്കിലും ഒരു അയിത്തജാതിക്കാരൻ പരാതിയുമായി കോടതിയെ സമീപിച്ചാൽ അയാൾ കോടതി പിരിയുന്നതുവരെ കാത്തിരിക്കണമായിരുന്നു. വൈകുന്നേരം കോടതി പിരിഞ്ഞു കഴിഞ്ഞാൽ മജിസ്ട്രേറ്റ്, കോടതി മുറ്റത്ത് കസേരയും മേശയും പിടിച്ച് ഇടുവിച്ച് അയിത്തജാതിക്കാരന്റെ പരാതി കേൾക്കുമായിരുന്നു. അതായത് അയിത്തജാതിക്കാരന് കോടതിയിൽ പ്രവേശനം ഇല്ലായിരുന്നു. തെക്കൻ തിരുവിതംകൂറിൽ (ഇന്നത്തെ കന്യാകുമാരി ജില്ല) ക്രിസ്ത്യൻ മിഷനറിമാരുടെ ശ്രമഫലമായി ക്രിസ്തുമതം സ്വീകരിച്ച ചാന്നാർ സ്ത്രീകൾ (ചാണാട്ടികൾ) മാറുമറയ്ക്കാൻ തുടങ്ങിയത് സവർണരെ-എന്നു വച്ചാൽ നായന്മാരെ-പ്രകോപിപ്പിച്ചു. അവർ പരസ്യമായി ചാന്നാർ സ്ത്രീകളുടെ ജാക്കറ്റുകൾ വലിച്ചുകീറിയും അവരെ അസഭ്യം വിളിച്ചും അപമാനിച്ചു. അവർക്ക് മാറു മറയ്ക്കാനുള്ള അവകാശം റസിഡന്റ് ദിവാൻ മൺറോ അനുവദിച്ച് ഉത്തരവു പുറപ്പെടുവിച്ചെങ്കിലും സവർണ ഉദ്യോഗസ്ഥൻമാർ ഉത്തരവ് നടപ്പാക്കാൻ കൂട്ടാക്കിയില്ല. അത് ലഹളയായി പരന്നു. ക്രുദ്ധരായ നായന്മാർ അഞ്ചാറു പള്ളിക്ക് തീവെച്ചു. സമാധാനം പാലിക്കാൻ പട്ടാളത്തെ വിളിക്കേണ്ടിവന്നു. ബ്രിട്ടീഷ് ചക്രവർത്തി വിജ്ഞാപനം പുറപ്പെടുവിച്ചശേഷമേ ചാന്നാർ ലഹള എന്ന് ചരിത്രത്തിൽ പ്രസിദ്ധമായ ഈ കലാപം കെട്ടടങ്ങിയുള്ളൂ.

അവർണരിൽ താഴത്തെ പടിയിലുള്ളവർക്ക് സ്വർണാഭരണം ധരിക്കാനേ പാടില്ലായിരുന്നു. ചരടിൽ കോർത്ത ഒരു തരം കല്ലു മാലകളാണ് പുലയസ്ത്രീകൾ ധരിച്ചത്. അയ്യങ്കാളിയുടെ നേതൃത്വത്തിൽ സാധുജന പരിപാലന സംഘത്തിന്റെ കീഴിൽ സംഘടിപ്പിച്ച ഉയിർത്തെഴുന്നേൽക്കാൻ തുടങ്ങിയ പുലയ സ്ത്രീകൾ കല്ലുമാലകൾ പൊട്ടിച്ച് വലിച്ചെറിഞ്ഞു. കല്ലുമാലക്കെതിരായ സമരപ്രചാരണത്തിനായി 1915 ഒക്ടോബർ 24 ന് കൊല്ലം പെരിനാട് വെച്ച് ഒരു പുലയ മഹായോഗം കൂടി. സവർണർ യോഗം അടിച്ച് കലക്കി. പുലയരും ആയുധങ്ങൾ കരുതിയതിനാൽ യോഗസ്ഥലം യുദ്ധക്കളമായി. കലാപം സമീപപ്രദേശങ്ങളിലേക്ക് പടർന്നു. 1915 ഡിസംബർ 10 ന് നവോത്ഥാന നേതാവായ അയ്യങ്കാളി മുൻകൈയെടുത്ത് സംഘടിപ്പിച്ചതും ചങ്ങനാശ്ശേരി പരമേശ്വരൻ പിള്ളയുടെ അധ്യക്ഷതയിൽ കൂടിയതുമായ സർവ സമുദായ സമ്മേളനത്തിൽ വച്ച് പുലയസ്ത്രീകൾ കല്ലുമാലകൾ, അവർ നേരത്തെ കരുതിക്കൊണ്ടു വന്ന അരിവാൾ കൊണ്ട് അറുത്ത് ദൂരെ എറിഞ്ഞു; കലാപം ഒതുങ്ങി.

പത്തയൂരിൽ മുട്ടിന് കീഴെ ഇറക്കം വരുന്ന മുണ്ട് ഉടുത്ത ഈഴവ സ്ത്രീയുടെ തുണിയുരിഞ്ഞ് നായന്മാർ അധിക്ഷേപിച്ചു. അത് നായരീഴവ ലഹളയുടെ തുടക്കം കുറിച്ചു. 1859 ൽ പന്തളത്ത് മാർക്കറ്റിൽ പോകുകയായിരുന്ന ഈഴവ സ്ത്രീയുടെ മൂക്കു കുത്തി ബലമായി വലിച്ച് ഊരി അവരെ വ്രണപ്പെടുത്തി. ആയിടയ്ക്ക് കായംകുളത്ത് മാറിൽ ഒരു തോർത്തിട്ട് പോകുകയായിരുന്ന ഈഴവയുവതിയുടെ തോർത്ത് വലി

ച്ചുകീറിക്കളഞ്ഞു എന്നുമാത്രമല്ല, അവളുടെ മുലക്കണ്ണിൽ ചിരട്ട എടുപ്പിച്ച് അപമാനിച്ചു. നായന്മാരുടെ ഈ വെല്ലുവിളികൾ എല്ലാം ധീരതയോടെ നേരിടുക തന്നെ ചെയ്തു. എന്നാൽ 1905 ജനുവരി 22 ന് ഹരിപ്പാട് തുടങ്ങിയ നായർ-ഈഴവ ലഹള കെട്ടടങ്ങാൻ സമയം ഏറെ എടുത്തു.

> അന്നത്തെ നായരീഴവന്മാരുടെ അപദാനങ്ങൾ അവിസ്മരണീയമാണ്. അത് ഒരു രാമ-രാവണയുദ്ധം തന്നെയായിരുന്നു. കാർത്തികപ്പള്ളിമുതൽ കൊല്ലംവരെ ഈ ലഹള പടർന്നു പിടിച്ചു. ഈഴവനെ നായർ കേന്ദ്രങ്ങളിൽ എവിടെ കണ്ടാലും അവന്റെ കുട നായന്മാർ മടക്കിപ്പിടിച്ച് ഏത്തവും ഇടീച്ച് അടിയും കൊടുത്ത് വിടും. അതുതന്നെ ഈഴവ കേന്ദ്രങ്ങളിൽ അകപ്പെടുന്ന നായരുടെയും ഗതി. ഈ കുട മടക്കിപ്പ് ഈ ലഹളയുടെ പ്രത്യേക ലക്ഷണമായിരുന്നത്രെ. (കെ ജി നാരായണൻ, ഈഴവ തീയ ചരിത്രപഠനം, പേജ് 445)

ഇപ്രകാരം നൂറ്റാണ്ടുകൾ നീണ്ടുനിന്ന സംഭവ പരമ്പരകളാണ് അയിത്തം അവസാനിപ്പിക്കാനുള്ള സമരവുമായി ബന്ധപ്പെട്ടു കിടക്കുന്നത്.

ഇന്ത്യയിലെ പല സംസ്ഥാനങ്ങളിലും അയിത്തം പരിപൂർണമായി നിർമാർജനം ചെയ്യപ്പെട്ടു എന്ന് പറയാറായിട്ടില്ല. ഉദ്ബുദ്ധമായ കേരളത്തിലോ? പാലിയം സത്യഗ്രഹത്തിൽ പങ്കെടുത്ത് ക്രൂരമർദനത്തിന് വിധേയയായ ഇ എസ് സരസ്വതിയെ നേരിട്ട് കണ്ട് വിവരം ശേഖരിക്കാനുള്ള യാത്രക്കിടയിൽ ഒരു ദിവസം തിരുവില്വാമലയിൽ തങ്ങാൻ ഇടയായി. അവിടെ ട്യൂട്ടോറിയൽ കോളേജ് നടത്തുന്ന മാസ്റ്റർ ബിരുദധാരിയും ഒട്ടേറെ ശിഷ്യസമ്പത്തും അതിലേറെ ബഹുജന സമ്പർക്കവും ഉള്ള ആളും 1991 ൽ ചേലക്കര നിയോജകമണ്ഡലത്തിൽ സി പി ഐ (എം)സ്ഥാനാർഥിയുമായിരുന്ന കുട്ടപ്പന്റെ വാക്കുകൾ ഓർത്തുപോകുന്നു. “ഇവിടെ തിരുവില്വാമലയിൽ അയിത്തം തീരെ ഇല്ലാതായിരിക്കുന്നു എന്ന് പറയാറായിട്ടില്ല.” ജാതി സമ്പ്രദായത്തിന്റെ വേരുകൾ നമ്മുടെ സമൂഹത്തിൽ എത്ര ആഴത്തിൽ ആഴ്ന്നിറങ്ങിയിരിക്കുന്നു എന്നു നോക്കൂ. അൽപ്പസ്വൽപ്പം അയിത്താചരണം അത്ര പരസ്യമായിട്ടല്ലെങ്കിലും അവിടെയും ഇവിടെയും കാണാമെങ്കിലും അതിലും എത്രയോ വിനാശകാരിയായിട്ടാണ് ജാതി രാഷ്ട്രീയം കൊമ്പുകുലുക്കി തുള്ളാൻ നോക്കുന്നത്. “ഒരു ജാതി, ഒരു മതം, ഒരു ദൈവം മനുഷ്യന്” തുടങ്ങിയ ഉൽകൃഷ്ടങ്ങളായ ഉദ്ബോധനങ്ങൾ നൽകിയ യോഗിവര്യനായ ശിഷ്യന്മാർ എന്ന് അഭിമാനിക്കുന്ന രണ്ട് ആനന്ദന്മാർ തമ്മിലുള്ള പോരടി മൂത്തപ്പോൾ അവരിൽ ഒരാൾ നായർ സമുദായക്കാരനാണെന്നും അപരൻ ഈഴവ സമുദായക്കാരനാണെന്നും വ്യാഖ്യാനിച്ച് സ്വയം നീതികരണത്തിന് കേസ് നടന്നത് നാം കണ്ടില്ലേ? ജാതിരാഷ്ട്രീയം അത്രയേറെ ദുഷിച്ച ഫലങ്ങളാണ് ഉളവാക്കിയത്.

രാജാറാം മോഹൻ റോയ്

പത്തൊമ്പതാം നൂറ്റാണ്ടിൽ പാശ്ചാത്യവിദ്യാഭ്യാസത്തിലൂടെ യൂറോപ്യൻ രാജ്യങ്ങളിൽ അരങ്ങേറിക്കൊണ്ടിരുന്ന നവംനവങ്ങളായ സാമൂഹിക രാഷ്ട്രീയ സാംസ്കാരിക ധാരകളിൽ ആകൃഷ്ടരായി ഇന്ത്യൻ ബുദ്ധിജീവികളുടെ ശ്രദ്ധ ഇവിടെ തങ്ങളുടെ മാതൃഭൂമിയിൽ നടമാടിക്കൊണ്ടി രുന്ന ജീർണതയിലേക്ക് തിരിഞ്ഞു, അവരിൽ മുമ്പൻ ബംഗാളിലെ രാജാറാം മോഹൻ റായ് ആയിരുന്നു. ഹിന്ദുമത വിശ്വാസമനുസരിച്ചുള്ള സതി സമ്പ്രദായത്തിനെതിരെ അദ്ദേഹം ശബ്ദം ഉയർത്തി. ശിശുവിവാഹം, വിധവാ വിവാഹനിരോധനം തുടങ്ങിയ ദുരാചാരങ്ങളും സാമൂഹിക പരിഷ്കർത്താക്കളുടെ ശ്രദ്ധയിൽപ്പെട്ടു. സാമൂഹിക പരിഷ്കാരത്തിന്റെ ആവശ്യവുമായി അവർ മുന്നോട്ടു വന്നു.

ഹിന്ദുമതത്തിലെ അസമത്വങ്ങളെല്ലാം നീക്കം ചെയ്ത് സമഗ്രപരിഷ്കരണം നടത്താൻ സ്വാമി വിവേകാനന്ദൻ ആഹ്വാനം ചെയ്തു.

നവോത്ഥാന പ്രസ്ഥാനത്തിന് കേരളത്തിൽ നേതൃത്വം നൽകിയത് ചട്ടമ്പിസ്വാമികൾ (1852-1924), ബ്രഹ്മാനന്ദ ശിവയോഗി (1851-1929), ശ്രീനാരായണഗുരു(1854-1925), വാഗ്ഭടാനന്ദ ഗുരുദേവൻ(1885-1940) എന്നീ ആത്മീയ നേതാക്കളും, പിന്നെ കുറെയേറെ സാമുദായിക നേതാക്കളുമാണ്. ഈ നാലുപേരിൽ ശ്രീനാരായണ ഗുരുദേവന് മാത്രമാണ് വമ്പിച്ച ജനസമൂഹത്തെ അനുയായികളായി ലഭിച്ചത്. ഈ നൂറ്റാണ്ട് കണ്ടതിൽ വച്ച് ഏറ്റവും മഹാനായ സാമൂഹിക വിപ്ലവകാരിയാണ് അദ്ദേഹം - ഏഹവും വലിയ നവോത്ഥാന നായകൻ.

ചട്ടമ്പിസ്വാമികൾ

ഒരുജാതി ഒരുമതം ഒരു ദൈവം മനുഷ്യന്, മതമേതായാലും മനുഷ്യൻ നന്നായാൽ മതി. ജാതി ചിന്തിക്കരുത്, ജാതി ചോദിക്കരുത്, ജാതി പറയരുത് തുടങ്ങിയ ഉദ്ബോധനങ്ങളോടു

കൂടി ജാതിക്കെതിരെ അദ്ദേഹം ആശയത്തിന്റെ പടവാൾ ഓങ്ങി. അയിത്തജാതിക്കാരിൽ എന്തുകൊണ്ടും മുന്തിനിന്നത്, എണ്ണത്തിൽ മാത്രമല്ല, എല്ലാ സാമൂഹിക നിലകളിലും, ഈഴവരായിരുന്നു. ഈഴവർ ഏതാണ്ട് ഒറ്റക്കെട്ടായി ശ്രീനാരായണന്റെ പിന്നിൽ അണിനിരന്നു. അരുവിപ്പുറത്ത് ശിവലിംഗം പ്രതിഷ്ഠിച്ചതോടെ അദ്ദേഹം ആശയപ്രചാരണത്തിന്റെ പരിധിയിൽ നിന്ന് പ്രായോ ഗികതലത്തിലേക്ക് നീങ്ങി. ഒരു അബ്രാഹ്മണന്റെ ആദ്യത്തെ പ്രതിഷ്ഠാകർമം. ഹിന്ദുമത പരിഷ്കാരത്തിന്റെ ദിശയിൽ വിസ്ഫോടനം സൃഷ്ടിച്ച സംഭവമാണ് അത്. താൻ പ്രതിഷ്ഠിച്ചത് ഈഴവ ശിവനെ ആണ് എന്നും ജാതിവ്യത്യാസം നോക്കാതെ ഏവർക്കും ഇവിടെ വന്ന് ആരാധന നടത്താം എന്നും അദ്ദേഹം പ്രഖ്യാപിച്ചു.

ശ്രീനാരായണ ഗുരു

"ജാതിഭേദം മതദ്വേഷം ഏതുമില്ലാതെ സർവ്വരും
സോദരത്വേന വാഴുന്ന മാതൃകാസ്ഥാനമാണിത്." അദ്ദേഹം സ്ഥാപിച്ച ആലുവ അദ്വൈതാശ്രമം സംസ്കൃത പാഠശാലയുടെ പ്രവേശന കവാടത്തിൽ എഴുതി വച്ച മുദ്രാവാക്യമാണിത്. ജാതിമതഭേദമില്ലാതെ സർവരുടെയും പിന്തുണയോടുകൂടി സാമൂഹിക അനീതികൾക്കെതിരെ പോരാടാൻ സഹായകമാകുമാറ് അദ്ദേഹം ശ്രീനാരായണ ധർമ്മ പരിപാലന യോഗം (എസ് എൻ ഡി പി യോഗം) എന്ന സംഘടന 1903-ൽ സ്ഥാപിച്ചു. ഈഴവർ ഒറ്റക്കെട്ടായി എസ് എൻ ഡി പി യോഗത്തിൽ അണിനിരന്നു. തുടക്കത്തിൽ ഈഴവരല്ലാത്ത ചിലർ കൂടി അംഗങ്ങൾ ആയി ചേർന്നുവെങ്കിലും അത് ഈഴവരുടെ പ്രബല സംഘടനയായി നേരത്തെ സൂചിപ്പിച്ചതുപോലെ പിന്നോക്കവിഭാഗങ്ങളിൽ ഏറ്റവും മുന്നോക്കക്കാർ എന്ന നിലയിൽ അവർ അയിത്തത്തിനും സഞ്ചാരസ്വാതന്ത്ര്യ നിഷേധത്തിനും ക്ഷേത്ര പ്രവേശനാനുമതി നൽകാത്തതിനും, സർക്കാർ ഉദ്യോഗങ്ങളിൽ സവർണ ഹിന്ദുക്കളുടെ കുത്തകയ്ക്കും എതിരെ ശക്തവും നിരന്തരവുമായ പോരാട്ടം നടത്തി. അസമത്വത്തിനും അനീതിക്കുമെതിരായ സുശക്തമായ ജനകീയ പോരാട്ടം തിരുവിതാംകൂർ-കൊച്ചി സംസ്ഥാനങ്ങളിൽ ആദ്യകാലങ്ങളിൽ തുടങ്ങി വെച്ചതിനുള്ള ബഹുമതി തീർച്ചയായും ഈഴവർക്കും അവരുടെ സംഘടനയായ എസ് എൻ ഡി പി ക്കും ഉള്ളതാണ് എന്നു പറയാൻ ഒട്ടും മടിക്കേണ്ടതില്ല. ശ്രീനാരായണൻ ഉൾപ്പെടെ നാലു ആചാര്യന്മാരും വേദോപനിഷത്തുകളെ ബഹുഭൂരിപക്ഷം വരുന്ന ജനസമുച്ചയത്തിന്റെ ഉത്തമ താൽപ്പര്യങ്ങൾക്ക് അനുസരിച്ച് വ്യാഖ്യാനിച്ച്, സനാതനികൾ എന്നവകാശപ്പെട്ടവർ നടത്തിയ ദുർവ്യാഖ്യാനങ്ങളെ പരാജയപ്പെടുത്തുകയുണ്ടായി. ജാതിവിഭജനം നട

ത്തുന്ന ഋഗ്വേദത്തിലെ പുരുഷസൂക്തംപോലെ പലതും സവർണർ തങ്ങളുടെ സ്വാർഥ താൽപ്പര്യങ്ങൾക്കുവേണ്ടി പിൽക്കാലത്ത് കൂട്ടിച്ചേർത്തതാണെന്ന ചരിത്രഗവേഷകരുടെ കണ്ടെത്തലും ഇവിടെ പ്രസക്തമാണ്.

ഗുരുവായൂർ ക്ഷേത്രപ്രവേശന സമരകാലത്ത് സനാതനി ഹിന്ദുക്കളുടെ അറുപിന്തിരിപ്പൻ വാദഗതികളെ അരിഞ്ഞുതള്ളിക്കൊണ്ട് വാഗ്ഭടാനന്ദൻ നടത്തിയ ഘോരസമരങ്ങളെ അദ്ദേഹത്തിന്റെ തന്നെ കൃതികളിൽ നിന്നു ഉദ്ധരിച്ചുകൊണ്ട് ഡോ. എൻ വി പി ഉണിത്തിരി പ്രശംസിച്ചിട്ടുണ്ട്. തിരുവിതാംകൂറിലെ ചട്ടമ്പിസ്വാമികളും അദ്വൈതവേദാന്തത്തെ വിശകലനം ചെയ്ത് യാഥാസ്ഥിതികരെ കിടിലംകൊള്ളിച്ചു. ബ്രഹ്മാനന്ദ സ്വാമി ശിവയോഗിയും തന്റെ മോക്ഷപ്രദീപം എന്ന ശ്രദ്ധേയമായ കൃതിയിലൂടെ യാഥാസ്ഥിതികർ നടത്തിയ വേദോപനിഷത്തുകളുടെ ദുർവ്യാഖ്യാനങ്ങളെ തകർത്തു കളഞ്ഞു.

ഡോ. പൽപ്പു, ടി കെ മാധവൻ, മഹാകവി കുമാരാനാശാൻ തുടങ്ങി നവോത്ഥാന പ്രക്ഷോഭവേദിയിൽ അണിനിരന്നവർ ഈഴവ സമുദായ നേതാക്കളാണ്. മിശ്രഭോജനം വഴിയായും, സോഷ്യലിസ്റ്റ് വീക്ഷണത്തോടെയും, സഹോദരൻ അയ്യപ്പൻ നവോത്ഥാനത്തിനു വേണ്ടി അർപ്പിച്ച സേവനങ്ങളെ വിലമതിക്കാനാവില്ല. സി വി കുഞ്ഞിരാമൻ, സി കേശവൻ തുടങ്ങി പേരെടുത്തു പറയാൻ തുടങ്ങിയാൽ പട്ടിക നീളും.

അവർണരായ ജനലക്ഷങ്ങളെ ആവേശംകൊള്ളിച്ച മറ്റൊരു നേതാവ് പുലയ സമുദായത്തിൽനിന്ന് ഉയർന്നുവന്ന അയ്യങ്കാളി (1863 -1914) ആയിരുന്നു. 1907-ൽ "സാധുജന പരിപാലനസംഘം" രൂപീകരിച്ച് സവർണമേധാവിത്വത്തിനും പുലയരാദി പിന്നോക്ക വിഭാഗങ്ങളുടെ സമുദ്ധാരണത്തിനുംവേണ്ടി അദ്ദേഹം പ്രവർത്തിച്ചു. നല്ല തടിമിടുക്കുള്ള ആജാനുബാഹു ആയിരുന്ന അയ്യങ്കാളി അനുയായികളെ സംഘടിപ്പിച്ച് ശാരീരികമായി തന്നെ നായന്മാരുടെ ദ്രോഹങ്ങളെ എതിർത്തു. അങ്ങനെ അയ്യങ്കാളിപ്പട ഉണ്ടായി.

4

അയിത്തോച്ചാടനം ദേശീയ സ്വാതന്ത്ര്യസമര പരിപാടിയിൽ

കേരളത്തിൽ നവോത്ഥാന പ്രസ്ഥാനം ഉദ്ഘാടനം ചെയ്യപ്പെട്ടപ്പോൾ തന്നെ കേരളത്തിലെയും, പൊതുവിൽ ഇന്ത്യയിലെയും സ്ഥിതിഗതികളിൽ ആകെ ഗുണാത്മകവും വ്യാപകവുമായ പരിവർത്തനങ്ങൾ കാണാൻ തുടങ്ങി. ദക്ഷിണാഫ്രിക്കയിൽ നിന്നും തിരിച്ചുവന്ന മഹാത്മജി ദേശീയ സ്വാതന്ത്ര്യസമരപ്രസ്ഥാനത്തിന്റെ നേതൃത്വം ഏറ്റെടുത്ത് ജനകോടികളെ ഉണർത്തി ആവേശഭരിതരാക്കി. ഇന്ത്യൻ നാഷണൽ കോൺഗ്രസിന്റെ സംഘടനാരൂപവും നയവും നവീകരിക്കപ്പെട്ടു. റഷ്യയിൽ തൊഴിലാളിവർഗത്തിന്റെ വിജയകരമായ വിപ്ലവത്തിൽ ആവേശഭരിതരായ ഏതാനും ബുദ്ധിജിവികൾ ഇന്ത്യയിലെ തൊഴിലാളികളിലേക്കും കൃഷിക്കാരിലേക്കും വിദ്യാർഥികളിലേക്കും സോഷ്യലിസത്തിന്റെയും കമ്യൂണിസത്തിന്റെയും ആശയങ്ങൾ കടത്തി വിടാൻ തുടങ്ങി. ഏറെ താമസിയാതെ അത് കമ്യൂണിസ്റ്റ് പാർട്ടിയുടെ രൂപീകരണത്തിലേക്കെത്തി.

ദേശീയ സ്വാതന്ത്ര്യസമരത്തിന് ആദ്യകാലങ്ങളിൽ അയിത്തം, അനുചാരങ്ങൾ തുടങ്ങിയ സാമൂഹിക വിനകൾ ഒരു പ്രശ്നമേ ആയിരുന്നില്ല. 1895 ൽ പൂന എ ഐ സി സി സമ്മേളനത്തിൽ സാമൂഹിക ക്ഷേമ പ്രവർത്തനങ്ങൾ അജണ്ടയിൽ ഉൾപ്പെടുത്തിയതിനെപ്പോലും ബാലഗംഗാതരതിലകൻ എതിർത്തു. എന്തെന്നാൽ അത് അജണ്ടയിൽ ഉൾപ്പെടുത്തിയാൽ സമ്മേളനപ്പന്തൽ പോലും തീവെയ്ക്കുമെന്ന ഭീഷണി ശ്രീധർമിത്തൽ ദാത്തയിൽ നിന്ന് ഉയർന്നു. എങ്കിലും കാൽ നൂറ്റാണ്ടിനുശേഷം 1920 ൽ ഇന്ത്യൻ നാഷണൽ കോൺഗ്രസ് ക്ഷേത്രപ്രവേശന പ്രമേയവും 1922 ൽ ബർദോളിയിൽ വച്ച് അയിത്തത്തിനെതിരെയുള്ള പ്രമേയവും അംഗീകരിക്കാൻ നിർബന്ധിതമായി. അങ്ങനെ സാമൂഹിക പരിഷ്കരണം സംബന്ധിച്ച പരിപാടി മെല്ലെ മെല്ലെ അറച്ചറച്ച് ദേശീയ സ്വാതന്ത്ര്യസമര

പ്രസ്ഥാനത്തിന്റെ അജണ്ടയിലേക്ക് കട ന്നുവന്നു. കേരളത്തിലെ സ്ഥിതിഗതികൾ എ കെ ജി എടുത്തു പറയുന്നു:

എ കെ ജി

> ബ്രിട്ടീഷ് സാമ്രാജ്യത്വത്തിന്റെ അടിസ്ഥാനങ്ങൾ അനൈക്യം. വിഭജനം, ന്യൂനപക്ഷവും ഭൂരിപക്ഷവും തമ്മിലുള്ള വിശ്വാസമില്ലായ്മ പക എന്നിവയായിരുന്നു. ഈ അടിസ്ഥാനങ്ങൾ നശിപ്പിക്കപ്പെടുന്നത് വരെ ഭാരതത്തിന് സ്വാതന്ത്ര്യം നേടുക സാധ്യമായിരുന്നില്ല. ഭാരതത്തെ വിഭജിച്ച് ഭരിച്ച ബ്രിട്ടീഷ് ആധിപത്യവും ഹിന്ദു ആധിപത്യവും തമ്മിൽ എന്തെങ്കിലും വ്യത്യാസം ഉണ്ടോ എന്ന് മുസ്ലിങ്ങൾ അത്ഭുതപ്പെട്ടു തുടങ്ങി. സഞ്ചാരസ്വാതന്ത്ര്യമെങ്കിലും ഉറപ്പുനൽകിയിരുന്ന വിദേശസർക്കാർ തങ്ങളെ സ്പർശിക്കാനോ അടുത്തുവരാനോ പോലും അനുവദിക്കാത്ത മേൽജാതി ഹിന്ദുഭരണത്തേക്കാൾ മെച്ചമാണെന്ന് പുറംജാതിക്കാർ അവകാശപ്പെട്ടു തുടങ്ങി. സ്വയം ഭരണത്തിന് കഴിവില്ലാത്ത നിരക്ഷരരായ അവിശ്വാസികളായിട്ടാണ് ബ്രിട്ടീഷുകാർ ഭാരതീയരെ കണ്ടത്. ഭാരതത്തിൽ ഉയർന്ന വർഗമായി സ്വയം കണക്കാക്കിയ മേൽജാതി ഹിന്ദുക്കൾ, ഹിന്ദുക്കളിൽ ഒരു വിഭാഗത്തെ ആട്ടിയോടിച്ചു. അവർക്ക് സഞ്ചാരസ്വാതന്ത്ര്യം ഉണ്ടായിരുന്നില്ല. വിദ്യാഭ്യാസത്തിനുള്ള സൗകര്യം ഉണ്ടായിരുന്നില്ല. കിണറുകളോ, കുളമോ തൊടാൻ പാടില്ലായിരുന്നു. ദൃഷ്ടിപഥത്തിൽ വരാൻപോലും പാടില്ലായിരുന്നു. ഇത്തരം സാഹചര്യത്തിൽ വിദേശഭരണത്തെ ചെറുത്തുനിൽക്കാൻ നമുക്കെങ്ങനെയാണ് കഴിവുണ്ടാവുക? ഈ അനൈക്യത്തെയും വിഭാഗീയതയെയും ഇരട്ടിപ്പിക്കുക. മുസ്ലിങ്ങളെ ഹിന്ദുക്കൾക്കെതിരെ ഇളക്കിവിടുക. ഹിന്ദുക്കളെ മുസ്ലിങ്ങൾക്കെതിരായും മേൽജാതി ഹിന്ദുക്കളെ താഴ്ന്ന ജാതിക്കാർക്കെതിരായും ഇളക്കുക- ഇതായിരുന്നു സാമ്രാജ്യത്വത്തിന്റെ രാജ്യതന്ത്രം.
>
> നാൽപ്പതു കോടി ജനങ്ങളുടെ കഷ്ടാവസ്ഥയിൽ എമറിയും കൂട്ടരും പുഞ്ചിരിച്ചു. ആ പുഞ്ചിരിയുടെ അർഥം ഇതായിരുന്നു. വിഡ്ഢികളെ നിങ്ങൾ സ്വാതന്ത്ര്യം അർഹിക്കുന്നില്ല. നിങ്ങൾ പരസ്പരം വിശ്വസിക്കുന്നില്ല. ന്യൂനപക്ഷത്തിന്റെ ആവശ്യങ്ങൾക്ക് ഭൂരിപക്ഷം ചെവികൊടുക്കുന്നില്ല. നിങ്ങളുടെ ഐക്യം ഞങ്ങളുടെ മരണവാറണ്ടാണെന്ന് നിങ്ങൾ അറിയുന്നില്ല. വിഭജിച്ച് ഭരിക്കുക

> അതാണ് ഞങ്ങളുടെ നയം. ഇന്നു പോലും ന്യൂനപക്ഷത്തിന്റെ ന്യായമായ അവകാശങ്ങൾ അംഗീകരിച്ചുകൊടുക്കാനോ അവരുടെ വിശ്വാസവും സ്നേഹവും ആർജിക്കാനോ കോൺഗ്രസിന് കഴിഞ്ഞിട്ടില്ല.
>
> ഈ സാഹചര്യങ്ങളിൽ തീണ്ടലിനും മറ്റ് അനാചാരങ്ങൾക്കും എതിരായ ഒരു സമരം നടത്താൻ കോൺഗ്രസ് നിശ്ചയിച്ചു. കേരള പ്രദേശ് കോൺഗ്രസ് കമ്മിറ്റിയിൽ ക്ഷേത്രപ്രവേശന സത്യഗ്രഹത്തെ പറ്റിയുള്ള ഒരു പ്രമേയം മേശപ്പുറത്ത് വെക്കാൻ കേളപ്പൻ തീരുമാനിച്ചു. ഗുരുവായൂരെ കെ പി സി സി ഈ പ്രമേയം അംഗീകരി ക്കുകയും സത്യഗ്രഹം നടത്താൻ കേളപ്പനെ ചുമതലപ്പെടുത്തുകയും ചെയ്തു. ഇത് ചില കോൺഗ്രസുകാർക്ക് ഇഷ്ടപ്പെട്ടില്ല.
>
> സാമ്രാജ്യത്വത്തിന് എതിരായ സമരമാർഗത്തിൽ നിന്ന് ഇത് കോൺഗ്രസിനെ വ്യതിചലിപ്പിക്കും എന്ന് അവർ വിചാരിച്ചു. ഹരിജൻ പ്രസ്ഥാനത്തെ ഒരു വർഗീയ പ്രസ്ഥാനത്തിൽ കൂടുതലായി അവർ കണ്ടില്ല. അന്നത്തെ ചിന്ത വർഗീയ സംഘടനകളെ നശിപ്പിക്കണം എന്നതായിരുന്നു. വർഗീയ സംഘടനകളെ അവരുടെ പിൻതിരിപ്പൻ നയങ്ങളിൽ നിന്ന് മാറ്റി പുരോഗമനാത്മകമാക്കാൻ സാധ്യമല്ലെന്ന് വിശ്വസിക്കപ്പെട്ടു. കൂടാതെ കോൺഗ്രസിലുള്ള മേൽജാതി ഹിന്ദുക്കളെ ക്ഷേത്രപ്രവേശന പ്രക്ഷോഭം പ്രതികൂലമായി ബാധിക്കുമെന്നും അങ്ങനെ സംഘടനയെ ദുർബലപ്പെടുത്തുമെന്നും അവർ ഭയപ്പെട്ടു. നാണയത്തിന്റെ മറുവശം അവർ ചിന്തിച്ചില്ല.

അനൈക്യത്തിനും വിഭാഗീയതയ്ക്കും എതിരായുള്ള സമരം സാമ്രാജ്യത്വത്തിനെതിരായ സമരമാണെന്ന് അവർ മനസിലാക്കിയില്ല. (എ കെ ജി, *എന്റെ ജീവിതകഥ*, പേജ് 46,47)

കോൺഗ്രസ് നേതൃത്വത്തിൽ ക്ഷേത്ര പ്രവേശനകമ്മിറ്റിയും അയിത്തോച്ചാടന കമ്മിറ്റികളും എല്ലാം രൂപംകൊണ്ടു എങ്കിലും കോൺഗ്രസ് കമ്മിറ്റികൾ തികച്ചും അലസമായ രീതിയിൽ അയിത്തോച്ചാടനത്തെപ്പറ്റി സംസാരിച്ചുകൊണ്ടിരുന്നപ്പോൾ പിന്നോക്ക വിഭാഗത്തിൽപ്പെട്ട സാമാന്യ ജനങ്ങൾ ഇവയിലൊന്നും വലിയ താൽപ്പര്യം കാണിച്ചില്ല. തിരുവിതാംകൂറിൽ പരദേശിബ്രാഹ്മണ ഉദ്യോഗസ്ഥന്മാർക്കെതിരെ മഹാരാജാവിന് സമർപ്പിച്ച മലയാളി മെമ്മോറിയലും പിന്നീട് ഡോ. പൽപ്പുവിന്റെ നേതൃത്വത്തിൽ 1895 മെയ് 12-ന് പതിമൂവായിരത്തി നൂറ്റി എഴുപത്താറ് പേർ ഒപ്പിട്ട് സമർപ്പിച്ച ഈഴവ മെമ്മോറിയലും ഉപരിതലത്തിലുള്ള ഏതാനും ബുദ്ധിജീവികളിൽ ഒഴികെ എന്തെങ്കിലും ചലനങ്ങൾ സൃഷ്ടിച്ചില്ല. തന്നെയുമല്ല പിന്നോക്ക വിഭാഗക്കാർ ബ്രിട്ടീഷ് സാമ്രാജ്യത്വത്തെ തങ്ങളുടെ സംരക്ഷകനായി കാണാൻ തുടങ്ങുകയും ചെയ്തു. കൊച്ചിയിൽ ഈഴ

ഡോ. പൽപ്പു

വരുടെ നേതാവായി ഉയർന്നുവന്ന സഹോദരൻ അയ്യപ്പൻ ആദിയിൽ ബുദ്ധമതത്തെയാണ് അയിത്തത്തിൽ നിന്നും മറ്റുമുള്ള രക്ഷാമാർഗമായി കണ്ടത്.

എ കെ ജി *ആത്മകഥ*യിൽ നിന്നുള്ള ഉദ്ധരണിയിൽ പറയുന്നതുപോലെ ഒരു ദശാബ്ദത്തിനു മുൻപേ ചിന്തിക്കുകയും അത് പ്രവൃത്തിപഥത്തിൽ കൊണ്ടുവരാൻ വെമ്പുകയും ചെയ്ത ഒരു നേതാവ് അന്ന് തിരുവിതാംകൂറിൽ ഉണ്ടായിരുന്നു- ടി കെ മാധവൻ. കോൺഗ്രസിന്റെയും എസ് എൻ ഡി പി യുടെയും നേതാവായിരുന്നു അദ്ദേഹം. വാഗ്മി, ചിന്തകൻ , പത്രാധിപർ, സംഘാടകൻ, പ്രക്ഷോഭകാരി ഈ നിലയിൽ സാമൂഹിക പരിവർത്തനത്തിനുവേണ്ടി ഉഴിഞ്ഞ് വയ്ക്കപ്പെട്ടതായിരുന്നു അദ്ദേഹത്തിന്റെ ജീവിതം. അദ്ദേഹത്തിന്റെ തന്നെ വാക്കുകൾ ജീവചരി ത്രകാരനായ പി കെ മാധവൻ ഉദ്ധരിച്ചത് കാണുക.

> സാമൂഹികമായ കുറവുകൾക്ക് നിവാരണം ഉണ്ടായതിനുശേഷം രാഷ്ട്രീയമായ പരിഷ്കാരങ്ങൾക്ക് ശ്രമം തുടങ്ങിയാൽ മതി എന്നുള്ള അഭിപ്രായമല്ല എനിക്കുള്ളത്. സാമൂഹികവും രാഷ്ട്രീയവുമായ പരിഷ്കരണങ്ങൾക്കുള്ള ശ്രമം ഒരേ സമയത്ത് തന്നെ തുല്യ ശക്തികളോടുകൂടി ചെയ്തുകൊണ്ടായിരിക്കണം എന്നാകുന്നു എന്റെ അഭിപ്രായം. ജാതി വിഷയമായും മറ്റും ഇന്ത്യയിൽ കാണുന്ന കുറവുകൾക്കെല്ലാം നിവാരണം ഉണ്ടാക്കിയതിനുശേഷം സ്വരാജ്യസ്ഥാപനത്തിന് ശ്രമിച്ചാൽ മതി എന്ന അഭിപ്രായത്തോട് യോജിക്കാൻ നിവൃത്തിയില്ല. ജാതി വിഷയമായും മറ്റും പ്രത്യേകം സ്വാതന്ത്ര്യങ്ങളും സൗകര്യങ്ങളും അനുഭവിക്കുന്ന പ്രത്യേകവർഗക്കാർ, അവരിൽ നിന്ന് ആ വക ഒന്നും ലഭിക്കാതെ സങ്കടം അനുഭവിച്ചുകൊണ്ടിരിക്കുന്ന സമുദായക്കാരോട് ന്യായമായ അനുകമ്പ പ്രദർശിപ്പിക്കാത്തിടത്തോളം കാലം ഈ ഒടുവിൽ പറഞ്ഞ വർഗക്കാരെ ആദ്യം പറഞ്ഞവർഗക്കാരുമായി ഒത്തു ചേർന്ന് സ്വരാജ്യത്തിന് പരിശ്രമിക്കണമെന്ന് പറഞ്ഞ് സമ്മതിപ്പിക്കാൻ വളരെ വിഷമം ഉണ്ട്. ചൂടുവെള്ളത്തിൽ ചാടിയ പൂച്ച

പച്ചവെള്ളം കാണുമ്പോൾ അറയ്ക്കും എന്നുള്ളത് സ്വാഭാവിക മാണ്. തങ്ങളെ ആവരണം ചെയ്ത രാഷ്ട്രീയ അടിമത്തത്തിന്റെ നേരെ അത്ര ശക്തിയോടുകൂടി തൊഴിച്ചുകൊണ്ടിരിക്കുന്ന അനു ഗൃഹീത വർഗക്കാർ തന്നെയാണ് സാമുദായികമായ അടിമത്തം തങ്ങളുടെ സ്വന്തം സഹോദരങ്ങളുടെ മേൽ സ്ഥിരമായി പ്രതി ഷ്ഠിക്കാൻ ശ്രമിച്ചുകൊണ്ടിരിക്കുന്നത് എന്ന പരമാർഥം സങ്കടം അനുഭവിക്കുന്ന വർഗക്കാരെ സ്വരാജ്യവാദത്തിലേക്ക് തിരിച്ചു കൊണ്ടുവരാൻ വലിയ പ്രതിബന്ധമായി നിൽക്കുന്നു. കൂടുതൽ വിദ്യാഭ്യാസം ഉള്ളവരും അതുകൊണ്ട് തങ്ങളുടെ ചുമതലയെ പ്പറ്റി കൂടുതലായി ബോധമുള്ളവരുമായ അനുഗൃഹീത വർഗക്കാർ സമുദായ പരിഷ്കരണ വിഷയമായ സംഗതികളിൽ ധാരാളം ശ്രമം പതിച്ച് പ്രവർത്തിച്ച് പിന്നോക്കം നിൽക്കുന്ന സമുദായക്കാരിൽ സ്വരാജ്യവാദികളുടെ ഉദ്ദേശശുദ്ധിയെയും ആത്മാർഥതയെയും പറ്റി വിശ്വാസം ജനിപ്പിക്കാൻ വേണ്ടത്ര ശ്രദ്ധിക്കുന്നില്ല എന്ന പര മാർഥം നിഷേധിക്കാവുന്നതല്ല. അനുഗൃഹിത വർഗക്കാരുടെ അനു കമ്പയും സഹകരണവും സങ്കടം അനുഭവിക്കാന്ന വർഗക്കാർ തനിച്ച് മാറിനിന്ന് എത്ര തന്നെ പരിശ്രമിച്ചാലും ആ പരിശ്രമ ത്തിന്റെ ഉദ്ദേശ്യശുദ്ധിക്ക് മറ്റ് പ്രകാരത്തിലായാൽ ഉണ്ടാകുന്നതി നേക്കാൾ വളരെ കാലവിളംബവും വിഷമവും ഉണ്ടാകുന്നു എന്നു ള്ളത് സ്പഷ്ടമാകുന്നു. ഇപ്പോൾ ഭരണാധികാരം നടത്തിക്കൊ ണ്ടിരിക്കുന്ന ഇംഗ്ലീഷുകാരുടെ ഭരണം നിമിത്തം അധഃകൃത വർഗ ക്കാർക്ക് പറഞ്ഞറിയിക്കാൻ പാടില്ലാത്ത വിധത്തിലുള്ള ഗുണ ങ്ങൾ സിദ്ധിച്ചിട്ടുണ്ട്. അതിനുവേണ്ടി ഭരണാധികാരികളോട് അപാ രമായ നന്ദിയുണ്ട്. വിദേശഭരണം നിമിത്തം ഉള്ള ദോഷം ഒഴിച്ചു കൂടാത്തതാണ്. അതുകൊണ്ട് സങ്കടം അനുഭവിക്കുന്ന വർഗ ക്കാരും സ്വരാജ്യത്തിന്റെ വരവിനെ അധികം ഇഷ്ടപ്പെടുന്നു എന്ന് സമ്മതിച്ചേ കഴിയൂ. ഈ നിലയിൽ ഇപ്പോൾ അഭിപ്രായഭേദം നിമിത്തം തമ്മിൽ അടുക്കാതെ അവിശ്വാസത്തോടെ അകന്നു നിൽക്കുന്ന അധഃകൃത വർഗക്കാരെയും അനുഗൃഹീത വർഗക്കാ രെയും തമ്മിൽ അടുപ്പിക്കാനുള്ള മാർഗത്തെപ്പറ്റി പലപ്പോഴും ആലോചിച്ചിട്ടുണ്ട്. മഹാത്മാഗാന്ധി രാഷ്ട്രീയ പരിഷ്കരണത്തി നായി രൂപീകരിച്ച കാര്യപരിപാടി അയിത്തോച്ചാടനത്തിനുകൂടി ഗണ്യമായ സ്ഥാനം കൽപ്പിച്ച് സമുദായിക പരിഷ്കരണം കൂടി രാഷ്ട്രീയ കാര്യപ്രവർത്തകന്മാരുടെ ചുമതലകളിൽ ഒന്നായി ഗണിച്ച് പ്രവർത്തിക്കണം എന്ന് ഉപദേശിച്ചു.... പക്ഷേ, ഈ വഴിക്കുള്ള മാറ്റം തൃപ്തികരമായ നിലയിൽ എത്തിയിട്ടില്ല എന്നും ആ നിലയിൽ നിന്നും വളരെ ന്യൂനമായേ എപ്പോഴും ഇരിക്കു ന്നുള്ളൂ എന്നും കൂടി സമ്മതിക്കാതെ കഴിയുന്നില്ല. ഏതായാലും സമുദായപരിഷ്കരണത്തിലേക്ക് അധഃകൃതരെയും അനുഗൃഹീ

> തരെയും ആകർഷിച്ച് ആ വഴിയിൽക്കൂടി ഉഭയകക്ഷികളെയും സമ്മേളിപ്പിച്ച് രാജ്യക്ഷേമത്തിനായി പ്രവർത്തിക്കാൻ ഒരവസരം തുറന്നുകിട്ടിയതിൽ വളരെ ചാരിതാർഥ്യം തോന്നുന്നു. കോൺഗ്രസ് പ്രവർത്തകന്മാർ സമുദായ പരിഷ്കരണ വിഷയമായ ഭാഗത്തെ നിശ്ശേഷം വിസ്മരിച്ചു എന്നുതന്നെ പറയത്തക്ക വിധത്തിലും മറ്റു ഭാഗങ്ങളെ ധാരാളം ആദരിച്ചും പ്രവർത്തിച്ചു തുടങ്ങിയപ്പോൾ രണ്ട് വർഗക്കാരേയും യോജിപ്പിക്കാൻ സാധിക്കുമെന്ന് ആദ്യം തോന്നിയ അഭിപ്രായം അനുഭവത്തിൽ കൊണ്ടുവരാൻ വളരെ പ്രയാസമായി കണ്ടു. കേരളത്തെയും അതിലും വിശേഷിച്ച് തിരുവിതാംകൂറിനെയും സംബന്ധിച്ച് ഇതു വളരെ പരമാർഥം എന്നു വ്യക്തമായി. കേരളത്തിലെ സർവപ്രധാനമായ പ്രമേയം "ജാതിദോഷമാ" കുന്നു. ദേശോപാധികമായി നോക്കുമ്പോൾ ഇവിടെ ഈ വിഷയത്തിനാണ് പ്രാധാന്യം കൊടുത്ത് പ്രവർത്തിക്കേണ്ടത്. അതനുസരിച്ച് കോൺഗ്രസുകാർ പ്രവർത്തിച്ചില്ല..... മഹാത്മാഗാന്ധിതന്നെ ശാസിച്ചിട്ടും ഇവിടത്തെ കോൺഗ്രസുകാർ ചലിച്ചുകണ്ടില്ല.. ഇതും ഇതുപോലെ ചില പ്രവൃത്തികളും ആണ് കോൺഗ്രസിനെപ്പറ്റി പലർക്കും അവിശ്വാസമുണ്ടാക്കാൻ കാരണമായി തീർന്നത്. (*ടി കെ മാധവന്റെ ജീവചരിത്രം*, പേജ് 127-130)

എത്രയോ പരിപക്വമായ പ്രസ്പഷ്ടമായ കാഴ്ചപ്പാട്; പ്രായോഗിക ബുദ്ധിയുള്ള ജനനേതാവിന്റെ വാക്കുകൾ.

തുടർന്ന് അദ്ദേഹം കാക്കിനഡയിൽ കൂടിയ (കോകനാദം എന്നാണ് ടി കെ ഉപയോഗിച്ച സ്ഥലനാമം- പി ബി) ഭാരത മഹാജനസമ്മേളനത്തിൽ കേരളത്തിന്റെ ജാതിപ്രശ്നങ്ങൾ ഉയർത്തി കോൺഗ്രസ് പ്രസിഡന്റ് മൗലാന മുഹമ്മദാലി തുടങ്ങിയ നേതാക്കന്മാരുടെ പരിപൂർണ പിന്തുണ നേടി. ടി കെ കാക്കിനഡയിൽ നിന്ന് ഒരു ജേതാവായിട്ടാണ് മടങ്ങി എത്തിയത്. എന്തെന്നാൽ കൊല്ലവർഷം 1099 മകരം 7-ന് എറണാകുളത്ത് കൂടിയ കെ പി സി സി യോഗത്തിൽ അടുത്ത കൊല്ലത്തെ പ്രധാന പരിപാടിയായി അയിത്തോച്ചാടനം നിശ്ചയിക്കുകയും കെ കേളപ്പൻ തുടങ്ങിയവരെ കമ്മിറ്റിയിൽ ഉൾപ്പെടുത്തുകയും ചെയ്തു. അങ്ങനെ അയിത്തത്തിനെതിരെ വൈക്കം ക്ഷേത്രനടയിൽ സത്യഗ്രഹം ആരംഭിക്കുന്നതിനുള്ള പശ്ചാത്തലം സൃഷ്ടിച്ചതിൽ ടി കെ മാധവൻ മുൻപിലായിരുന്നു. ബഹുജനങ്ങൾ തെരുവിലിറങ്ങി നടത്തിയ തിരുവിതാംകൂറിലെ ആദ്യത്തെ രാഷ്ട്രീയ സാമൂഹ്യപ്രക്ഷോഭം.

5

വൈക്കവും ഗുരുവായൂരും

അയിത്തത്തിന്റെ കൂടപ്പിറപ്പായ സഞ്ചാരസ്വാതന്ത്ര്യ നിഷേധത്തിന് എതിരെ കേരളത്തിൽ നടന്ന പ്രധാന പ്രക്ഷോഭങ്ങൾ മൂന്ന് ആണ്.

1. വൈക്കം സത്യഗ്രഹം, 2. ഗുരുവായൂർ സത്യഗ്രഹം, 3. പാലിയം സത്യഗ്രഹം.

1. വൈക്കം സത്യഗ്രഹം

തിരുവിതംകൂർ സംസ്ഥാനത്തിനകത്തെ എല്ലാ റോഡുകളും എല്ലാ ജാതിക്കാർക്കുമായി തുറന്ന് കൊടുത്തുകൊണ്ടുള്ള ഗവൺമെന്റ് വിജ്ഞാപനം 1865 ൽ പുറപ്പെടുവിച്ചതും 1869 ൽ എല്ലാ ആപ്പീസുകളും തുറന്നു കൊടുത്തതും ഈ വിജ്ഞാപനങ്ങളിലെ അന്തഃസത്ത ലംഘിക്കുന്നവരെ ശിക്ഷിക്കുന്നതാണ് എന്ന് കാണിച്ച് 1884 ൽ വീണ്ടും ഗവൺമെന്റ് വിജ്ഞാപനം പുറപ്പെടുവിച്ചതും പ്രസിദ്ധമാണ്. എന്നാൽ, ഹിന്ദുമതത്തിലെ മാമൂലുകൾ മുറുകെപ്പിടിച്ച് തികഞ്ഞ യാഥാസ്ഥിതികനായ ഒരു കെ പി ശങ്കരമേനോൻ കോട്ടയം പേഷ്കാരായി ചാർജെടുത്തപ്പോൾ വൈക്കം ക്ഷേത്രത്തിലേക്കുള്ള മൂന്ന് റോഡുകളിലും, ക്ഷേത്രത്തിൽ നിന്ന് ഒരു നിശ്ചിത ദൂരത്തിൽ നീണ്ട പലക അല്ലെങ്കിൽ തീണ്ടൽപ്പലക സ്ഥാപിച്ചു. ഈ തീണ്ടൽപ്പലക സ്ഥാപിച്ചിരിക്കുന്നിടം വിട്ട് അയിത്തജാതിക്കാർ ക്ഷേത്രത്തിലേക്കുള്ള റോഡുകളിൽ പ്രവേശിക്കരുതെന്നുള്ള നോട്ടീസായിരുന്നു ഈ പലകകളിൽ.

നേരത്തെ സൂചിപ്പിച്ചതുപോലെ അയിത്തജാതിക്കാരായ പിന്നോക്കവിഭാഗങ്ങളിൽ പുതിയ ഉണർവ് ഉളവാകുകയും നവോത്ഥാന-ദേശീയ പ്രസ്ഥാനങ്ങൾ പകർന്നു കൊടുത്ത സ്വാതന്ത്ര്യവാഞ്ഛ സാമാന്യജനങ്ങളിലേക്ക് വ്യാപിക്കുകയും കെ പി സി സിയുടെ ആഭിമുഖ്യത്തിൽ

അയിത്തോച്ചാടന കമ്മിറ്റി രൂപം കൊള്ളുകയും സർവോപരി ടി കെ മാധവനെപ്പോലുള്ള ഉൽപ്പതിഷ്ണുവായ നേതാവ് മുൻകൈയെടുക്കുകയും ചെയ്തപ്പോൾ സത്യഗ്രഹത്തിനുള്ള പശ്ചാത്തലം സജ്ജമായി.

പെരിയാർ ഇ വി രാമസ്വാമി

അയിത്തോച്ചാടന കമ്മിറ്റിയുടെ നേതൃത്വത്തിൽ രാജ്യമെമ്പാടും വമ്പിച്ച പ്രചാരണ യോഗങ്ങൾ നടത്തി ഏറ്റവും അനുകൂലമായ അന്തരീക്ഷം സൃഷ്ടിച്ചുകൊണ്ട് വമ്പിച്ച ജനപിന്തുണയോടെ 1924 മാർച്ച് 30-ന് സത്യഗ്രഹ സമരം ആരംഭിച്ചു. എന്നാൽ കോൺഗ്രസ് നേതൃത്വത്തിൽ നടന്ന മറ്റെല്ലാ സമരങ്ങളിലും എന്നപോലെ ഈ സമരത്തിലും ചാഞ്ചാട്ടവും അനിശ്ചിതത്വവും ചില അവസരങ്ങളിലെങ്കിലും അനാഥത്വവും നേതാക്കളുടെ വിഭിന്ന വീക്ഷണങ്ങളും അഭിപ്രായവ്യത്യാസങ്ങളും ജനാധിപത്യ വിരുദ്ധമായ നിലയിൽ മുകളിൽ നിന്നുള്ള ഇടപെടലും ഉണ്ടായി.

അയിത്തോച്ചാടന കമ്മിറ്റി നേതാക്കളായ കെ പി കേശവമേനോനും ടി കെ മാധവനും അറസ്റ്റ് ചെയ്യപ്പെട്ടതോടെ പ്രാപ്തിയുള്ള നേതൃത്വത്തിന്റെ അഭാവം അനുഭവപ്പെട്ടു. ഉടനെ ജോർജ് ജോസഫ് മുന്നോട്ടു വരികയും നേതൃത്വം ഏറ്റെടുക്കുകയും അറസ്റ്റിൽപ്പെടുകയും ചെയ്തു. ജോർജ് ജോസഫിന്റെ സമര പങ്കാളിത്തം മഹാത്മജിക്ക് ഒട്ടും രുചിച്ചില്ല. കുറെ വൈകിയിട്ടാണെങ്കിലും അദ്ദേഹം അതു തുറന്നു പറഞ്ഞു. 1932 ജനുവരി 30-ന്റെ *യംഗ് ഇന്ത്യ*യിൽ മഹാത്മജി എഴുതി.

> ക്ഷേത്രപ്രവേശനം മതപരമായ ഒരു അവകാശമാണ്. അതിനാൽ മറ്റൊരാളുടെ പ്രവേശനം സത്യഗ്രഹം എന്ന് പറയാൻ വയ്യ. വൈക്കം സത്യഗ്രഹത്തിൽ ജോർജ് ജോസഫ് ജയിലിൽ പോയപ്പോൾ അത് തെറ്റാണെന്ന് ഞാൻ അദ്ദേഹത്തോട് പറഞ്ഞു. അദ്ദേഹം എന്റെ അഭിപ്രായത്തോട് യോജിക്കുകയും തദനുസരണം ക്ഷമായാചനം ചെയ്ത് ജയിലിൽ നിന്ന് പുറത്ത് വരികയും ചെയ്തു. സവർണ ഹിന്ദുക്കളെ സംബന്ധിച്ചിടത്തോളം ക്ഷേത്രപ്രവേശന സത്യഗ്രഹം പശ്ചാത്താപ സൂചകമായ സ്വയം പീഡനമാണ്.

ഇതിനെതിരെ ജോർജ് ജോസഫ് എഴുതി:

> ക്ഷേത്ര പ്രവേശനവുമായി വൈക്കം സത്യഗ്രഹത്തിന് യാതൊരു ബന്ധവുമില്ല. ഗവൺമെന്റ് ചെലവിൽ അറ്റകുറ്റപ്പണി ചെയ്ത്

സംരക്ഷിച്ചു പോരുന്ന റോഡുകളിൽ- അവ ക്ഷേത്രങ്ങൾക്ക് സമീപം ആണെന്ന ഒറ്റ കാരണം കൊണ്ട്-അയിത്തജാതിക്കാർക്ക് നടക്കാനുള്ള സ്വാതന്ത്ര്യം നിഷേധിക്കാമോ എന്നുള്ളതാണ് പ്രശ്നം. സത്യം പറഞ്ഞാൽ ഞങ്ങൾക്ക് ക്ഷേത്രപ്രവേശനവുമായി യാതൊരു ബന്ധവുമില്ലെന്ന് പലതവണ ആവർത്തിച്ച് വ്യക്തമാക്കിയിട്ടുള്ളതാണ്. കേവലം സിവിൽ പ്രശ്നത്തിന്മേലാണ് ഞങ്ങൾ സമരം ചെയ്തത്. അത് ദീർഘകാലം തുടരുകയും അവസാനം അയിത്ത ജാതിക്കാർക്ക് ഗണ്യമായ നേട്ടം ഉണ്ടാവുകയും ചെയ്തു. ക്രിസ്ത്യൻ എന്ന നിലയിൽ എനിക്ക് ഇതിൽ കാര്യമില്ലെന്നും ഞാൻ ക്ഷമായാചനം ചെയ്യണം എന്നും അദ്ദേഹം പറഞ്ഞത് ശരിയാണ്. എന്നാൽ എനിക്ക് അദ്ദേഹത്തോട് യോജിപ്പുണ്ടായിരുന്നില്ല. ക്ഷമായാചനയും ചെയ്തില്ല. എന്തെന്നാൽ അയിത്തജാതിക്കാർക്ക് നിഷേധിക്കപ്പെട്ട സിവിൽ അവകാശങ്ങളുടെ പ്രശ്നമാണിത്. അതിനു വേണ്ടി സമരം ചെയ്യുന്നതിൽ സവർണ ഹിന്ദുക്കളെപ്പോലെ തന്നെ എനിക്കും താൽപ്പര്യമുള്ളതാണ്.

(1932 ജനുവരി 30-ന്റെ ഇന്ത്യൻ സോഷ്യൽ റിഫോർമർ ഗാന്ധിജിയുടെയും ജോർജ് ജോസഫിന്റെയും പ്രസ്താവനകൾ പ്രസിദ്ധം ചെയ്തു. അത് ടി കെ രവീന്ദ്രൻ തന്റെ *Eight Furlongs Of Freedom* എന്ന പുസ്തകത്തിൽ ഉദ്ധരിച്ചിട്ടുണ്ട്. പേജ്, 154, 155)

സത്യഗ്രഹം ക്ഷേത്രപ്രവേശനത്തിന് വേണ്ടിയാണെന്ന ധാരണ മഹാത്മജി പുലർത്തിയപ്പോൾ മറ്റ് പല നേതാക്കളും സഞ്ചാര സ്വാതന്ത്ര്യത്തിനുവേണ്ടി ആണ് എന്നാണ് ധരിച്ചത്. സമരം തുടങ്ങുമ്പോൾ നിത്യേന ആയിരം പേർക്ക് സൗജന്യമായി ഭക്ഷണം കൊടുക്കുന്ന ഭോജനശാല പഞ്ചാബിൽനിന്ന് അകാലികൾ തുടങ്ങി. ഹിന്ദുക്കളുടെ ക്ഷേത്രപ്രവേശനാവകാശ പ്രശ്നത്തിന് മറ്റ് മതക്കാർ ഇടപെടരുതെന്ന ന്യായത്തിൻമേൽ ആ അടുക്കള അടപ്പിച്ചു.

ഹിന്ദുക്കളല്ലാത്തവരുടെ സഹായം സ്വീകരിച്ചാൽ അത് സത്യഗ്രഹികളുടെ ത്യാഗത്തിന്റെ വില താഴ്ത്തിക്കാണിക്കും എന്ന് മഹാത്മജി അഭിപ്രായപ്പെട്ടു.

ഈ ഘട്ടത്തിൽ പൊലീസ് സത്യഗ്രഹികളെ അറസ്റ്റ് ചെയ്യുന്നത് നിർത്തി റോഡിൽ ബാരിക്കേഡ് നിരത്തി നിരോധിത മേഖലയിലേക്ക് പ്രവേശിക്കാൻ സത്യഗ്രഹികളെ അനുവദിച്ചില്ല. ഇതിൽ പ്രതിഷേധിച്ച് ചാത്തുക്കുട്ടി നായരുടെ നേതൃത്വത്തിലുള്ള ബാച്ച് നിരാഹാര വ്രതം ആരംഭിച്ചു. ഒരു സത്യഗ്രഹി മോഹാലസ്യപ്പെട്ടു. നടുറോഡിൽ പൊരിവെയിലത്ത് കിടന്നുകൊണ്ടുള്ള നിരാഹാര വ്രതം എതിരാളികളുടെ പോലും അനുഭാവം പിടിച്ചു പറ്റി. ബഹുജനരോഷം ആളിക്കത്തി. സംഘർഷനിർഭരമായ അന്തരീക്ഷം സംജാതമായി, അപ്പോൾ എത്തി മഹാത്മജിയുടെ കമ്പിസന്ദേശം, നിരാഹാരവ്രതം അവസാനിപ്പിക്കാൻ ആവശ്യപ്പെട്ടുകൊണ്ട്.

വൈക്കം പ്രക്ഷോഭത്തെ ആദ്യം അനുകൂലിക്കുകയും നേരിട്ട് പങ്കെടുക്കാൻ കഴിയാത്തതിൽ ഖേദിക്കുകയും ചെയ്ത കെ എം പണിക്കരെപ്പോലുള്ള കോൺഗ്രസുകാർ സമര പ്രചാരണ രീതികളെ പരസ്യമായി വിമർശിച്ചു. 1924 മെയ് 6-ന്റെ ഹിന്ദുവിൽ പണിക്കർ എഴുതി:

> കോൺഗ്രസ് അതിന്റെ ലക്ഷ്യങ്ങളെ നേടാനായി നാട്ടുരാജ്യങ്ങളിൽ സത്യഗ്രഹം സംഘടിപ്പിക്കുകയും നയിക്കുകയും ചെയ്യുന്നതിനെ വ്യക്തമായും നിരോധിച്ചിരിക്കുന്നതായി ഒരു തിരുവിതാംകൂറുകാരനും കോൺഗ്രസുകാരനും എന്ന നിലയിൽ എനിക്ക് പറയേണ്ടതുണ്ട്.

* * * * * * * *

സന്നദ്ധഭടൻമാരുടെ സമരവീര്യം തണുത്തു തുടങ്ങി. സവർണയാഥാസ്ഥിതികത്വത്തിന്റെ മുൻപിൽ കോൺഗ്രസ് പ്രക്ഷോഭം നിഷ്പ്രഭമായി. ബ്രാഹ്മണ ഹോട്ടലുകൾ കുറൂർ നീലകണ്ഠൻ നമ്പൂതിരിപ്പാടിന് ഭക്ഷണം കൊടുക്കാൻ തയാറായില്ല. ടി കെ മാധവന്റെ നേതൃത്വം ഉണ്ടായിട്ടും ഈഴവർ ആദ്യം സമരത്തോട് വലിയ ആഭിമുഖ്യം കാണിച്ചില്ല. അവർക്ക് കോൺഗ്രസിനോട് അനുഭാവം ഉണ്ടായിരുന്നില്ല. ബുദ്ധമതം സ്വീകരിച്ച മലബാറിലെ തീയനേതാവ് മിതവാദി സി കൃഷ്ണൻ സമരത്തെ എതിർക്കുക തന്നെ ചെയ്തു. തദവസരത്തിലാണ് ഇ വി രാമസ്വാമി നായ്ക്കരുടെ നേതൃത്വത്തിൽ ഒരു സംഘം നേതാക്കൾ എത്തിയത്. പുനഃസംഘടിപ്പിക്കപ്പെട്ട പ്രചാരണ പ്രതിനിധി സംഘം ഊരുചുറ്റി. ശ്രീനാരായണഗുരു സമരത്തിന് അനുകൂലമാണെന്ന് വന്നപ്പോൾ വൈക്കത്തെ അദ്ദേഹത്തിന്റെ ആശ്രമം ഈഴവരായ സന്നദ്ധഭടന്മാരുടെ സങ്കേതമായി മാറി. സമരം വീണ്ടും ഊർജിതമായി. പൊലീസ് പിക്കറ്റിന് നൂറു വാര അകലെ ഷെഡ് കെട്ടി സത്യഗ്രഹികൾ ദേശീയഗാനം ആലപിച്ചും ചർക്കയിൽ നൂൽ നൂറ്റും സമരം തുടർന്നു. ചങ്ങനാശ്ശേരി പരമേശ്വരൻപിള്ളയുടെ നേതൃത്വത്തിൽ നായർ മഹാജനസഭയുടെയും എസ് എൻ ഡി പി യുടെയും സംയുക്ത ആഭിമുഖ്യത്തിൽ ദിവാനെയും റീജന്റ് റാണിയെയും കണ്ട് നിവേദനം സമർപ്പിച്ചു. മഹാത്മജിയുടെ നിർദേശപ്രകാരം സവർണരുടെ മാത്രം നിവേദനം മന്നത്തിന്റെ നേതൃത്വത്തിൽ സമർപ്പിച്ചു. എല്ലാം വൃഥാവിലായി.

ഇതിനിടയിൽ സവർണർ സംഘടിതമായി എതിർപ്രചാരണം തുടങ്ങി. എതിർ സത്യഗ്രഹവും തുടങ്ങി. പൊലീസ് ഉദ്യോഗസ്ഥരായ പിച്ചു അയ്യരുടെയും ആർ കെ പിള്ളയുടെയും പരസ്യ പിന്തുണയോടെ സത്യഗ്രഹികളുടെ മേൽ സവർണഗുണ്ടകൾ ചാടി വീണു. സത്യഗ്രഹിയായ മണിഅയ്യരുടെ ഉടുതുണി ഉരിഞ്ഞെടുത്ത് കത്തിച്ചു. രാമൻ ഇളയതിന്റെ കണ്ണിൽ ചുണ്ണാമ്പ് എഴുതി. ഈ ക്രൂരകൃത്യം ചെയ്ത പാലക്കാട്ട് വേലു

പ്പിള്ള എന്ന ആൾ മൂന്നാം ദിവസം ആത്മഹത്യചെയ്തു. കേരളം കണ്ട തിൽവെച്ചേറ്റവും ഭീകരമായ പേമാരിയും വെള്ളപ്പൊക്കവും ഉണ്ടായത് ആ കൊല്ലമാണ് (99-ലെ വെള്ളപ്പൊക്കം എന്നത് ഒരു ചൊല്ലായി തീർന്നി ട്ടുണ്ട്). ആ വെള്ളപ്പൊക്കത്തിൽ നെഞ്ചറ്റം വെള്ളത്തിൽനിന്നാണ് സത്യ ഗ്രഹം അനുഷ്ഠിച്ചത്. സത്യഗ്രഹികൾ സഹിച്ച യാതനകൾ വർണനാ തീതമാണ്.

ഒടുവിൽ ഗാന്ധിജി തന്നെ വൈക്കത്തെത്തി അദ്ദേഹത്തെ തിരുവി താംകൂറിൽ കയറ്റാതിരിക്കാൻ സവർണ മേധാവികൾ ഉറ്റ് ശ്രമിച്ചെങ്കിലും സർക്കാർ അതിഥിയായി അദ്ദേഹത്തെ സ്വീകരിച്ചു.

എതിരാളികളിൽ മാനസാന്തരം വരുത്താനുള്ള ശ്രമം ആയിരുന്നു അദ്ദേഹം ആദ്യം നടത്തിയത്. യാഥാസ്ഥിതികത്വത്തിന്റെ പ്രതിനിധിയായ ഇണ്ടംതുരുത്തിമനയിലെ ദേവൻ നമ്പ്യാതിരിയെ ഗാന്ധിജി ക്ഷണിച്ചിട്ടും അദ്ദേഹത്തിന്റെ താമസസ്ഥലത്തേക്ക് വരാൻ നമ്പ്യാതിരി തയാറായില്ല. അതിനാൽ ഗാന്ധിജി തന്നെ ഇണ്ടംതുരുത്തിമനയിലേക്ക് ചെന്നു. ഇണ്ടം തുരുത്തി മനയിൽ യാഥാസ്ഥിതിക ഹിന്ദു നേതാക്കളുമായി മഹാത്മജി നടത്തിയ സംഭാഷണം ടി കെ രവീന്ദ്രൻ സെക്രട്ടറിയേറ്റ് ഫയലുകളിൽ നിന്ന് ഉദ്ധരിച്ച് മുൻപറഞ്ഞ പുസ്തകത്തിൽ ചേർത്തിട്ടുണ്ട്.

"ഹിന്ദു ശാസ്ത്രങ്ങളുടെ ദൈവികത്വത്തിലും കർമത്തിന്റെ നിയമ ങ്ങളിലും അതനുസരിച്ചുള്ള പുനർജന്മത്തിലും" വിശ്വസിച്ച സനാതന ഹിന്ദു ആയിരുന്നു എങ്കിലും മഹാത്മജി അയിത്തത്തെ കഠിനമായി എതിർത്തു.

1. വൈക്കം താലൂക്കിലോ അല്ലെങ്കിൽ സംസ്ഥാനത്തൊട്ടാകെയോ ഉള്ള സവർണർക്കിടയിൽ ഒരു റഫറണ്ടം.
2. ദിവാൻജിയുടെ നേതൃത്വത്തിൽ ഒരു കമ്മിറ്റി.
3. അയിത്തത്തെ പറ്റിയുള്ള ആധികാരിക രേഖകൾ പണ്ഡിതന്മാ രായ പുരോഹിതന്മാരെക്കൊണ്ട് പരിശോധിപ്പിക്കുക.

ഇങ്ങനെ മൂന്ന് നിർദേശങ്ങൾ പ്രക്ഷോഭം പിൻവലിക്കാനുള്ള ഉപാ ധികളായി മഹാത്മജി മുന്നോട്ടുവെച്ചു. മഹാത്മജിയുടെ നിർദേശങ്ങൾക്ക് ഹൈന്ദവ യാഥാസ്ഥിതികത്വം യാതൊരു പരിഗണനയും നൽകിയില്ല. റീജന്റ് റാണിയും ദിവാനുമായി നടത്തിയ സംഭാഷണങ്ങളും യാതൊരു ഫലവും ഉളവാക്കിയില്ല.

പൊലീസ് കമ്മിഷണർ പിറ്റുമായി മഹാത്മജി കൈമാറിയ കത്തു കളിലൂടെ ചില കരാറുകൾ ഉണ്ടായി. അപ്രകാരം കിഴക്കേ ഗോപുര ത്തിന് അൽപ്പം അകലെ മതിലു കെട്ടി ഗേറ്റ് സ്ഥാപിക്കും. ക്ഷേത്രത്തിൽ ആരാധന നടക്കുമ്പോൾ മാത്രം ക്ഷേത്രത്തിൽ ആരാധിക്കാൻ അർഹത ഉള്ളവർക്ക് ഗേറ്റ് തുറന്നുകൊടുക്കും. അതായത് സവർണർക്ക് മാത്രം എന്നർഥം. മറ്റു റോഡുകളിലും ഇതുതന്നെ സ്ഥിതി. നിരോധന ഉത്തരവും പൊലീസ് പിക്കറ്റും പിൻവലിച്ചു. അതിൽ പിന്നെ പതിനഞ്ച് ദിവസങ്ങൾ ക്കുശേഷം അതായത് 1925 നവംബർ 23-ന് സത്യഗ്രഹം പിൻവലിച്ചു.

സത്യഗ്രഹം വമ്പിച്ച വിജയം ആയിരുന്നു എന്ന് കേളപ്പൻ അവകാശപ്പെട്ടുവെങ്കിലും മഹാത്മജി പറഞ്ഞത് ഒരർഥത്തിൽ യുക്തിഭദ്രം അല്ലാത്ത് (Flimsy In One Respect)എന്നാണ്. മഹാത്മജിയുടെ മനസിൽ ക്ഷേത്രപ്രവേശനം എന്ന ആശയമായിരുന്നതുകൊണ്ടായിരിക്കാം അങ്ങനെ പറഞ്ഞത്.

അത്യന്തം ന്യൂനപക്ഷമായ ഒരു പിടി സവർണ്ണ ഹൈന്ദവ യാഥാസ്ഥിതികരും അവരെ താങ്ങി നിർത്തിയ രാജാവും രാജാവിന്റെ ഗവൺമെന്റും മാത്രമായിരുന്നു സഞ്ചാര സ്വാതന്ത്ര്യത്തിനും ക്ഷേത്രപ്രവേശനത്തിനും എതിരായിരുന്നത് എന്ന വസ്തുത താഴെ വിവരിക്കുന്ന സംഗതികൾ കൂടുതൽ ശക്തിയായി തെളിയിക്കുന്നു.

അന്നത്തെ തിരുവിതാംകൂർ ജനസംഖ്യ 40 ലക്ഷം. അതിൽ 26 ലക്ഷം ഹിന്ദുക്കൾ. ഹിന്ദുക്കളിൽ സവർണ്ണർ എല്ലാവരും കൂടിയാൽ ആകെ 7.5 ലക്ഷം. സവർണ്ണരിൽപ്പെട്ട നായന്മാരുടെ സംഘടനയായ നായർ മഹാജനസഭ സഞ്ചാര സ്വാതന്ത്ര്യത്തിനുവേണ്ടി മാത്രമല്ല ക്ഷേത്രപ്രവേശനത്തിനും അബ്രാഹ്മണർക്ക് പൂജ നടത്താനും ഉള്ള ആവശ്യത്തിനുവേണ്ടിയും അവകാശവാദമുന്നയിച്ചു. 1098 ൽ ആലപ്പുഴയിൽ കൂടിയ നായർ മഹാസമ്മേളനത്തിൽ സംഘടന ഇതു സംബന്ധിച്ച പ്രഖ്യാപനം നടത്തി.

വൈക്കം ക്ഷേത്രത്തിലെ ഉത്സവത്തിന് കൊടികയറുമ്പോൾ കൊടി കെട്ടുന്നതിനുള്ള ചരട് വാലന്മാരാണ് പടിഞ്ഞാറെ ഗോപുരത്തിൽ കൊണ്ടുവെക്കുന്നത്. ക്ഷേത്രത്തിലേക്കാവശ്യമായ വിറക് നാല് ഗോപുരങ്ങളിലും എത്തിച്ചുകൊടുക്കാനുള്ള അവകാശം വൈക്കത്തെ നാല് ഈഴവ കുടുംബങ്ങൾക്കായിരുന്നു. പ്രധാന ക്ഷേത്രത്തിന്റെ വടക്കു പടിഞ്ഞാറെ മൂലയിലെ കാലായിക്കൽ ക്ഷേത്രം ഒരു ഈഴവകുടുംബം വക ആയിരുന്നു. ഇവിടത്തെ പൂജാരിയും ഈഴവൻ ആയിരുന്നു. തിരുവല്ല, ചെങ്ങന്നൂർ മുതലായ മഹാക്ഷേത്ര റോഡുകളിലൂടെ അവർണ്ണർ ഉൾപ്പെടെ ആർക്കും നടക്കാമായിരുന്നു. എന്നിട്ടും വൈക്കത്ത് 20 മാസം വിശ്രമരഹിതമായ സമരം നടത്തിയതിനുശേഷം അഭിമാനം ക്ഷതപ്പെടുത്തിക്കൊണ്ട് കോൺഗ്രസിന് രംഗത്തു നിന്ന് പിൻവാങ്ങേണ്ടി വന്നു എന്ന് ടി കെ രവീന്ദ്രൻ രേഖപ്പെടുത്തുന്നു. അദ്ദേഹം എഴുതി:

> തലകുനിക്കാത്ത ഹിന്ദു യാഥാസ്ഥിതികത്വത്തിന് എതിരെ സമരം തിരിച്ചുവിടാൻ ഗാന്ധി അഭിലഷിച്ചു. എന്നാൽ അവർക്കെതിരെ തൊടുത്തുവിട്ട അഹിംസാ ശാസ്ത്രങ്ങൾ ഗവൺമെന്റിന്റെ കഴുത്തിൽ ആണ് തറച്ചത്. വൈക്കത്തെ സമരനടപടികൾ വിദൂരത്തിലുള്ള ലക്ഷ്യത്തിൽ എത്തുക സാധ്യമല്ലായിരുന്നു. എന്തെന്നാൽ സമരസന്നദ്ധഭടൻമാർ അസ്പൃശ്യതയും, തീണ്ടലും ഇല്ലാതാക്കാനല്ല മറിച്ച് ഗവൺമെന്റ് പ്രഖ്യാപിച്ച അധാർമികമായ നിരോധന ഉത്തരവ് ലംഘിക്കാനായിട്ടാണ് മാന്യമായ നിലയിൽ ശ്രമിച്ചത് ഹിന്ദു യാഥാസ്ഥിതികത്വം തിരശ്ശീലയ്ക്കു പിന്നിൽ ഒളിച്ചു.

> ആകയാൽ ഫലത്തിൽ വൈക്കം സത്യഗ്രഹം യാഥാസ്ഥിതികത്വവും സത്യഗ്രഹികളും തമ്മിലല്ല, ഗവൺമെന്റും സത്യഗ്രഹികളും തമ്മിൽ ഉള്ള സമരമായിരുന്നു (ടി കെ രവീന്ദ്രൻ, ടി പുസ്തകം, പേജ് 152)

ജാതിയും ജന്മിത്വവും നാടുവാഴിത്തവും ഇഴനെയ്ത് കിടക്കുകയായിരുന്നു എന്നും ജാതിയെയോ ജന്മിയെയോ നാടുവാഴിയെയോ തൊടാൻ ധൈര്യപ്പെടുന്നവരെ ഉടൻ ഹിംസിച്ചുകളയാൻ ഭരണകൂടം അതിന്റെ കരാളരൂപത്തിൽ ചാടി വീഴും എന്നും ഉള്ള സത്യം മനസിലാക്കേണ്ടിയിരിക്കുന്നു.

വൈക്കത്തിനുശേഷം ശുചീന്ദ്രത്തും തിരുവാർപ്പിലും ക്ഷേത്രസമീപങ്ങളിൽ ഉള്ള റോഡുകളിലെ സഞ്ചാര സ്വാതന്ത്ര്യത്തിനായി വമ്പിച്ച ബഹുജന പ്രക്ഷോഭങ്ങൾ നടന്നു.

വൈക്കം സത്യഗ്രഹം പിൻവലിക്കുമ്പോൾ കിഴക്കേനടയിലെ തീണ്ടൽ പലക ക്ഷേത്രത്തിനോട് അൽപ്പം കൂടി അടുത്തു. ക്ഷേത്രപ്രവേശനം അനുവദിച്ചുകിട്ടിയില്ലെങ്കിലും അയിത്ത രാക്ഷസനെ ക്ഷേത്രമതിൽക്കെട്ടിനുള്ളിൽ തളച്ചു നിർത്താൻ കഴിഞ്ഞു. തന്നെയുമല്ല അൽപ്പം ചില വർഷങ്ങൾക്കുശേഷം പൊട്ടിപ്പുറപ്പെട്ട നിവർത്തന പ്രക്ഷോഭത്തിന്റെയും അതേതുടർന്ന് ഉത്തരവാദ ഭരണത്തിനുവേണ്ടി അലയടിച്ചുയർന്ന ബഹുജന മുന്നേറ്റത്തിന്റെയും മുന്നോടിയായിത്തീരാനും വൈക്കം സത്യഗ്രഹത്തിനു കഴിഞ്ഞു.

2. ഗുരുവായൂർ സത്യഗ്രഹം

ഗുരുവായൂരിൽ സഞ്ചാര സ്വാതന്ത്ര്യമോ, ക്ഷേത്രപ്രവേശനമോ എന്നതിൽ യാതൊരു സംശയവും ഇല്ലായിരുന്നു. ക്ഷേത്രപ്രവേശനം തന്നെയായിരുന്നു ആവശ്യം.

വൈക്കത്തുനിന്ന് ഗുരുവായൂരിലെത്തുമ്പോൾ സാഹചര്യങ്ങൾ ഏറെ അനുകൂലമായി. ഗുരുവായൂർ നേരിട്ട് ബ്രിട്ടീഷ് അധീനപ്രദേശമായതിനാൽ നാട്ടു രാജ്യപ്രശ്നങ്ങളിൽ കോൺഗ്രസ് ഇടപെടുകയില്ല എന്ന വിലക്ക് അവിടേക്ക് ബാധകമായിരുന്നില്ല. ഒരു കൊല്ലത്തോളം നീണ്ടുനിന്ന ഉപ്പു സത്യഗ്രഹത്തോടെ ബഹുജനങ്ങളുടെ സ്വാതന്ത്ര്യാവബോധവും അഭിലാഷവും കുറേക്കൂടി ദൃഢമായി. ക്ഷേത്രപ്രവേശനം, അയിത്തോച്ചാടനം, ഹരിജനോദ്ധാരണം തുടങ്ങിയ സാമൂഹ്യ ക്ഷേമപരിപാടികൾ ആധികാരിക സ്വഭാവത്തോടെ കോൺഗ്രസിന്റെ ദൈനംദിന അജണ്ടയിൽപ്പെട്ടു.

ഈ പരിതഃസ്ഥിതിയിലാണ് കേരള കോൺഗ്രസ് നേതൃത്വം ഗുരുവായൂർ ക്ഷേത്രത്തിൽ ജാതി വിവേചനം കൂടാതെ എല്ലാ ഹിന്ദുക്കൾക്കും ആരാധനാ സ്വാതന്ത്ര്യം വേണം എന്ന ആവശ്യമുന്നയിച്ച് പോരാടാൻ തീരുമാനിച്ചത്. എൻ എസ് എസ് പ്രസിഡന്റ് മന്നത്ത് പത്മനാഭൻ പ്രസി

ഡന്റും കെ കേളപ്പൻ സെക്രട്ടറിയും എ കെ ജി വളണ്ടിയർ ക്യാപ്ടനും എൻ പി ദാമോദരൻ പബ്ളിസിറ്റി ആപ്പീസറും എസ് എൻ ഡി പി സെക്രട്ടറി കുഞ്ഞുകൃഷ്ണൻ, രുഗ്മിണിഅമ്മ, കുട്ടൻനായർ, കുറൂർ നീല കണ്ഠൻ നമ്പൂതിരിപ്പാട് തുടങ്ങി ഹിന്ദുമതത്തിലെ നാനാവിഭാഗക്കാർ അംഗങ്ങളുമായി ഒരു സമരസമിതി രൂപീകരിക്കപ്പെട്ടു. എ കെ ജി യുടെയും സുബ്രഹ്മണ്യൻ തിരുമുമ്പിന്റെയും നേതൃത്വത്തിൽ വടക്ക് പയ്യ ന്നൂർ നിന്നും പ്രചാരണജാഥ പുറപ്പെട്ട് മലബാറിനെ ആകെ ഇളക്കി മറിച്ചുകൊണ്ട് തെക്ക് ഗുരുവായൂരിൽ സമാപിച്ചു. കേരളത്തിലങ്ങോള മിങ്ങോളം ബഹുജന ശ്രദ്ധ ആകർഷിച്ചു കൊണ്ട് വമ്പിച്ച ജനാവലി യുടെ സാന്നിധ്യത്തിൽ 1931 നവംബർ 11-ന് സത്യഗ്രഹം ആരംഭിച്ചു.

നാലു നടകളിലും ഈ രണ്ടു വളണ്ടിയർമാർ മൂന്നു മണിക്കൂർ വീതം സത്യഗ്രഹം അനുഷ്ഠിച്ചു.

1932 ജനുവരി 4-ന് എ കെ ജിയെയും എൻ പി ദാമോദരനെയും അറസ്റ്റ് ചെയ്തു. ആറു മാസത്തെ തടവിനുശേഷം മോചിതനായ എ കെ ജി വീണ്ടും സമരരംഗത്ത് ഓടിയെത്തി.

ഒരു കാലത്ത് രാജ്യം ഭരിച്ച സാമൂതിരിപ്പാടിന്റെ വകയാണ് ക്ഷേത്രം, ചെങ്കോൽ നഷ്ടപ്പെട്ടുവെങ്കിലും സാമൂതിരിപ്പാട് യാഥാസ്ഥിതികത്വം ലവ ലേശം ഉപേക്ഷിച്ചില്ല. അതിനാൽ ദേവസ്വം അധികാരികൾക്ക് കയ്യും കെട്ടി നോക്കി നിൽക്കാൻ ആയില്ല. അവർ അമ്പലത്തിനു ചുറ്റും മുള്ളു കമ്പികൊണ്ട് വേലികെട്ടി ഗുണ്ടകളെ ഒരുക്കി സനാതനികളുടെ യോഗം വിളിച്ചുകൂട്ടി എതിർപ്രചാരണം നടത്തി. ഉത്തരേന്ത്യയിലെ വർണാശ്രമം സ്വരാജ്യ സംഘത്തിന്റെ പിൻതുണയോടെ പാലിയത്ത് കുഞ്ഞുണ്ണി അച്ചനും സമരം പൊളിക്കാൻ ഗുരുവായൂരിലെത്തി.

കിഴക്കേനടയിൽ ദിവസേന വൈകുന്നേരം മന്നത്തു പത്മനാഭൻ, വി ടി ഭട്ടതിരിപ്പാട്, എൻ പി ദാമോദരൻ, കേളപ്പൻ, ആഗമാനന്ദസ്വാമി കൾ, വൈശ്രവണത്ത് രാമൻ നമ്പൂതിരി തുടങ്ങിയ പുരാണേതിഹാസ പണ്ഡിതന്മാരായ പലരും വന്ന് ജാതിയുടെയും അയിത്തത്തിന്റെയും അർഥശൂന്യതയെ മതദൃഷ്ട്യാ തന്നെ വിശകലനം ചെയ്തു. രസകര മായ പ്രസംഗങ്ങൾ നടത്തി, എതിർപക്ഷത്തെ സനാതനികളായ പണ്ഡി തന്മാർ ജാതിയെയും അയിത്തത്തെയും ന്യായീകരിച്ചു പ്രസംഗിച്ചു. യുക്തിയുക്തങ്ങളായ പ്രഭാഷണങ്ങൾ കേട്ട് യാഥാസ്ഥിതികന്മാരിലും മനംമാറ്റം പ്രകടമായി. അമ്പലത്തിലേക്ക് വഴിപാടായി കൊണ്ടുവരുന്ന വിഭവങ്ങൾ പലതും സത്യഗ്രഹ ക്യാമ്പിൽ എത്താൻ തുടങ്ങി. നേരത്തെ നിയമലംഘനത്തിനു പോയപ്പോൾ കേളപ്പനെയും എ കെ ജി യെയും കല്ലെറിഞ്ഞവർ ആ കൈകൾകൊണ്ടു തന്നെ സംഭാവന നൽകാൻ മുന്നോട്ടു വന്നു.

ഇതിനിടയിൽ സന്നദ്ധഭടന്മാർക്കിടയിൽ നേരിയ ഒരു ആലസ്യം പ്രക ടമായി. ഉടനെ പി കൃഷ്ണപിള്ള അമ്പലത്തിനുള്ളിൽ കയറി നമ്പൂതി

പി കൃഷ്ണപിള്ള

രിമാർക്കു മാത്രം അടിക്കാൻ അധികാരമുള്ള മണി അടിച്ചു. സഖാവിനെ ഗുണ്ടകൾ കഠിനമായി മർദിച്ചു. സമരം വീണ്ടും ഉഷാറായി.

ഒരു ദിവസം ഭജനയ്ക്കു കൂടിയ ആയിരത്തിലേറെ ജനങ്ങളെ ഘോഷയാത്രയായി എ കെ ജി പടിഞ്ഞാറെ നടയ്ക്കലേക്കു കൊണ്ടു പോയി. അവിടെവെച്ച് ദേവസ്വംഗുണ്ടകൾ എ കെ ജിയെ അടിച്ചുവീഴ്ത്തി. ബോധം കെട്ടിട്ടും എ കെ ജിയെ പിന്നെയും മർദിച്ച വിവരം അറിഞ്ഞ് ഓടിയെത്തിയ എ കെ ജി യുടെ സഹോദരൻ പത്മനാഭൻ നമ്പ്യാർ കണ്ണിൽക്കണ്ട ഗുണ്ടകൾക്ക് കണക്കിനു കൊടുത്തു. ദേവസ്വം ഭരണക്കാർ കിടുകിടാ വിറച്ചു. അമ്പലം പൊളിച്ചു കളഞ്ഞേക്കുമോ എന്ന് അവർ ഭയപ്പെട്ടു അമ്പലം പൂട്ടിയിട്ടു.

ക്ഷേത്രത്തിന്റെ അമ്പതു വാരയ്ക്കുള്ളിൽ പ്രവേശിക്കരുതെന്ന നിരോധന ഉത്തരവ് വാങ്ങിയിട്ടേ വീണ്ടും ജനുവരി 29-നു ക്ഷേത്രം തുറക്കാൻ അവർ ധൈര്യപ്പെട്ടുള്ളു.

ചൂടും ചൂരുമില്ലാതെ സമരം നീണ്ടുപോകുന്നതിൽ കേളപ്പന് നൈരാശ്യം തോന്നി. ഒടുവിൽ ക്ഷേത്രം എല്ലാവർക്കുമായി തുറന്നുകൊടുക്കുന്നതുവരെ അല്ലെങ്കിൽ തന്റെ മരണം വരെ ഉപവസിക്കാൻ അദ്ദേഹം തീരുമാനിച്ചു. 1931 സെപ്റ്റംബർ 1-ന് കേളപ്പൻ നിരാഹാരവ്രതം ആരംഭിച്ചു. എ കെ ജി അദ്ദേഹത്തെ പരിചരിച്ചു.

രാജ്യമാകെ ഇളക്കി മറിഞ്ഞു. ജനങ്ങൾ രോഷാകുലരായി. കെ എ ദാമോദരമേനോനും കാർത്ത്യായനി അമ്മയും അമ്പലത്തിനുള്ളിൽ നിരാഹാരവ്രതം അനുഷ്ഠിക്കാൻ തീരുമാനിച്ചു. ക്ഷേത്രം തുറന്നു കൊടുക്കാൻ ആവശ്യപ്പെട്ട് സാമൂതിരിപ്പാടിനും കേളപ്പന്റെ ജീവൻ രക്ഷിക്കാൻ ഇടപെടണമെന്നാവശ്യപ്പെട്ട് മഹാത്മജിക്കും തുരുതുരാ കമ്പിസന്ദേശങ്ങൾ പോയി. കുറൂർ നീലകണ്ഠൻ നമ്പൂതിരിപ്പാട് നേതാക്കളെ നേരിൽ കണ്ട് സ്ഥിതിഗതികൾ ധരിപ്പിക്കാൻ ഉത്തരേന്ത്യയിലേക്ക് പുറപ്പെട്ടു.

നിരാഹാരം ഉടൻ അവസാനിപ്പിക്കണമെന്നും ഭാവിപരിപാടികളുടെ ഉത്തരവാദിത്തം താൻ വ്യക്തിപരമായി ഏൽക്കുന്നുവെന്നും പത്താംദിവസം മഹാത്മജിയുടെ കമ്പിസന്ദേശം വന്നു. 13-ന് നിരാഹാരവ്രതം പിൻവലിച്ചു.

പ്രചാരണസമിതി മലബാറിലും കൊച്ചിയിലും തിരുവിതാംകൂറിലും പ്രചാരണ പര്യടനം നടത്തുകയും ഗുരുവായൂർ സ്ഥിതിചെയ്യുന്ന പൊന്നാനി താലൂക്കിൽ ഒരു റഫറണ്ടം നടത്തുകയും ചെയ്തു. റഫറണ്ടത്തിന്റെ ഫലം.

ക്ഷേത്രപ്രവേശനത്തിന് അനുകൂലം	15,568
പ്രതികൂലം	2,779
നിഷ്പക്ഷം	2,106
റഫറണ്ടത്തിൽ പങ്കെടുക്കാൻ വിസമ്മതിച്ചവർ	7,302
ആകെ	27,775

യാഥാസ്ഥിതികത്വത്തിന്റെ ശക്തിദുർഗമായിരുന്നു അന്നത്തെ പൊന്നാനി താലൂക്ക്. ഗുരുവായൂർ സത്യഗ്രഹത്തിന്റെ സ്വാധീനം ഹിത പരിശോധനയിൽ വ്യക്തം.

6

കൊച്ചി തിളച്ചു മറിയുന്നു

ഇന്ത്യയിൽ യുദ്ധാനന്തര കാലത്ത് ആസേതുഹിമാചലം ഉയർന്നു പൊങ്ങിയ ബഹുജനമുന്നേറ്റത്തിൽ നിന്ന് കൊച്ചി സംസ്ഥാനത്തിനും ഒഴിഞ്ഞുനിൽക്കാൻ കഴിയുമായിരുന്നില്ല.

പട്ടാളത്തിൽ നിന്നും ഇതര സേവനരംഗങ്ങളിൽ നിന്നും പിരിച്ചുവിട്ടതിനും, അസഹ്യമായ വിലക്കയറ്റത്തിനും ഭക്ഷ്യക്ഷാമത്തിനും (വെറും ആറ് ഔൺസ് റേഷൻ ആയിരുന്നു അന്ന് കൊച്ചിയിൽ) ഐ എൻ എ നേതാക്കന്മാരെ കോടതിയിൽ വിസ്തരിക്കുന്നതിനും പൗരസ്വാതന്ത്ര്യങ്ങൾ അടിച്ചമർത്തുന്നതിനും എതിരെ എങ്ങും ഘോഷയാത്രകളും പ്രകടനങ്ങളും. തിരുവിതാംകൂറിൽ കിരാതഭരണം നടത്തുന്ന സർ സി പി എറണാകുളത്ത് എത്തിയപ്പോൾ കരിങ്കൊടി പ്രകടനവും ക്രൂരമായ ലാത്തിച്ചാർജും കൂടൽമാണിക്യക്ഷേത്രപരിസര റോഡിൽ അയിത്തജാതിക്കാർ പ്രവേശിച്ചതിനെ തുടർന്ന് നിരോധനവും അടിച്ചമർത്തലും. അവശജാതിക്കാരുടെ അഭൂതപൂർവമായ ഉയിർത്തെഴുന്നേൽപ്പ് കൊടുങ്ങല്ലൂരിലെ കരിക്കുളന്റെ ഗുണ്ടായിസത്തിനെതിരെ രാജ്യവ്യാപകമായി ജനരോഷം ജനകീയമന്ത്രിമാരായ പറമ്പിലോനപ്പനും ബാലകൃഷ്ണമേനോനും എതിരെ പ്രജാമണ്ഡലം അവതരിപ്പിച്ച അവിശ്വാസപ്രമേയവും തുടർന്ന് മന്ത്രിമാരുടെ രാജിയും. അധികാരത്തിൽ കയറിപ്പറ്റാൻ ഉറ്റുനോക്കിനിന്ന പ്രജാമണ്ഡലത്തിലെ വലതുപക്ഷവും അവർക്കെതിരെ കലാപം നടത്തുകയായിരുന്ന ഇടതുപക്ഷവും 1946 സെപ്റ്റംബർ 9-ന് പ്രജാമണ്ഡലവും സഹോദരൻ അയ്യപ്പന്റെ സോഷ്യലിസ്റ്റ് ഗ്രൂപ്പും (സഹോദരൻ നേരത്തെതന്നെ പ്രജാമണ്ഡലത്തിൽ ചേർന്നിരുന്നു) ടി കെ നായരുടെ പ്രോഗ്രസീവ് പാർട്ടിയും ചേർന്ന പനമ്പിള്ളി മന്ത്രിസഭ യഥാർഥ അധികാരവും ധന-നിയമപരിപാലന വകുപ്പുകളും രാജാവ്

തന്നെ കൈവശം വച്ചുകൊണ്ട് ദിവാനുമായി ചേർന്നുള്ള 'ദ്വിഭരണ സമ്പ്രദായം'- ഇതായിരുന്നു ഇന്ത്യൻ സ്വാതന്ത്ര്യലബ്ധിക്ക് തൊട്ടു മുൻപുള്ള കൊച്ചിയുടെ ചിത്രം. ഈ മന്ത്രിസഭയ്ക്ക് ജനഹിതം അറിയാനോ ജനകീയ താൽപ്പര്യങ്ങൾ കാത്തുസൂക്ഷിക്കാനോ കഴിയുമായിരുന്നില്ല എന്നുള്ളത് ഏറെ താമസിയാതെ തെളിഞ്ഞു.

1947 ആഗസ്റ്റ് 15-ന് എറണാകുളം മഹാരാജാസ് കോളേജ് അങ്കണത്തിൽ വിദ്യാർഥികൾ ദേശീയപതാക ഉയർത്തി. കോളേജ് അധികൃതർ അത് വലിച്ചു താഴെ ഇറക്കി പകരം മഹാരാജാവിന്റെ പതാക ഉയർത്തി. സംഘർഷമായി. അനേകം വിദ്യാർഥികൾ പുറത്താക്കപ്പെട്ടു. ഇതിൽ പ്രതിഷേധിച്ചപ്പോൾ രാജേന്ദ്ര മൈതാനത്ത് പൊലീസിന്റെ പൈശാചികമായ നരവേട്ട. പ്രജാമണ്ഡലം മന്ത്രിമാർ അധികാരത്തിൽ നിന്ന് ഇറങ്ങിപ്പോരാൻ നിർബന്ധിതരായി. തിരുവില്വാമലയിൽ ഒരു പ്രമാണി ആയിരുന്ന ടി കെ നായർ പ്രധാനമന്ത്രി എന്ന നിലയിൽ പൗരസ്വാതന്ത്ര്യ നിഷേധങ്ങളും മർദന നടപടികളും തുടർന്നു. ഈ പശ്ചാത്തലത്തിലാണ് മൂന്നരമാസം പിന്നിട്ടപ്പോൾ 1947 ഡിസംബർ 4-ന് പാലിയം സത്യഗ്രഹ സമരം ഉദ്ഘാടനം ചെയ്യപ്പെട്ടത്.

1945 ആഗസ്റ്റ് 26-ന് മാളയിൽ ചേർന്ന പ്രജാമണ്ഡലം പ്രവർത്തക സമിതിയോഗം മഹാരാജാവിന് മെമ്മോറാണ്ടം കൊടുക്കാൻ തീരുമാനിക്കുകയും ആയതിലേക്ക് ഒരു കമ്മിറ്റിയെ തിരഞ്ഞെടുക്കുകയും ചെയ്തു (കൊച്ചി രാജ്യ പ്രജാമണ്ഡലം-ചരിത്രാവലോകനം, പേജ് 197) വെങ്കിലും ഈ ദിശയിൽ എന്തെങ്കിലും പ്രവർത്തിച്ചതായി കാണുന്നില്ല. എങ്കിലും അടുത്ത വർഷം, അതായത് 1946 മെയ് 18-ന്, അയിത്തത്തിനെതിരായ പ്രക്ഷോഭം ശക്തമായപ്പോൾ കുറൂർ നീലകണ്ഠൻ നമ്പൂതിരിപ്പാടിന്റെ നേതൃത്വത്തിൽ മഹാരാജാവ് മറുപടിയായി ക്ഷേത്രങ്ങൾ തുറന്നു കൊടുക്കാൻ 'പല ബുദ്ധിമുട്ടുകളും' ഉണ്ടെന്നു പറഞ്ഞതായും ചരിത്ര പുസ്തകത്തിൽ പറയുന്നു (പേജ് 213). ബുദ്ധിമുട്ടുകൾ എന്ത് എന്ന് മഹാരാജാവ് വ്യക്തമാക്കുകയോ നേതാക്കൾ അങ്ങോട്ട് അന്വേഷിക്കുകയോ ചെയ്തില്ല. സർക്കാർ ക്ഷേത്രങ്ങൾ തുറന്നുകൊടുക്കാൻ പല ബുദ്ധിമുട്ടുകളും ഉണ്ടെന്ന് പറഞ്ഞ മഹാരാജാവ് നിവേദക സംഘത്തിനോട് ഇങ്ങനെ വ്യക്തമാക്കിയത്രെ.

> എന്നാൽ സ്വകാര്യ ക്ഷേത്രങ്ങൾ എല്ലാ ഹിന്ദുക്കൾക്കും തുറന്നു കൊടുക്കുന്നതിൽ താൻ ഒരുവിധത്തിലും എതിരല്ലെന്നും അത്തരം ഒരു നീക്കത്തിന് വിരോധമായി കൊട്ടാരത്തിൽ നിന്നും യാതൊരു നടപടിയും ഉണ്ടാവുകയില്ലെന്നും" മഹാരാജാവ് ഉറപ്പു കൊടുത്തുവത്രെ. (*പ്രജാമണ്ഡലം ചരിത്രം*, പേജ് 213)

ഏതുവിധവും ബഹുജനസമരങ്ങൾ ഒഴിവാക്കുന്നതിൽ പ്രത്യേകം ശ്രദ്ധാലുക്കളായിരുന്ന പ്രജാമണ്ഡലം നേതാക്കന്മാർക്ക് വീണു കിട്ടിയ അനുഗ്രഹമായി രാജാവിന്റെ വാക്കുകൾ. മഹാരാജാവ് ക്ഷേത്രപ്രവേശ

നത്തിന് അതുകൂലമാണെന്ന് അവർ അതിനെ വ്യാഖ്യാനിച്ചു. രാജാവ് അനുകൂലമായതുകൊണ്ടാണ് ചില നമ്പൂതിരിമാർ അവരുടെ വക ക്ഷേത്രങ്ങൾ തുറന്നു കൊടുത്തത് എന്ന് അവർ ആശ്വസിക്കുകയും ചെയ്തു. വാസ്തവത്തിൽ ക്ഷേത്രങ്ങൾ തുറന്നുകൊടുത്ത 'പരിഷ്കൃതരായ' നമ്പൂതിരിമാർ യോഗക്ഷേമവുമായി ബന്ധപ്പെട്ടവർ ആയിരുന്നുവെന്ന സത്യം അവർ മറച്ചു പിടിക്കുകയായിരുന്നു. മഹാരാജാവിന്റെ അനുകൂല മനോഭാവംകൊണ്ട് പ്രജാമണ്ഡലം മുൻകൈയെടുത്തു രൂപീകരിച്ചതല്ല സമസ്ത കൊച്ചി ക്ഷേത്ര പ്രവേശന സമിതി. മറിച്ച് തട്ടാമുട്ടി ന്യായങ്ങൾ പറഞ്ഞു ക്ഷേത്രപ്രവേശനം നീട്ടിക്കൊണ്ടു പോകുകയും ആവശ്യപ്പെട്ടവരെ അറസ്റ്റ് ചെയ്യുകയും മർദിക്കുകയും ചെയ്ത കൊച്ചി രാജാവിന്റെ നടപടിക്കെതിരെ എസ് എൻ ഡി പി മുൻകൈയെടുത്ത് രൂപീകരിച്ചതാണ് ആ സമിതി.

അതുപോലെ കൊച്ചി രാജാവിന്റെ അനുകൂല മനോഭാവത്തിനും എത്രയോ മുമ്പ് കമ്യൂണിസ്റ്റ് പാർട്ടി അയിത്താചരണത്തിനെതിരായി ശക്തമായ പ്രായോഗിക ക്യാമ്പയിനുകൾ തുടങ്ങി.

1946 ഫെബ്രുവരി 4-ന്റെ *ദേശാഭിമാനി* ദിനപത്രത്തിൽ പി കൃഷ്ണപിള്ള എഴുതിയ ലേഖനത്തിൽ നിന്നുള്ള ചില ഭാഗങ്ങൾ നോക്കുക.

അടുത്തുവരുന്ന തിരഞ്ഞെടുപ്പിൽ നിയമസഭയിൽ ചെന്നാൽ അയിത്തം നിയമവിരുദ്ധമാക്കിക്കൊണ്ടുള്ള ഓർഡിനൻസ് തന്നെകൊണ്ടുവരാൻ ഗവൺമെന്റിനെ നിർബന്ധിക്കേണ്ടതാണ്. ബ്രിട്ടനെ കെട്ടുകെട്ടിക്കുന്നതിൽ ഏറ്റവും പ്രധാനമായ ഒരു പരിപാടിയാണ് അത്.

അയിത്തജാതിക്കാരോടുള്ള വെറുപ്പിനെ ചൂഷണം ചെയ്ത് സാമ്രാജ്യത്വം ഭിന്നിപ്പും ഛിദ്രവും വളർത്തി അതിന്റെ പിടിമുറുക്കുന്നു.

സ്വാതന്ത്ര്യത്തിനും എല്ലാവരുടേയും ക്ഷേമത്തിനും വേണ്ടിയുള്ള സംഘടനാ പരിപാടി നടപ്പാക്കുന്നതിന് പട്ടികജാതിക്കാരുടെ ഉള്ളഴിഞ്ഞ സഹായ സഹകരണങ്ങൾ കൂടിയേ കഴിയൂ.

ഗവൺമെന്റ് നിയമം വരുന്നതിനു മുൻപായി തന്നെ ബഹുജനസംഘടനകൾ അയിത്തം ആചരിക്കുകയില്ലെന്ന് തീരുമാനമെടുക്കുകയും അത് നടപ്പിൽ വരുത്താൻ തീവ്രശ്രമം നടത്തുകയും വേണം.

സംസ്ഥാന കോൺഗ്രസ് കമ്മിറ്റി ഇങ്ങനെ ഒരു തീരുമാനമെടുക്കുകയും കോൺഗ്രസുകാരായ യാതൊരു ആളും അയിത്തം ആചരിക്കരുതെന്ന് നിർദേശിക്കുകയും പ്രമാണികളായ കോൺഗ്രസുകാർക്ക് സ്വാതന്ത്ര്യമുള്ള ക്ഷേത്രങ്ങളും കുളങ്ങളും തുറന്നു കൊടുപ്പിക്കുകയും വേണം. അങ്ങനെ അയിത്തത്തിനെതിരായി വമ്പിച്ച ബഹുജന മുന്നണി കേരളത്തിൽ ഉടൻ സൃഷ്ടിക്കേണ്ടിയിരിക്കുന്നു. കമ്യൂണിസ്റ്റുകാരായ ഞങ്ങൾ ഈ പ്രക്ഷോഭം നാടുനീളെ സംഘടിപ്പിക്കാൻ ഒരുങ്ങിവരികയാണ്. അതിന്റെ തുടക്കമായിട്ടാണ് ഈ 24-ന് ഞായറാഴ്ച കണ്ണൂരിൽ വെച്ച് ഒരു അയിത്തോച്ചാടന സമ്മേളനം നടക്കുന്നത്. അയിത്തത്തിനെതിരായ എല്ലാവരുടെയും സഹായസഹകരണങ്ങൾ പ്രതീക്ഷിക്കുന്നു.

(തുടർച്ചയായ പൊലീസ് ആക്രമണങ്ങളുടെയും, കോപ്പികൾ പിടിച്ചു കൊണ്ടു പോയതിന്റെയും കണ്ടുകെട്ടിയതിന്റെയും ഫലമായി *ദേശാഭിമാനി*യുടെ തുടർച്ചയായ കോപ്പികൾ ലഭ്യമല്ല. ആകയാൽ കണ്ണൂരിലെ അയിത്തോച്ചാടന സമ്മേളനത്തിന്റെ വിവരവും ലഭ്യമല്ല)

അയിത്തോച്ചാടനത്തിന്റെയും ക്ഷേത്രപ്രവേശനത്തിന്റെയും കാര്യത്തിൽ പ്രജാമണ്ഡലത്തിന്റെ പൊള്ളയായ അവകാശവാദത്തിന്റെ മറ്റൊരു ഉദാഹരണം ഇതാ:

> ക്ഷേത്രപ്രവേശനം അനുവദിച്ചു കഴിഞ്ഞിരുന്നില്ലെങ്കിലും അയിത്താചരണത്തിന് എതിരായ രണ്ടു നിയമങ്ങൾ കൊച്ചി രാജ്യത്ത് മാർച്ച് മാസത്തിൽ (1947) നിലവിൽ വന്നു. ഹോട്ടലുകൾ റസ്റ്റോറന്റുകൾ, കാപ്പിക്കടകൾ, മറ്റ് ഭക്ഷണശാലകൾ, ബോഡിംഗ് ഹൗസുകൾ, ലാണ്ടറികൾ എന്നിങ്ങനെ ലൈസൻസ് എടുത്തിട്ടുള്ള എല്ലാ സ്ഥാപനങ്ങളിലും ജാതിമത പരിഗണനകൂടാതെ എല്ലാ വിഭാഗം ജനങ്ങൾക്കും പ്രവേശനം നൽകേണ്ടതാണെന്ന് അനുശാസിച്ചു കൊണ്ടും ഇത് ലംഘിക്കുന്നത് ശിക്ഷാർഹമാക്കിക്കൊണ്ടും ഉള്ള പഞ്ചായത്ത് നിയമഭേദഗതിബില്ലും മുനിസിപ്പൽ നിയമഭേദഗതിബില്ലും നിയമസഭ ഏകകണ്ഠമായി അംഗീകരിച്ച ഉടൻ തന്നെ മഹാരാജാവ് ഒപ്പുവച്ച് നിയമമായി തീർന്നു. (*ടി ചരിത്രം*, പേജ് 269,270)

ഇപ്പറഞ്ഞ സ്ഥാപനങ്ങൾ എല്ലാം പട്ടണങ്ങളിൽ ആയിരുന്നു. പത്ത് അറുപത് കൊല്ലംമുമ്പ് ഗ്രാമപ്രദേശങ്ങളിൽ അവയുടെ ആവശ്യമില്ലായിരുന്നുതാനും. ഗ്രാമപ്രദേശങ്ങളിൽ സർവത്ര അയിത്തം വ്യാപിച്ചുവെങ്കിലും പട്ടണങ്ങളിൽ അത് ഹിന്ദുക്ഷേത്രങ്ങളിലും കൊട്ടാരങ്ങളിലും സവർണ ഹിന്ദുമേധാവികളുടെ വീടുകളിലും ഒതുങ്ങിനിന്നു എന്നതല്ലേ യാഥാർഥ്യം? അമ്പത് കൊല്ലം മുമ്പാണെങ്കിൽപോലും ഒരു യാഥാസ്ഥിതികനായ ബ്രാഹ്മണനോ നായരോ എറണാകുളം ബ്രോഡ്‌വേയിൽകൂടി 'ഹായ്ഹാ' എന്ന് തീണ്ടാട്ട് വിളിച്ച് നടന്നുവരുന്നത് ഭാവനയിൽപോലും കാണാൻ സാധിക്കുമോ?

മറ്റൊരു വസ്തുത, മേൽപ്പറഞ്ഞ സ്ഥാപനങ്ങൾ എല്ലാം ലാഭം ഉണ്ടാക്കാൻ ബിസിനസായി നടത്തിവരുന്നവയാണ്. അയിത്തക്കാരായിട്ടോ അന്യമതക്കാരായിട്ടോ ഇടപാട് ഇല്ലായെന്നു പറഞ്ഞാൽ ഷാപ്പ് പൂട്ടിയതുതന്നെ. നായർ ഹോട്ടലുകളും ബ്രാഹ്മണഹോട്ടലുകളും ഇല്ലായിരുന്നു എന്നല്ല ഇപ്പറഞ്ഞതിനർഥം. നായർ അല്ലെങ്കിൽ ബ്രാഹ്മണൻ പാകം ചെയ്യുന്ന ഭക്ഷണം ലഭിക്കും എന്നതിൽ കവിഞ്ഞ ജാതിചിന്തയൊന്നും പട്ടണങ്ങളിലെ നായർ ഹോട്ടലുകൾക്കും ബ്രാഹ്മണ ഹോട്ടലുകൾക്കും ഇല്ലാ എന്നതാണ് പരമാർഥം. എറണാകുളം പോലുള്ള പട്ടണത്തിൽ നിന്ന് അയിത്തം അതിനെത്രയോ മുൻപേ പമ്പകടന്നിരുന്നു.

എറണാകുളം ബ്രോഡ്‌വേയിൽ ഉണ്ടായിരുന്ന ഉപ്പുകാരൻ മുതലാ

ളിയുടെ ചായക്കട തന്നെ മികച്ച ഉദാഹരണം. ഉപ്പ് വിറ്റ് ഉപജീവനം കഴിച്ച ഗൗഡസാരസ്വർ ബ്രാഹ്മണൻ ആയിരുന്നു നമ്മുടെ ഉപ്പുകാരൻ മുതലാളി. ഗൗഡസാരസ്വതൻ നമ്പൂതിരിയോളമോ അതിൽ കൂടുതലോ അയിത്തവും ശുദ്ധവും മറ്റും പാലിച്ചിരുന്നവർ ആണ്. ബ്രോഡ്‌വേയിലെ ഉപ്പുകാരൻ മുതലാളിയുടെ ചായക്കട പത്തറുപത് കൊല്ലം മുമ്പ് എറണാകുളത്തും ചുറ്റുപാടും പ്രസിദ്ധമായിരുന്നു. വില തുച്ഛം ഗുണം മെച്ചം എന്ന ചൊല്ലിനെ ശരിവയ്ക്കുന്നതായിരുന്നു ആ കട എന്ന് ഈ ഗ്രന്ഥകർത്താവിനും അനുഭവമുണ്ട്. എന്ത് തിരക്കായിരുന്നു ആ കടയിൽ. ഒരു കാശിന് മുളക് വട കിട്ടും. മുളക് വേണ്ടത്ര മസാല ചേർത്ത് കടലമാവിൽ മുക്കിയെടുത്ത് വെളിച്ചെണ്ണയിൽ വറുത്തെടുക്കും. എരുവ് ആവശ്യമുള്ളവർക്ക് വട അതോടെ തിന്നാം. എരിവ് ആവശ്യമില്ലാത്തവർക്ക് മുളക് എടുത്ത് കളഞ്ഞും തിന്നാം. അതിന്റെ രുചി അനുഭവിച്ചിട്ടുള്ളവർ അത് മറക്കാൻ ഇടയില്ല. എറണാകുളത്തെയും പരിസരങ്ങളിലെയും നാനാജാതിമതസ്ഥരുടെയും പ്രിയപ്പെട്ട സ്ഥാപനമായിരുന്നു അത്.

രാജകൽപ്പനയോ നിയമമോ പ്രജാമണ്ഡലത്തിന്റെ ഒത്താശയോ കൂടാതെ തന്നെ പട്ടണങ്ങളിലെ ഇത്തരം സ്ഥാപനങ്ങളിൽ നിന്ന് അയിത്തം അന്തർദ്ധാനം ചെയ്തു.

ഗ്രാമങ്ങളിലും പട്ടണങ്ങളിലെ ക്ഷേത്രങ്ങളിലും മറ്റും ജാതി വിവേചനവും അയിത്തവും കൊടികുത്തിവാണ പശ്ചാത്തലത്തിലാണ് 1945 നവംബറിൽ എരൂരിൽ എസ് എൻ ഡി പി യോഗത്തിന്റെ വാർഷികം നടന്നത്. ആ യോഗം പി ഗംഗാധരനെ ഓർഗനൈസിംഗ് സെക്രട്ടറിയായി തിരഞ്ഞെടുത്തു. പി ജി കൊച്ചിയിൽ ഏറ്റവും പഴക്കമുള്ള കമ്യൂണിസ്റ്റ്. കമ്യൂണിസ്റ്റ് പാർട്ടിയാകട്ടെ എസ് എൻ ഡി പിയെപ്പോലുള്ള അവശ സമുദായ സംഘടനകളും സവർണരുടേതെങ്കിലും പുരോഗമന വീക്ഷണമുള്ള യോഗക്ഷേമസഭയെപ്പോലുള്ള ജാതി സംഘടനകളുമായി യോജിച്ചു പ്രവർത്തിച്ചകാലവും. പി ജി അനിതരസാധാരണമായ കഴിവുകളുള്ള മികച്ച സംഘാടകൻ പി ജി യുടെ സംഘടനാസമാർഥ്യത്തിന് പ്രൊ: വേലായുധൻ നൽകുന്ന തെളിവ് നോക്കുക:

> അന്ന് കൊച്ചി എസ് എൻ ഡി പി യോഗത്തിന് സജീവമായി പ്രവർത്തിക്കുന്ന ശാഖായോഗങ്ങൾ അധികമൊന്നും ഉണ്ടായിരുന്നില്ല. യോഗാംഗങ്ങൾ ആകട്ടെ ഏഴായിരത്തിൽ താഴെയായിരുന്നു. സംഘടനാ പ്രവർത്തനങ്ങൾ ഊർജിതപ്പെടുത്തി. കൊച്ചി കണയന്നൂർ താലൂക്ക് യൂണിയന്റെ കീഴിൽ എഴുപത്തിരണ്ട് ശാഖകളും മുകുന്ദപുരം താലൂക്ക് യൂണിയനിൽ എഴുപത് ശാഖകളും കൊടുങ്ങല്ലൂർ താലൂക്ക് യൂണിയനിൽ മുപ്പത് ശാഖകളും തൃശൂർ താലൂക്ക് യൂണിയനിൽ അറുപത്തിയെട്ട് ശാഖകളും തലപ്പിള്ളി താലൂക്ക് യൂണിയനിൽ പത്തൊൻപത് ശാഖകളും ചിറ്റൂർ താലൂക്ക് യൂണിയനിൽ ആറ് ശാഖകളും അങ്ങനെ മൊത്തം ആറ് യൂണിയനുകളിൽ ഇരുന്നൂറ്റി അറുപത്തിയഞ്ച് ശാഖകളും അൻപതി

നായിരം അംഗങ്ങളും ഉള്ള ഉറച്ച സംഘടനയായി കൊച്ചി എസ് എൻ ഡി പി യൂണിയൻ. മുപ്പത് കൊല്ലം മുൻപ് അവശതകൾ പൊറുക്കാനാവാതെ സങ്കടഹർജിയുമായി താണുവീണ് അപേക്ഷിച്ച കൊച്ചിയിലെ തീയർ '1121 ധനു8-ന് (1946 നവംബർ) ഉച്ചത്തിൽ യാഥാസ്ഥിതിക കോട്ടകൾ അടിത്തറയോടെ വിറകൊള്ളുമാറ് അവകാശ പ്രഖ്യാപനം നടത്തി. (*എസ് എൻ ഡി പി* യോഗ ചരിത്രം, അനുബന്ധം 25, തതക)

ടി എൻ കുമാരൻ

പാലിയത്തെപ്പോലുള്ള യാഥാസ്ഥിതികകോട്ടകളെ 'വിറപ്പിക്കുക' യല്ല പിഴുതെറിയാൻ കെൽപ്പുള്ള വിപ്ലവ ബഹുജന പ്രസ്ഥാനം കമ്യൂണിസ്റ്റുകാർ ബോധപൂർവം ഊട്ടിവളർത്തുകയായിരുന്നു. സംസ്ഥാന സംഘടനാസെക്രട്ടറി പി ജിയെ സഹായിക്കാനായി ഉശിരന്മാരും സമർഥന്മാരുമായ ഒരു സംഘം യുവകമ്യൂണിസ്റ്റുകാർ താലൂക്ക് യൂണിയൻ സെക്രട്ടറിമാരായി മുന്നോട്ടുവന്നു. കൊച്ചി കണയന്നൂർ താലൂക്ക് യൂണിയൻ സെക്രട്ടറി ടി കെ രാമകൃഷ്ണൻ, കൊടുങ്ങല്ലൂർ താലൂക്ക് യൂണിയൻ സെക്രട്ടറി ടി എൻ കുമാരൻ, മുകുന്ദപുരത്ത് പി കെ കുമാരൻ, തലപ്പിള്ളിയിൽ ടി കെ കൃഷ്ണൻ, തൃശൂരിൽ എം എസ് കുമാരൻ. എല്ലാവരും മുഴുവൻസമയപ്രവർത്തകർ. ആട്ടിയകറ്റി അടിച്ചമർത്തപ്പെട്ട അവശ ജാതിക്കാരിൽ എണ്ണത്തിലും മറ്റ് എല്ലാ രംഗങ്ങളിലും മുൻപന്തിയിൽ നിൽക്കുന്നവരെ തന്നെ സംഘടിപ്പിക്കേണ്ടതിന്റെ ആവശ്യകതയും പാർട്ടിക്ക് ബോധ്യമുണ്ടായിരുന്നു.

എം എസ് കുമാരൻ

പി ജി പറയുന്നത് നോക്കുക:

ഏരൂർ സമ്മേളനത്തിനുശേഷം ക്ഷേത്രപ്രവേശനം അനുവദിക്ക ണമെന്നഭ്യർഥിക്കുന്നതും അരലക്ഷം പേർ ഒപ്പിട്ടതുമായ ഒരു മെമ്മോറാണ്ടം സമർപ്പിക്കണമെന്ന് കൊച്ചി എസ് എൻ ഡി പി യോഗം ബോർഡ് തീരുമാനമെടുത്തു. പക്ഷേ, യോഗം മെമ്മോ റാണ്ടം അച്ചടിപ്പിച്ചില്ല. കാലതാമസം വരുന്നു എന്ന് കണ്ട് കൊച്ചിയിലെ കമ്യൂണിസ്റ്റ് പാർട്ടി കമ്മിറ്റി ക്ഷേത്രപ്രവേശനമെമ്മോറാണ്ടം തയാറാക്കി ഒപ്പ് ശേഖരണ പ്രസ്ഥാനം ആരംഭിച്ചു. ഏതാണ്ട് ഒരു മാസത്തിനുള്ളിൽ

> അറുപതിനായിരത്തോളം ഒപ്പുകൾ ശേഖരിക്കാൻ കഴിഞ്ഞു. ബ്രാഹ്മണരും ഹരിജനങ്ങളും അടക്കം ഹിന്ദുക്കളിലെ എല്ലാ വിഭാഗങ്ങളും മെമ്മോറാണ്ടത്തിൽ ഒപ്പിട്ടു. എസ് എൻ ഡി പി നേതാക്കളും സംഘടനകളും ഹരിജന സംഘടനകളും എല്ലാം ഒപ്പ് ശേഖരണ പ്രസ്ഥാനത്തിൽ പൂർണമായി സഹകരിച്ചു. ചെറുപ്പക്കാരുടെ നല്ല ഒരു സംഘം വീടുകളിൽ കയറി ഇറങ്ങിയാണ് ഒപ്പ് ശേഖരിച്ചത്. എസ് എൻ ഡി പി നേതാക്കൾ അടക്കം ആ ഭീമഹർജി കൊച്ചി മഹാരാജാവിന് സമർപ്പിച്ചു. അതിന് കൊച്ചി മഹാരാജാവ് നൽകിയ മറുപടി ഹിന്ദുക്കൾ ആകെ സമ്മതിച്ചാൽ ക്ഷേത്രപ്രവേശനം നൽകുന്നതിന് തനിക്ക് വിരോധം ഇല്ലെന്നായിരുന്നു. ഹിന്ദുക്കളാകെ യോജിച്ച് ക്ഷേത്രപ്രവേശനം ആവശ്യപ്പെട്ടില്ല, പ്രത്യേകിച്ച് രാജഭയം മൂലം അത് ഉണ്ടാകില്ലെന്ന തെറ്റിദ്ധാരണയാണ്, ഹിന്ദുക്കൾ സമ്മതിച്ചാൽ സമ്മതിക്കാമെന്ന് ഒരു ഉപാധി രാജാവ് മറുപടിയിൽ വച്ചതിന് കാരണം. (*പാലിയം സത്യഗ്രഹ സമരചരിത്രം*, പേജ് 4,5)

പിന്നീട് മഹാരാജാവ് പുറപ്പെടുവിച്ച പ്രസിദ്ധമായ ക്ഷേത്രപ്രവേശന സന്ദേശത്തിൽ ഇങ്ങനെ പറയുന്നു.

> അതുകൊണ്ട് എന്റെ അഭിപ്രായത്തിൽ ഈ പരിഷ്കാരം നടപ്പാക്കുന്നതിന് പറ്റിയ ഏറ്റവും ജനാധിപത്യപരമായ വഴി ഇത് ഒരു പൊതുതിരഞ്ഞെടുപ്പിൽ ഒരു അവശ്യ പ്രഖ്യാപനമാക്കുക എന്നുള്ളതാണ്. എന്റെ പ്രജകൾക്ക് ഉത്തരവാദിത്വഭരണം നൽകാൻ എനിക്കുള്ള ഉദ്ദേശം പ്രഖ്യാപിക്കപ്പെട്ടുകഴിഞ്ഞിട്ടുള്ളതാണ്. ആ ഉദ്ദേശം നടപ്പാക്കാൻ ഉള്ള നടപടികൾ എടുക്കപ്പെട്ടിരിക്കുന്ന ഫ്രാഞ്ചൈസ് കമ്മിറ്റി പ്രായപൂർത്തി വോട്ടവകാശത്തെ ശുപാർശ ചെയ്തിട്ടുണ്ട്. അങ്ങനെ അടുത്ത തിരഞ്ഞെടുപ്പ് ജനങ്ങൾ മുഴുവനും പങ്കെടുക്കുന്ന തിരഞ്ഞെടുപ്പ് ആയിരിക്കും. പുതിയ നിയമസഭ ഈ പരിഷ്കാരം നടപ്പാക്കണമെന്ന് ശുപാർശ ചെയ്യുകയാണെങ്കിൽ ഭരണഘടനാ വിധേയനായ ഒരു ഭരണാധികാരി എന്ന നിലയിൽ ഞാൻ പൊതുജനതീരുമാനത്തിനെതിരായിപ്പോകാൻ വിചാരിക്കയില്ല. അങ്ങനെ തനി ഭരണഘടനാപരമായ വഴിക്ക് ചർച്ച ചെയ്യപ്പെടാവുന്ന ഒന്നിനെ എന്റെ ഏകാധിപത്യപരമായ അധികാരം ഉപയോഗിച്ച് അത് വെറും അശുദ്ധവും, വികൃതവും ആക്കേണ്ടതിന്റെ ആവശ്യം ഇല്ല. (1947 ജനുവരി 14-ന്റെ *എക്സ്പ്രസ്സ്*, ഊന്നൽ കൂട്ടിച്ചേർത്തത്- പി ബി)

മഹാരാജാവിന്റെ അർഥശൂന്യമായ സന്ദേശത്തെക്കുറിച്ച് പ്രജാമണ്ഡലം കമ്മിറ്റി ചർച്ചചെയ്തതായോ എന്തെങ്കിലും പ്രതികരിച്ചതായോ

പ്രജാമണ്ഡലത്തിന്റെ ചരിത്രഗ്രന്ഥത്തിലും അക്കാലത്തെ പത്രങ്ങളിലും ഒന്നും കാണുന്നില്ല.

* * * * * * * *

സുവർണക്ഷേത്രങ്ങളിലെ ഉത്സവങ്ങളോടനുബന്ധിച്ചുള്ള ആറാട്ടുകുളിക്കും മറ്റും തിടമ്പ് പുറത്തേക്ക് എഴുന്നള്ളിക്കുമ്പോൾ വഴിയിൽ അയിത്തജാതിക്കാർ നിൽക്കരുത് എന്നായിരുന്നു കീഴ്വഴക്കം. പി ജി രേഖപ്പെടുത്തുന്നു.

> അയിത്തജാതിക്കാർ വഴിയിൽ പാടില്ലെന്നു മാത്രമല്ല വഴിയരുകിൽ ഉള്ള വീടുകളിൽ നിന്നും മറ്റും അയിത്തജാതിക്കാർ ഇറങ്ങി മാറണം. രോഗികളോ, പ്രസവിച്ചു കിടക്കുന്ന സ്ത്രീകളോ ഉണ്ടെങ്കിൽ അവരേയും മാറ്റിയേപറ്റൂ. എന്നല്ല വഴിയരികിലെ തെങ്ങിൽ ചെത്തുകാരനുണ്ടെങ്കിൽ അയാളും ഇറങ്ങി ഓടിക്കൊള്ളണം. തെങ്ങിലെ കള്ളൻമാടങ്ങൾ നേരത്തെ ഇറക്കി മാറ്റികൊള്ളണം. ഇല്ലെങ്കിൽ ഇറക്കി വലിച്ചെറിഞ്ഞ് മർദിച്ച് കേസ് എടുക്കും. *(ടി ലഘുലേഖ* പേജ് 5,6)

ഇരിങ്ങാലക്കുട കൂടൽമാണിക്യക്ഷേത്രത്തിലെ ആറാട്ട് എഴുന്നള്ളിപ്പ് പുറത്ത് പൊതുനിരത്തിലെത്തിയപ്പോൾ വഴിയരികിലൂടെ പോകുകയായിരുന്ന എസ് എൻ ഡി പി നേതാവ് കെ ടി അച്ചുതനെ സവർണരും പൊലീസും അസഭ്യം വിളിക്കുകയും ലാത്തി വീശി ആട്ടിയോടിക്കുകയും ചെയ്തു. എരൂർ എസ് എൻ ഡി പി സമ്മേളനത്തിൽ ക്ഷേത്രപ്രവേശന കാര്യം ഗൗരവമായി പരിഗണിക്കാൻ പ്രേരിപ്പിച്ചത് ഈ സംഭവമാണെന്ന് അനുമാനിക്കേണ്ടിയിരിക്കുന്നു. സമ്മേളന തീരുമാനപ്രകാരം 1121 ധനു8, കൊച്ചി എസ് എൻ ഡി പി യുടെ അവകാശ പ്രഖ്യാപനദിനമായി കൊണ്ടാടുവാൻ തീരുമാനിക്കുകയും കേരളത്തിലെ മാത്രമല്ല പുറമെ ഉള്ളവരുടെയും ശ്രദ്ധപിടിച്ചുപറ്റിക്കൊണ്ടു 1946 നവംബറിൽ അവകാശ പ്രഖ്യാപനസമ്മേളനം അത്യന്തം ഗംഭീരമാക്കുകയും ചെയ്തു. അവകാശപ്രഖ്യാപന രേഖയിൽ ഉന്നയിച്ച മൗലികാവകാശങ്ങൾ എന്തൊക്കെയായിരുന്നുവെന്ന് തീർച്ചയായും ചരിത്ര-സാമൂഹ്യ ശാസ്ത്ര വിദ്യാർഥികൾ അറിഞ്ഞിരിക്കേണ്ടതാണ്. അവയെ രാഷ്ട്രീയം, സാമുദായികം, വിദ്യാഭ്യാസം, സാമ്പത്തികം, തൊഴിൽപരം എന്നിങ്ങനെ അഞ്ചായി വിഭജിക്കാം.

I. രാഷ്ട്രീയം

1. പരിപൂർണ ഉത്തരവാദിത്വഭരണം.
2. ജനസംഖ്യാനുപാതികമായി നിയമസഭയിലും മുനിസിപ്പാലിറ്റികളിലും പ്രാതിനിധ്യം.

3. വേദസ്വത്തിലേക്ക് ഉൾപ്പെടെ എല്ലാ ഉദ്യോഗങ്ങളിലും അർഹമായ പങ്ക്.
4. ഇവയ്ക്ക് സ്റ്റാറ്റ്യൂട്ടറി വ്യവസ്ഥകൾ.

II. സാമുദായികം

1. ആരാധനാ സ്വാതന്ത്ര്യം സഞ്ചാര സ്വാതന്ത്ര്യവും.
2. അയിത്തം കുറ്റകരമാക്കുക.

III. വിദ്യാഭ്യാസം

1. പതിനാറ് വയസുവരെ നിർബന്ധിത സൗജന്യ വിദ്യാഭ്യാസം.
2. ഉന്നത വിദ്യാഭ്യാസത്തിന് ആവശ്യമായ സഹായം നൽകുക.

IV. സാമ്പത്തികം

1. ജന്മിത്തം അവസാനിപ്പിക്കുക.
2. കൃഷിക്കാരനും കുടികിടപ്പുകാരനും സ്ഥിരാവകാശം.
3. പാട്ടവും കരവും വെട്ടിക്കുറയ്ക്കുക.
4. കടഭാരം വെട്ടിക്കുറയ്ക്കാൻ സർക്കാർ ഉദാരവ്യവസ്ഥയിൽ കടം നൽകുക.
5. കൃഷിയുപകരണങ്ങളും വിത്തും വളവും വിതരണം ചെയ്യുക.
6. സഹകരണകൃഷി പ്രോത്സാഹിപ്പിക്കുക.
7. കാർഷിക വിളകൾക്ക് നല്ലവില ഉറപ്പ് വരുത്തുക.

V. തൊഴിൽപരം

1. മിനിമം കൂലി നിജപ്പെടുത്തുക.
2. ജോലിസമയം ആഴ്ചയിൽ നാൽപ്പത് മണിക്കൂർ ആക്കുക.
3. തുല്യജോലിക്ക് സ്ത്രീ-പുരുഷൻമാർക്ക് തുല്യവേതനം കൊടുക്കുക.
4. തൊഴിലില്ലായ്മാ വേതനവും പ്രസവകാലാനുകൂല്യവും അനുവദിക്കുക.
5. വാർധക്യകാലത്തും അപകടംപിണയുമ്പോഴും സംരക്ഷണം നൽകുക.
6. വെക്കേഷനും ഒഴിവു ദിവസങ്ങളും അനുവദിക്കുക.
7. തൊഴിൽ തർക്ക പരിഹാരത്തിന് സജ്ജീകരണങ്ങൾ തയാറാക്കുക.
8. വൻകിട വ്യവസായങ്ങളും ട്രാൻസ്പോർട്ടും ഗവൺമെന്റ് ഏറ്റെടുക്കുക.
9. ചെറുകിട വ്യവസായങ്ങളെ പ്രോത്സാഹിപ്പിക്കുക.

അരനൂറ്റാണ്ടിനു മുൻപത്തെ സാമുദായിക സംഘടന ഉന്നയിച്ച ആവശ്യങ്ങൾ. അത്ഭുതപ്പെടേണ്ട, കമ്യൂണിസ്റ്റുകാരായിരുന്നു അതിന്റെ

പിന്നിൽ. എസ് എൻ ഡി പിയുടെ അവകാശ പ്രഖ്യാപനം ഉളവാക്കിയ പ്രതികരണവും ചലനങ്ങളും വ്യാപകമായിരുന്നു. അവശജനവിഭാഗങ്ങളിൽ പ്രത്യാശ ഉണർത്തി. ഈ സവിശേഷത കൊച്ചി എസ് എൻ ഡി പിയെ തിരുവിതാംകൂർ മലബാർ എസ് എൻ ഡി പി യോഗങ്ങളിൽ നിന്നും ഉയർത്തിനിർത്തുന്നു. അൻപതിനായിരം അംഗങ്ങളുള്ള കൊച്ചി എസ് എൻ ഡി പിയും പതിനായിരം അംഗങ്ങളുള്ള സുസംഘടിതമായ സമസ്ത കൊച്ചി പുലയ മഹാസഭയും ഇതര സമുദായ സംഘടനകളും രാഷ്ട്രീയപ്പാർട്ടികളും എല്ലാം പ്രക്ഷോഭത്തിന് തയാറെടുത്തു.

1946 ജൂൺ 1-ന് സമസ്ത കൊച്ചി പുലയമഹാസഭയുടെ വാർഷിക സമ്മേളനം. സമ്മേളനഫണ്ട് പിരിക്കുന്ന പുലയ യുവതികൾ ഇരിങ്ങാലക്കുട കൂടൽമാണിക്യ ക്ഷേത്രത്തിനു സമീപമുള്ള കൂട്ടംകുളം റോഡിലെത്തി പിരിവ് ആരംഭിച്ചു. ഈ റോഡിൽ അയിത്തജാതിക്കാർക്ക് പ്രവേശനം ഇല്ലായിരുന്നു. സവർണജാതിക്കോമരങ്ങൾക്ക് കലികയറി. ഈ യുവതികളുടെ നിരോധനലംഘനമല്ല അവരുടെ കൂസലില്ലായ്മയും വേഷവിധാനങ്ങളുമാണ് അവരെ കൂടുതൽ അരിശം കൊള്ളിച്ചത്. ഇന്നലെ വരെ തങ്ങളുടെ ചൊൽപ്പടിക്കും ഇംഗിതത്തിനും വിധേയരായിരുന്ന ഈ പെൺകുട്ടികൾ ഇന്ന് അവകാശബോധത്തോടെ സംഘടിതരായി സംഘബലം വർധിപ്പിക്കാൻ ഇറങ്ങിയിരിക്കുന്നു. മുട്ടോളം എത്തുന്ന മുണ്ടുടുത്ത് വേണ്ടി വന്നാൽ ഒരു തോർത്ത് മാറത്ത് ഇട്ട് നടന്നവർ ആധുനിക രീതിയിൽ സാരികൾ അണിഞ്ഞ് തലയുയർത്തിപ്പിടിച്ച് തങ്ങളുടെ മുന്നിൽ കൂസലെന്യേ എത്തിയിരിക്കുന്നു! സവർണക്കോമരങ്ങൾ കുശുകുശുത്തു. തെമ്മാടികൾ യുവതികളുടെ മേൽ ചാടിവീണു അവരെ തല്ലുകയും അസഭ്യം വിളിക്കുകയും ചെയ്തു. ചിലർ അവരുടെ മേൽ മുറുക്കിത്തുപ്പി.

സംഘടിതരായ 'പതിനായിരം പുലയർ' ക്ഷോഭിച്ചുവശായി. ചുറുചുറുക്കുള്ള ഏതാനും ചെറുപ്പക്കാർ പിറ്റേന്ന് സൈക്കിൾജാഥയായി കൂട്ടംകുളം റോഡിൽ പ്രവേശിച്ചു. സവർണഗുണ്ടകൾ കരുതലോടെ ഇരിക്കുകയായിരുന്നു. അവർ സൈക്കിൾ ജാഥയെയും തല്ലിപ്പിരിച്ചു. ഈ സംഭവം നടന്നത് 1946 മെയ് ആദ്യവാരത്തിലോ രണ്ടാം വാരത്തിലോ ആയിരിക്കണം. മജിസ്ട്രേട്ടിന്റെ പഴയ നിരോധന ഉത്തരവിനെ പുതുക്കി പ്രാബല്യത്തിൽ വരുത്തിക്കൊണ്ട് ഗവൺമെന്റ് പുതിയ ഓർഡിനൻസ് കൊണ്ടുവന്നിരിക്കണം. എന്തുകൊണ്ടെന്നാൽ തൃശൂരിൽ നിന്ന് 1946 മെയ് 9-ന് അയച്ച റിപ്പോർട്ട് മെയ് 12-ന്റെ *ദേശാഭിമാനി*യിൽ ഇങ്ങനെ വായിക്കാം.

> തൃശൂർ മേയ് 9. ഇരിങ്ങാലക്കുട ക്ഷേത്ര പരിസരങ്ങളിലെ റോഡുകളിൽ കൂടി ഈഴവർക്ക് സഞ്ചരിച്ചുകൂടെന്ന മജിസ്ട്രേട്ടിന്റെ കൽപ്പനയെ പിൻവലിപ്പിക്കാൻ എല്ലാ കക്ഷികളും കൂടി യോജിച്ച് ഒരു പ്രക്ഷോഭത്തിന് ഒരുക്ക് കൂട്ടുകയാണ്.

ഇക്കാര്യത്തിൽ വിവിധകക്ഷികൾ യോജിച്ച് പ്രവർത്തിക്കുന്നതിന് അഭ്യർഥിച്ചുകൊണ്ടുള്ള ഒരു മുഖപ്രസംഗം മേടം 15-ാം തീയതിയിലെ ദിനബന്ധു എഴുതുകയുണ്ടായി. എറണാകുളത്തു നിന്നും പ്രസിദ്ധം ചെയ്യുന്ന *മലബാർ മെയിൽ* എന്ന പത്രം ഓർഡിനൻസിനെ ആക്ഷേപിച്ചുകൊണ്ട് മുഖപ്രസംഗം എഴുതി. മേടം 9-ന് ഇരിങ്ങാലക്കുട മുനിസിപ്പൽ കൗൺസിൽ യോഗം ഉത്തരവ് പിൻവലിക്കാൻ ആവശ്യപ്പെട്ടുകൊണ്ടുള്ള ഒരു പ്രമേയം പാസാക്കി.

ക്ഷേത്രപ്രവേശന കാര്യത്തിൽ ഉടനടി എന്തെങ്കിലും ചെയ്യണമെന്ന് എല്ലാ പ്രജാമണ്ഡലം നേതാക്കന്മാർക്കും അഭിപ്രായം ഉണ്ട്. പക്ഷേ അവരുടെ ദൃഷ്ടി പതിഞ്ഞത് എസ് എൻ ഡി പിയുടെ നേരെയാണ്. അവരുടെ സഹകരണം കൂടാതെ ഒരു സമരം നടത്താൻ ഉള്ള കഴിവും പ്രജാമണ്ഡലത്തിനാണ് ഉള്ളത് എന്നാണ് എസ് എൻ ഡി പി യോഗ നേതാക്കന്മാരുടെ ഒരു പ്രമുഖ വിഭാഗം കണക്കാക്കുന്നത്.

ഇരിങ്ങാലക്കുടയിൽ പൊതുയോഗത്തിൽ നിന്നും തിരഞ്ഞെടുത്ത വിവിധ കക്ഷികളിലെ നേതാക്കന്മാർ അടങ്ങുന്ന നിവേദകസംഘത്തിന് അടുത്തുതന്നെ മഹാരാജാവ് അഭിമുഖസംഭാഷണം അനുവദിക്കുമെന്ന് വിശ്വസിക്കപ്പെടുന്നു. മഹാരാജാവിൽ നിന്നും അനുകൂലമായ മറുപടി ലഭിക്കാത്തപക്ഷം കൊച്ചിയിൽ ക്ഷേത്രപ്രവേശനത്തിനുള്ള സമരം ആരംഭിക്കുമെന്നത് തീർച്ചയാണ്.

എല്ലാ രാഷ്ട്രീയ കക്ഷികളെയും സാമുദായിക സംഘടനകളെയും ക്ഷേത്രപ്രവേശന കാര്യത്തിൽ യോജിപ്പിച്ച് നിർത്താൻ ഉള്ള കഠിനശ്രമം കമ്യൂണിസ്റ്റ് പാർട്ടിയുടെ ഭാഗത്ത് നിന്ന് ഉണ്ടായി എന്നും സമരത്തിന്റെ അന്ത്യഘട്ടം അടുക്കുംവരെ ഒരളവോളം ഇതിൽ വിജയിച്ചുവെന്നുമുള്ളത് സത്യം. എന്നാൽ പ്രജാമണ്ഡലം നേതൃത്വവും എസ് എൻ ഡി പി നേതൃത്വവും പരസ്പരം നോക്കി ശങ്കിച്ച് നിസ്സങ്കോചത്തോടെ നിലകൊണ്ടു.

തുടർന്ന് അങ്ങോട്ട് സംസ്ഥാനത്തിന്റെ മുക്കിലും മൂലയിലും സമരകാഹളം മുഴങ്ങാൻ തുടങ്ങി.

കമ്യൂണിസ്റ്റ് പാർട്ടിയുടെ ആഭിമുഖ്യത്തിൽ എം കെ കാട്ടുപറമ്പന്റെ (പിൽക്കാലത്ത് പരിയാരം കേസിൽ പ്രതി ആയി) നേതൃത്വത്തിൽ ഒരു കാൽനടജാഥ കൂട്ടംകുളം റോഡിനെ ലക്ഷ്യമാക്കി നീങ്ങി. വഴിനീളെ ആവേശോജ്വലമായ സ്വീകരണങ്ങൾ ഏറ്റുവാങ്ങിക്കൊണ്ട് ജാഥ ഇരിങ്ങാലക്കുടയ്ക്ക് സമീപം എത്തിയപ്പോൾ മുനിസിപ്പൽ അതിർത്തിയിൽ പ്രവേശിക്കരുതെന്ന നിരോധനാജ്ഞ. നിരോധനം ലംഘിച്ച് അറസ്റ്റ് വരിച്ച് ക്ഷേത്രപ്രവേശന സമരത്തിന് തുടക്ക് കുറിക്കാം എന്ന് പാർട്ടി തീരുമാനിച്ചു.

ഉടൻ എത്തി പ്രജാമണ്ഡലം നേതാക്കളായ സഹോദരൻ അയ്യപ്പനും കെ പി മാധവൻനായരും. അവരുടെ അഭ്യർഥന വലിയ വാഗ്ദാനങ്ങൾക്ക്

ശേഷം അംഗീകരിക്കുകയും നിരോധനം ലംഘിക്കേണ്ടെന്ന് തീരുമാനിക്കുകയും ചെയ്തു.

കള്ളക്കേസുകളും അറസ്റ്റും മർദനവും മുറയ്ക്ക് നടന്നു. പ്രജാമണ്ഡലം നേതാക്കൻമാരുടെ അഭ്യർഥനയ്ക്കുപിന്നിലെ ഉറപ്പുകൾ ഒന്നും പാലിക്കുക ഉണ്ടായില്ല. പാർട്ടി തീരുമാനം അനുസരിച്ച് പി കെ കുമാരന്റെ നേതൃത്വത്തിൽ വീണ്ടും ഒരു ജാഥ കൂട്ടംകുളം റോഡിൽ കടക്കാനായി പുറപ്പെട്ടു. അവരേയും അറസ്റ്റ് ചെയ്തു കഠിനമായി മർദിച്ചു. ജൂൺ 30-ന് മർദന പ്രതിഷേധ ദിനമായി ആചരിക്കാൻ കേരള റീജണൽ ട്രേഡ് യൂണിയൻ കോൺഗ്രസ് (കെ ആർ ടി യു സി) ആഹ്വാനം ചെയ്തു. അത്രയും ഭീകരമായിരുന്നു നാടിന്റെ സ്ഥിതി.

നാടെങ്ങും വീണ്ടും പ്രതിഷേധയോഗങ്ങൾ അലയടിച്ചു. അറസ്റ്റും മർദനവും കൂടാതെ ഇരിങ്ങാലക്കുടയിലെ നിരോധനം ലംഘിക്കാൻ പല കേന്ദ്രങ്ങളിൽ നിന്നും ജാഥകൾ അങ്ങോട്ട് നീങ്ങി. മലബാറിൽ നിന്ന് പുറപ്പെട്ട ജാഥയ്ക്ക് ജൂലായ് 12-ന് കോഴിക്കോട് ഗംഭീര സ്വീകരണം നൽകിയതായും യോഗത്തിൽ കേളപ്പൻ, ദാമോദരമേനോൻ, വർഗീസ് കളത്തിൽ, കെ കേരളീയൻ തുടങ്ങിയവർ പ്രസംഗിച്ചതായും 1946 ജൂലായ് 16-ന്റെ *ദേശാഭിമാനി* റിപ്പോർട്ട് ചെയ്തു.

ഈ പ്രതിഷേധ യോഗങ്ങളിൽ ജൂൺ 24-ന് ഇരിങ്ങാലക്കുട അയ്യങ്കാവ് മൈതാനിയിൽ കൂടിയ സർവകക്ഷിയോഗം പ്രത്യേകം പ്രസ്താവമർഹിക്കുന്നു. യോഗത്തിൽ അധ്യക്ഷത വഹിച്ച പുതൂർ അച്ചുതമേനോൻ, ഉചിതമായ സമയത്തു മാത്രമേ പ്രജാമണ്ഡലം സമരത്തിന് ആഹ്വാനം ചെയ്യൂ; അതുവരെ ക്ഷമിക്കണം എന്ന് പറഞ്ഞു. വേണ്ടുവോളം ഞങ്ങൾ സഹിച്ചു കഴിഞ്ഞു എന്ന് പി ജി പറഞ്ഞു. അടുത്ത പ്രസംഗകനായ ചാത്തൻ മാസ്റ്റർ നിരോധന ഉത്തരവിനെ വെല്ലുവിളിച്ചു.

യോഗത്തിനുശേഷം ജനമെല്ലാം കൂട്ടംകുളം റോഡിലേക്ക് മാർച്ച് ചെയ്തു. നിരോധനമേഖലയുടെ അതിർത്തിയിൽ മജിസ്ട്രേട്ടും വലിയൊരു പൊലീസ് സൈന്യവും നിൽപ്പുണ്ടായിരുന്നു. പി ജിയും മജിസ്ട്രേട്ടും പൊലീസ് ഉദ്യോഗസ്ഥൻമാരും തമ്മിൽ വാഗ്വാദം നടന്നു. നിരോധനം ഇല്ലെന്ന് പി ജി, ഉണ്ടെന്ന് ഉദ്യോഗസ്ഥൻമാർ. ഉണ്ടെങ്കിൽ കൽപ്പന കാണട്ടെ എന്ന് പി ജി, അത് ഗസറ്റിൽ ഉണ്ടെന്ന് ഉദ്യോഗസ്ഥൻമാർ. നിയമമെല്ലാം കോടതിയിൽ ആണെന്ന് പറഞ്ഞ് ഇരിങ്ങാലക്കുട പൊലീസ് ഇൻസ്പെക്ടർ പി ജിയെ പിടിച്ചുതള്ളി. ജനക്കൂട്ടം ഇളകി. സ്ഥിതിഗതി വഷളാകുന്നു എന്ന് കണ്ട് പൊലീസ് പി ജിയെയും കെ വി ഉണ്ണിയെയും അറസ്റ്റ് ചെയ്ത് കൈകൾ കൂട്ടിക്കെട്ടി. ജനക്കൂട്ടം ഉന്തിത്തള്ളിക്കേറി വന്ന് പൊലീസുമായി ഏറ്റുമുട്ടി. പി ജി യെയും ഉണ്ണിയെയും വലിച്ചിഴച്ച് ലോക്കപ്പിലാക്കി.

ഇതിൽ പ്രതിഷേധിച്ച് യോഗം കൂടി. പ്രസംഗിച്ച കുറ്റത്തിന് ചാത്തൻ മാസ്റ്ററെയും എം കെ തയ്യലിനെയും അറസ്റ്റ് ചെയ്ത് ലോക്കപ്പിൽ കൊണ്ടുവന്ന് അതിക്രൂരമായി മർദിച്ചു.

ഈ പശ്ചാത്തലത്തിൽ ആണ് എസ് എൻ ഡി പി യോഗത്തിന്റെ തീരുമാനപ്രകാരം 1946 ജൂലായ് 14-ന് തൃശൂർ എസ് എൻ ഡി പി ആപ്പീസിൽ വെച്ച് എസ് എൻ ഡി പി തന്നെ മുൻകൈ എടുത്ത് ക്ഷേത്രപ്രവേശനത്തെക്കുറിച്ച് ആലോചിക്കാൻ സർവകക്ഷി യോഗം വിളിച്ചുകൂട്ടിയത്.

ഈ യോഗം സംബന്ധിച്ച് 1946 ജൂലായ് 16-ന്റെ *ദേശാഭിമാനി* റിപ്പോർട്ടിൽ ഇങ്ങനെ കാണുന്നു.

> എസ് എൻ ഡി പി യോഗത്തിന്റെ തീരുമാനപ്രകാരം തൃശൂർ എസ് എൻ ഡി പി യോഗം ഓഫീസിൽ വച്ച് സർവകക്ഷിയോഗം വിളിച്ചുകൂട്ടി.
>
> പ്രജാമണ്ഡലത്തെ പ്രതിനിധീകരിച്ച് ഇക്കണ്ടവാരിയർ, കെ പി മാധവൻനായർ, കുറൂർ നീലകണ്ഠൻ നമ്പൂതിരിപ്പാട് എന്നിവരും എസ് എൻ ഡി പിയെ പ്രതിനിധീകരിച്ച് കെ അയ്യപ്പൻ, ടി കെ കുഞ്ഞയ്യപ്പൻ, പി ഗംഗാധരൻ എന്നിവരും അധഃകൃത പ്രതിനിധികളായി കെ കെ കണ്ണൻ, കെ കൊച്ചുകുട്ടൻ, കെ കെ മാധവൻ തുടങ്ങിയവരും പ്രജാമണ്ഡലം, എസ് എൻ ഡി പി, കമ്യൂണിസ്റ്റ് പാർട്ടി, യൂത്ത് കോൺഗ്രസ്, പുലയമഹാസഭ, വേട്ടുവ മഹാസഭ, പടന്ന മഹാസഭ, കണക്ക മഹാസഭ, വാത്തി സമാജം, സാംബവ മഹാജനസഭ മുതലായി 14 രാഷ്ട്രീയ സാമുദായിക സംഘടനകളുടെ പ്രതിനിധികളും പങ്കെടുത്തു. പി കെ ഡീവറുടെ അധ്യക്ഷതയിലായിരുന്നു യോഗം.
>
> സമരം ആവശ്യമില്ലെന്ന ഒരു അഭിപ്രായം ഉയർന്നുവന്നു.
>
> ചിങ്ങം 1-നു മുമ്പ് ക്ഷേത്രപ്രവേശനം അനുവദിച്ചില്ലെങ്കിൽ തൃശൂർ വടക്കുംനാഥൻ, ഇരിങ്ങാലക്കുട പഴയന്നൂർ ഈ ക്ഷേത്രങ്ങളിൽ സത്യഗ്രഹം തുടങ്ങണമെന്ന് യൂത്ത് കോൺഗ്രസ് പ്രതിനിധികൾ പ്രമേയം വായിച്ചു. സമരം നടത്താനുള്ള കമ്മിറ്റികൾ കോൺഗ്രസുകാരുടെ മാത്രം പേരുകൾ ഉൾപ്പെടുത്തി ഒരു ലിസ്റ്റും വച്ചു. പക്ഷേ ആ യോഗത്തിൽ കോൺഗ്രസിന്റെ പ്രതിനിധികൾ ആരുമില്ലായിരുന്നു.
>
> സമരം സംബന്ധിച്ച എല്ലാ അധികാരങ്ങളും സർവകക്ഷി കമ്മിറ്റിക്കായിരിക്കണമെന്ന് സി അച്യുതമേനോൻ നിർദേശിച്ചു. സമരപ്രചാരണം ആരംഭിക്കും മുൻപേ സ്വകാര്യ ക്ഷേത്രങ്ങൾ തുറപ്പിക്കാൻ ശ്രമിക്കണമെന്നും നിർദേശിക്കപ്പെട്ടു.
>
> സത്യഗ്രഹം ഉൾപ്പെടെയുള്ള എല്ലാ നടപടികളും സ്വീകരിച്ചു ക്ഷേത്രപ്രവേശനം സാധിക്കാനായി ഒരു കർമസമിതി രൂപീകരിക്കണമെന്ന അഭിപ്രായം പരക്കെ സ്വീകാര്യമായി. അതനുസരിച്ച് ഒരു പ്രമേയം യോഗം സ്വീകരിച്ചു. കർമസമിതിയിൽ ഇക്കണ്ടവാ

രിയർ, കെ അയ്യപ്പൻ, പി ഗംഗാധരൻ, പികെ ഡീവർ, സി അച്യുതമേനോൻ, കെ കെ കണ്ണൻ തുടങ്ങിയവരാണ് ഉണ്ടായിരുന്നത്. അധഃകൃതരുടെ എല്ലാ സംഘടനകളും യോജിച്ച് അവരുടെ മൂന്ന് പ്രതിനിധികൾ മതിയെന്ന് തീരുമാനിച്ചു. പ്രജാമണ്ഡലത്തിനും എസ് എൻ ഡി പി ക്കും ഒന്നിൽ കൂടുതൽ പ്രതിനിധികൾ വേണമെന്ന ആവശ്യം അംഗീകരിക്കപ്പെട്ടു. സമിതിയുടെ കൺവീനർ പി കെ ഡീവർ ആയിരിക്കും.

ഈ തീരുമാനത്തിന്റെ അടിസ്ഥാനത്തിൽ ഇരിങ്ങാലക്കുടയ്ക്ക് പുറപ്പെട്ട ജാഥകൾ നിർത്തി വയ്ക്കാൻ അഭ്യർഥിച്ചു. പരിയാരം ജാഥ എത്തി. അയ്യങ്കാവ് മൈതാനിയിൽ യോഗം ചേർന്നു പിരിഞ്ഞു.

കർമസമിതി താലൂക്കുതോറും ക്ഷേത്രപ്രവേശന സമ്മേളനങ്ങൾ വിളിച്ചുകൂട്ടി. താലൂക്ക് പ്രചാരണ ജാഥകൾ സംഘടിപ്പിച്ചു. താലൂക്കുകളിലെ മുക്കിലും മൂലയിലും പ്രചാരണ ജാഥകൾ പര്യടനം നടത്തി. പൊതുയോഗങ്ങൾ സംഘടിപ്പിച്ചു. സംസ്ഥാന മാതൃകയിൽ താലൂക്ക് ക്ഷേത്ര പ്രവേശന കർമസമിതികൾ രൂപീകരിച്ചു. അയ്യായിരം വളണ്ടിയർമാരെ ഒരുക്കിനിർത്തി. സമരത്തിലേക്ക് പതിനയ്യായിരം ഉറുപ്പിക ശേഖരിച്ചു.

പക്ഷേ, പിന്നീട് ക്ഷേത്രപ്രവേശന കമ്മിറ്റി യോഗം ചേരുകയോ എന്തെങ്കിലും പ്രശ്നങ്ങൾ ചർച്ച ചെയ്യുകയോ ഉണ്ടായില്ല.

കൂട്ടംകുളം സംഭവത്തോടെ പാലിയത്ത് പുകഞ്ഞുകൊണ്ടിരുന്ന സമരത്തീ ആളിക്കത്തി.

7

കോവിലകം കഴിഞ്ഞാൽ പാലിയം

പാലിയം സ്ഥിതിചെയ്യുന്ന ചേന്ദമംഗലത്തിന് (ഇന്നത്തെ ചേന്ദമംഗലം പഞ്ചായത്ത്) സഹസ്രാബ്ദങ്ങളുടെ ചരിത്രമുണ്ട്. അതിവിടെ പ്രസക്തമല്ല. എന്നാൽ ഒരു സവിശേഷത പ്രത്യേകം എടുത്തുപറയേണ്ടതുണ്ട്. ചേന്ദമംഗലത്തിന്റെ കിഴക്കേ അറ്റത്തു കാണുന്ന കുന്നിലെ പഴയ കോട്ടയുടെ അവശിഷ്ടങ്ങളും അവിടെ തോളോടുതോൾ മുട്ടി ഉരുമ്മി എന്നതുപോലെ നിൽക്കുന്ന ഹൈന്ദവ-മുസ്ലിം-ക്രിസ്ത്യൻ-യഹൂദ ദേവാലയങ്ങളും ആണ് അത്. അവയുടെ ചരിത്രത്തിലേക്ക് നാം കടക്കേണ്ടതില്ല. ഇവിടെ, കോട്ടയിൽ കോവിലകം എന്നറിയപ്പെടുന്ന ഈ പ്രദേശം അന്യമത സഹിഷ്ണുതയുടെയും മതമൈത്രിയുടെയും പ്രതീകം എന്നോണം നൂറ്റാണ്ടുകളായി നിലനിൽക്കുന്നു. ശംഖ്, കൊമ്പ് അമ്പ്, മണി, വാങ്ക് എന്നിവ അഞ്ചും ഒത്തിണങ്ങിയതാണ് ചേന്ദമംഗലത്തിന്റെ സവിശേഷത. മേൽപ്പറഞ്ഞ അഞ്ചും വ്യത്യസ്ത മതങ്ങളെ സൂചിപ്പിക്കുന്നു. ഈ മതസൗഹാർദത്തിന്റെ പ്രതീകത്തിന്റെ തൊട്ടടുത്തു വെച്ച് ഈ നൂറ്റാണ്ടിന്റെ മധ്യത്തിൽ ഒരു മതത്തിലെ ഒരു വിഭാഗം സഞ്ചാരസ്വാതന്ത്ര്യം നേടുന്നതിനുള്ള സംരംഭത്തിൽ ജീവൻ ബലി അർപ്പിക്കേണ്ടതായി വന്നുവെന്നത് ചരിത്രത്തിലെ ഒരു ക്രൂരവിനോദമാണ്.

പാലിയത്തിനും ഉണ്ട് നൂറ്റാണ്ടുകളുടെ ചരിത്രം. അതിന്റെയും, വിശദാംശങ്ങൾ ഇവിടെ അപ്രസക്തം. ഏതാണ്ട് അര നൂറ്റാണ്ടിനു മുമ്പു വരെ മധ്യകേരളത്തിൽ ഒരു ചൊല്ലുണ്ടായിരുന്നു.

"കോവിലകം കഴിഞ്ഞാൽ പാലിയം"

ഈ ചൊല്ലിൽ നിന്നും പാലിയത്തിന്റെ നൂറ്റാണ്ടുകളുടെ ചരിത്രവും അധികാരപ്രമത്തതയും വിത്തപ്രതാപവും ആർക്കും ഊഹിക്കാം. രാജാ പ്രത്യക്ഷ ദൈവതം എന്നാണല്ലോ അക്കാലത്തെ പ്രമാണം. കൊച്ചി

രാമൻ ഇരവി ഗോവിന്ദൻ
സമരകാലത്തെ വലിയ അച്ചൻ

സംസ്ഥാനത്തിൽ രാജാവ് കഴിഞ്ഞാൽ പ്രത്യക്ഷദൈവതം പാലിയത്തച്ചനാണ് മുടിചൂടാ മന്നൻ. എന്നാൽ എറണാകുളം ആർക്കൈവ്സിലെ പാലിയം രേഖകൾ നോക്കുമ്പോൾ ചില സന്ദർഭങ്ങളിലെങ്കിലും പാലിയത്തച്ചനാണ് കൊച്ചിയിൽ മഹാരാജാക്കൻമാരെ വാഴിച്ചതും അവരുടെ കിരീടവും സിംഹാസനവും, തെറിച്ചു പോകാതെ വിശ്വസ്തനായ കാവൽനായയെപ്പോലെ കാത്തുസൂക്ഷിച്ചതും എന്നു കാണാവുന്നതാണ്. ചില അച്ചന്മാർ "തിരുവുള്ളക്കേട്" കാണിച്ച ഉദാഹരണങ്ങളും ഇല്ലാതില്ല.

പാലിയത്ത് മേനോൻമാർക്ക് 'ഇരവി' എന്ന മാറാ ഇരട്ടപ്പേരും, 'അച്ചൻ' എന്ന് സ്ഥാനപേരും മഹാരാജാവ് 'കൽപ്പിച്ചരുളി' കൊടുത്തിട്ടുള്ളതാണ്. കൊച്ചിയിലെ പ്രധാനമന്ത്രിസ്ഥാനവും പ്രധാന സൈന്യാധിപസ്ഥാനവും ഒരു കാലഘട്ടം വരെ പാലിയത്തച്ചൻമാരുടെ പരമ്പരാഗതമായ അവകാശമായിരുന്നു. കൊച്ചി രാജകുടുംബവും പാലിയം കുടുംബവും പരസ്പരം സംരക്ഷിച്ചുകൊള്ളാമെന്ന് കരാർ ഉണ്ടായിരുന്നു.

1124 കുംഭം 30-ന് അന്നത്തെ പാലിയത്ത് വലിയ അച്ചനും മറ്റു 211 അംഗങ്ങളും ചേർന്ന് ഒപ്പിട്ട് മഹാരാജാവിന് സമർപ്പിച്ച ഹർജിയിൽ ഇങ്ങനെ കാണുന്നു.

> കൊല്ലവർഷം 836 മേടം 14-ന് വലിയതമ്പുരാൻ തിരുമനസുകൊണ്ട് കൽപ്പിച്ചെഴുതിയ തീട്ടൂരത്തിൽ "ഈ സ്വരൂപത്തിങ്കൽ ഗുണത്തിന് പാലിയത്ത് മേനോൻമാർ നമ്മെക്കൂടെ വേണ്ടുന്ന പ്രയത്നങ്ങൾ ചെയ്തിരിക്കകൊണ്ട് എന്നെന്നേക്കും അവരുടെ തറവാട് രക്ഷിച്ചു നടത്തിക്കൊടുക്കുകയും വേണം... 854-ാമാണ്ട് ഇടവമാസം 14-ന് എഴുതിവച്ച വയ്മ്പിൽ വലിയതമ്പുരാന്റെ തീരുമാനപേർക്ക് രാജ്യത്തിന്റെ ഗുണത്തിനു ചേരുംവിധം ഉള്ളത് ഒക്കേയ്ക്കും ക്ലേശിപ്പിനും വിചാരിപ്പിനും വലിയ അച്ചനെ സംഗതിയിട്ടു വയ്ക്കുകയും ചെയ്തു... കൊല്ലവർഷം 932-ൽ കൊച്ചി രാജ്യത്തെ ശത്രുക്കൾ വളയുകയും മിക്ക പ്രഭുക്കൻമാരും പ്രമാണിമാരും ശത്രുപക്ഷത്തിൽ ചേരുകയും ചെയ്തപ്പോഴും അന്നത്തെ വലിയ അച്ചൻ പ്രലോഭനങ്ങൾക്കൊന്നും വഴിപ്പെടാതെ വലിയതമ്പുരാൻ തിരുമനസിലെ ഭാഗത്ത് ഉറച്ചുനിന്നു എന്നുള്ളത് അടിയന് അഭിമാന ഹേതുകമായിട്ടുള്ളതാണ്. അതിന്റെ ഫലമായി കൊച്ചിയും തിരുവിതാംകൂറും തമ്മിൽ സന്ധി

യുണ്ടാക്കാൻ സംഗതിയാവുകയും, കൊച്ചി രാജ്യത്തിന് ശത്രുക്കളിൽ നിന്ന് എന്നെന്നേക്കുമായി രക്ഷകിട്ടുകയും ചെയ്തു.............. അതുകൊണ്ട് നാട് ഒഴിഞ്ഞ വലിയതമ്പുരാൻ തിരുമനസിലെ ഗവൺമെന്റ് അടിയന്റെ കുടുംബത്തേക്ക് ഉദ്ദേശം 6000ക. പെൻഷനായി കൽപ്പിച്ച് അനുവദിച്ചു. നായർ റഗുലേഷൻ നടപ്പിൽ വരാൻ പോകുന്ന കാലത്ത് അനേകം കുടിയാന്മാരുടെ ഭാഗധേയം പാലിയം സ്വരൂപത്തിന്റെ നിലനിൽപ്പിനെ ആശ്രയിച്ചാണ് ഇരിക്കുന്നത് എന്നുള്ള വാസ്തവം മനസിലാക്കിയതുകൊണ്ട് അവരിൽ പ്രമാണികളായ ചിലരും അന്നത്തെ വലിയ അച്ചനും ഗവൺമെന്റിനെ സമീപിച്ച് സംഗതികളുടെ യാഥാർഥ്യത്തെ ഗ്രഹിപ്പിക്കുകയും അവരുടെ അപേക്ഷ അനുസരിച്ച് അന്നത്തെ ഗവൺമെന്റ് പാലിയത്തിനെ അവിഭാജ്യ കുടുംബമാക്കി തീർക്കുകയും ചെയ്തു എന്നത് പ്രസ്താവ്യമത്രേ. സാമ്പത്തികാധഃപതനം നിമിത്തം അടിയന്റെ കുടുംബസ്ഥിതി ശോചനീയമായി ഭവിച്ചപ്പോൾ കരുണയേറിയ ഗവൺമെന്റ് പാലിയം ഭരണം ഏറ്റെടുക്കുകയും അന്നുമുതൽ ഇന്നുവരെ കുടുംബക്ഷേമത്തെ മുൻനിർത്തി ഭരണം നടത്തി വരികയും ചെയ്തിട്ടുള്ളതാകുന്നു.....

ഇതാണ് കൊച്ചിരാജ കുടുംബവും പാലിയം കുടുംബവുമായുള്ള ബന്ധം. കൊച്ചി മഹാരാജാവിനോടും ഡച്ച് ഈസ്റ്റ് ഇന്ത്യാ കമ്പനിയോടും പാലിയത്തച്ചൻ കലമ്പിയതും കമ്പനിയുടെ ആളും ധനികനും വ്യാപാരിയുമായ മാളപ്പൈ എന്ന കൊങ്ങിണിയെ പാലിയത്തച്ചൻ വെട്ടി കൊല ചെയ്തതും എന്നിട്ടും അഹന്തയോടു കൂടി മാളപ്പൈയെ കൊന്നതിനെപ്പറ്റി വീമ്പു പറഞ്ഞു നടന്നതും ഭവിഷ്യത്ത് ഓർത്ത് കമ്പനി പാലിയത്തച്ചനെ ശിക്ഷിക്കാതിരുന്നതുമായ കഥ പ്രശസ്ത ചരിത്രകാരനായ കെ പി പത്മനാഭമേനോൻ വിദേശികളെ ഉദ്ധരിച്ചുകൊണ്ട് തന്റെ കൊച്ചിരാജ്യചരിത്രം എന്ന പുസ്തകത്തിൽ പ്രസ്താവിക്കുന്നുണ്ട്. (പേജ് 429, 430)

ഫ്യൂഡൽ നാടുവാഴി പ്രഭുവായ പാലിയത്തിന് മാളപ്പൈ എന്നൊരാളെ കൊല്ലുന്നത് ഒരു വിനോദം മാത്രം. കൊരക്കാത്തോട്ടിൽ രണ്ടു പുലയരെ കഴുത്തോളം കുഴിയിൽ ഇറക്കിനിർത്തി മണ്ണിട്ടുമൂടി ശിരസ്സുകൾ വെട്ടിയെടുത്തിട്ടുണ്ടെന്ന് കെ വി കെ വാരിയർ വെളിപ്പെടുത്തുന്നു. (*ദേശാഭിമാനി*, മാർച്ച് 6, 1948)

ചേന്ദമംഗലം പഞ്ചായത്തിന്റെ വിസ്തീർണം 10.83 ചതുരശ്ര കിലോമീറ്റർ. ഇതിൽ സൂചി കുത്താൻ ഇടം സ്വന്തം എന്നുപറയാൻ മറ്റ് ആർക്കുമില്ലായിരുന്നു. മുഴുവൻ പാലിയം വക. പാലിയംവക ഭൂമി ആകെ 17815 ഏക്കർ. കൊച്ചിയിൽ വ്യാപകമായും, തിരുവിതംകൂർ, മലബാർ, തിരുനെൽവേലി തുടങ്ങിയ പ്രദേശങ്ങളിലുമായും അവ വ്യാപിച്ചു കിടക്കുന്നു. ഈ ഭൂമിയിൽ നിന്ന് പാലിയത്തേക്ക് പാട്ടം വരവ് 2 06 022 പറ 6 ഇട

പാലിയത്തെ പ്രധാനക്ഷേത്രവും മുമ്പിലുള്ള റോഡും.
ആൽമരത്തിനു സമീപമായിരുന്നുപ്രധാന സമര കേന്ദ്രം

ങ്ങഴി നെല്ലും 6 36 137 രൂപ 8 അണ 11 പൈസയും ആണ്. മുപ്പതിനായിരം കുടിയാന്മാർ ആയിരുന്നു പാലിയത്തിന്റെ കീഴിൽ. നിശ്ചിത തുകയിൽ കൂടുതൽ ഭൂനികുതി അടയ്ക്കുന്നവർക്ക് വോട്ടവകാശമുണ്ടായിരുന്ന കാലത്ത് പാലിയം കുടിയാന്മാർക്ക് വോട്ടവകാശം ഉണ്ടായിരുന്നതായി ചേന്ദമംഗലത്തെ ആദ്യകാല കമ്യൂണിസ്റ്റ് പ്രവർത്തകനായിരുന്ന ഹരി കമ്മത്ത് പറയുന്നു. പാലിയം കുടിയാന്മാർ സർക്കാരിലേക്ക് കരം അടയ്ക്കേണ്ടതില്ലായിരുന്നു.

ഇത് പാലിയത്തിന്റെ പഴയ കഥ. പാലിയം സത്യഗ്രഹസമരം നടക്കുമ്പോഴത്തെ സ്ഥിതി അത്ര അസൂയാവഹമൊന്നുമല്ലായിരുന്നു. ബ്രിട്ടൻ ഇന്ത്യ വിട്ടതും, നാട്ടുരാജാക്കന്മാരുടെ കിരീടങ്ങൾ കൊഴിഞ്ഞുവീഴാൻ തുടങ്ങിയതും അനുഭവത്തിലൂടെ ബോധ്യമാകാൻ പാലിയത്തിന് പിന്നേയും ഒരു കൊല്ലംകൂടി വേണ്ടിവന്നു. സത്യഗ്രഹസമരം പിൻ

വലിച്ചത് 1123 കുംഭം 30. മേൽപ്പറഞ്ഞ ഹർജിയിൽ വലിയ അച്ചനും അംഗങ്ങളും തുടരുന്നു.

ഇന്നാകട്ടെ നിയമങ്ങൾ നിർമിക്കുന്നതും പാലിയത്തെ സംബന്ധിച്ചിടത്തോളം നിയമങ്ങൾ നേരിട്ട് നടത്തുകയും ജനകീയ ഗവൺമെന്റാകയാൽ പാലിയം ഭരണം കുടിയാൻമാർക്കും പാലിയം കുടുംബത്തിനും ഒരുപോലെ ശ്രേയസ്സുകരമാകാനും തരമില്ലെന്നാണ് അടിയന്റെ വിനീതമായ അഭിപ്രായം.....

അതായത് നേരത്തെ കുടിയാന്മാരെ കണ്ണുരുട്ടി കാണിച്ചും വേണ്ടിവന്നാൽ ശാരീരിക മർദനങ്ങൾ ഏൽപ്പിച്ച് പിഴിഞ്ഞരിച്ചു സുഖിച്ചതുപോലെ ഇനി അത് സാധ്യമല്ലെന്ന് പാലിയത്തിന് ബോധ്യപ്പെട്ടു.

211 പാലിയം അംഗങ്ങളുടെ ഹർജിയെ തുടർന്ന് 85 അംഗങ്ങൾ സമർപ്പിച്ച ഹർജിയിലും യാഥാർഥ്യബോധം പ്രകടിപ്പിക്കുന്നുണ്ട്. അവർ പറയുന്നു.

> അതിപുരാതനമായ അടിയങ്ങളുടെ കുടുംബം അനുഭവിച്ചു വന്നിരുന്ന സ്ഥാനമാനങ്ങളോടുകൂടി മേലിലും തുടർന്നു പോകുന്നതിന് ലോകത്തിലെ, പ്രത്യേകിച്ച്, ഇന്ത്യയിലെ, സ്ഥിതിഗതികൾ അനുകൂലമല്ലെന്നാണ് അടിയങ്ങളുടെ വിനീതമായ അഭിപ്രായം..........

ഈ ഒപ്പുകാരായ പാലിയം അംഗങ്ങളിൽ വക്കീൽമാർ, എൻജിനീയർമാർ, സർക്കാർ ഉദ്യോഗസ്ഥൻമാർ തുടങ്ങി അഭ്യസ്തവിദ്യർ കൂടി ഉൾപ്പെടുന്നു. എന്തുകൊണ്ടു ഒരു കൊല്ലം മുമ്പ് ഈ തിരിച്ചറിവ് ഉണ്ടായില്ല? എന്തുകൊണ്ട് നവോത്ഥാന ദേശീയ പ്രസ്ഥാനങ്ങൾ അഴിച്ചുവിട്ട കൊടുങ്കാറ്റ് ഇവരെ സ്പർശിച്ചില്ല? തൃപ്പൂണിത്തുറ രാജകൊട്ടാരത്തിലെ ഇളമുറക്കാരും കൊടുങ്ങല്ലൂർ കോവിലകത്തെ തമ്പുരാട്ടിമാരും അനേകം അന്തർജനങ്ങളും പങ്കെടുത്ത പാലിയം സമരത്തിൽ പാലിയത്തെ ഒരു കുഞ്ഞുപോലും എന്തുകൊണ്ട് പങ്കെടുത്തില്ല?

പാലിയം അംഗങ്ങളിൽ പലരേയും നേരിട്ടു കണ്ടു. അന്വേഷണം പലർക്കും രുചിച്ചതേയില്ല. പലരും ഒന്നും അറിയില്ലെന്നു പറഞ്ഞ് ഒഴിഞ്ഞുകളഞ്ഞു. ചിലർ സഹകരിച്ചു.

ഇപ്പോഴത്തെ പറവൂർ തഹസിൽദാർ പി നാരായണന് കേട്ടറിവേ ഉള്ളൂ. സമരം നടക്കുമ്പോൾ രണ്ടു വയസ്സുള്ള ശിശുവായിരുന്നല്ലോ? എങ്കിലും പങ്കജാക്ഷൻ അച്ചൻ തികച്ചും സമരാനുകൂലിയാണെന്ന് മുരളി അച്ചൻ പറഞ്ഞു കേട്ടിട്ടുണ്ട്. ആകയാൽ പങ്കജാക്ഷൻ അച്ചനെ സമരം തീരുന്നതുവരെ തുരുത്തിലേക്ക് (തിരുമുക്കുളം) മാറ്റി താമസിപ്പിച്ചു.

വല്ലത്ത് നാരായണൻ അച്ചൻ ജൂബിലി ഹാളിനു മുമ്പിൽ (അന്നത്തെ പൊലീസ് ക്യാമ്പിനു മുന്നിൽ) പൊലീസിന്റെ അടികൊണ്ട് എ ജി വേലായുധൻ വീഴുന്നതു കണ്ടു. ആ ദൃക്സാക്ഷിക്കു പിന്നെ അവിടെ നിൽക്കാൻ കഴിഞ്ഞില്ല. എന്തെന്നാൽ കണ്ണും മൂക്കുമില്ലാതെ പൊലീസ് തല്ലുകയാണ്. ഇങ്ങോട്ടു തിരിഞ്ഞാലോ? അന്നത്തെ പത്തൊമ്പതുകാരൻ വീടിനുള്ളിലേക്ക് ഓടി.

ഈ വല്ലത്തച്ചനും പാലിയത്തച്ചനും ഒരു കുടുംബം തന്നെ. പാലിയവും വല്ലത്തും രണ്ടായ കഥ രസകരം തന്നെ.

1946-ആണ് അത്. പാലിയത്ത് കെട്ടുകല്യാണം. അനേകം പെൺകുട്ടികളെ നിരത്തി നിർത്തിയാണ് കെട്ട്. അന്നാണത്രെ ആദ്യമായി പാലിയത്ത് വൈദ്യുതി കണക്ഷൻ വാങ്ങിയത്. കെട്ടുകല്യാണത്തിനുള്ള ഒരുക്കങ്ങൾ എല്ലാം പൂർത്തിയായി. അപ്പോഴതാ ഒരു ദുർഘടം; ഒരു കുഞ്ഞമ്മയ്ക്ക് 'കട്ടിലേറ്റ' ത്തിനുള്ള സമയം അടുത്തിരിക്കുന്നുവത്രെ. 'കട്ടിലേറ്റ' മെന്തെന്നോ? പാലിയത്തെ കുഞ്ഞമ്മമാർ പ്രസവിക്കുകയില്ല. 'കട്ടിലേറുക' യാണ് ചെയ്യുക. കട്ടിലേറ്റമായാൽ വാലായ്മയായി. കെട്ടുകല്യാണം മുടങ്ങും. ഒരു രാജവിളംബരം മൂലം കട്ടിലേറ്റത്തിനു തയാറായ കുഞ്ഞമ്മയുടെ ശാഖയും മറ്റു പാലിയം ശാഖകളും തമ്മിലുള്ള പുല-വാലായ്മ അവസാനിപ്പിച്ചു.

പി സുകുമാരൻ അച്ചൻ

മൈസൂർ സെന്റ് ഫിലോമിനാസ് കോളേജിൽ ബി എസ് സി വിദ്യാർഥിയായിരുന്ന പി സുകുമാരൻ അച്ചൻ പാലിയം സമരത്തിന് വിജയാശംസകൾ അയച്ചു കൊടുക്കുകയുണ്ടായി.

ക്ഷേത്രം തുറന്നു കൊടുക്കണമെന്ന് ശക്തിയായി വാദിച്ച ആളാണ് കുഞ്ഞനച്ചൻ. അതുകൊണ്ട് അദ്ദേഹത്തെ ചോൻ അച്ചൻ എന്നുവിളിച്ച് പാലിയത്തെ മറ്റംഗങ്ങൾ പരിഹസിച്ചു. അതുകൊണ്ട് മരിക്കുന്നതുവരെ അദ്ദേഹം അമ്പലത്തിൽ കയറിയിട്ടില്ല. കൊച്ചുകുട്ടൻ, സത്യപാലൻ എന്നീ അച്ചൻമാരും സമരാനുകൂലികളായിരുന്നു. സുകുമാരൻ അച്ചൻ പറഞ്ഞു:

> പാലിയത്തെക്കുറിച്ച് അതിശയോക്തി നിറഞ്ഞ കഥകളാണ് പ്രചരിപ്പിച്ചിരുന്നത്. ആളോഹരിയായി ഓരോരുത്തർക്കും അര കിലോ സ്വർണം കിട്ടുമെന്നു പറഞ്ഞുപരത്തിയിരുന്നു. വാസ്തവത്തിൽ ശോചനീയമായിരുന്നു സ്ഥിതിഗതികൾ. ജനിക്കുന്ന ഓരോ കുട്ടിക്കും 10ക. അലവൻസ് കിട്ടുമായിരുന്നു. എളയത് പാചകം ചെയ്യുന്ന ഒരു പൊതു അടുക്കളയേയുണ്ടായിരുന്നുള്ളു. പാലിയം ഭരണം സർക്കാർ ഏറ്റെടുത്തത് കൂനിൻമേൽ കുരുവായി. നിത്യജീവിതം ഒട്ടും സുഖപ്രദമല്ലായിരുന്നു. അറ്റകുറ്റപ്പണികൾ ചെയ്യാത്തതിനാൽ കെട്ടിടങ്ങൾ ചോർന്നൊലിച്ചിരുന്നു. എസ്റ്റേറ്റു മാനേജർ കുഞ്ഞൻ മേനോനോട് ഒരു മുത്തശ്ശി കുഞ്ഞമ്മ പരാതി പറഞ്ഞു. അതിന് കോപത്തോടെ മാനേജരുടെ മറുപടി ഇപ്രകാരംചോർന്ന് നനയാതിരിക്കണമെങ്കിൽ കുടപിടിച്ചു ഇരുന്നോളൂ. പാലിയത്തെ

കുഞ്ഞമ്മയോട് പ്രത്യേകിച്ച് പ്രായമായ മുത്തശ്ശി കുഞ്ഞമ്മയോട് ഇങ്ങനെ ധിക്കാരം പറയാൻ മുമ്പ് ഒരു ഉദ്യോഗസ്ഥനും ധൈര്യപ്പെട്ടിട്ടില്ല.

സുകുമാരൻ അച്ചൻ പറഞ്ഞതനുസരിച്ച് പാലിയത്തെ അന്നത്തെ വലിയ കുഞ്ഞമ്മയ്ക്കു മാത്രമേ ക്ഷേത്രം തുറന്നു കൊടുക്കുന്നതിൽ എതിർപ്പുണ്ടായിരുന്നുള്ളു. രാജകോപമുണ്ടാവില്ലേ എന്നാണത്രേ അവർ ചോദിച്ചത്.

നന്നെ ചെറുപ്പം മുതലേ പാലിയത്ത് പുരോഹിതനും ആശ്രിതനും മറ്റുമായ പുതുക്കുടി ഇല്ലത്ത് ശങ്കരൻ എളയതും സുകുമാരൻ അച്ചന്റെ അഭിപ്രായത്തെ ഏതാണ്ട് ശരിവയ്ക്കുന്നുണ്ട്. കിഴക്കേ മാളികയിലെ കുഞ്ഞിപ്പെണ്ണ് കുഞ്ഞമ്മയായിരുന്നു അക്കാലത്തെ ഏറ്റവും മൂത്ത കുഞ്ഞമ്മ. ക്ഷേത്രപ്രവേശനത്തെപ്പറ്റി അഭിപ്രായം ആരാഞ്ഞപ്പോൾ അവർ "കുട്ടാ! എനിക്ക് അൽപ്പം വിഷം വാങ്ങി തന്നിട്ട് ആയിക്കൊള്ളൂ" എന്നുപറഞ്ഞതായി കേട്ടിട്ടുണ്ട്. ഈ അഭിപ്രായപ്രകടനങ്ങൾ-ഗൃഹസദസുകളിലെ അലസവും ചപലവുമായ സംഭാഷണശകലങ്ങൾ- പരിഗണനപോലും അർഹിക്കുന്നില്ലെന്ന് സമരഭൂമി സന്ദർശിച്ച തൃശൂർ പത്രപ്രവർത്തകരുടെ പ്രസ്താവന വായിക്കുമ്പോൾ ബോധ്യമാകും.

പാലിയം ക്ഷേത്രങ്ങളെക്കുറിച്ച് സംസാരിച്ച കൂട്ടത്തിൽ ഭഗവതി ക്ഷേത്രം ആണ്ടിൽ മൂന്നുദിവസം എല്ലാ ഹിന്ദുക്കൾക്കുമായി തുറന്നു കൊടുക്കാറുണ്ടെന്ന് സുകുമാരൻ അച്ചൻ പറഞ്ഞു. ചേന്ദമംഗലത്തും വടക്കും പുറത്തും ഉള്ള കാരണവൻമാരുമായി സംസാരിച്ചപ്പോൾ കൂടുതൽ വിവരങ്ങൾ ലഭിച്ചു.

ചേർത്തല കൊടുങ്ങല്ലൂർ ഭഗവതിമാരെ എന്നപോലെ പാലിയത്തെ ഭഗവതിയെയും ആണ്ടിൽ മൂന്നു ദിവസം 'തീണ്ടുക' പതിവായിരുന്നു. ആ ദിവസങ്ങളിൽ സവർണാവർണ വ്യത്യാസമെന്യേ എല്ലാ ഹിന്ദുക്കൾക്കും ഭഗവതി ക്ഷേത്രത്തിൽ പ്രവേശിക്കാമായിരുന്നു. പാലിയത്തെ അയിത്തജാതിക്കാരായ കുടിയാൻമാർ ഈ അവസരം ശരിക്കും മുതലെടുത്തു. അവർ പാലിയത്ത് കുഞ്ഞമ്മമാരെ കുറിച്ച് കേട്ടാൽ അറയ്ക്കുന്ന തെറിപ്പാട്ടുപാടി പാലിയത്തോടുള്ള രോഷംപോക്കി. തെറിപ്പാട്ട് ഭഗവതിക്കുള്ള വഴിപാട് ആയിരുന്നതിനാൽ പാലിയത്തച്ചന് ഇത് കടിച്ചിറക്കാതെ നിർവാഹമില്ലായിരുന്നു.

മഴചോർന്ന് നനയാതിരിക്കണമെങ്കിൽ കുടപിടിച്ചിരുന്നോളൂ എന്ന് മുത്തശ്ശി കുഞ്ഞമ്മയോട് പറഞ്ഞ എസ്റ്റേറ്റ് മാനേജർ നിസ്സഹായൻ ആയിരുന്നു. 1111 തുലാം 15-നു പാലിയം ഭരണം ഗവൺമെന്റ് ഏറ്റെടുത്തെങ്കിലും 1119 വരെ വളരെ ക്ലേശത്തിലായിരുന്നുവെന്നും ചില്ലറ പീടിക കളിൽ പോലും കടം പറയേണ്ടിവന്നുവെന്നും ദിവാൻ പേഷ്കാർ 1949 മെയ് 20-ന് ദിവാൻജിക്ക് അയച്ച കത്തിൽ പറയുന്നു. പാട്ടം പിരിവ് സുഗമം അല്ലായിരുന്നു. പാലിയം ഉദ്യോഗസ്ഥൻമാരുടെ കളവുകളെ കുറിച്ച് നൂറുനൂറ് കഥകൾ ഉണ്ട്. പാലിയം ജീവനക്കാരായിരുന്ന് തടിച്ചു

പാലിയത്തച്ചന്റെ പ്രധാന വസതി

കൊഴുത്തവരുമുണ്ട്.

പാലിയം കൂട്ടുകുടുംബമായിരുന്നതിനാൽ 30 ശതമാനം ആദായ നികുതി കൊടുക്കണമായിരുന്നു.

അവസാനം 1944 ജൂൺ 21-ന്റെ ഗവൺമെന്റ് പ്രൊസീഡിംഗ്സ്

ഡിഡിസ്. 11845/19 അനുസരിച്ച് പാട്ടപ്പണത്തിന്റെ 50 ശതമാനം വർധിപ്പിച്ചു. ഈ നടപടി കുടിയാൻമാരെ ക്ഷോഭിപ്പിച്ചുവെന്നതിൽ സംശയിക്കാനില്ല. പാട്ടം പിരിവ് കർശനമാക്കി. അഡ്വക്കേറ്റ് ദിനകരനച്ചൻ എസ്റ്റേറ്റ് മാനേജർ ആയതോടുകൂടി പാട്ടക്കുടിശ്ശികക്കാരെ ഒഴിപ്പിക്കുക എന്നതും നിർബന്ധമാക്കി എന്ന് അക്കാലത്തെ ഗവൺമെന്റ് ഗസറ്റുകൾ സാക്ഷ്യപ്പെടുത്തുന്നു. അക്കാലത്തെ മിക്കവാറും എല്ലാ ഗസറ്റുകളിലും സ്വകാര്യ പരസ്യപംക്തിയിൽ പാലിയം എസ്റ്റേറ്റു മാനേജർ പി ദിനകരൻ അച്ചന്റെ പരസ്യം ഉണ്ടായിരുന്നു. ചില ഉദാഹരണങ്ങൾ:

> 1947 നവംബർ 1-ന്റെ ഗസറ്റിൽ പാട്ട മിച്ചവാരബാക്കിക്കുവേണ്ടി പാലിയം എസ്റ്റേറ്റ് ഭൂമികളിൽ കുടിയാൻമാർക്കുള്ള അവകാശത്തെ ലേലം ചെയ്യുന്നതിനുള്ള പരസ്യം.
>
> പാലിയം എസ്റ്റേറ്റ് വക താഴെ പറയുന്ന മുതൽ പിടികളിലെ ജമക്കാരൻമാരായ താഴെ പട്ടികയിൽ പേരുപറയുന്ന ആളുകൾ ബാക്കി വരുത്തിയ പാട്ടം മുതലായതിനുവേണ്ടി ജപ്തിയാക്കപ്പെട്ടതും താഴെ പറയുന്നതുമായ ഭൂമികളിൽ കുടിയാൻമാർക്കുള്ള അവകാശത്തെ 1123 വൃശ്ചികം 23-ലോ മാറ്റി വയ്ക്കുന്നതായാൽ ആ തീയതിലോ, പാറളക്കാട്ടു മുതൽ പിടി ആപ്പീസിൽ വച്ച് പരസ്യമായി ലേലം ചെയ്തു വിൽക്കുന്നതാണെന്ന് ഇതിനാൽ പ്രസിദ്ധപ്പെടുത്തിയിരിക്കുന്നു.
>
> 1.പാലിയം എസ്റ്റേറ്റുവക വടക്കുംപുറം മുതൽപിടിയിൽ കൊച്ചി കണയന്നൂർ താലൂക്ക് ചേന്ദമംഗലം വില്ലേജ്, ജമ. നമ്പർ 961 പാഴേത്ത് ഊഴം കുഞ്ഞിപ്പെണ്ണ് കാളി ബാക്കിവെച്ച ക 93-12-3 വഹകൾ ടി വില്ലേജിൽ സർവ്വെ 282/12-ൽ 37 സെന്റ് കൊല്ലത്തിൽ 234 പൊതിക്കാത്ത നാളികേരപ്പാട്ടവും 123 രൂപ 10 പൈസ നികുതിയും.

അന്നത്തെ പരസ്യത്തിൽ പറയുന്ന ബാക്കിയുള്ള 5 പേരുടെ മേൽവിലാസം മാത്രം താഴെ ചേർക്കുന്നു.

2. കുര്യാപ്പിള്ളി വർക്കി തൊമ്മൻ ജമനമ്പർ : 311/2
3. പാടത്തുപറമ്പിൽ താമസിക്കും കാക്കത്തുരുത്തിൽ കോന്നുള്ളി ജമ നമ്പർ 588.
4. കൊടുങ്ങല്ലൂർ താലൂക്കിൽ, പള്ളിവട്ടം വില്ലേജിൽ ജമ നമ്പർ: 316 വേലംപറമ്പിൽ മാത്തപ്പൻ (ക്രമ നമ്പർ)
5. ടി താലൂക്കിൽ, ലോകമല്ലേശ്വരം വില്ലേജ്, ജമ നമ്പർ 335 എലന്തക്കൽ കുഞ്ചിഅമ്മ മകൻ അച്ചുതമേനോൻ.
6. ടി പള്ളിപ്പുറം മുതൽ പിടിയിൽ കൊച്ചി കണയന്നൂർ താലൂക്ക് എടവനാക്കാടു വില്ലേജിൽ ജമ നമ്പർ 207 മണപ്പുറത്തു വീരാനുണ്ണി മീതിയൻ.

1947 നവംബർ 22-ന്റെ ഗസറ്റിൽ 16 കുടിയാൻമാർക്ക് നോട്ടീസ്.

1948 ജനുവരി 10-ന്റെ ഗസറ്റിൽ 21 കുടിയാൻമാർക്ക് നോട്ടീസ്.

1948 ഫെബ്രുവരി 7-ന്റെ ഗസറ്റിൽ 31 കുടിയാൻമാർക്ക് നോട്ടീസ്.

ഇങ്ങനെ മിക്കവാറും ഓരോ ഗസറ്റിലൂടെയും അനേകം കുടിയാൻമാർക്ക് ജപ്തി നോട്ടീസ് നൽകി.

കുടിശ്ശികക്കാരുടെ പേരുകൾക്കുശേഷം നെല്ല്, അരി, കുരുമുളക് എന്നിവയുടെ വിലവിവരം കൂടി കൊടുത്തിരിക്കുന്നു.

വില അനുസരിച്ച് അൻപതു ശതമാനം പാട്ടം വർധിപ്പിച്ച കാര്യം ഇവിടെ സ്മരണീയം:

ഈ ഗസറ്റ് പരസ്യങ്ങളിൽ ഒരു കെണി ഉണ്ടായിരുന്നു. പാവപ്പെട്ടവരുണ്ടോ ഗസറ്റ് വാങ്ങി വായിക്കാൻ പോകുന്നു? അപ്പോൾ ഗസറ്റിൽ ദിനകരൻ അച്ചന്റെ പരസ്യമുണ്ടെങ്കിൽ കുടിയാന്റെ ഭൂമി തട്ടിയെടുത്ത് പുനർലേലം ചെയ്തു കൊടുക്കാമെന്നത് തീർച്ച. ദിനകരൻ അച്ചന്റെ ഭരണത്തിൽ നിർദാക്ഷിണ്യം പാട്ടംപിരിവും ക്രൂരമായ ഒഴിപ്പിക്കലും നടന്നു. ഈ നടപടി കുടിയാൻമാർക്ക് പാലിയത്തോട് സ്വതവേ ഉണ്ടായിരുന്ന ദേഷ്യം ഇരട്ടിയാക്കി. ചുമ്മാ അല്ല സത്യഗ്രഹസമരം തുടങ്ങിയപ്പോൾ ചേന്ദമംഗലത്തെ ആലിബാവയും 40 കള്ളൻമാരും എന്നു പരിഹാസപാത്രങ്ങളായ വിരലിൽ എണ്ണാവുന്നവർ ഒഴികെയുള്ള ആബാലവൃദ്ധം ജനങ്ങൾ സമരരംഗത്തിറങ്ങിയത്.

കൊടുങ്ങല്ലൂർ കോവിലകത്തിനുള്ളിൽ കമ്യൂണിസ്റ്റ് പാർട്ടി പ്രവർത്തനങ്ങൾക്ക് നേതൃത്വം നൽകിയ കുഞ്ഞിക്കുട്ടിതമ്പുരാട്ടി അനുസ്മരിക്കുന്നു.

> അക്കാലത്ത് ദിവസേന ഘോഷയാത്രകൾ നടത്തുമായിരുന്നു. ഇൻക്വിലാബ് സിന്ദാബാദ് എന്നു വിളിച്ചുകൊടുക്കുമ്പോൾ പതിവായി ഘോഷയാത്രകളിൽ പങ്കെടുക്കാറുള്ള ചില സ്ത്രീകൾ "ഇംക്ളോബി ശിന്താപി" എന്നാണ് ഏറ്റുവിളിച്ചിരുന്നത്. ഞാൻ ഒരിക്കൽ ഒരു സ്ത്രീയോട് ഇതിന്റെ അർഥം എന്തെന്ന് അറിയാമോ എന്ന് ചോദിച്ചു. ഉടൻ ഉത്തരം. 'പാലിയത്തച്ചന്റെ തല തെറിക്കണേ എന്ന് ആണ്. ഇല്ലെങ്കിൽ ഞങ്ങളെങ്ങിനാ കഴിഞ്ഞുകൂടുക'?

പുനർ ലേലാവസരത്തിൽ നാൽപ്പതു കള്ളൻമാരിൽ പലരും ഭൂമി ലേലത്തിൽ കൊണ്ട് സ്വയം തടിച്ചുകൊഴുക്കുകയും പാലിയത്തിന്റെ പ്രീതി സമ്പാദിക്കുകയും ചെയ്തുവെന്നത് രസകരമായ വേറൊരു കഥ.

കൊച്ചനുജപിഷാരൊടി (1984-ൽ തന്നെ ഈ പുസ്തകം എഴുതാൻ ഉദ്ദേശിച്ചിരുന്നു. ആദ്യമായി ഇന്റർവ്യൂ ചെയ്തത് കൊച്ചനുജപിഷാരൊടിയെ ആയിരുന്നു.) 1984-ൽ പറഞ്ഞ കഥ ഇത്തരുണത്തിൽ സ്മരണീയം.

വെൺമണി നാരായണൻ നമ്പൂതിരിപ്പാടിന് പാലിയത്തായിരുന്നു സംബന്ധം. അദ്ദേഹം ഗാന്ധിഭക്തനും ദേശീയവാദിയും കോൺഗ്രസ്

അംഗവുമായിരുന്നു. പാലിയത്ത് സത്യഗ്രഹ സമരം നടക്കുമ്പോൾ, കാലടിയിൽ യോഗക്ഷേമസഭയുടെയും എസ് എൻ ഡി പി യുടെയും പുലയ മഹാസഭയുടെയും കമ്യൂണിസ്റ്റ് പാർട്ടിയുടെയും സംയുക്താഭിമുഖ്യത്തിൽ ഒരു പൊതുയോഗം നടന്നു. വെന്മണിയായിരുന്നു അധ്യക്ഷൻ. പാലിയം സമരത്തോട് അനുഭാവം പ്രകടിപ്പിക്കുന്നതും റോഡ് തുറന്നു കൊടുക്കണമെന്നും അഭ്യർഥിക്കുന്നതുമായ പ്രമേയം യോഗം പാസാക്കി പ്രമേയവുമായി വെന്മണിയും കൊച്ചനുജനും പാലിയത്തേക്ക് പുറപ്പെട്ടു.

വെണ്മണിയെ കണ്ട ഉടനെ അദ്ദേഹത്തിന്റെ മകൾ പറഞ്ഞു:

അച്ഛൻ പ്രസംഗിച്ചത് വലിയ കുഴപ്പമായി, പത്രത്തിലുണ്ട്. ഇവിടെ വായിച്ചു. ഇവിടെ ആകെ ക്ഷോഭിച്ചിരിക്കയാണ്.

വെന്മണിയുടെ അളിയൻ എത്തി പ്രമേയത്തിന്റെ പകർപ്പ് അദ്ദേഹത്തെ ഏൽപ്പിച്ചു; പ്രമേയം വായിച്ച ഉടനെ അദ്ദേഹം ഉറഞ്ഞുതുള്ളി, അദ്ദേഹം അതിയായ ക്ഷോഭത്തോടെ ചോദിച്ചു.

"അപ്പോൾ തന്റെ മക്കളെ പുലയർക്ക് പിടിച്ചുകൊടുക്കണം അല്ലേ" അച്ചനെ ഒന്നു തണുപ്പിക്കാൻ നോക്കിയ കൊച്ചനുജനോട് തോന്നിയ ദേഷ്യം അദ്ദേഹം അളിയന്റെ നേരെ തിരിച്ചുവിട്ടു.

ഇയാളുടെ ഭാര്യ മരിച്ചില്ലായിരുന്നെങ്കിൽ ഇയാൾ ഇവിടെ തന്നെ ചടഞ്ഞുകൂടിയേനെ.

കേരളത്തിൽ ആഞ്ഞടിച്ച നവോത്ഥാന-ദേശീയ പ്രസ്ഥാനങ്ങളുടെ അലകൾ പാലിയം മതിൽക്കെട്ടിനുള്ളിൽ തീരെ കടന്നില്ലെന്നു പറയുക വയ്യ. 1921 ൽ ഒറ്റപ്പാലത്ത് നടന്ന രാഷ്ട്രീയ സമ്മേളനത്തിനു പിന്നിൽ ഒരു പാലിയത്തച്ചൻ ഉണ്ടായിരുന്നു. പാലിയത്തെ സംബന്ധക്കാരായ നമ്പൂതിരിമാർ മിക്കവാറും യോഗക്ഷേമ സഭയുമായി ബന്ധപ്പെട്ട പുരോഗമനാശയക്കാരായിരുന്നു. സുകുമാരൻ അച്ചൻ, കൊച്ചുകുട്ടൻ, സത്യപാലൻ കുഞ്ഞൻ തുടങ്ങിയ അച്ചൻമാരും ഉൽപ്പതിഷ്ണുത്വം പ്രകടിപ്പിച്ചതായി കാണുന്നു. പക്ഷേ, അവരുടെ നേരിയ പ്രതിഷേധവും മുറുമുറുപ്പും പാലിയത്തിന്റെ കനത്ത കൽമതിൽക്കെട്ടിനുള്ളിൽ പൊലിഞ്ഞുപോയി. പുറത്താരും അറിഞ്ഞതുമില്ല. ഒരൊറ്റകുഞ്ഞും ആ മതിൽക്കെട്ട് ഭേദിച്ച് പുറത്തുചാടിയില്ല. അതിന് എന്തെങ്കിലും പ്രേരണകൾ പുറത്ത് നിന്ന് ഉണ്ടായതുമില്ല. ചേന്ദമംഗലത്തെ ആദ്യകാല കമ്യൂണിസ്റ്റ് പ്രവർത്തകർ അവർണരും അഹിന്ദുക്കളുമാകയാൽ അവർക്ക് പാലിയത്തിനുള്ളിൽ പ്രവേശനവും ഇല്ലായിരുന്നു. തന്നെയുമല്ല പാലിയത്തെ കുട്ടൻമാരുടെ കുത്തകയായിരുന്ന ഹൈസ്കൂൾ സാഹിത്യ സമാജം സെക്രട്ടറി സ്ഥാനം ആദ്യമായി മത്സരത്തിലൂടെ എ ഐ ജലീൽ പിടിച്ചെടുത്തു.

സത്യഗ്രഹ സമരം നടന്ന കാലത്ത് പാലിയം ക്ഷീണിച്ചിരുന്നുവെങ്കിലും കുടുംബാംഗങ്ങൾ പൊതുവെ പഴയ ഫ്യൂഡൽ പ്രഭുത്വത്തിന്റെ അധികാരമത്തതയുടെയും വിത്തപ്രതാപത്തിന്റെയും ആഡംബരജീവിതത്തിന്റെയും മാദകലഹരിയിൽ നിന്നും വിമുക്തരായിരുന്നില്ല. പാലിയം കുടുംബം അസോസിയേഷനിലെ ചെറുപ്പക്കാർപോലും ആ പിന്തിരിപ്പൻ

അഭിപ്രായക്കാരായിരുന്നുവെന്നും തൃശൂരിലെ പത്രപ്രവർത്തകർക്ക് ബോധ്യമായ കാര്യം അന്ന് ഉന്നതബിരുദങ്ങൾക്ക് പഠിക്കുകയും പിൽക്കാലത്ത് അർഹമായ ഉന്നതപദവിയിൽ എത്തുകയും ചെയ്തവർ പോലും ഇന്നും പഴയ ധാരകളിൽ തന്നെ ഉറച്ചുനിൽക്കുന്നുവെന്നതും യാഥാർഥ്യമാണ്. ചുരുക്കത്തിൽ 1948 ൽ സട കൊഴിഞ്ഞ, പല്ലുകൾ വീഴാൻ തുടങ്ങിയ പാലിയം എന്ന സിംഹം പഴയതുപോലെ ഗർജിക്കാനായില്ലെങ്കിലും മുരണ്ടുകൊണ്ടിരുന്നു.

8

തീക്കട്ട ഉറുമ്പരിക്കയോ?

എ ഐ ജലീൽ, ചേന്ദമംഗലത്തെ ആദ്യത്തെ കമ്യൂണിസ്റ്റ്. നല്ല ബുദ്ധിയും ധാരാളം വായനയും. സമർഥനായ സംഘാടകൻ.

പാലിയം വക പാട്ടമായിട്ടും ചേന്ദമംഗലത്തിനപ്പുറത്ത് ജന്മമായിട്ടും പത്തിരുപത് ഏക്കർ കൈവശമുള്ള ഇടത്തരം ധനിക കൃഷിക്കാരൻ. അഞ്ചാംപരുത്തിയിൽ ഇസ്മയിലിന്റെ മൂത്തപുത്രൻ. എ കെ ഉമ്മറും ഹരിക്കമ്മത്തുമായിരുന്നു ആദ്യത്തെ സഹപ്രവർത്തകർ.

പൊതുരംഗത്ത് വന്നിട്ട് ആദ്യമായി നെയ്ത്തു തൊഴിലാളികളെ സംഘടിപ്പിച്ചു. ചേന്ദമംഗലം കൈത്തറിത്തുണികൾ പ്രസിദ്ധമാണല്ലോ. നെടിയംപുറത്ത് നാരായണമേനോന്റെ വക അരവിന്ദ ഇൻഡസ്ട്രിസ്, കെ ആർ കുമാരന്റെ വക പയനീർ കമ്പനി, വിക്ടറി, കോളാശ്ശേരി തുടങ്ങി ആറു കൈത്തറി ഫാക്ടറികൾ ചേന്ദമംഗലത്തുണ്ടായിരുന്നു. അവയിൽ എല്ലാംകൂടി ഇരുന്നൂറിലേറെ തൊഴിലാളികൾ. ഭൂരിപക്ഷവും പെൺകുട്ടികൾ. തുച്ഛമായ കൂലി, പെൺകുട്ടികളെ ഭീഷണിപ്പെടുത്തുക പതിവാക്കി ചില ഉടമകൾ. യൂണിയൻ പ്രതിഷേധിച്ചു. ടി ഇ ബാലൻ യൂണിയൻ സെക്രട്ടറിയായി. കരിമ്പാടത്തു നിന്ന് പ്രകടനവും മാറ്റപ്പാടത്തു പൊതുയോഗവും. ഈ പെൺകുട്ടികളാണ് പിന്നീട് പാലിയം സമരം പൊട്ടിപുറപ്പെട്ടപ്പോൾ സ്ത്രീവിഭാഗത്തെ നയിച്ചത്.

ചേന്ദമംഗലത്തും ഗോതുരുത്തിയിലുമുള്ള ബീഡിത്തൊഴിലാളികളെ സംഘടിപ്പിച്ചു. ആയിരം ബീഡി തെറുത്താൽ ഒരു രൂപയായിരുന്നു കൂലി. രണ്ടുരൂപയാക്കണമെന്ന് യൂണിയൻ ആവശ്യമുന്നയിച്ചു. നിരന്തരമായ ആവശ്യത്തെ അവഗണിക്കാനാവാതെ ഫാക്ടറീസ് ഇൻസ്പെക്ടർ സ്ഥലത്തുവന്ന് പ്രശ്നത്തിൽ ഇടപെട്ടു. കൂലി രണ്ടുരൂപയായി ഉയർത്തി. (*എക്സ്പ്രസ്സ്* വാർത്ത).

മുടിചൂടാമന്നനായ പാലിയത്തച്ചന്റെ മുമ്പിൽക്കൂടി തൊഴിലാളികൾ ചെങ്കൊടിയും പിടിച്ച് മുഷ്ടിചുരുട്ടി മുദ്രാവാക്യങ്ങൾ വിളിച്ച് ഘോഷ യാത്രയായി നീങ്ങി. ഈ സംഘടിതവിഭാഗവും തുടർന്ന് മറ്റുള്ളവരും പാലിയത്തച്ചന്മാരെ കണ്ടാൽ തോളിൽ കിടക്കുന്ന തോർത്ത് ചുരുട്ടി കക്ഷത്തിൽ ഒതുക്കാതായി. വാ പൊത്തി നിൽക്കുന്ന ആചാരം അവർ വിട്ടു. ചേന്ദമംഗലത്ത് ഈ പുതിയ ഉണർവ് ഉളവാക്കിയതിൽ എ ഐ ജലീലിന്റെ പങ്ക് പ്രധാനമാണ്. കുടുംബഭാഗത്തിൽ തനിക്ക് കിട്ടിയതിന്റെ ഒരു പുരയിടം വിറ്റ് കിട്ടിയ പന്ത്രണ്ടായിരം രൂപ *സോവിയറ്റ് യൂണിയ നിലെ കമ്യൂണിസ്റ്റ് പാർട്ടി (ബോൾഷെവിക്)യുടെ ചരിത്രം* വിവർത്തനം ചെയ്ത് പ്രസിദ്ധീകരിക്കാനായി പാർട്ടിക്ക് സംഭാവന ചെയ്ത ആളാണ് ജലീൽ. ഒളിവിൽ ഇരുന്ന് പാലിയം സമരം നയിച്ച പി ഗംഗാധരൻ ജലീ ലിനെ ഇങ്ങനെ സ്മരിക്കുന്നു.

എ ഐ ജലീൽ

> ഈ പ്രത്യേക പരിത:സ്ഥിതിയിൽ സമരം നടത്താൻ പുതിയ ടെക്നിക്കുകൾ രൂപീ കരിച്ച് പ്രവർത്തിക്കേണ്ടിവന്നു. അതിന് വളരെ സഹായകരമായിരുന്നു അന്നത്തെ ചേന്ദമംഗലം പാർട്ടി കമ്മിറ്റി സെക്രട്ടറിയാ യിരുന്നു ജലീൽ. ദിവസവും പിക്കറ്റിങ്ങിന് ആളെ ശേഖരിച്ചയയ്ക്കുക, അവർക്കും പ്രവർത്തകർക്കും ഭക്ഷണം കൊടുക്കുക, മർദനമേറ്റ് അവശരായിരുന്നവർക്ക് വൈദ്യ സഹായവും ശുശ്രൂഷയും ഏൽക്കുക മുതലായ വിഷമമേറിയ ജോലി കണ്ട് അതിന് ഫലപ്രദമായി അച്ച ടക്കത്തോടും കൃത്യനിഷ്ഠയോടും കൂടി പ്രവർത്തിക്കുന്ന പരസ്യവും രഹസ്യവും ആയ സംഘടനയ്ക്ക് രൂപം കൊടുത്ത് പ്രവർത്തിക്കേണ്ടിയിരുന്നു.

(കൂട്ടത്തിൽ പറയട്ടെ, പാലിയംസമരത്തിൽ കാണിച്ച അച്ചടക്ക ത്തോടും കൃത്യനിഷ്ഠയോടും മനസ്സാന്നിധ്യത്തോടും കൂടി രണ്ട് വർഷങ്ങൾ കൂടി ജലീൽ ഒളിവിൽ പ്രവർത്തിച്ചു. ഇടപ്പിള്ളി സംഭവത്തെ തുടർന്ന് കമ്യൂണിസ്റ്റുകാർ തൂത്തരിച്ച് അറസ്റ്റ് ചെയ്യപ്പെട്ടപ്പോൾ ജലീലും ലോക്കപ്പിൽ ആയി. അക്കാലത്തെ പൈശാചിക ലോക്കപ്പ് മർദനം വിവ രിക്കേണ്ടതില്ലല്ലോ. ഒരു ദിവസം രാവിലെ പ്രഭാതകൃത്യങ്ങൾക്കായി ലോക്കപ്പിൽനിന്നും പുറത്തിറക്കിയപ്പോൾ ജലീൽ പറവൂർ സബ്ജയി ലിലെ കിണറ്റിൽ ചാടി. തീരപ്രദേശമായ പറവൂർ കിണറുകൾക്ക് ആഴ മില്ല. വേനൽ ആയതുകൊണ്ട് വെള്ളവും കുറവ്, മരിക്കില്ലെന്ന് ആർക്കും

എ കെ ഉമ്മറും (ഇടതുവശം) ലേഖകനും

അറിയാം, കിണറ്റിൽ ചാടിയ ജലീൽ മരിച്ചില്ല. പക്ഷേ ആ യുവാവിൽ കുടികൊണ്ടിരുന്ന വിപ്ലവകാരി എന്നെന്നേക്കുമായി മരിച്ചുപോയി...)

*　*　*　*　*　*　*　*

1946 ൽ കാശ്മീരിൽ എത്തിയ ജവാഹർലാൽ നെഹ്റുവിന്റെ മേൽ ബയണറ്റ് ചാർജ് ചെയ്തു. ആസേതു ഹിമാചലം പ്രതിഷേധം ഇരമ്പി. നേരത്തെ തന്നെ വിദ്യാർഥിഫെഡറേഷന്റെ രക്ത നക്ഷത്രാങ്കിതമായ ശുഭ്രപതാക പാലിയം ഹൈസ്കൂളിൽ പാറിത്തുടങ്ങിയിരുന്നു. നെഹ്റുവിന്റെ മേൽ നടന്ന കയ്യേറ്റത്തിൽ പ്രതിഷേധിച്ച് ചേന്ദമംഗലത്തെ വിദ്യാർഥികൾ പഠിപ്പുമുടക്കി പ്രകടനം നടത്തി, പാലിയം ഗുണ്ടകൾക്ക് ഹാലിളകി. താണ്ടിയത്ത് കൊച്ചുഗോവിന്ദ മേനോന്റെയും കരുണപ്പമേനോന്റെയും നേതൃത്വത്തിൽ ഗുണ്ടകൾ വിദ്യാർഥികളുടെ മേൽ ചാടിവീണു സ്ഥലത്തുണ്ടായിരുന്ന എ കെ ഉമ്മർ ആ ഗുണ്ടകളെ തടഞ്ഞു. ഉമ്മർ കൊച്ചുഗോവിന്ദമേനോനെ തള്ളിമാറ്റി. ഇതിനിടയിൽ കരുണപ്പ മേനോൻ പിച്ചാത്തി നിവർത്തി കുത്തി. അയാളുടെ കത്തിക്ക് ഇരയായത് ജലീലിന്റെ ഇളയ സഹോദരൻ അള്ളാഭിക്ഷ ആയിരുന്നു. കരുണപ്പ മേനോൻ വീണ്ടും പിച്ചാത്തി ഓങ്ങിയപ്പോൾ നിസ്സഹായൻ ആയ അള്ളാഭിക്ഷ ഓടി മാറി. വിദ്യാർഥിയുടെ പരിക്ക് മാരകമായിരുന്നില്ല.

കുറച്ച് ദിവസങ്ങൾ കഴിഞ്ഞപ്പോൾ കോടതിയിൽ കേസായി. കൊച്ചുഗോവിന്ദമേനോനും കരുണപ്പമേനോനും അല്ല പ്രതികൾ. കുത്തുകൊണ്ട

അള്ളഭിക്ഷയും മറ്റ് ഏതാനും വിദ്യാർഥികളും ആണ്. മാടമ്പിയുടെ രാജ്യത്തെ നിയമത്തിന്റെ പോക്ക് അങ്ങനെയാണല്ലോ.

പ്രോസിക്യൂഷൻ ഭാഗം ഒന്നാം സാക്ഷി ഹെഡ്മാസ്റ്റർ ആണ്. കോടതി ഭാഷയിൽ പറഞ്ഞാൽ "നിലയും വിലയും" ഉള്ള സാക്ഷി. അദ്ദേഹത്തിന്റെ മൊഴി കോടതി സംശയാതീതമായി വിശ്വസിക്കും. വിദ്യാർഥികൾക്ക് ശിക്ഷ ഉറപ്പ്. അവരുടെ ഭാവി അവതാളത്തിൽ.

വളർന്നുവരുന്ന വിപ്ലവപ്രസ്ഥാനത്തെ പാലിയത്തച്ചനും ശിങ്കിടികളും ഗുണ്ടകളെകൊണ്ടും ഭരണയന്ത്രത്തെക്കൊണ്ടും തളർത്താൻ നോക്കിയപ്പോൾ കമ്യൂണിസ്റ്റുകാർ കൗശലപൂർവം മറു തന്ത്രങ്ങൾ ആവിഷ്കരിച്ചു. ഹെഡ്മാസ്റ്റർ ചേന്ദമംഗലത്തുകാരനല്ല. വെള്ളിയാഴ്ച തോറും വൈകുന്നേരം അദ്ദേഹം നാട്ടിലേക്ക് പോകും. പാലിയം വക വഞ്ചിയും വള്ളക്കാരനും ഹെഡ്മാസ്റ്ററെ കടത്ത് കടത്തിവിടാൻ തയ്യാറായി നിൽക്കും. അടുത്ത ഒരു വെള്ളിയാഴ്ച ഹെഡ്മാസ്റ്റർ കടവിൽ ചെല്ലുമ്പോൾ തന്റെ ഏതാനും ചില വിദ്യാർഥികൾ പതിവ് വഞ്ചിക്കാരനോട് തർക്കിക്കുന്ന കാഴ്ചയാണ് കാണുന്നത്.

"നീയാരെടാ! ഞങ്ങളുടെ മാഷ്, ഞങ്ങൾ കൊണ്ടുപോകും, നീ നിന്റെ പണി നോക്ക്."

വിദ്യാർഥികൾ മാസ്റ്ററുടെ നേരെ തിരിഞ്ഞു പറഞ്ഞു: "ഇങ്ങ് കേറ് മാഷേ, വഞ്ചിയില്."

ഹെഡ്മാസ്റ്റർ വിഷമിച്ചു. ഒരു നിമിഷം ഒന്നു ശങ്കിച്ചു. അവർക്കെതിരായി സാക്ഷി പറയാൻ പോകുന്ന തന്നെ നടുപുഴയിൽ കൊണ്ടുപോയി മുക്കിക്കൊല്ലുമോ?

ആശങ്ക ഉണ്ടായിരുന്നെങ്കിലും ഹെഡ്മാസ്റ്റർ വിദ്യാർഥികൾ കൊണ്ടുവന്ന വഞ്ചിയിൽ കയറി, പിന്നെ അത് പതിവായി........

ഒന്നരക്കൊല്ലം കൊടുങ്ങല്ലൂർ കോടതിയിൽ കേസ് നടന്നു. സംഭവസമയത്ത് ഈ പ്രതികളെ ആരെയും താൻ കണ്ടിട്ടില്ലെന്ന് ഒന്നാം സാക്ഷി മൊഴികൊടുത്തു. പിന്നെ കേസ് വിസ്താരം തുടർന്നില്ല. പ്രതികളെയെല്ലാം വിട്ടയച്ചു.

ദോഷം പറയരുതല്ലോ, വിദ്യാർഥികളുടെ മേൽ ചാർജ് ചെയ്ത കേസിൽ പ്രജാമണ്ഡലം ഒന്നും ചെയ്തില്ലെന്ന് പറഞ്ഞുകൂടാ. *പൗരനാദം* എന്ന പംക്തിയിൽ പ്രജാമണ്ഡലം കമ്മിറ്റി സെക്രട്ടറി പത്രാധിപർക്ക് ഒരു കത്ത് എഴുതി തൃപ്തി അടഞ്ഞതായി കണ്ടു. ആ കത്ത് താഴെ കൊടുക്കുന്നു.

പ്രധാനമന്ത്രിയുടെ ശ്രദ്ധയ്ക്ക്,

> 1122 കുംഭമാസം 8-ന് പാലിയം ഹൈസ്കൂളിൽ നടത്തിയ പഠിപ്പുമുടക്കത്തെ തുടർന്ന് ഉത്ഭവിച്ച കേസിൽ വിദ്യാർഥികളുടെ പേരിൽ പൊലീസ് ചാർജ് ചെയ്ത കേസ് ഇക്കഴിഞ്ഞ ആഗസ്ത് 15-ന് ഗവൺമെന്റ് പിൻവലിക്കുന്നതാണെന്ന് നാട്ടിൽ വാർത്ത പരന്നിട്ടുണ്ടായിരുന്നു. എന്നാൽ ആ കേസ് ഇപ്പോഴും കോടതി

യിൽ നിലനിൽക്കുകയാണ്. പ്രസ്തുത കേസ് പിൻവലിച്ചിട്ടുണ്ടെങ്കിൽ കോടതിയിൽ യാതൊരു അറിയിപ്പും ഇതുവരെ കിട്ടിയിട്ടില്ലായെന്നാണ് അറിയുന്നത്. ആഗസ്റ്റ് 15-ന്റെ മാഹാത്മ്യത്തിൽ ഗവൺമെന്റ് പുറപ്പെടുവിച്ച ഉത്തരവുകളുടെ നടപടികൾ വിദ്യാർഥികളുടെ അഭിമാനം രക്ഷിക്കത്തക്കവിധം പൂർത്തിയാക്കാൻ പ്രധാനമന്ത്രി ശ്രദ്ധിക്കുമെന്ന് ആശിക്കുന്നു.

സെക്രട്ടറി
ചേന്ദമംഗലം പ്ര.മ.കമ്മിറ്റി.
(*എക്സ്പ്രസ്സ് ദിനപത്രം,* 1994, സെപ്റ്റംബർ 24)

(അന്നാളുകളിൽ നാട്ടുരാജ്യങ്ങളിലെ മന്ത്രിമുഖ്യൻ പ്രധാനമന്ത്രി എന്ന പേരിൽ ആണ് അറിയപ്പെട്ടത്.)

ചേന്ദമംഗലം തറയിൽപറമ്പിൽ ചന്ദ്രശേഖര മേനോൻ റിട്ടയർ ചെയ്ത ഹിന്ദി മാസ്റ്റർ ആണ്. സത്യഗ്രഹസമരത്തിനു മുൻപുതന്നെ ജലീൽ; ഹരിക്കമ്മെത്ത്, ഉണ്ണിയപ്പൻ, അനിയൻ മാസ്റ്റർ തുടങ്ങിയവരുമായി ചങ്ങാത്തത്തിലുമാണ്. ഹരിക്കമ്മത്തിന്റെ കടയിൽ ഇരുന്ന് അൽപ്പസ്വൽപ്പം രാഷ്ട്രീയചർച്ചകളിൽ പങ്കെടുക്കാറുണ്ട്. കൊടുങ്ങല്ലൂർ പോപ്പുലർ പ്രസിൽ വരാറുള്ള *ദേശാഭിമാനി* പത്രം എടുത്തുകൊണ്ടുവന്ന് ചേന്ദമംഗലത്ത് വിതരണം ചെയ്തിരുന്നു.

ചന്ദ്രശേഖര മേനോൻ

ക്ഷേത്രമുറ്റത്തുള്ള കിണറിന്റെ അരമതിലിൽ കയറി ഇരുന്ന് വല്ലപ്പോഴും ചങ്ങാതികളും ഒത്ത് സൊറ പറയാറുണ്ട്. അന്നൊരിക്കൽ കിണറിന്റെ വക്കിൽ ഇരിക്കുന്നത് പാലിയം സിൽബന്തി ആണേലി അച്യുതമേനോനും ചില ശിപായിമാർക്കും രസിച്ചില്ല. അവർ വന്ന് അദ്ദേഹത്തെ തള്ളി താഴെയിട്ടു. മാറ്റപ്പാടത്ത് നിൽക്കുകയായിരുന്ന വി എ കരുണാകരനും മറ്റും ഇത് കണ്ട് കോപാകുലരായി അമ്പലമുറ്റത്തേക്ക് കടന്നു വന്ന് ആണേലിക്കും ശിപായിമാർക്കും കണക്കിന് കൊടുത്തു. പാലിയം സിൽബന്തികൾ നിലവിളിച്ചുകൊണ്ട് പാലിയത്തേക്ക് ഓടിപ്പോയി. അവർണ സമുദായക്കാരനായ കരുണാകരനും കൂട്ടരും അമ്പലമുറ്റത്ത് കടന്നത് തൽക്കാലം ആരും കണ്ടില്ലെന്ന് നടിച്ചു.

ഇങ്ങനെ ചെങ്കൊടി പ്രസ്ഥാനത്തിന്റെ തണലിൽ വിരിഞ്ഞ പുതിയ ഉണർവും ആശയങ്ങളും പാലിയത്തിന്റെ അധികാരഗർവുമായി ഏറ്റുമുട്ടിക്കൊണ്ടിരിക്കുകയായിരുന്നു.

ഇതിനുമുൻപേതന്നെ, വിപ്ലവം എന്ന പേരിൽ അറിയപ്പെട്ടിരുന്നില്ലെങ്കിലും ഒരു നിശ്ശബ്ദവിപ്ലവം ചേന്ദമംഗലത്ത് അരങ്ങേറിയിരുന്നു. വടക്കും

പുറത്തെ കേളപ്പനാശാനായിരുന്നു ആ വിപ്ലവം നയിച്ചത്. നിർഭാഗ്യവശാൽ അദ്ദേഹത്തെക്കുറിച്ച് വടക്കുംപുറത്തും ചേന്ദമംഗലത്തും അന്വേഷിച്ചതിൽ പി ജി എഴുതിയതിൽ കൂടുതലായി ഒന്നും ലഭിച്ചില്ല. പി ജി എഴുതിയ *പാലിയം സത്യഗ്രഹ സമരചരിത്രം* എന്ന ലഘുലേഖയിൽ ഇങ്ങനെ പറയുന്നു:

> ചേന്ദമംഗലം വടക്കുംപുറത്തെ ഈഴവോദയം സഭയുടെ സ്ഥാപക നേതാവായ കേളപ്പനാശാന്റെ നേതൃത്വത്തിൽ സഞ്ചാരസ്വാതന്ത്ര്യത്തിന് നടന്നതായ സമരങ്ങൾ ആ പ്രദേശത്തെ ഒരു ഇതിഹാസം തന്നെയാണ്. വടക്കുംപുറത്തു നിന്നും പറവൂർ ചന്തയിൽ പോയി വരാൻ പാലിയംറോഡ് തടസ്സമായിരുന്നതുകൊണ്ട് ആശാൻ സഭാ ആപ്പീസിനു മുൻവശം ഒരു ചന്തയുണ്ടാക്കി. അത് ഇന്നും സ്മാരകംപോലെ നിൽക്കുന്നു. ആനയും മേളങ്ങളുമായി ശ്രീനാരായണ ജയന്തി ഘോഷയാത്രകൾ പലതവണ പാലിയം റോഡ് അയിത്തമാക്കി കടന്നുപോയിട്ടുണ്ട്. ആ ഘോഷയാത്ര യുടെ മുൻപിൽ കേളപ്പനാശാൻ എന്ന കൊച്ചു മനുഷ്യൻ നിരായുധനായി നിന്ന് അത് നയിച്ചു. അതിന്റെ പ്രത്യാഘാതവും പ്രതികാരവും എല്ലാം പിന്നീട് നായരീഴവ ലഹള, കത്തിക്കുത്ത്, മരണം, നീണ്ടുനിന്ന കൊലക്കേസുകൾ എന്നീ പല പ്രക്രിയകളായി മാറിയിട്ടുണ്ട്. അതിന്റെ കേസുകൾക്കും പ്രവർത്തനങ്ങൾക്കും എല്ലാംവേണ്ടി തനിക്ക് ഉണ്ടായിരുന്ന സകലതും തുലച്ച് ഒന്നും നേടാതെ ആ ത്യാഗി വീരചരമം അടഞ്ഞു. ആശാന്റെ മരണത്തിനുശേഷം അത്ര ധീരസാഹസികത്വം കാണിച്ച് സഞ്ചാരസ്വാതന്ത്ര്യം നേടാൻ ഒരു പടനായകൻ തൽക്കാലം ഇല്ലാതെ യായി. അങ്ങനെ വളർന്ന് ഉയർന്നുവന്ന പാലിയംസമരം പഴയരൂപത്തിൽ പിന്നീട് ഉണ്ടായില്ല. ജനങ്ങൾ രണ്ട് മൂന്ന് മൈൽ ചുറ്റിവളഞ്ഞ് നടന്ന് കഷ്ടപ്പെട്ടുകൊണ്ടിരുന്നു. അപ്പോഴാണ് കുട്ടംകുളം സംഭവം പുകഞ്ഞുകൊണ്ടിരുന്ന പാലിയം സമരാഗ്നി ആളിക്കത്തിച്ചത്. (*ടി ലഘുലേഖ,* പേജ് 12)

പാലിയം ആകുന്ന ജ്വലിക്കുന്ന തീക്കട്ടയെ അവശസമുദായസംഘടനകളിലെ ബഹുജനങ്ങളാകുന്ന എറുമ്പുകൾ അരിക്കുന്നതിന്റെ പിന്നിലെ പ്രേരകശക്തി കമ്യൂണിസ്റ്റ്പാർട്ടി ആണെന്ന് പാലിയം പ്രമാണികൾ മനസ്സിലാക്കി. മറ്റ് ആരോടും ഇല്ലാത്ത പകയും വിദ്വേഷവും അവർ കമ്യൂണിസ്റ്റുകാരോട് കാണിച്ചു. ചേന്ദമംഗലത്തു നിന്നുള്ള ഒരു വാർത്ത വായിക്കുക.

സ്ഥലത്തെ കമ്യൂണിസ്റ്റ്പാർട്ടിയുടെ യോഗം മാറ്റപ്പാടം മൈതാനത്ത് കൂടാൻ നിശ്ചയിച്ചിരുന്നു. യോഗസമയം ആയപ്പോഴേക്കും ഒരു പൊലീസുകാരൻ വന്ന് യോഗം തടയുകയും സ്ഥലം അനുവദിക്കുന്നതല്ലെന്ന് പാലിയം എസ്റ്റേറ്റ് മാനേജരുടെ കൽപ്പനയാണെന്ന് അറിയിക്കുകയും

ചെയ്തു. യോഗഭാരവാഹികൾ മാറ്റപ്പാടത്ത് തൊട്ട് സ്ഥിതിചെയ്യുന്ന നായർ സമാജം പൊതുവായനശാലയുടെ മുറ്റത്ത് യോഗം കൂടി. യോഗഭാരവാഹികൾ പ്രതീക്ഷിച്ചതുപോലെ ക്ഷണിക്കപ്പെട്ട പ്രസംഗകർ വരാഞ്ഞിട്ടോ യോഗം അലങ്കോലപ്പെട്ടതിനാലോ എന്തോ സ്ഥലത്തെ പാർട്ടി സെക്രട്ടറി ജലീൽ മാത്രമേ പ്രസംഗിച്ചുള്ളു.(*എക്സ്പ്രസ്സ്*, 1946 ഫെബ്രുവരി 20)

മാറ്റപ്പാടം മൈതാനത്ത് പ്രജാമണ്ഡലത്തിന്റെയും മറ്റും യോഗങ്ങൾ നടത്താൻ അനുവാദം നൽകിയിരുന്നു.

പാലിയത്തെ ഉദ്യോഗസ്ഥന്മാർക്കും ഭൃത്യന്മാർക്കും നൽകിയ പ്രതിഫലം തുലോം തുച്ഛമായിരുന്നു. പൊറുതി മുട്ടിയപ്പോൾ അവരും സംഘടിച്ച് പാലിയത്തച്ചനെതിരെ ശബ്ദമുയർത്താൻ തുടങ്ങി. 1947 ഏപ്രിൽ 9-ന്റെ *എക്സ്പ്രസ്സ്* ഇങ്ങനെ റിപ്പോർട്ട് ചെയ്തു.

> ഇന്ന് വൈകുന്നേരം പാലിയം നാലുകെട്ട് സ്കൂളിൽ പാലിയം എംപ്ലോയീസ് അസോസിയേഷന്റെ ഒരു പൊതുയോഗം കൂടി അസോസിയേഷന്റെ നിയമാവലി വായിച്ച് പാസാക്കുകയും ഉദ്യോഗസ്ഥന്മാർ ശമ്പളത്തെക്കുറിച്ച് പല തവണയും ആവലാതി ബോധിപ്പിച്ചിട്ട് യാതൊരു സമാധാനവും കിട്ടാത്തതിനാൽ മഹാരാജാവ് തിരുമനസ്സ് മുൻപാകെ ഒരു നിവേദനം സമർപ്പിക്കാൻ തീരുമാനിക്കുകയും ചെയ്തു. സ്ഥിരം പ്രസിഡന്റിനെയും വേറെ രണ്ടുപേരെയും അതിന്റെ പ്രവർത്തനങ്ങൾക്കായി തിരഞ്ഞെടുത്തു.

മഹാരാജ സന്നിധിയിൽ എന്നപോലെ മുടിചൂടാമന്നനായ പാലിയത്ത് വലിയച്ചന്റെ മുമ്പിൽ കൈകെട്ടി വാപൊത്തി അച്ചന്റെ ഓരോ വാക്കിനും 'റാൻ' എന്നു പറഞ്ഞ ഉദ്യോഗസ്ഥന്മാരാണ് ഇപ്പോൾ അച്ചനെതിരെ പരാതികൊടുക്കാൻ തീരുമാനിച്ചത്. മഹാരാജാവിന് പരാതി സമർപ്പിച്ചാലത്തെ പ്രയോജനം എന്ത്? അത് വേറെകാര്യം. അന്ന് അവർ ആ നിലവാരം വരെയേ എത്തിയിരുന്നുള്ളൂ എന്ന് അർഥം.

അടുത്ത റിപ്പോർട്ട് കാണുക.

> പാലിയം ഉദ്യോഗസ്ഥ സംഘത്തിന്റെ ഒരു പൊതുയോഗം പാലിയം ഹൈസ്കൂളിൽ വെച്ച് സ്ഥിരം പ്രസിഡന്റ് വി കെ രാമുമേനോന്റെ അധ്യക്ഷതയിൽ കൂടി. പാലിയം എസ്റ്റേറ്റ് സ്റ്റാഫ് കൊടുത്തിട്ടുള്ള പണിമുടക്ക് നോട്ടീസിനെക്കുറിച്ച് യോഗം പുനരാലോചിക്കുകയും പണിമുടക്ക് നോട്ടീസിന് സംഘത്തിന്റെ മുഴുവൻ പ്രാതിനിധ്യം ഇല്ലെന്ന് ബോധ്യം വന്നതിനാൽ അതിനെക്കുറിച്ച് ഒരു റഫാണ്ടം നടത്തേണ്ടതാണെന്ന് തീരുമാനിക്കുകയും കന്നി 14-ന് ശേഷമേ പണിമുടക്ക് നടത്തുവാൻ പാടുള്ളൂ എന്ന് നിശ്ചയിക്കുകയും ആയതിലേക്കായി ഒരു ആക്ഷൻ കമ്മിറ്റിയെ

തിരഞ്ഞെടുക്കുകയും ചെയ്തു. (*എക്സ്പ്രസ്സ്* ദിനപത്രം, 1946 സെപ്റ്റംബർ 6)

ഈ സംഭവവികാസം അന്നത്തെ കൊച്ചി സംസ്ഥാനത്തിലെ രാഷ്ട്രീയ പശ്ചാത്തലത്തിൽ വിലയിരുത്തണം. ഉത്തരവാദഭരണം നേടുന്നതിനും പൗരസ്വാതന്ത്ര്യ മർദനങ്ങൾ അവസാനിപ്പിക്കുന്നതിനും അയിത്തോച്ചാടനത്തിനും ക്ഷേത്രപ്രവേശത്തിനുംവേണ്ടിയുള്ള പ്രക്ഷോഭങ്ങൾകൊണ്ടും സേവന വേതനവ്യവസ്ഥകൾ മെച്ചപ്പെടുത്തുന്നതിന് വേണ്ടി വ്യവസായത്തൊഴിലാളികളുടെ പണിമുടക്കംകൊണ്ടും അന്ന് കൊച്ചി തിളച്ചുമറിയുകയായിരുന്നു. ആ ബഹുജനമുന്നേറ്റം പാലിയം ജീവനക്കാരെയും സ്വാധീനിച്ചുകാണും. എന്നാൽ കന്നി 14-ന്റെ പ്രത്യേകത വ്യക്തമാക്കപ്പെട്ടിട്ടില്ല.

9

മാറ്റപ്പാടത്ത് തീപ്പൊരി

പാലിയം സമരസമിതി വളണ്ടിയർ ക്യാപ്ടനും പ്രചാരണ പര്യടന ജാഥാ ക്യാപ്ടനും ആയ കെ പുരുഷോത്തമൻ 1986 ജൂലായ് 20-ന്റെ *ജനയുഗം* വാരികയിൽ എഴുതിയ ലേഖനത്തിൽ 1946 നവംബർ 13-ന് ടി ഇ ബാലന്റെ നേതൃത്വത്തിൽ അയിത്ത ജാതിക്കാരുടെ ഒരു ജാഥ ചേന്ദമംഗലത്തെ നിരോധിത റോഡുകളിലൂടെ കടന്നുപോയതായി അനുസ്മരിക്കുന്നുണ്ട്. കൂട്ടംകുളം സംഭവ പരമ്പരകളും രാജ്യവ്യാപകമായി ഇരമ്പിക്കയറിയ പ്രതിഷേധവും അയിത്തത്തിനെതിരെ വ്യാപകമായി സവർണ ഹിന്ദുക്കളിൽ നിന്നുപോലും ലഭിച്ച പിന്തുണയും സർവോപരി കേളപ്പൻ ആശാൻ സൃഷ്ടിച്ച കീഴ്‌വഴക്കത്തിന്റെ ഓർമയും എല്ലാം ചേന്ദമംഗലത്തിലെ അയിത്തജാതിക്കാർക്ക് നിരോധിത റോഡുകളിൽ സങ്കോചമെന്യേ പ്രവേശിക്കാനുള്ള ധൈര്യം നൽകി. വി എ കരുണാകരനും കൂട്ടരും അമ്പലമുറ്റത്ത് കയറി പാലിയം ഗുണ്ടകളെ കൈകാര്യം ചെയ്തത് നാം കണ്ടുകഴിഞ്ഞുവല്ലോ. ഇത് പാലിയത്തെയും അവരുടെ ഗുണ്ടകളെയും അരിശം പിടിപ്പിക്കുകയും അവർ പ്രകോപനങ്ങൾ സൃഷ്ടിക്കാൻ പഴുതു നോക്കി നടക്കുകയും ചെയ്തു. താലൂക്ക് ക്ഷേത്ര പ്രവേശന സമിതി അംഗങ്ങളെ തിരഞ്ഞുപിടിച്ച് മർദിച്ചു. മർദനമേറ്റവരുടെ പേരിൽ തന്നെ കള്ളക്കേസുകൾ ചാർജ് ചെയ്തു. അങ്ങനെ ചേന്ദമംഗലത്തെ അന്തരീക്ഷം നീറിപ്പുകഞ്ഞുകൊണ്ടിരിക്കെയാണ് മാറ്റപ്പാടത്ത് തീപ്പൊരിവീണത്.

അന്നത്തെ മാറ്റപ്പാടം മൈതാനമാണിന്നത്തെ ഹൈസ്കൂൾ ഗ്രൗണ്ട്. ആണ്ടുതോറും വിഷുവിനോടനുബന്ധിച്ച് രണ്ടുദിവസം അവിടെ പഴയ രീതിയിൽ ചരക്കു കൈമാറ്റച്ചന്ത നടന്നതുകൊണ്ടാണ് മാറ്റപ്പാടം എന്ന പേർ കിട്ടിയത്.

കൊടുങ്ങല്ലൂരിലെ ആദ്യകാല കമ്യൂണിസ്റ്റ് ഇപ്പോൾ സി പി ഐ നേതാവുമായ ടി എൻ കുമാരൻ അന്ന് കൊടുങ്ങല്ലൂർ താലൂക്ക് എസ് എൻ ഡി പി യൂണിയൻ സെക്രട്ടറികൂടിയാണ്. താലൂക്കിലെ ആറു യൂണിറ്റുകൾ ചേന്ദമംഗലം വില്ലേജിൽ ആണ്. ഈഴവരുടെ ശക്തികേന്ദ്രം കൂടിയാണ് ചേന്ദമംഗലം. അടിക്കടി തനിക്ക് ചേന്ദമംഗലത്ത് പോകേണ്ട തുണ്ടായിരുന്നു. വടക്കുംപുറം ആശാൻ മൈതാനിയിൽ ദിവസേനയെ ന്നോണം പൊതുയോഗങ്ങളും നടക്കാറുണ്ട്.

പ്രബല

അന്നൊരുദിവസം ആശാൻ മൈതാനിയിൽ സഖാക്കളും സുഹൃത്തുക്കളുമായി സംസാരിച്ചുകൊണ്ടിരിക്കെ കേട്ടു. മാറ്റപ്പാടത്ത് തല്ല് നടക്കുന്നുവെന്ന്. ഉടനെ അങ്ങോട്ട് ഓടി എല്ലാവരും കണ്ണിൽക്കണ്ടവരെയെല്ലാം പാലിയം ഗുണ്ടകൾ തല്ലുകയായിരുന്നു. മാറ്റപ്പാടത്തേക്ക് ആൾക്കൂട്ടം ഇരച്ചുവരുന്നതുകണ്ട് ഗുണ്ടകൾ അമ്പലമുറ്റത്തുകൂടി ഓടി രക്ഷപ്പെട്ടു. പോകുന്ന പോക്കിൽ ഒരുത്തൻ രാഘവനെ കുത്തിവീഴ്ത്തി. ഈ രാഘവന്റെ പുത്രിയാണ് പ്രബല. അന്തർജനങ്ങളോടൊപ്പം ക്രൂരമർദനത്തിന് വിധേയയായ സത്യഗ്രഹി. ഞൊടിയിടയിൽ വലിയ ഒരു പുരുഷാരം അവിടെ കൂടി. രാഘവനെ ഉടനടി കൊടുങ്ങല്ലൂർ ആശുപത്രിയിലേക്ക് കൊണ്ടുപോയി.

ആൾക്കൂട്ടം ക്ഷുഭിതമായി. അവർക്ക് അപ്പോൾ തന്നെ പാലിയത്തിന് തീയിടണം. പാലിയത്തുള്ളവരെയെല്ലാം തല്ലി പകരം വീട്ടണം. ഞൊടിയിടയിൽ ജലീൽ, ആണ്ടവൻ വൈദ്യർ, ടി ഇ എന്നിവരുമായികൂടി ആലോചിച്ച് പാലിയത്തേക്ക് അപ്പോൾ കടക്കുകയും തല്ലുകയും കൊള്ളിവയ്ക്കുകയും ഒന്നും വേണ്ടാ എന്ന തീരുമാനത്തിൽ എത്തി. ഒരു മേശ ആൾക്കൂട്ടത്തിന്റെ മദ്ധ്യത്തിൽ കൊണ്ടുവെച്ചു അതിന്റെ മുകളിൽ കയറി നിന്നു പ്രസംഗം ആരംഭിച്ചു. 'ഇപ്പോൾ പാലിയം വളപ്പിലേക്ക് കടക്കുകയൊന്നും വേണ്ട. എസ്റ്റേറ്റ് മാനേജർ ദിനകരൻഅച്ചനെ കണ്ടു നിവേദനം നടത്താൻ പോകയാണ്. നമ്മുടെ നേതാക്കൻമാരെയെല്ലാം കമ്പിമുഖേന വിവരം ധരിപ്പിക്കാൻ ഏർപ്പാടുചെയ്തു കഴിഞ്ഞു.....'

അപ്പോൾ ഇ ഗോപാലകൃഷ്ണ മേനോൻ അവിടെ എത്തി, അദ്ദേഹത്തിന്റെ സാന്നിധ്യത്തിൽ പിന്നീട് യോഗം ചേർന്ന് നിയമം ലംഘിച്ച് റോഡിൽ പ്രവേശിക്കാൻ തീരുമാനിച്ചു.

അപ്പോൾ എത്തി പ്രജാമണ്ഡലം നേതാക്കളായ പനമ്പിള്ളിയും സഹോദരൻ അയ്യപ്പനും. ജനക്കൂട്ടത്തിൽ നിന്നു പിറുപിറുപ്പും മുറുമുറുപ്പും ഉയർന്നു. "അവർ നമ്മെ പറ്റിക്കും," "നേതാക്കൻമാർ തണുപ്പിക്കാൻ നോക്കും", "പക്ഷേ എടുത്തുചാടാനൊന്നും പാടില്ല," ഏതായാലും കരുതലോടെ നീങ്ങണം" ജനങ്ങൾ ഇപ്രകാരം വ്യത്യസ്ത

വീക്ഷണങ്ങളിലൂടെ കമന്റുകൾ പാസാക്കുന്നതിനിടയിൽ ടി എൻ കുമാരനും സഹോദരൻ അയ്യപ്പനും തമ്മിൽ ഉടക്കി.

"1922 മെയ് 4-ന് വൈക്കം വടയാറ്റിൽ നടത്തിയ ഒരു ഈഴവപൊതു യോഗത്തിൽ പ്രസംഗകരിൽ ഒരാളായ സഹോദരൻ പത്രാധിപർ അയ്യപ്പൻ എല്ലാ ക്ഷേത്രങ്ങളിലും പ്രത്യേകിച്ച് വൈക്കം ക്ഷേത്രസങ്കേതാതിർത്തിക്കുള്ളിൽ ഉടനടി ബലം പ്രയോഗിച്ച് പ്രവേശിക്കണമെന്ന ലക്ഷ്യം പ്രഖ്യാപിച്ചു." (സെക്രട്ടേറിയേറ്റ് ആപ്പീസ് കുറിപ്പ് ഫയൽ നമ്പർ 605/1924 വാല്യം 1, ടി കെ രവീന്ദ്രന്റെ *Eight Furlongs Of Freedom* എന്ന പുസ്തകത്തിൽ ഉദ്ധരിച്ചു ചേർത്തത്, പേജ് 44, 45)

അന്നത്തെ സഹോദരൻ അയ്യപ്പനെയല്ല ടി എൻ കുമാരൻ അഭിമുഖീകരിച്ചത്. വാസ്തവത്തിൽ ടി കെ മാധവനെക്കാൾ കൂടുതൽ അഗാധ ചിന്താശക്തിയും ദീർഘദൃഷ്ടിയും ഉള്ള ജ്വലിക്കുന്ന പന്തം തന്നെയായിരുന്നു സഹോദരൻ. എന്നാൽ നിയമസഭയിലെ തന്റെ സോഷ്യലിസ്റ്റ് ഗ്രൂപ്പ് പിരിച്ചുവിട്ട് പ്രജാമണ്ഡലത്തിൽ ലയിച്ചതോടെ ആ ജ്വലിക്കുന്ന പന്തത്തിന് മങ്ങൽ ഏറ്റു തുടങ്ങി. അദ്ദേഹത്തിന്റെ വീക്ഷണത്തിനും അഭിപ്രായങ്ങൾക്കും സാരമായ മാറ്റം വരാൻ തുടങ്ങിയിരിക്കുന്നു...

നേതാക്കൻമാർ കൂടിയാലോചനകൾക്കായി സ്കൂൾകെട്ടിടത്തിലേക്ക് കടന്നു. അവിടെ ചൂടേറിയ വാഗ്വാദങ്ങളും ചർച്ചകളും നടന്നു. വ്യത്യസ്ത വീക്ഷണകോണുകളിൽ നിന്നുള്ള അഭിപ്രായങ്ങൾ ഏറ്റുമുട്ടി. തന്ത്രശാലിയായ പനമ്പിള്ളി സ്വതഃസിദ്ധമായ ശൈലിയിൽ പറഞ്ഞു.

> കടുത്ത സമരം തന്നെ ചെയ്യണം. വിട്ടുകൊടുക്കരുത്, പാലിയത്തെ തോൽപ്പിക്കതന്നെ വേണം. പക്ഷേ വളരെ ആലോചിച്ചു ചെയ്താൽമതി. വിപുലമായ ബഹുജനാടിസ്ഥാനത്തിൽ നിരോധനലംഘന സമരം തന്നെ സംഘടിപ്പിക്കണം.....

ആറേഴു മണിയായപ്പോൾ മാറ്റപ്പാടം ജനസമുദ്രമായി മാറി. നേതാക്കളുടെ കൂടിയാലോചനകൾ നീളുംതോറും ജനക്കൂട്ടത്തിന്റെ ക്ഷമയും പെരുകിവന്നു. ക്ഷോഭാകുലരായ ജനക്കൂട്ടത്തെ ഗോപാലകൃഷ്ണമേനോൻ പുറത്തുവന്നു സമാധാനപ്പെടുത്തിക്കൊണ്ടിരുന്നു. പ്രത്യക്ഷനടപടികൾ നീട്ടിക്കൊണ്ടു പോകാനുള്ള പനമ്പിള്ളിയുടെ തന്ത്രം മനസിലാക്കിയ ജലീൽ ഇടയ്ക്ക് കയറി പറഞ്ഞു. " ഇപ്പോൾ ഇവിടെ കൂടിയിരിക്കുന്നവരിൽ ഭൂരിപക്ഷത്തിന്റെ അഭിപ്രായം അന്വേഷിക്കാം."

പനമ്പിള്ളി പറഞ്ഞു:

> ഏതായാലും ഇന്നിനി വൈകിയ വേളയിൽ നിയമലംഘനം വേണ്ട. ഇന്നുതന്നെ ഒരു കർമസമിതിയെ തിരഞ്ഞെടുക്കാം. ആ സമിതി പരിപാടികൾ തീരുമാനിക്കട്ടെ.

വിപുലമായ ബഹുജനസമരത്തിന് വ്യത്യസ്ത വീക്ഷണക്കാരുടെ യോജിപ്പ് ആവശ്യമാകയാൽ വിട്ടുവീഴ്ച എന്ന നിലയിൽ എല്ലാവരും പനമ്പിള്ളിയുടെ അഭിപ്രായത്തോടു യോജിച്ചു.

അക്ഷമരായി പുറത്തു കാത്തു നിൽക്കുന്ന ജനങ്ങളുടെ മുമ്പിൽ ഈ തീരുമാനം ആര് വിശദീകരിക്കുമെന്നായി അടുത്ത തർക്കം. ജലീലും ടി എൻ കുമാരനും ആദ്യമേ ഒഴിഞ്ഞുമാറി, അവസാനം പനമ്പിള്ളി തന്നെ നിയോഗിക്കപ്പെട്ടു. വളരെ തന്ത്രപൂർവം അദ്ദേഹം ആ കൃത്യം നിറവേറ്റി. അദ്ദേഹം പറഞ്ഞു:

> കടുത്ത സമരം തന്നെ ചെയ്യാൻ ഞങ്ങൾ യോജിച്ച ഒരു തീരുമാനത്തിൽ എത്തി. ഞങ്ങൾ തമ്മിൽ അഭിപ്രായ വ്യത്യാസം തീരെ ഇല്ലായിരുന്നു എന്നു പറഞ്ഞുകൂടാ. ജലീൽ അയാൾ എന്നുപറയുമ്പോൾ ഞാൻ അദ്ദേഹം എന്നേ പറയൂ. അത്രയും അഭിപ്രായ വ്യത്യാസങ്ങളേ ഞങ്ങൾ തമ്മിലുള്ളൂ... നിവേദനം, പ്രക്ഷോഭം, സമരം ഇവയാണ് നമ്മുടെ പരിപാടി.

അതിനുശേഷം സഹോദരൻ അയ്യപ്പന്റെ പ്രസംഗമായിരുന്നു. പനമ്പിള്ളിയെപ്പോലെ തന്ത്രശാലിയല്ലാത്തതു കൊണ്ടും താരതമ്യേന ശുദ്ധനായതുകൊണ്ടും അദ്ദേഹം പ്രസംഗത്തിൽ തന്റെ സുപ്രസിദ്ധമായ 'കുളവും കുറ്റിയും' ചിത്രീകരിക്കാൻ വിസ്മരിച്ചില്ല. ജനം അമർഷത്തോടെയാണ് സഹോദരന്റെ പ്രസംഗം കേട്ടുനിന്നത്. പിന്നീട് പ്രസംഗിച്ചത് ജലീൽ ആണ്. അദ്ദേഹത്തിന്റെ ഓരോ വാചകവും നീണ്ട കരഘോഷത്തോടെയാണ് ജനം സ്വീകരിച്ചതെന്ന് അന്നത്തെ ശ്രോതാക്കളിൽ ടി എൻ കുമാരനടക്കം പലരും അനുസ്മരിക്കുന്നു.

നേതാക്കൾ നിർദേശിച്ചതനുസരിച്ച് പാലിയം റോഡിൽ സഞ്ചാര സ്വാതന്ത്ര്യം സമ്പാദിക്കുന്നതിനായി ഒരു സമരസമിതിയെയും തിരഞ്ഞെടുത്തു.

പറയത്തക്ക രാഷ്ട്രീയചായ്‌വ് ഒന്നുമില്ലാത്ത ഒരിടത്തരക്കാരനും നാട്ടുകാർ പൊതുവെ 'സാർ' എന്നു വിളിക്കുന്ന ദേഹവുമായ വടക്കും പുറം കളത്തിങ്കൽ വീട്ടിൽ വി കെ നാരായണനെ കർമസമിതി പ്രസിഡന്റായും വള്ളോട്ടുതറ കൊച്ചാവു തണ്ടാനെ വൈസ്പ്രസിഡന്റായും ടി ഇ ബാലനെ ജനറൽ സെക്രട്ടറിയായും ടി എൻ കുമാരനെ ഓർഗനൈസിംഗ് സെക്രട്ടറിയായും കെ എം കുട്ടനെ(കുട്ടജി) ഖജാൻജിയായും തിരഞ്ഞെടുത്തു. വളണ്ടിയർ ക്യാപ്ടനും പ്രചാരണ പര്യടന ജാഥാ ക്യാപ്ടനും ആയി തിരഞ്ഞെടുക്കപ്പെട്ടത് വള്ളോട്ടുതറ കെ പുരുഷോത്തമൻ ആണ്. വലിയപറമ്പിൽ വി സി ജനാർദൻ വൈസ് ക്യാപ്ടനായും പുല്ലാർകാട്ട് പി കെ പ്രഭാകരൻ ക്യാമ്പ് മാനേജർ ആയും തിരഞ്ഞെടുക്കപ്പെട്ടു.

സംസ്ഥാന ക്ഷേത്രപ്രവേശനസമിതിയുടെ മാതൃകയിലായിരുന്നു ആക്ഷൻ കൗൺസിൽ. സംസ്ഥാന സമിതിയിൽ പതിനാല് രാഷ്ട്രീയ

സാമുദായിക സംഘടനകളുടെ പ്രാതിനിധ്യമേ ഉണ്ടായിരുന്നുള്ളൂവെങ്കിൽ പാലിയം സമിതിയിൽ മുപ്പതു സംഘടനകൾ ഉൾപ്പെട്ടതായി ഒരു റിപ്പോർട്ടിൽ കണ്ടു. ചേന്ദമംഗലത്തെ നെയ്ത്തുതൊഴിലാളി യൂണിയൻ തുടങ്ങി എല്ലാ പ്രാദേശിക സംഘടനകളും പാലിയം സമരത്തിൽ പങ്കാളികളായി എന്നർഥം.

രാഘവന്റെ മേൽ കഠാരി പ്രയോഗിച്ച ദിവസം മാറ്റപ്പാടത്തു തടിച്ചുകൂടിയ ജനങ്ങൾ അക്ഷമരായി രോഷാകുലരായി ഉടൻ സാഹസ കൃത്യങ്ങൾ ചെയ്യണമെന്നാക്രോശിച്ചുവെങ്കിലും അന്ന് തിരഞ്ഞെടുക്കപ്പെട്ട കർമസമിതി, പനമ്പിള്ളി നിർദേശിച്ചതുപോലെ തന്നെ വളരെ ക്ഷമയോടും പക്വതയോടുംകൂടി ഗാഢമായി ആലോചിച്ച് വേണ്ട ഒരുക്കങ്ങളും പ്രചാരവേലകളും മുൻകൂട്ടി ചെയ്ത് വ്യവസ്ഥാപിതവും സമാധാനവും നിയമവിധേയവും ആയ രീതിയിലാണ് സമരപരിപാടികൾ ആവിഷ്കരിച്ചു നടപ്പാക്കിയതെന്ന് അന്നത്തെ പത്രറിപ്പോർട്ടുകൾ തെളിയിക്കുന്നുണ്ട്.

മാറ്റപ്പാടത്ത് രാഘവനെ കുത്തിവീഴ്ത്തിയവരുടെ കേസ് എടുപ്പിക്കാമെന്ന് പനമ്പിള്ളിയും നേതാക്കന്മാരും ഉറപ്പുപറഞ്ഞിരുന്നു. എന്നാൽ ആ ഉറപ്പു വെള്ളത്തിലെഴുതിയ രേഖ മാത്രമായി.

ആദ്യം മഹാരാജാവിന് നിവേദനം സമർപ്പിച്ചകാര്യം പറഞ്ഞുവല്ലോ. പിന്നീട് ജനകീയ മന്ത്രിമാരെയും പാലിയത്ത് വലിയ അച്ചനെയും എസ്റ്റേറ്റ് മാനേജർ ദിനകരൻ അച്ചനെയും നേരിട്ടുകണ്ടു നിവേദനം നടത്തി. പ്രശ്നം നിയമസഭയിൽ ഉന്നയിപ്പിച്ചു. സമരസമിതി മുട്ടാത്ത വാതിലുകൾ ഒന്നുമില്ല. ഗത്യന്തരമില്ലായ്മയാലാണ് പ്രത്യക്ഷ സമരനടപടികളിലേക്ക് നീങ്ങിയത്. എന്നാൽ കമ്യൂണിസ്റ്റ് വിരോധതിമിരത്താൽ അന്ധരായവർക്ക് ‘കമ്യൂണിസ്റ്റക്രമം, കമ്യൂണിസ്റ്റക്രമം’ എന്നു വിളിച്ചുകൂവാൻ ഇതൊന്നും തടസമല്ലല്ലോ.

10

എല്ലാ വാതിലും മുട്ടി ഒന്നും തുറക്കപ്പെട്ടില്ല

വി സി ജനാർദനൻ

കൊച്ചി സംസ്ഥാനത്തിലാകെ പര്യടനം നടത്തി പാലിയത്തെ യാഥാർഥ്യം- ജാതിയുടെയും അയിത്തത്തിന്റെയും പേരിൽ നാടുവാഴി പ്രഭുവായ പാലിയത്തച്ചനും ഗുണ്ടാപ്പടയും നടത്തുന്ന ക്രൂരകൃത്യങ്ങൾ-ജനങ്ങളെ പറഞ്ഞു മനസിലാക്കാനും അവരുടെ എല്ലാവിധ പിന്തുണയും ആർജിക്കാനുമായി കർമസമിതി ഒരു പ്രചാരണപര്യടന ജാഥയെ നിയോഗിച്ചു. ഈ ജാഥയുടെ ക്യാപ്ടൻ വള്ളാട്ടുതറ കെ പുരുഷോത്തമനും വൈസ് ക്യാപ്ടൻ വലിയപറമ്പിൽ വി സി ജനാർദനനും ആയിരുന്നു. ജാഥയിലെ ഇതര അംഗങ്ങൾ മാക്കപ്പറമ്പിലെ കൊച്ചു വേലായുധനും പാത്രക്കടവിൽ കുമാരനും തൈപ്പുരയിൽ ടി ഇ സുധാകരനും വാഴേപറമ്പിൽ വിശ്വനാഥനും കല്ലുപ്പുറത്ത് ജയദേവനും ആയിരുന്നു. മൂന്നുമാസം അവർ സംസ്ഥാനത്തിന്റെ നാനാഭാഗങ്ങളിൽ സഞ്ചരിച്ച് ചെറുതും വലുതുമായ പൊതുയോഗങ്ങൾ നടത്തി സമരത്തിന്റെ അനിവാര്യതയെക്കുറിച്ച് ജനങ്ങളെ ബോധ്യപ്പെടുത്തി. ചേന്ദമംഗലത്തെ അവർണജാതിക്കാർ അനുഭവിക്കുന്ന ദുരന്തകഥകൾ കേട്ട് ജനങ്ങൾ മനസുരുകി ചില്ലിക്കാശുകൾ പിരിച്ച് സംഭാവന കൊടുത്തു. സമരത്തിൽ പങ്കുചേരാൻ പലരും സ്വമേധയാ മുന്നോട്ടുവന്നു. 1947 ഒക്ടോബർ 22-ലെ *എക്സ്പ്രസ്സ്* ഇങ്ങനെ റിപ്പോർട്ട് ചെയ്തു.

പാലിയം റോഡിൽകൂടി എല്ലാ മനുഷ്യർക്കും സഞ്ചാരസ്വാതന്ത്ര്യം നേടിയെടുക്കാനായി രൂപീകരിച്ച കർമസമിതിയുടെ ആഭിമുഖ്യത്തിൽ കൂടുകൂട് കെട്ടിട മൈതാനത്ത് ചേർന്ന പ്രചാരണ യോഗത്തിൽ വൈദ്യ കലാനിധി കെ സുബ്രഹ്മണ്യൻ വൈദ്യൻ അധ്യക്ഷത വഹിച്ചു. കർമസമിതി സെക്രട്ടറി ടി ഇ ബാലൻ, ആണ്ടവൻ വൈദ്യർ, കെ എം കുട്ടൻ തുടങ്ങിയവർ ആവേശകരമായ പ്രസംഗം ചെയ്തു. ആറു സത്യഗ്രഹികൾ സ്വയം മുന്നോട്ടു വന്നു പേര് രജിസ്റ്റർ ചെയ്തു. 26 രൂപ 14 അണ സമരഫണ്ടിലേക്ക് സംഭാവനയായി പിരിഞ്ഞുകിട്ടി.

കെ പുരുഷോത്തമൻ

പ്രചാരണ പര്യടനം നടത്തിയ ഓരോ ദിവസത്തേയും അനുഭവം ഇതു തന്നെ. ജാഥ മൂന്നുമാസം സംസ്ഥാനത്തൊട്ടാകെ പര്യടനം നടത്തി. സമാപന ദിവസത്തെക്കുറിച്ചുള്ള ഒരു റിപ്പോർട്ട്:

അഖില കൊച്ചിപ്രചാരണപരിപാടി അനുസരിച്ച് പുറപ്പെട്ട ജാഥ തിരിച്ചെത്തി. വടക്കുംപുറം ആശാൻ മൈതാനത്ത് ഒരു സ്വീകരണയോഗം നടന്നു. കർമസമിതി പ്രസിഡന്റ് വി കെ നാരായണൻ ജാഥാ ക്യാപ്ടൻ കെ പുരുഷോത്തമൻ എ ഐ ജലീൽ എന്നിവർ പ്രസംഗിച്ചു. സ്വീകരണമാലകൾ 35 രൂപ 12 അണയ്ക്ക് ലേലത്തിൽ പോയി. (*എക്സ്പ്രസ്സ്*, 1947 നവംബർ 6)

സഞ്ചാര സ്വാതന്ത്ര്യത്തിന് പ്രധാന വിലങ്ങുതടിയായി നിൽക്കുന്ന പാലിയത്ത് അച്ചനെ കർമസമിതി നേരിട്ട് കണ്ട് അഭ്യർഥന നടത്തി. ഇതു സംബന്ധിച്ച റിപ്പോർട്ട് നോക്കൂ:

പാലിയം ക്ഷേത്രനടയിൽക്കൂടി പോകുന്ന റോഡ് എല്ലാവർക്കും ഒരുപോലെ യാത്ര ചെയ്യുന്നതിന് പാലിയംറോഡ് പ്രക്ഷോഭസമിതിയുടെ ആഭിമുഖ്യത്തിൽ പാലിയത്തെ വലിയ *അച്ചന്റെ സമക്ഷത്തിൽ* ഒരു നിവേദനം സമർപ്പിക്കുകയുണ്ടായി. കുടുംബാംഗങ്ങളുമായി ആലോചിച്ച് വേണ്ടതു ചെയ്യാമെന്ന് വലിയ അച്ചൻ മറുപടി പറഞ്ഞു. ഊന്നൽ കൂട്ടിച്ചേർത്തത്, *എക്സ്പ്രസ്സ്*, 1947 ഒക്ടോബർ 28)

എന്നാൽ വലിയ അച്ചൻ നേരെ കോടതിയിലേക്കാണ് പോയത്, പ്രസ്തുത റോഡ് സ്വീകാര്യമാണെന്ന് സ്ഥാപിച്ചുകിട്ടാൻ. (എക്സ്പ്രസ്സ്, 1947 നവംബർ 4)

മഹാരാജാവിന്റെ അംഗീകാരം വേണമെന്നാണ് കർമസമിതി സമർപ്പിച്ച മെമ്മോറാണ്ടത്തിനു പാലിയത്തച്ചൻ നൽകിയ മറുപടി. ഈ മറുപടി തൃപ്തികരമല്ലായ്കയാൽ ഒരാഴ്ചയ്ക്കകം തൃപ്തികരമായ മറുപടി തരണമെന്ന് ആവശ്യപ്പെട്ടുകൊണ്ട് കർമസമിതി അച്ചന് എഴുതി. അതിന് സമാധാനം ഒന്നും കിട്ടിയില്ല- 1947 ഡിസംബർ 4-ന് *മാതൃഭൂമി* റിപ്പോർട്ട് ചെയ്തു.

മാതൃഭൂമി റിപ്പോർട്ട് തുടർന്നു:

> *കർമസമിതിയുടെ ഡെപ്യൂട്ടേഷൻ മന്ത്രിമാരേ സമീപിക്കയുണ്ടായി. ഗാന്ധിയൻ സത്യഗ്രഹമായാലും എന്തായാലും ഏറ്റുമുട്ടൽ ഉണ്ടാവുമെന്ന് പി പറമ്പിലോനപ്പൻ താക്കീതു നൽകിയിരുന്നു. (ഊന്നൽ കൂട്ടിച്ചേർത്ത്)*
>
> മഹാരാജാവിന്റെ പരമാധികാരത്തിൽ ദിവാൻ; ഈ രണ്ട് അധികാര കേന്ദ്രങ്ങൾക്കും കീഴിൽ പറയത്തക്ക അധികാരം ഒന്നുമില്ലാത്ത 'ജനകീയ'മന്ത്രി അങ്ങനെ ഒരു മന്ത്രിയുടെ വാക്കുകളാണിവ: പാലിയ ത്തെയും അയിത്തത്തെയും തൊട്ടുകളിച്ചാൽ അതിനെ അടിച്ചമർത്തുക തന്നെ ചെയ്യുമെന്ന് സർക്കാർ നേരത്തെ തീരുമാനിച്ചിരുന്നുവെന്ന് വ്യക്തമാണല്ലോ.

സമരപ്രചാരണവും ഫണ്ടുപിരിവും കൊച്ചിയിൽ മാത്രം ഒതുങ്ങി നിന്നില്ല. 1947 ഡിസംബർ 16-ന്റെ *മലയാളമനോരമ* റിപ്പോർട്ട്:

> പ്ര ലേ, പുത്തൻവേലിക്കര വൃശ്ചികം 27: പാലിയത്തു നടക്കുന്ന സഞ്ചാര സ്വാതന്ത്ര്യസമരത്തിനു വേണ്ടിയുള്ള ധനവും വളണ്ടിയർമാരെയും ശേഖരിക്കാൻ ഈ മാസം 29 മുതൽ ധനു 9-തുവരെ തിരുവിതാംകൂറിന്റെ വിവിധ ഭാഗങ്ങളിൽ ഡോക്ടർ വിജയൻ സഞ്ചരിക്കുന്നതും എല്ലാ നേതാക്കൻമാരെയും നേരിട്ടു കാണുന്നതും പൊതുയോഗങ്ങളിൽ പ്രസംഗിക്കുന്നതുമാണ്.

സത്യഗ്രഹസമരം തുടങ്ങി രണ്ടാഴ്ച കഴിഞ്ഞപ്പോൾ, നാലുമാസത്തെ അവധി വച്ച്- അതായത് മേടം ഒന്നിന്-ക്ഷേത്രപ്രവേശനം അനുവദിക്കുന്നതാണെന്ന് മഹാരാജാവ് വിളംബരപ്പെടുത്തി. തിരഞ്ഞെടുപ്പ് കഴിഞ്ഞ് കൂടുന്ന നിയമസഭ ശുപാർശ ചെയ്താൽ ക്ഷേത്രപ്രവേശനം പരിഗണിക്കുമെന്ന് ശഠിച്ച മഹാരാജാവ് പിന്നോട്ടുപോകാൻ നിർബന്ധിതനായി. ഈ മാറ്റം കണക്കിലെടുത്തുകൊണ്ട് കർമസമിതി വീണ്ടും പാലിയത്തച്ചനെ കണ്ടു നിവേദനം സമർപ്പിച്ചു. 1948 ജനുവരി 6-ന്റെ *മലയാള മനോരമ* റിപ്പോർട്ട്:

പാലിയത്തച്ഛന്റെ ക്ഷണപ്രകാരം നാളെ എട്ടുമണിക്ക് കർമ്മസമിതിയുടെ ആഭിമുഖ്യത്തിൽ സി ആർ ആണ്ടവൻ വൈദ്യർ, സി ടി ചാക്കോ, പി കെ വേലായുധൻ എന്നിവരടങ്ങുന്ന ഒരു നിവേദനസംഘം നിവേദനങ്ങൾ സമർപ്പിക്കുന്നതാണ്. ക്ഷേത്രപ്രവേശന വിളംബരത്തെ അർത്ഥവത്താക്കാൻ ഉടൻ പാലിയം റോഡ് തുറന്നുകൊടുക്കേണ്ടതാണെന്നും ഇനിയെങ്കിലും സത്യഗ്രഹികളുടെ നേരെ മർദനങ്ങൾ അഴിച്ചുവിടരുതെന്നും മറ്റുമാണ് നിവേദനങ്ങളുടെ ഉള്ളടക്കം.

പാലിയം റോഡ് തുറന്നുകൊടുക്കണമെന്ന് വലിയ അച്ചനോടു പറയാൻ ശ്രീമതി ആര്യാപള്ളവും ഇന്ന് സ്ഥലത്ത് എത്തിയിട്ടുണ്ട്.

തിരുവിതാംകൂർ-മലബാർ പ്രദേശങ്ങളിലും പാലിയം സമരത്തിന്റെ സന്ദേശം എത്തിക്കാനും തദ്ദേശീയരുടെ സഹായസഹകരണങ്ങൾ തേടാനും ആക്ഷൻ കൗൺസിൽ പരമാവധി പരിശ്രമിച്ചിട്ടുണ്ട്.

മലയാളമനോരമ, 1948 ജനുവരി 23-ലെ തന്നെ മറ്റൊരു റിപ്പോർട്ട്:

പാലിയം റോഡ് കർമസമിതിയുടെ പ്രതിനിധികളായ പി എം ചാക്കോ, സി ആർ ആണ്ടവൻ വൈദ്യർ എന്നിവർ കർമസമിതിയുടെ പ്രചാരണാർഥം ഇന്ന് കോട്ടയത്ത് എത്തിയിരിക്കുന്നു. അവർ തിരുവിതാംകൂറിലെ പ്രധാന പത്രപ്രതിനിധികളെയും നേതാക്കളെയും നേരിട്ടു കണ്ട് അഭിമുഖ സംഭാഷണങ്ങൾ നടത്തുന്നതാണ്. കൂടാതെ മുണ്ടക്കയം, തിരുവനന്തപുരം, നെയ്യാറ്റിൻകര മുതലായ സ്ഥലങ്ങളിൽ കൂടുന്ന പ്രചാരണ യോഗങ്ങളിൽ കർമസമിതിയുടെ ഭാവിനയവും പരിപാടിയും വിശദീകരിച്ച് സത്യഗ്രഹത്തെ സംബന്ധിച്ച വിവരങ്ങൾ നാട്ടുകാർക്കു നൽകുന്നതായിരിക്കും.

പാലിയംസമരത്തിന്റെ പ്രതിധ്വനികൾ കൊച്ചി നിയമസഭയിലും കേട്ടു. കമ്യൂണിസ്റ്റ് പാർട്ടിക്കോ, മറ്റിടതു പാർട്ടികൾക്കോ അന്നത്തെ നിയമസഭയിൽ പ്രാതിനിധ്യം ഉണ്ടായിരുന്നില്ല. കൊച്ചിരാജ്യ പ്രജാമണ്ഡലത്തിലും തിരഞ്ഞെടുപ്പിനുശേഷം പരമ്പിലോനപ്പൻ തട്ടിക്കൂട്ടി ഉണ്ടാക്കിയ നാഷണലിസ്റ്റ് പാർട്ടിക്കും തിരുവില്വാമലയിലെ ഒരു പ്രമാണിയായിരുന്ന ടി കെ നായർ നേതൃത്വം നൽകിയ പ്രോഗ്രസീവ് പാർട്ടിക്കും മാത്രമേ നിയമസഭയിൽ പ്രാതിനിധ്യം ഉണ്ടായിരുന്നുള്ളൂ. സഹോദരൻ അയ്യപ്പന്റെ നേതൃത്വത്തിലുണ്ടായിരുന്ന സോഷ്യലിസ്റ്റ് ഗ്രൂപ്പ് പിരിച്ചുവിട്ട് പ്രജാമണ്ഡ ലത്തിൽ ലയിച്ചിരുന്നു. ഇവരിൽ കർമസമിതിക്ക് സമീപിക്കാവുന്നവർ പ്രജാമണ്ഡലക്കാർ മാത്രം.

1947 നവംബർ 4-ന്റെ *എക്സ്പ്രസ്സ്* ഇങ്ങനെ റിപ്പോർട്ട് ചെയ്തു:

> മലബാർ ക്ഷേത്ര പ്രവേശന സമിതിയോഗം ഇന്ന് മലബാർ എസ് എൻ ഡി പി യോഗം ആപ്പീസിൽവെച്ച് എ സി രാമന്റെ അധ്യക്ഷതയിൽ കൂടി. പ്രത്യേക ക്ഷണപ്രകാരം കൊച്ചിയിൽനിന്ന് സി ആർ കുഞ്ഞുണ്ണിയും യോഗത്തിൽ സംബന്ധിച്ചിരുന്നു. ക്ഷേത്ര പ്രവേശന പ്രശ്നം അടുത്തുവരുന്ന പുതിയ നിയമസഭയുടെ ആലോചനക്കു വെക്കാതെ കൊച്ചിയിൽ ഉടൻ ക്ഷേത്രപ്രവേശനം അനുവദിക്കാൻ മഹാരാജാവിനോടും ക്ഷേത്രപ്രവേശനാർഥം വേണ്ട നടപടികൾ ഉടൻ എടുക്കാൻ കൊച്ചിയിലെ ജനകീയ സംഘടനകളോട് പൊതുവിലും, കൊച്ചി ക്ഷേത്രപ്രവേശന സമിതിയോട് പ്രത്യേകിച്ചും ആവശ്യപ്പെടുന്ന പ്രമേയം പാസാക്കി.

1948 ഡിസംബർ 12-ന്റെ *മാതൃഭൂമി* ദിനപത്രത്തിൽ എറണാകുളം ലേഖകന്റെ റിപ്പോർട്ട്:

> പാലിയം റോഡ് സത്യഗ്രഹകമിറ്റിയുടെ ആഭിമുഖ്യത്തിൽ ഇരുപതു ബാലികമാരടങ്ങിയ ഒരു ജാഥ ഇന്ന് കൊച്ചി നിയമസഭ സമ്മേളിച്ചുകൊണ്ടിരിക്കെ (ഇന്നത്തെ ലാകോളേജ് ആണ് അന്നത്തെ നിയമസഭാമന്ദിരം) നിയമസഭാ മന്ദിരത്തിനു മുന്നിൽ പ്രകടനം നടത്തുകയുണ്ടായി. സ്ത്രീകൾ "പാലിയം റോഡ് തുറക്കുക" മുതലായ മുദ്രാവാക്യങ്ങൾ വിളിച്ചു പറഞ്ഞുകൊണ്ടിരുന്നു. പ്രജാമണ്ഡലം കക്ഷിയിലെ മിസിസ്സ് കെ എം ആർ മോനോൻ വരെ സമീപിക്കുകയും സത്യഗ്രഹത്തിന്റെ പൂർണ വിവരം ചോദിച്ചറിഞ്ഞതിനുശേഷം റോഡ് തുറന്നുകിട്ടുന്നതിനുവേണ്ടി എല്ലാ നടപടികളും എടുക്കുന്നതാണെന്ന് അവർക്ക് ഉറപ്പുകൊടുക്കുകയും ചെയ്തു. ഇതിനുശേഷം ജാഥ സമാധാനപൂർവം പിരിഞ്ഞുപോയി.
>
> വളരെ അധികം ആളുകൾ അപ്പോഴേക്കും അവിടെ എത്തിച്ചേർന്നു. ജാഥയോടൊപ്പം അവരും യാതൊരു ബഹളവും ഉണ്ടാക്കാതെ പിരിഞ്ഞു. പൊലീസ് സ്ഥിതിഗതികൾ ഉറ്റുനോക്കിക്കൊണ്ട് കുറച്ചകലെ നിന്നുവെങ്കിലും ഇതിലൊന്നും ഇടപെടുകയുണ്ടായില്ല... പാലിയം റോഡ് സത്യഗ്രഹം മുറയ്ക്കുനടന്നുവരുന്നു... ഇതേവരെ 16 പേരെ അറസ്റ്റ് ചെയ്തിട്ടുണ്ട്. പൊലീസ് സത്യഗ്രഹികളെ ദേഹോപദ്രവം ഏൽപ്പിക്കുന്നുവെന്ന് ആക്ഷേപമുണ്ട്.

1123 കുംഭം 8-ന്റെ *എക്സ്പ്രസ്സ്* പത്രത്തിലെ നിയമസഭാ റിപ്പോർട്ട് താഴെ കാണും പ്രകാരമാണ്:

എം ഐ പോൾ : (ഞാറയ്ക്കൽ നിന്നുള്ള പ്രജാമണ്ഡലം പ്രതിനിധിയാണ് ലേഖകൻ) "പാലിയം സത്യഗ്രഹ സ്ഥലത്ത് അറസ്റ്റും അടിയും നട

ക്കുന്നതായി കേൾക്കുന്നു. ചർച്ച ചെയ്യാൻ അടിയന്തരപ്രമേയം അവതരിപ്പിക്കുന്നു.

പ്രസിഡന്റ് : അത് അത്ര അടിയന്തരമായ കാര്യമാണെന്ന് തോന്നുന്നില്ല.

പോൾ : സർ, മിനിയാന്നു ചിലരെ പാലിയം റോഡ് സത്യഗ്രഹസ്ഥലത്ത് അറസ്റ്റുചെയ്തിട്ടുണ്ട്. ഒരു പുലയ സത്യഗ്രഹിയെ ദേഹോപദ്രവം ഏൽപ്പിച്ചിട്ടുണ്ട്. പാലിയം സത്യഗ്രഹത്തെ ക്കുറിച്ച് സംസാരിച്ചു തുടങ്ങിയപ്പോഴേക്കും അത് അടിയന്തരകാര്യമാണോ എന്ന് പ്രസിഡന്റ് ചോദിച്ചു.

പ്രധാനമന്ത്രി : സർ, പാലിയംസത്യഗ്രഹം ഇന്നോ ഇന്നലെയോ തുടങ്ങിയതല്ല. മിനിയാന്നും നാലാംനാളും അറസ്റ്റ് ചെയ്തു കാണും. കോടതിയുടെ തീരുമാനപ്രകാരം ആ സ്ഥലം സ്വകാര്യസ്ഥലമാണ്.

പോൾ : ഇത് അടിയന്തരമായ ഒരു പ്രശ്നമാണെന്ന് ഞാൻ വിശദീകരിക്കാം. എനിക്ക് ഒരു കമ്പി സന്ദേശം പാലിയത്തു നിന്നും കിട്ടിയിട്ടുണ്ട്.

പ്രസിഡന്റ് : കമ്പിയിൽ എന്താണ് കാണുന്നത്?

പോൾ : കമ്പി വായിച്ചു. കമ്പിയുടെ അവസാനഭാഗത്ത് അടിയന്തര പ്രമേയം അവതരിപ്പിക്കണമെന്നുണ്ടായിരുന്നതും വായിച്ചു. (ഹാളിൽ കൂട്ടച്ചിരി).

പ്രസിഡന്റ് : അത് അത്ര അടിയന്തരപ്രശ്നമാണെന്ന് തോന്നുന്നില്ലാത്തതിനാൽ റൂൾ ഔട്ട് ചെയ്തിരിക്കുന്നു.

11

പ്രത്യക്ഷ സമരത്തിലേക്ക്

പി എൻ രാമൻ

ഇത്രയേറെ നിവേദനങ്ങളും പ്രചാരണങ്ങളും നടത്തി സഞ്ചാരസ്വാതന്ത്ര്യത്തിനുവേണ്ടിയുള്ള അനുകൂലാഭിപ്രായം സൃഷ്ടിക്കാൻ കഴിഞ്ഞുവെങ്കിലും പാലിയം മാത്രം കുലുങ്ങിയില്ല. പാലിയത്തെ സംരക്ഷിച്ചുകൊള്ളാമെന്ന് ഏറ്റ കൊച്ചി സംസ്ഥാന ഗവൺമെന്റും പാറ പോലെ ഉറച്ചു നിന്നു. പ്രത്യക്ഷസമരം ആരംഭിക്കുകയല്ലാതെ കർമസമിതിക്ക് ഗത്യന്തരമില്ലാതായി.

1947 നവംബർ 30-ലെ *മാതൃഭൂമി* ദിനപത്രം ഇങ്ങനെ റിപ്പോർട്ടു ചെയ്തു.

> പാലിയംറോഡ് സമര കർമസമിതി സത്യഗ്രഹ ക്യാമ്പിൽ വെച്ചു കൂടി നവംബർ 26-ന് അന്ത്യശാസനം പ്രഖ്യാപിക്കാൻ തീരുമാനിച്ചു. ഈ പ്രഖ്യാപന സമ്മേളനത്തിൽ തിരുവിതാംകൂർ, കൊച്ചി മലബാർ എന്നീ സംസ്ഥാനങ്ങളിൽ നിന്നും നേതാക്കന്മാരെ പ്രസംഗകരായി ക്ഷണിക്കുന്നതിനും തീരുമാനിച്ചിട്ടുണ്ട്. യോഗത്തിനു മുൻപേ ആവേശകരമായ പ്രകടനവും ഘോഷയാത്രയും ഉണ്ടായിരിക്കും. അയിത്തരാക്ഷസന്റെ പ്രതിമ ദഹിപ്പിക്കാനുള്ള ഒരുക്കങ്ങളും ചെയ്തു വരുന്നു. അയിത്തപ്പിശാചിന്റെ മരണഗോഷ്ടിയെ ചിത്രീകരിക്കുന്ന ഒരു മോണോആക്ടും സമ്മേളന മദ്ധ്യേ ഉണ്ടായിരിക്കുന്നതും മീറ്റിങ്ങിനുശേഷം ഒരു വലിയ പന്തം കൊളുത്തി പ്രകടനം ചേന്ദമം

> ഗലം മുഴുവൻ ചുറ്റി സഞ്ചരിക്കുന്നതുമായിരിക്കും.
>
> അന്ത്യശാസന പ്രകാരം ഡിസംബർ 3-നു മുമ്പായി പാലിയം റോഡ് തുറന്നു കൊടുക്കാത്തപക്ഷം 4-നു രാവിലെ 8 മണി മുതൽ നിരോധിക്കപ്പെട്ട വഴിയിൽക്കൂടി സത്യഗ്രഹികൾ സമാധാനപരമായി കടന്നുപോകുന്നതാണ്. അധികാരികൾ തടയുന്ന പക്ഷം ആ സ്ഥലത്തു വച്ച് സത്യഗ്രഹം ആരംഭിക്കുന്നതാണ്.

മഹാരാജാവിന്റെയും ഗവൺമെന്റിന്റെയും പ്രത്യേകിച്ച് ജനകീയ മന്ത്രിമാരുടെയും, പിന്തുണ ഉറപ്പായ പാലിയം ഉണ്ടോ അന്ത്യശാസനത്തിനു മുമ്പിൽ തലകുനിക്കുന്നു? പോരെങ്കിൽ അന്നത്തെ എസ്റ്റേററ് മാനേജർ ദിനകരൻ അച്ചൻ കൊച്ചിയിലെ ഒരു രാജാവിന്റെ പുത്രനായിരുന്നു. ആ നിലയിൽ ഉദ്യോഗസ്ഥൻമാർ എന്നുവേണ്ട ഭരണയന്ത്രമാകെ തന്നെ അദ്ദേഹത്തിന്റെ ഉള്ളംകൈയിലും.

ഡിസംബർ 3-വരെ കാത്തിരുന്നിട്ട് ഡിസംബർ 4-നാണ് സത്യഗ്രഹത്തിന്റെ ഔപചാരികമായ ഉദ്ഘാടനം നടന്നത്.

1947 ഡിസംബർ 4ന്റെ *മലയാള മനോരമയിൽ* എറണാകുളം ലേഖകൻ "പാലിയംറോഡ് സത്യഗ്രഹം സംബന്ധിച്ച കാര്യങ്ങളിൽ പ്രജാമണ്ഡലത്തിനോ എസ് എൻ ഡി പിക്കോ കൊച്ചി ക്ഷേത്ര പ്രവേശന സമിതിക്കോ യാതൊരു പങ്കുമില്ല. ഇന്ന് സത്യഗ്രഹപ്രസ്ഥാനം നയിക്കുന്നത് മി. സി കേശവനായിരിക്കും" എന്ന് ഉദ്ഘാടന സമ്മേളനം രണ്ടു വാചകങ്ങളിൽ ഒതുക്കിയെങ്കിൽ *മാതൃഭൂമിയിൽ* ആ വാർത്ത വന്നതേയില്ല. എന്തിനീ തമസ്കരണം? ആയിടെ ജയിൽ മോചിതരായ സ്റ്റേറ്റ് കോൺഗ്രസ് നേതാക്കൻമാരിൽ അത്യധികം ഗംഭീരമായ സ്വീകരണം നൽകപ്പെട്ടത് അവശസമുദായങ്ങളുടെ കൂടി നേതാവായിരുന്ന സി കേശവനായിരുന്നു. അദ്ദേഹത്തിന്റെ പ്രസംഗമോ കത്തിപ്പടരുന്നതും. സി കേശവന്റെ ആലപ്പുഴ കിടങ്ങാംപറമ്പ് മൈതാനിയിലെ പ്രസംഗം 'ഭഗവാൻ കാറൾമാർക്സിനെയും' സോഷ്യലിസ്റ്റ് കമ്യൂണിസ്റ്റ് ആദർശങ്ങളെയും മുക്തകണ്ഠം പുകഴ്ത്തിക്കൊണ്ടായിരുന്നു. ചേന്ദമംഗലം പ്രസംഗവും വ്യത്യസ്തമായിരുന്നില്ല. ഇത്തരം പ്രസംഗങ്ങൾ "ദേശീയവാദി" മാധ്യമങ്ങളെ അലോസരപ്പെടുത്തുമല്ലോ. അതുകൊണ്ടായിരിക്കാം സി കേശവനെ അവർ തമസ്കരിച്ചത്. ഏതായാലും 1947 ഡിസംബർ 5ന്റെ *എക്സ്പ്രസ്സ്* ദിനപത്രത്തിൽ വന്ന ഉദ്ഘാടന സമ്മേളന റിപ്പോർട്ടിന്റെ ചുരുക്കം താഴെ കൊടുക്കുന്നു.

> നാലു മണിക്ക് കൊച്ചിയുടെ അതിർത്തിയായ പറവൂർ പാലത്തുങ്കൽ വെച്ച് സി കേശവനെ ഹാരമണിയിച്ച് വമ്പിച്ച ഘോഷയാത്രയായി മാറ്റപ്പാടത്തേക്ക് ആനയിച്ചു. കരിമ്പാടത്തും സ്വീകരണമുണ്ടായി. ഇടയ്ക്കിടയ്ക്ക് കതിനവെടിയും ഉണ്ടായിരുന്നു. അയ്യായിരത്തിലേറെ ജനങ്ങൾ യോഗത്തിൽ പങ്കെടുത്തിരുന്നു. (അൻപതു കൊല്ലം മുൻപ് ഒരു ഗ്രാമത്തിൽ ഇത്ര വലിയ

> ആൾക്കൂട്ടം കൂടുന്നത് അവിശ്വസനീയമായി തോന്നാം. എന്നാൽ ഇതിലുമധികം ആളുകൾ തിങ്ങിക്കൂടിയിരുന്നുവെന്നു ദൃക്സാക്ഷികൾ ഇന്ന് അനുസ്മരിക്കുന്നു-പി ബി)

കൊടുങ്ങല്ലൂരിലെ അഡ്വക്കേറ്റ് ടി എൻ സുന്ദരയ്യർ ബി എ ബി എൽ ആയിരുന്നു അധ്യക്ഷൻ. നാളതുവരെയുള്ള പ്രവർത്തനങ്ങൾ വിശദീകരിച്ചുകൊണ്ട് സെക്രട്ടറി ടി ഇ ബാലൻ സ്വാഗതം ആശംസിച്ചു.

ഇരുപത്തിയഞ്ചു കൊല്ലം മുൻപ് നടത്തിയ വൈക്കം സത്യഗ്രഹത്തെ അനുസ്മരിച്ചുകൊണ്ടാണ് സി കേശവൻ തന്റെ പ്രസംഗം ആരംഭിച്ചത്. അദ്ദേഹം പറഞ്ഞു:

> കമ്യൂണിസവും സോഷ്യലിസവും ഇന്ന് ലോകത്തിൽ എവിടെയും വേരൂന്നി കഴിഞ്ഞിരിക്കുന്നു. ഇന്ത്യയിൽ അത് വളർന്നു വരികയാണ് ചെയ്യുന്നത്. അവ ഒരു ശക്തിക്കും എതിരിടാൻ സാധിക്കാത്തവിധം വളർന്നുകഴിഞ്ഞിരിക്കുന്നു. ഇന്നു കാണുന്ന നാടുവാഴി പ്രഭുത്വവും ഇനി നിലനിൽക്കില്ലെന്നുള്ളത് തീർച്ച. അവർക്ക് സ്വന്തമായി ഒന്നും തന്നെ ജനങ്ങളിൽ നിന്നും പിടിച്ചുവയ്ക്കാൻ സാധ്യമല്ല. ഈ നിലയിൽ പാലിയത്തു നിന്നും എന്തിനാണ് ഒരു വഴി ജനദ്രോഹമെന്ന പേരിൽ പിടിച്ചുവയ്ക്കുന്നത്? പ്രസ്തുത വഴിയിൽ പാലിയത്തിന് എന്തധികാരമാണുള്ളത്?

അദ്ദേഹം തുടർന്നു:

> നാം ഈ സമരം ചെയ്യുന്നത് ഒരു വഴിക്കുവേണ്ടി മാത്രമാണെന്ന് കരുതരുത്. ജന്മിത്വത്തെ തട്ടിത്തകർത്ത് സാമ്പത്തികസമത്വം സ്ഥാപിക്കാൻ ശ്രമിക്കണം. അത് അധികം താമസിയാതെ സാധിക്കുക തന്നെ ചെയ്യും. ഇതു നല്ലപോലെ മനസിലാക്കി ഉടനെ സഞ്ചാര സ്വാതന്ത്ര്യം അനുവദിച്ചു കൊടുക്കുകയാണെങ്കിൽ കുറച്ചുകാലം കൂടി പാലിയത്തിന് നിലനിൽക്കാൻ സാധിച്ചേക്കാം.

തിരുവിതാംകൂറിലെ രാഷ്ട്രീയ സ്ഥിതിഗതികൾ അദ്ദേഹം സവിസ്തരം പ്രതിപാദിച്ചു. “കൊച്ചിയിൽ ഉത്തരവാദഭരണം ജനകീയ ശക്തിക്ക് വിധേയമല്ല; ജനങ്ങളുടെ ആവശ്യങ്ങൾ സാധിക്കുന്നതിന് ഒരു ഗവൺമെന്റ് വരണമെങ്കിൽ അഭിപ്രായവ്യത്യാസമെന്യേ ഒരു ഐക്യമുന്നണി സൃഷ്ടിക്കണം.” അദ്ദേഹം പറഞ്ഞു.

യോഗത്തിൽ നിന്നു പിരിഞ്ഞതും മാലകൾ തുടങ്ങിയവ ലേലം ചെയ്ത വകയിൽ കൂടിയും 87 ക. കർമസമിതിക്കു കിട്ടി. ടി എൻ കുമാരൻ കൃതജ്ഞത പറഞ്ഞു.

അന്നും ഇന്നും കമ്യൂണിസ്റ്റ് പ്രസ്ഥാനം പ്രധാനമായും ബഹുജനങ്ങളിൽ നിന്ന് ചില്ലിക്കാശ് പിരിച്ചാണ് പ്രവർത്തനങ്ങൾ നടത്തിയതും നടത്തുന്നതും. അന്ന് കമ്യൂണിസ്റ്റുകാരെ പാട്ടപ്പിരിവുകൾ എന്നു വിളി

ച്ചാക്ഷേപിച്ചവർ ഇന്ന് ബക്കറ്റു പിരിവുകാർ എന്നാക്ഷേപിക്കുന്നു എന്ന വ്യത്യാസമേയുള്ളു.

സമരം നൂറു ദിവസം നീണ്ടു നിന്നുവെന്ന ഒരു ധാരണ എങ്ങനെയോ പറവൂർ ചേന്ദമംഗലം പ്രദേശങ്ങളിൽ പരന്നിട്ടുണ്ട്. അത് ശരിയല്ല. 1947 ഡിസംബർ 4 മുതൽ 1948 മാർച്ച് 9 വരെ ആകെ 97 ദിവസമാണ് സമരം നീണ്ടു നിന്നത്. അതുപോലെ മാർച്ച് 10,12 തിയതികളിലാണ് സമരം അവസാനിച്ചതെന്ന ധാരണയും ഉണ്ട്. 1948 മാർച്ച് 9-ന് 1123 കുംഭം 26 ആണ്. എല്ലാവർഷങ്ങളിലും മാർച്ച് 9-ഉം, കുംഭം 26-ഉം ഒത്തുവരണമെന്നില്ല. അതായിരിക്കും ഈ തെറ്റിദ്ധാരണയ്ക്ക് അടിസ്ഥാനം.

ആദ്യ ദിവസം നിരോധിത റോഡുകളിൽ മുദ്രാവാക്യങ്ങൾ ഉദ്ഘോഷിച്ചു പ്രവേശിച്ച സത്യഗ്രഹികളെ അറസ്റ്റ് ചെയ്തില്ല. അവർ റോഡിൽ അങ്ങോട്ടും ഇങ്ങോട്ടും നടന്നു.

അടയ്ക്കാത്തറ ഇട്ട്യാതിയും വെള്ളായി നാരായണനുമായിരുന്നു ആദ്യത്തെ സത്യഗ്രഹികൾ.

രണ്ടാം ദിവസം പാലിയത്തിന്റെയും പൊലീസിന്റെയും ഭാവം മാറി. അവരുടെ തനിനിറം കാണിച്ചു. അന്ന് അഞ്ച് ബാച്ചുകളിലായി പത്തു പേരെ അറസ്റ്റ് ചെയ്തു കസ്റ്റഡിയിൽ എടുത്തു. ഈ അറസ്റ്റിൽ പ്രതിഷേധിച്ച് മാറ്റപ്പാടത്തു പൊതുയോഗം ചേർന്നു. പ്രസംഗം കഴിഞ്ഞിറങ്ങിയ കർമസമിതി സെക്രട്ടറി ടി ഇ ബാലനെ യോഗസ്ഥലത്തു വച്ച് അറസ്റ്റു ചെയ്തു. ജനരോഷം ആളിക്കത്തി. ക്ഷുഭിതരായ ജനങ്ങൾ വളണ്ടിയർ ക്യാപ്ടൻ പുരുഷോത്തമന്റെ നേതൃത്വത്തിൽ നിരോധിത റോഡിലേക്ക് നീങ്ങി. ഉടനെ പുരുഷോത്തമനെയും അറസ്ററ് ചെയ്തു കസ്റ്റഡിയിൽ എടുത്തു.

അറസ്റ്റ് ചെയ്യപ്പെട്ട ആദ്യ ബാച്ച് വളണ്ടിയർമാർക്ക് ആറാഴ്ചയും രണ്ടാം ബാച്ചിന് അഞ്ച് ആഴ്ചയും ഡിസ്ട്രിക്ട് മജിസ്ട്രേറ്റ് കോടതി തടവു ശിക്ഷ വിധിച്ചു.

12

ആയിരങ്ങൾ അണിനിരന്ന സഹനസമരം

ആയിരത്തിതൊള്ളായിരത്തി തൊണ്ണൂറ്റിരണ്ട് ജനുവരി 30-ന് 68-മത്തെ വയസിൽ നിര്യാതനായ നടമവില്ലേജ് പാപ്പാളിപറമ്പിൽ പി എൻ രാമൻ അവസാന ദിവസത്തെ സമരത്തിൽ പങ്കെടുത്ത് തൃപ്പൂണിത്തുറ ജാഥാംഗമാണ്. ഒരു നെയ്ത്തു തൊഴിലാളിയായിരുന്നു. തൃപ്പൂണിത്തുറയിലെ നെയ്ത്തു തൊഴിലാളികളെ സംഘടിപ്പിക്കുകയും പിന്നീട് അവരുടെ സഹകരണ സംഘം രൂപീകരിക്കുകയും ചെയ്ത അദ്ദേഹം തന്റെ ചരിത്രബോധവും അനുഭവങ്ങളും വച്ച് പാലിയംസമരത്തിന്റെ ചരിത്രമെഴുതുകയും അതു പരിശോധിക്കാനായി കൈയെഴുത്തു പ്രതി ആരെയോ ഏൽപ്പിക്കുകയും ചെയ്തു വെന്ന് അദ്ദേഹത്തിന്റെ പുത്രി പ്രേമലത പറഞ്ഞു. തൃപ്പൂണിത്തുറ ഉൾപ്പെടെ തെക്കൻ കൊച്ചി ജാഥയിലെ ഓരോ അംഗത്തിന്റെയും ചലനങ്ങളെക്കുറിച്ച് വിശദമായി പ്രതിപാദിച്ച ആ രേഖ വെളിച്ചം കാണാതെ എങ്ങനെയോ നഷ്ടപ്പെട്ടുപോയി.

പ്രചാരണ പര്യടന ജാഥാ വൈസ് ക്യാപ്ടൻ വി സി ജനാർദനനും സമരരേഖകൾ നഷ്ടപ്പെട്ട കഥ പറയാനുണ്ട്. അദ്ദേഹം അനുസ്മരിക്കുന്നു:

> പൊലീസിന്റെ പിടിയിൽപ്പെടാതെ ശ്രദ്ധിക്കണമെന്ന് പാർട്ടി നിർദ്ദേശിച്ചു. ഞാൻ കരുതലോടെ നടന്നു. മൂന്നോ നാലോ പ്രാവശ്യം എന്നെ പിടിക്കാനായി പൊലീസ് വീടു വളഞ്ഞു. വീടിനുള്ളിൽ സൂക്ഷിച്ചിരുന്ന സമരരേഖകൾ ഒന്നും അവർ ശ്രദ്ധിച്ചില്ല. പക്ഷേ പൊലീസ് ചെയ്യാതിരുന്നത് മലവെള്ളം ചെയ്തു. ഒരു വെള്ളപ്പൊക്കത്തിൽ എല്ലാ രേഖകളും നഷ്ടപ്പെട്ടുപോയി.

ജനാർദനൻ തുടർന്നു:

വടക്കുംപുറത്തും പറവൂത്തറ ക്ഷേത്രത്തിനു സമീപത്തും വടക്കേക്കരയിൽപ്പെട്ട പെരുവാരം കൊപ്രക്കളത്തിലുമായി മൂന്ന് സത്യഗ്രഹ ക്യാമ്പുകൾ തുറന്നു. വടക്കുപുറം കൊച്ചി അതിർത്തിക്കുള്ളിൽ ആയിരുന്നതിനാൽ അവിടെ നിരന്തരം പൊലീസ് ശല്യമുണ്ടാവുകയാൽ ആ ക്യാമ്പ് നിറുത്തേണ്ടി വന്നു. സത്യഗ്രഹികളെ പാലിയംഗുണ്ടകളും പൊലീസും മർദിക്കുമെന്നുള്ളത് ഉറപ്പായതിനാൽ-പോരെങ്കിൽ മന്ത്രിപറമ്പിൽ ലോനപ്പൻ അടിച്ചമർത്തുമെന്ന് വ്യക്തമാക്കുകയും ചെയ്തിരുന്നുവല്ലോ- പ്രഥമശുശ്രൂഷയ്ക്ക് വേണ്ട ഒരുക്കങ്ങൾ ചെയ്തിരുന്നു. സഹോദര പ്രസ്ഥാനത്തിൽ നിന്നും പിന്നീട് കമ്യൂണിസ്റ്റ് അനുഭാവിയായി മാറിയ വൈപ്പിൻകരയിലെ ആർ കെ കുട്ടനായിരുന്നു ഇതിന്റെ ചുമതല. മർദനമേറ്റു വരുന്ന സഖാക്കൾക്ക് ചൂടുപിടിക്കാനായി ചെമ്പുകളിൽ തിളച്ചു കിടക്കുന്ന വെള്ളം, ചെറിയ മുറിവുകൾ കഴുകി മരുന്നു വെച്ചുകെട്ടാൻ ആവശ്യമായ സാമഗ്രികൾ എല്ലാം ഒരുക്കിയിരുന്നു.

സത്യഗ്രഹം തുടങ്ങിയ അടുത്തദിവസം പറവൂർ-ചേന്ദമംഗലം റോഡിൽ, ക്ഷേത്രത്തിനു മുൻവശത്തായി, പാലിയം അധികാരികൾ വിലങ്ങനെ ഒരു മുളവെച്ചുകെട്ടി. ഗാന്ധിത്തൊപ്പി ധരിച്ച സത്യഗ്രഹികൾ ഈരണ്ടുപേർ വീതമുള്ള ഓരോ ബാച്ചായി ക്യാമ്പിൽനിന്നും ജാഥയുടെ അകമ്പടിയോടെ പുറപ്പെട്ട് മുളയുടെ അടുത്തെത്തി സത്യഗ്രഹം തുടങ്ങും. ഓരോ ദിവസവും മൂന്നു ബാച്ചുവീതം സത്യഗ്രഹം നടത്തണമെന്നാണ് തീരുമാനിച്ചതെങ്കിലും പലപ്പോഴും ആവേശഭരിതരായ ജനങ്ങൾ സ്വമേധയാ മുമ്പോട്ടുവന്ന് സത്യഗ്രഹം നടത്തും. മൂന്നാം ദിവസം മുതൽ സത്യഗ്രഹിക്കു നേരെ ഭീകരമായ മർദനം. അതിനെ തരിമ്പും കൂസാതെ സത്യഗ്രഹം തുടർന്നു.

ഈ തൊണ്ണൂറ്റേഴു ദിവസങ്ങളിലും ചേന്ദമംഗലത്തേക്ക് ജനങ്ങൾ പ്രവഹിക്കുകയായിരുന്നു. ശബരിമലയ്ക്കും ആലുവ ശിവരാത്രിക്കും ഭക്തന്മാർ പ്രവഹിക്കുംപോലെ. ചേന്ദമംഗലത്തെ സമരഭൂമിയിലേക്ക് മാർച്ച് ചെയ്തവർ കൈയിലുള്ള ചില്ലിക്കാശുകൾ സമരഫണ്ടിലേക്ക് സംഭാവന ചെയ്യുകയും മിക്കവാറും പൊലീസിന്റെയോ പാലിയം ഗുണ്ടകളുടെയോ മർദനം ഏറ്റുവാങ്ങുകയും ചെയ്തു. സഞ്ചാര സ്വാതന്ത്ര്യം നേടിയെടുക്കാൻ അതിലും കൂടുതൽ കഷ്ടനഷ്ടങ്ങൾ സഹിക്കാൻ അവർ തയാറായിരുന്നു.

അക്കാലത്തെ ഏതാനും ദിവസങ്ങളിലെ ഏതാനും ചില പത്ര റിപ്പോർട്ടുകളിലേക്ക് നമുക്ക് കണ്ണോടിക്കാം.

പാലിയംസത്യഗ്രഹം സംബന്ധിച്ച കാര്യങ്ങളിൽ പ്രജാമണ്ഡലത്തിനോ എസ് എൻ ഡി പി ക്കോ കൊച്ചി ക്ഷേത്രപ്രവേശന സമിതിക്കോ യാതൊരു പങ്കുമില്ലെന്നും 1947 ഡിസംബർ 4ന് റിപ്പോർട്ട് ചെയ്ത *മലയാളമനോരമ* തന്നെ ഡിസംബർ 16-ന് വലിയ പ്രാധാന്യത്തോടെ എഴുതി.

> പാലിയംറോഡ് സത്യഗ്രഹികളോട് സഹാനുഭൂതി പ്രകടിപ്പിക്കുന്നതിന് ചേന്ദമംഗലത്തേക്ക് അണിമുറിയാത്ത ജാഥകൾ വന്നു

കൊണ്ടിരുന്നു. എസ് എൻ ഡി പി, പ്രജാമണ്ഡലം, കമ്യൂണിസ്റ്റ് കക്ഷി എന്നിവയുടെ ആഭിമുഖ്യത്തിൽ ഡിസംബർ 12-ന് അഴീക്കൽ നിന്നും എസ് എൻ ഡി പി, പുലയ മഹാസഭ, കമ്യൂണിസ്റ്റ് പാർട്ടി, കേരള സോഷ്യലിസ്റ്റ് പാർട്ടി ഇവയുടെ ആഭിമുഖ്യത്തിൽ ഡിസംബർ 13-ന് കൊടുങ്ങല്ലൂർ നിന്നും 14-ന് കുഴുപ്പിള്ളിയിൽ നിന്നും ഓരോ തുക സംഭാവന ചെയ്യുകയും ചെയ്തു. 13-ന് മൂന്നാമത്തെ സംഘം സത്യഗ്രഹികൾ പാലിയം ആനയ്ക്ക് വഴിമാറി കൊടുക്കാൻ വിസമ്മതിച്ചതിനാൽ പൊലീസ് സത്യഗ്രഹികളെ വലിച്ചുമാറ്റി.

പാലിയം എസ്റ്റേറ്റ് മാനേജർ ഒരു പ്രസ് കോൺഫറൻസ് വിളിച്ചുകൂട്ടി പാലിയംറോഡ് ഒരു സ്വകാര്യ സ്വത്താണെന്ന് പ്രസ്താവിക്കുകയും, ജന്മിത്തം അവസാനിപ്പിക്കാനുള്ള ശ്രമം ആണ് സത്യഗ്രഹമെന്നു ഉദ്ബോധിപ്പിക്കുന്ന ലഘുലേഖകൾ പത്രപ്രതിനിധികളുടെ ഇടയിൽ വിതരണം ചെയ്യുകയും പത്രപ്രതിനിധികളെ സത്യഗ്രഹപ്രസ്ഥാനത്തിനെതിരാക്കാൻ ശ്രമിക്കുകയും ചെയ്തു. എന്നാൽ സത്യഗ്രഹത്തിന്റെ ഗാന്ധിയൻ സ്വഭാവം പത്രപ്രതിനിധികൾക്ക് നല്ലപോലെ മനസ്സിലാക്കാൻ കഴിഞ്ഞു.

പാലിയം സിൽബന്തികളായ 41 പേർ പ്രസിദ്ധപ്പെടുത്തിയ ഒരു ലഘുലേഖയിലെ ആരോപണങ്ങളെ ഖണ്ഡിച്ചുകൊണ്ടു പ്രജാമണ്ഡലം പ്രസിഡന്റ് മി. ഗംഗാധരമേനോനും (കോഴിക്കോട് വീട്ടിൽ ഗംഗാധരമോനോൻ, കോഴിക്കോട്ടു വീട് ഇക്കണ്ടവാരിയരുടെ ഭാര്യ വീടുകൂടിയാണ്- പി ബി) സെക്രട്ടറി വി നാരായണൻ നമ്പ്യാരും ഒരു ലഘുലേഖ പ്രസിദ്ധം ചെയ്തിരിക്കുന്നു.

ഇരുവശത്തും റേഷൻകടകളും ചായക്കടകളും ഉള്ളതും സാധാരണ ശവസംസ്കാര ഘോഷയാത്ര നടത്താറുള്ളതുമായ ഒരു റോഡ് എങ്ങനെ സ്വകാര്യ സ്വത്താകുന്നു എന്നാണ് പ്രജാമണ്ഡലം നേതാവ് ചോദിക്കുന്നത്. പ്രജാമണ്ഡലം നേതാക്കന്മാരെ അധിക്ഷേപിക്കാൻ മാത്രമാണ് സത്യഗ്രഹവിരുദ്ധക്കമ്മിറ്റി ലഘുലേഖ പുറപ്പെടുവിച്ചിട്ടുള്ളത്.

ഒരു ക്രിസ്ത്യൻ കേന്ദ്രമായ ഗോതുരുത്തിലെ ക്രിസ്ത്യൻ യുവജനങ്ങൾ വാർഷിക തിരുനാളിൽ പ്രധാനമായി സ്ത്രീകളിൽ നിന്ന് പണം പിരിച്ച് പാലിയം സത്യഗ്രഹികൾക്ക് സംഭാവന നൽകുകയുണ്ടായി.

ഡിസംബർ 13-ന് 100 കുട്ടികൾ ചേർന്ന് ഉത്തേജകമായ ഒരു പ്രകടനം നടത്തി. (ഊന്നൽ കൂട്ടിച്ചേർത്തത്)

ഡിസംബർ 12-ന്റെ *മലയാളമനോരമ*യിൽ വന്ന വാർത്ത ഇങ്ങനെ:

പെൺകുട്ടികളുടെ ഒരു ജാഥ എറണാകുളത്തേക്ക് തിരിച്ചിട്ടുണ്ട്. എടവനക്കാട്ടു നിന്നും എസ് എൻ ഡി പി ബീഡിത്തൊഴിലാളി യൂണിയൻ,യുക്തിവാദിസംഘം, അരയ മഹാജനയോഗം മുതലാ

യവയുടെ വമ്പിച്ച ജാഥകൾ ഇവിടെ എത്തി. പറവൂർ താലൂക്ക് കോൺഗ്രസ് കമ്മിറ്റിയും മലബാർ എസ് എൻ ഡി പി യും പിന്തുണ വാഗ്ദാനം ചെയ്തിട്ടുണ്ട്.

1947 ഡിസംബർ 7-ന്റെ മാതൃഭൂമി ദിനപത്രം ഇങ്ങനെ റിപ്പോർട്ടു ചെയ്തു.

സത്യഗ്രഹം തുടങ്ങാനായി എത്രയോ വളണ്ടിയർമാർ മുന്നോട്ടു വന്നുകൊണ്ടിരിക്കുന്നു.... ആയിരക്കണക്കിന് ജനക്കൂട്ടം വിവരം അറിയാനായി നാനാഭാഗങ്ങളിൽ നിന്നും ഉൽക്കണ്ഠാഭരിതരായി വന്നുകൊണ്ടിരിക്കുന്നു...

1947 ഡിസംബർ 13-ന്റെ *മലയാളമനോരമ* ദിനപത്രത്തിലെ റിപ്പോർട്ടു താഴെ കൊടുക്കുന്നു.

പാലിയംറോഡ് സത്യഗ്രഹം ചേന്ദമംഗലത്ത് ഒരു വമ്പിച്ച ഉണർവ് ആണ് ഉണ്ടാക്കിയിരിക്കുന്നത്. സത്യഗ്രഹത്തിന്റെ 8-ാം ദിവസമായ ഇന്നലെ സത്യഗ്രഹം നടന്നുകൊണ്ടിരിക്കുന്ന സ്ഥലത്തിന്റെ പരിസരത്തിൽ ഒരു വമ്പിച്ച പ്രതിഷേധയോഗം കൂടുന്നതാണെന്ന് പാലിയത്തെ 41 സിൽബന്തികൾ പ്രഖ്യാപിച്ചിരുന്നതിനാൽ എടവനക്കാട് ജാഥയ്ക്കുള്ള സ്വീകരണം ആശാൻ മൈതാനത്തേക്കു മാറ്റി. ജാഥയോടൊന്നിച്ച് രണ്ടായിരത്തോളം വരുന്ന വമ്പിച്ച ഒരു ജനകൂട്ടം പാലിയം സിൽബന്തികളുടെ യോഗസ്ഥലത്തേക്കു വന്നപ്പോഴേക്കും അവരെല്ലാം സ്ഥലം വിട്ടിരുന്നു. മി. രാമചന്ദ്രൻ വൈദ്യരുടെ അധ്യക്ഷതയിൽ സ്വീകരണയോഗം നടന്നു. മെസ്സേഴ്സ് അഡ്വക്കേറ്റ് ചന്ദ്രശേഖരൻ, കെടാമംഗലം പപ്പുക്കുട്ടി, ജാഥാ ക്യാപ്ടൻ രാഘവൻ, ഭരതൻ, പറവൂർ താലൂക്ക് എസ് എൻ ഡി പി യൂണിയൻ പ്രസിഡന്റ് ഡോക്ടർ മാധവൻ (പിന്നീട് കോൺഗ്രസുകാരനും മന്ത്രിയുമൊക്കെ ആയ ഡോക്ടർ ഇ കെ മാധവനായിരിക്കും ഇത്- പി ബി) എന്നിവർ സത്യഗ്രഹികളെ പ്രശംസിച്ചു. അവർക്ക് പിന്തുണ വാഗ്ദാനം ചെയ്തു സംസാരിച്ചു. സത്യഗ്രഹം ഗാന്ധിയൻ രീതിയിൽ തന്നെ തുടരുന്നതിൽ സന്തോഷിക്കുന്നതായും പ്രജാമണ്ഡലം വ്യക്തമായ പിന്തുണ നൽകാത്തതിൽ ഖേദിക്കുന്നതായും പ്രജാമണ്ഡലം പ്രസിഡന്റ് മി ഗംഗാധരമേനോൻ പറഞ്ഞു. തിരുവിതാംകൂറിന്റെ സകല കഴിവുകളും സത്യഗ്രഹികൾക്കുവേണ്ടി നൽകുന്നതാണെന്നു മി. കെ ആർ നാരായണൻ (എസ് എൻ ഡി പി യുടെയും സ്റ്റേറ്റ് കോൺഗ്രസിന്റെയും നേതാവായ വൈക്കത്തെ കെ ആർ നാരായണൻ ആയിരിക്കും ഇദ്ദേഹം- പി ബി) പ്രസ്താവിക്കുകയുണ്ടായി. യോഗത്തിൽ 250 രൂപയുടെ പിരിവ് നടത്തി. പാലിയം സിൽബന്തികളുടെ സത്യഗ്രഹവിരുദ്ധയോഗത്തെ പ്രതിഷേധിച്ചുകൊണ്ട് ഗോതുരുത്തി നാഷണൽ ക്ലബ്ബുകാരുടെ യോഗം കൂടുകയുണ്ടായി. മി.

> പി സി സെബാസ്റ്റ്യൻ, ബി എ ബി എൽ അധ്യക്ഷത വഹിച്ചു. മെസ്സേഴ്സ് പിഎ പോൾ, ബി എ, പി എ ജോസഫ്, പി ഒ തോമസ് ബി എം മുതലായവർ പ്രസംഗിച്ചു. സത്യഗ്രഹവിരുദ്ധ യോഗങ്ങളിൽ പങ്കെടുക്കുന്ന ക്രിസ്ത്യാനികൾ ക്രിസ്ത്യൻ സമുദായത്തെ ഒറ്റികൊടുക്കുകയാണെന്ന് പ്രസംഗകർ അഭിപ്രായപ്പെട്ടു. (ഊന്നൽ കൂട്ടിച്ചേർത്തത്)

പാലിയത്തിന്റെ സിൽബന്തികളായ ഈ 41 പേരെ ആലിബാബയും 41 കള്ളൻമാരും എന്ന് വിളിച്ച് ചേന്ദമംഗലത്തുകാർ പരിഹസിച്ചു.

"സ്ത്രീകളും സത്യഗ്രഹം തുടങ്ങി" എന്ന ഡബിൾകോളം ശീർഷകത്തിൽ 1947 ഡിസംബർ 22-ലെ *മലയാള മനോരമ* ഇങ്ങനെ റിപ്പോർട്ടു ചെയ്തു.

> ക്യാപ്ടൻ എൽ ഹരിദാസിയുടെ നേതൃത്വത്തിൽ ഇന്നുമുതൽ ഓരോ മണിക്കൂർ ഈ രണ്ടു ബാലികമാർ തുടർന്നു സത്യഗ്രഹം തുടങ്ങാൻ തീരുമാനിച്ചു. ആദ്യത്തെ ബാച്ച് പി ജി മല്ലിക, ടി കെ പ്രബലാക്ഷി എന്നീ രണ്ട് ബാലികമാർ കൃത്യം 4 മണി മുതൽ 5 മണി വരെ സത്യഗ്രഹം അനുഷ്ഠിച്ചു. പാലിയം ഹൈസ്കൂളിലെ അൻപതോളം ബാലികമാരുടെ പ്രകടനം ഉണ്ടായിരുന്നു.
>
> തൃശൂരിൽ നിന്ന് 29, 57, 47, 49, 29 എന്നീ വിവിധ എസ് എൻ ഡി പി ശാഖകളുടെ നേതൃത്വത്തിലുള്ള സൗഹാർദ ജാഥ സത്യഗ്രഹസ്ഥലത്ത് എത്തിച്ചേർന്നു യോഗം കൂടി.............. 212 രൂപ കർമസമിതിക്ക് സംഭാവനയായി സമർപ്പിച്ചു. ഇരുന്നൂറ് സ്ത്രീകൾ അടക്കം ആയിരത്തോളം ജനങ്ങൾ പങ്കെടുത്തു..........
>
> ഡിസംബർ 27-ന്റെ *മലയാളമനോരമ*യിൽവന്ന വാർത്ത.
>
> ഇന്നലെ പാലിയം സത്യഗ്രഹ കർമസമിതി പ്രസിഡന്റിനെ അറസ്റ്റ് ചെയ്തതിൽ പ്രതിഷേധിച്ചുകൊണ്ട് ചേന്ദമംഗലത്ത് ഹർത്താൽ അനുഷ്ഠിച്ചിരുന്നു. നെയ്ത്ത് തൊഴിലാളികൾ പണിമുടക്കുകയും പ്രകടനങ്ങൾ നടത്തുകയുമുണ്ടായി. *അക്രമരഹിതമായി സമരം തുടരണമെന്നാണ് പ്രസിഡന്റ് നാരായണൻ നൽകിയ ഉദ്ബോധനം*. കൊച്ചാവു തണ്ടാനെയാണ് അടുത്ത കർമ്മസമിതി പ്രസിഡന്റായി നിർദ്ദേശിച്ചത്.(ഊന്നൽ കൂട്ടിച്ചേർത്തത്)

ഡിസംബർ 27-ന്റെ *മലയാളമനോരമ* റിപ്പോർട്ട് ഇങ്ങനെ:

> പാലിയംസത്യഗ്രഹം സംബന്ധിച്ച ഒരു വിദ്യാർഥിയെ ഇന്ന് അറസ്റ്റ് ചെയ്തു. ഇന്ന് 60 കൊച്ചുകുട്ടികൾ കൂടി ഒരു പ്രകടനം നടത്തി. പ്രതിഷേധ യോഗം നടത്തിയതിനുശേഷം മെസ്സേഴ്സ് പി കെ നാരായണൻ, വറീത് എന്നിവരെ അറസ്റ്റ് ചെയ്തതിനെ തുടർന്ന് വമ്പിച്ച പ്രകടനം ഉണ്ടായി. 144-ാം വകുപ്പു പ്രാബല്യത്തിൽ ഇല്ലെങ്കിലും മുദ്രാവാക്യങ്ങൾ വിളിച്ചു പറയുന്നതിനെയും നാലു

പേരിൽ കൂടുതൽ കൂടി നിൽക്കുന്നതിനെയും പൊലീസ് നിരോധിച്ചിരിക്കുന്നു.

1948 ജനുവരി 16-ന്:

ഇന്ന് സത്യഗ്രഹം 39 -ാം ദിവസമാണ്. പെൺകുട്ടികൾ മാത്രമായിരുന്നു സത്യഗ്രഹം അനുഷ്ഠിച്ചത്. ഞാറയ്ക്കൽ, എടവനക്കാട്, ഗോതുരുത്തി മുതലായ സ്ഥലങ്ങളിൽ നിന്നും വമ്പിച്ച ജാഥകൾ സത്യഗ്രഹസ്ഥലത്തു വന്ന് ചേന്ദമംഗലത്തെ പ്രധാന വീഥികൾ ചുറ്റി സഞ്ചരിച്ചു. കൂടാതെ പൊതുയോഗത്തിനു മുമ്പായി സ്ഥലത്തെ പെൺകുട്ടികളുടെ ഘോഷയാത്രയും *ബാലസംഘത്തിന്റെ ഹൃദയസ്പർശിയായ* ഘോഷയാത്രയും ഉണ്ടായിരുന്നു. യോഗത്തിൽ മൂവായിരത്തോളം ജനങ്ങൾ പങ്കെടുത്തു. (ഊന്നൽ കൂട്ടിച്ചേർത്തത്).

നാൽപ്പതാം ദിവസത്തെ സത്യഗ്രഹത്തെപ്പറ്റി വന്ന റിപ്പോർട്ട് നോക്കുക:

അന്തിക്കാട്, മാള എന്നീ സ്ഥലങ്ങളിൽ നിന്നും സൗഹാർദജാഥകൾ പ്രകടനം നടത്തി സംഭാവന ചെയ്യുകയുണ്ടായി. ആശാൻ മൈതാനത്തു വെച്ച് ശ്രീ എം ജോസഫിന്റെ അധ്യക്ഷതയിൽ യോഗം ചേർന്നു. യോഗത്തിൽ ഇനിയും മർക്കടമുഷ്ടി പിടിക്കാതെ റോഡ് ഉടൻ തുറന്നു കൊടുക്കണമെന്ന് പാലിയത്തച്ചനോട് ആവശ്യപ്പെട്ടു കൊണ്ടു മെസ്സേഴ്സ് ഈശൻ നമ്പൂതിരി, അയ്യപ്പൻകുട്ടി, രാമൻകുട്ടി മുതലായവർ പ്രസംഗിച്ചു.

നമ്പൂതിരിജാഥ പുറപ്പെട്ടു. യോഗക്ഷേമ ജാഥയ്ക്ക് വിവിധ സംഘടനകളുടെ സ്വീകരണം, ഒ എം സി, വി ടി ഭട്ടതിരിപ്പാട്, നാരായണൻ നമ്പൂതിരി, അക്കിത്തത്ത് അച്യുതൻ നമ്പൂതിരി, എം ആർ ബി തുടങ്ങിയവരാണ് ജാഥാംഗങ്ങൾ, ഒ എം സി യും രാമൻ ഭട്ടതിരിപ്പാടും പ്രസംഗിച്ചു. (*മാതൃഭൂമി*, 1948 ജനുവരി 30, എറണാകുളത്തു നിന്നുള്ള വാർത്ത)

യോഗക്ഷേമ ജാഥ ചേന്ദമംഗലത്ത് എത്തി പൊതുയോഗം നടത്തിയതായും യോഗത്തിൽ പഴയ തെറ്റിന് തങ്ങൾ ഇപ്പോൾ പ്രായശ്ചിത്തം ചെയ്യുകയാണെന്ന് ഒളപ്പമണ്ണ തന്റെ പ്രസംഗത്തിൽ പ്രസ്താവിച്ചതായും മകരം 16 നുള്ള റിപ്പോർട്ട് തൃശൂരിലെ *എക്സ്പ്രസ്സ്* ദിനപത്രത്തിൽ ഉണ്ട്.

ആ ജാഥയിൽ താനും അംഗമായിരുന്നെന്നും ചേന്ദമംഗലം യോഗം കഴിഞ്ഞ് പറവൂരിൽ ആർ സുഗതൻ പ്രസംഗിക്കുന്ന തിരഞ്ഞെടുപ്പുയോഗത്തിൽ പങ്കെടുക്കാനായി താനും വി ടി യും കൂടി അങ്ങോട്ട് തിരിച്ചെന്നും എന്നാൽ മഹാത്മജിയെ വെടിവച്ചുകൊന്ന ദു:ഖവാർത്ത കേട്ട

തിനാൽ പറവൂരിലെ യോഗം ശോകമൂകമായ പ്രതിഷേധയോഗമായി മാറി എന്നും ഐ സി പി നമ്പൂതിരി അനുസ്മരിക്കുന്നു.

പാലിയംസമരത്തിനു ലഭിച്ച അതിവിപുലമായ ബഹുജനപിന്തുണ വെളിപ്പെടുത്തുന്ന തൃശൂരിലെ *എക്സ്പ്രസ്സ്* ദിനപത്രത്തിൽ വന്ന ഏതാനും റിപ്പോർട്ടുകൾ കൂടി ഉദ്ധരിച്ചുകൊള്ളട്ടെ.

1129 ധനു 29-ന് എറണാകുളത്തു നിന്ന്.

> ഇന്ന് സത്യഗ്രഹം 40-ാം ദിവസം .... സത്യഗ്രഹം നടക്കുകയുണ്ടായി. അന്തിക്കാട്ടുനിന്ന് പ്രജാമണ്ഡലം, കമ്യൂണിസ്റ്റ് പാർട്ടി തുടങ്ങിയ സംഘടനകളുടെ പ്രതിനിധികൾ അടങ്ങുന്ന ജാഥ ഇന്നു രാവിലെ 10 മണിക്ക് സ്ഥലത്ത് പ്രകടനം നടത്തി. വൈകിട്ട് മാളയിൽ നിന്നും സോഷ്യലിസ്റ്റ് പാർട്ടി (ഇന്ത്യ)യുടെ നേതൃത്വത്തിൽ ഒരു ജാഥ സ്ഥലത്തെത്തി സത്യഗ്രഹത്തിനുശേഷം എല്ലാവരും കൂടി ഒരു വലിയ ഘോഷയാത്രയായി ആശാൻ മൈതാനത്തു ചെന്നു. കെ എ തോമസിന്റെ അധ്യക്ഷതയിൽ യോഗം കൂടി. ഐ എസ് പി യുടെ എല്ലാ സഹായ സഹകരണങ്ങളും ഉണ്ടായിരിക്കുന്നതാണെന്ന് ഉറപ്പുകൊടുത്തുകൊണ്ട് അധ്യക്ഷൻ ആവേശകരമായ ഒരു പ്രസംഗം ചെയ്തു. അന്തിക്കാട്ട് ജാഥയിൽ നിന്ന് 30 രൂപയും മാള ജാഥയിൽ നിന്ന് 61 രൂപയുംകൂടി 91 രൂപ കർമസമിതിക്ക് സംഭാവനയായി കിട്ടി.
>
> ഇന്നലെ പനങ്കുളം ഓട്ടുകമ്പനി തൊഴിലാളികളുടെ യൂണിയൻ കമ്മിറ്റി കൂടി ജയിൽ മുക്തരായ പാലിയം സത്യഗ്രഹികൾക്ക് ഒരു സ്വീകരണം നൽകുന്നതിനും ചേന്ദമംഗലത്തേക്ക് ഒരു ജാഥ പോകുന്നതിനും തീരുമാനിച്ചു.

1123 മകരം 5

..........കൊച്ചി എസ് എൻ ഡി പി ജനറൽ സെക്രട്ടറി കർമസമിതി ഓഫീസും സത്യഗ്രഹ സ്ഥലവും സന്ദർശിച്ചപ്പോൾ തന്റെ സർവ്വശക്തിയും ഈ സത്യഗ്രഹത്തിനുവേണ്ടി വിനിയോഗിക്കുന്നതാണെന്ന് കർമസമിതി പ്രവർത്തകരെ അറിയിച്ചു.

1123 മകരം 6

ഇന്നും പതിവുപോലെ............ മുളവുകാടു നിന്ന് വിവിധ സംഘടനകളുടെ ഒരു സൗഹാർദജാഥ സ്ഥലത്തെത്തി പ്രകടനം നടത്തി.

1123 മകരം 8

പ്രജാമണ്ഡലം സെക്രട്ടറി എഴുതുന്നു: മന്ത്രിമാർ ഉടൻ സ്ഥലത്തു വന്നു പാലിയത്തെ ഉപദേശിക്കുകയും (മേടം 1-ന് ക്ഷേത്രപ്രവേശനം

അനുവദിച്ച മന്ത്രിമാർ) ധൈര്യപൂർവം റോഡ് അക്വയർ ചെയ്യുകയോ എന്തെങ്കിലും ചെയ്യുകയോ വേണം.

1123 മകരം 9

വി കെ എം മഹാസഭയുടെ സൗഹാർദപ്രകടനം.........

1123 മകരം 18

സി കേശവന്റെ പുത്രനും തിരുവിതാംകൂർ കെ എസ് പി യുടെ സജീവ പ്രവർത്തകനുമായ കെ ബാലകൃഷ്ണൻ ഇന്ന് സ്ഥലത്തു വന്ന് സത്യഗ്രഹികളെ സന്ദർശിക്കുകയും പാലിയത്തു നിന്നു പുതുതായി മതിൽ കെട്ടി റോഡ് ബന്ധിപ്പിച്ചിട്ടുള്ളതും മറ്റും നോക്കിക്കാണുകയും കർമസമിതി ആപ്പീസിൽ ചെന്ന് കർമസമിതി അംഗങ്ങളുടെ അനുഭാവികളുമായി സംസാരിക്കുകയും ചെയ്തു. സമരം വിജയിപ്പിക്കാൻ സർവ കഴിവുകളും ഉപയോഗിക്കണമെന്ന് ഉദ്ബോധിപ്പിക്കുകയും കെ എസ് പിയുടെ എല്ലാ സഹായങ്ങളും വാഗ്ദാനം ചെയ്യുകയും ഉണ്ടായി.

1123 മകരം 28

ദാസ് കാവനാലിന്റെ നേതൃത്വത്തിൽ കണയന്നൂർ താലൂക്ക് കെ എസ് പി യുടെ സൗഹാർദജാഥ.

പള്ളുരുത്തിയിൽ നിന്ന് കെ കെ കൗസല്യയുടെയും തൃപ്പൂണിത്തുറ നിന്ന് എസ് എൻ ഡി പി യുടെയും സൗഹാർദജാഥകൾ.

1123 കുംഭം 3

ഇരിങ്ങാലക്കുടയിൽ നിന്ന് ശാരദാ കുമാരന്റെ നേതൃത്വത്തിലും എറണാകുളത്തുനിന്ന് അവശോദ്ധാരണ യുവജനസംഘത്തിന്റെയും സൗഹാർദജാഥകൾ. ബാലസംഘത്തിന്റെ ഘോഷയാത്ര.

1123 കുംഭം 10

നാടിന്റെ നാനാഭാഗത്തുനിന്ന് സംഭാവനകൾ ഒഴുകുന്നു.

1123 കുംഭം 13

60 കഴിഞ്ഞ സ്ത്രീകൾ പിക്കറ്റിങ്ങിൽ പങ്കെടുത്തു.
ആർ എസ് പി യുടെ സൗഹാർദജാഥ.

1123 കുംഭം 17

ഇന്ന് ആദ്യം കുട്ടികളുടെ സത്യഗ്രഹം
പിന്നീട് സ്ത്രീകളുടെ സത്യഗ്രഹം.

ഇന്ന് അനിഷ്ട സംഭവങ്ങൾ ഒന്നും ഉണ്ടായില്ല. പൊതുയോഗവും ഉണ്ടായില്ല. ഇനിയങ്ങോട്ടുള്ള ഒരാഴ്ചക്കാലം അത്ഭുതകരമായ കൊടിയ മർദനങ്ങളുടെ ദിവസങ്ങൾ ആയിരുന്നു. ആ കഥകൾ അൽപ്പം കൂടി വിശദമായി പിന്നാലെ വിവരിക്കുന്നുണ്ട്.

1123 കുംഭം 24-ന്റെ എക്സ്പ്രസ്സിൽ കൊടകര നാഷണൽ ഹൈസ്ക്കൂളിലെ മൂന്ന് അധ്യാപികമാരും പതിനൊന്ന് അധ്യാപകൻമാരും ചേർന്നു പുറപ്പെടുവിച്ച പ്രസ്താവനയിലെ പ്രസക്തഭാഗങ്ങൾ താഴെ കൊടുക്കുന്നു.

ഏതു ജനാധിപത്യവാദിയുടെയും മനസിൽ ക്ഷോഭവും രോഷവും ഉണ്ടാകുന്ന സംഭവങ്ങളാണ് ഇന്ന് ചേന്ദമംഗലത്ത് നടക്കുന്നത്. പൊതുനിരത്തായി ഇത്രയും കാലം ഉപയോഗിച്ച ഒരു വഴി അയിത്തത്തിന്റെ പേരിൽ അടച്ചു കെട്ടി.......... പൗരസ്വാതന്ത്ര്യങ്ങൾ ഇന്ന് ചേന്ദമംഗലത്തില്ല. സത്യഗ്രഹമനുഷ്ഠിക്കുന്ന സാധു പെൺകുട്ടികൾ കഠിനമായി മർദിക്കപ്പെടുകയാണ്. അറസ്റ്റ് ചെയ്തവരെ സ്റ്റേഷനിലേക്കല്ല ആശുപത്രിയിലേക്കാണ് കൊണ്ടുപോകുന്നത്. ഇതിനെ ശക്തിയായി ഞങ്ങൾ പ്രതിഷേധിക്കുന്നു.

മഹാത്മാഗാന്ധിയുടെ ചിതാഭസ്മത്തെ മഹാരാജാവ് വലംവെച്ച് നമസ്കരിക്കുകയുണ്ടായി. എന്നാൽ മഹാത്മാഗാന്ധിയുടെ ഏറ്റവും വലിയ അഭിലാഷമായിരുന്ന അയിത്തോച്ചാടനം കൊച്ചിയിൽ പ്രവൃത്തിയിൽ കൊണ്ടു വരാൻ അദ്ദേഹം തയാറില്ല. ഗാന്ധിജിയുടെ ജീവിതത്തിലെ ഏറ്റവും വിലയേറിയ അവസാനത്തെ ഈ പത്ത് കൊല്ലങ്ങൾ അയിത്തോച്ചാടനത്തിനു വേണ്ടിയാണ് വിനിയോഗിക്കപ്പെട്ടത്. അദ്ദേഹം കേളപ്പന് അയച്ചതും ഫെബ്രുവരി 29-ലെ *മാതൃഭൂമി* ആഴ്ചപ്പതിപ്പിൽ പ്രസിദ്ധം ചെയ്തതുമായ കത്തിൽ, കൊച്ചിയിൽ ക്ഷേത്രപ്രവേശനം അനുവദിക്കണമെന്ന തന്റെ ആഗ്രഹം എടുത്തുപറഞ്ഞിട്ടുണ്ട്. കൊച്ചി മഹാരാജാവ് മേടം 1-ന് ക്ഷേത്ര പ്രവശേനം അനുവദിക്കുന്നതാണ് എന്ന് പ്രഖ്യാപിച്ചിട്ടുണ്ടെങ്കിലും ഈ പ്രഖ്യാപനം ഇവിടത്തെ യാഥാസ്ഥിതികർ അമ്പലങ്ങളും പൊതുവഴികളും കാലേക്കൂട്ടി അടച്ചുകെട്ടാനാണ് ഉപയോഗിച്ചത്. രാജകുടുംബത്തെ അയിത്തം ബാധിക്കാതെ പരിശുദ്ധമായി നിലനിറുത്താൻ തൃപ്പൂണിത്തുറ കോട്ടയ്ക്കകവും ക്ഷേത്രവും വിളംബര പരിധിയിൽ നിന്നും പുറത്താക്കിയിട്ടുണ്ട്. മനുഷ്യത്വത്തിനും മഹാത്മാഗാന്ധിയുടെ അഭിലാഷങ്ങൾക്കുമെതിരായ ഈ നടപടികളെ പൊലീസിന്റെയും പട്ടാളത്തിന്റെയും ബലം പ്രയോഗിച്ചുകൊണ്ട് സർക്കാർ പിന്താങ്ങുന്നുണ്ട്. ഗവൺമെന്റ് നയത്തെ കൊച്ചിയിലെ ഓരോ പൗരനും ശക്തിയായി പ്രതിഷേധിക്കേണ്ടതാണ്. കൊടകര നാഷണൽ ഹൈസ്കൂളിലെ അധ്യാപകരായ ഞങ്ങൾ സർക്കാരിന്റെ അയിത്ത സംരക്ഷണ യുദ്ധത്തെ വെറുപ്പോടു കൂടി നിരീക്ഷിക്കുന്നു.

13

പത്രപ്രതിനിധികൾ കണ്ണുള്ളവരും കണ്ണില്ലാത്തവരും

അന്ധമായ കമ്യൂണിസ്റ്റ് വിരോധതിമിരബാധയാൽ യാഥാർത്ഥ്യങ്ങളെ യാഥാർത്ഥ്യങ്ങളായി കാണാൻ വിസമ്മതിക്കുന്നവരും കമ്യൂണിസ്റ്റുകാരോട് പ്രത്യേകം അനുഭാവമോ താൽപ്പര്യമോ ഒന്നും ഇല്ലെങ്കിലും യാഥാർത്ഥ്യങ്ങളെ യാഥാർത്ഥ്യങ്ങളായിത്തന്നെ കാണുന്നവരും എന്നു മാത്രമേ മുകളിൽ കൊടുത്ത ശീർഷകത്തിന് അർഥം കൽപ്പിക്കേണ്ടതുള്ളൂ.

സമരഭൂമിയുടെ ചിത്രം ശ്രദ്ധിക്കുക. എന്നിട്ട് എറണാകുളം, തൃശൂർ പത്രപ്രതിനിധികളുടെ പ്രസ്താവനകൾ യാതൊരു കമന്റും ഇല്ലാതെ ഉദ്ധരിച്ചതും വായിക്കുക. പത്രപ്രതിനിധികൾ വിലയ്ക്കെടുക്കപ്പെടുന്നതും മറ്റും വായനക്കാർ നേരിട്ടു മനസിലാക്കട്ടെ. പറവൂരിൽ നിന്നും ആലുവയിൽനിന്നും എറണാകുളത്തുനിന്നും സ്വന്തം ലേഖകൻമാർ എഴുതി അയച്ച പ്രസിദ്ധം ചെയ്ത റിപ്പോർട്ടുകൾ *മലയാളമനോരമ* തൊണ്ടതൊടാതെ വിഴുങ്ങുന്നതു കാണാനും രസമല്ലേ?

1948 ജനുവരി 9-ന്റെ മലബാർ മെയിൽ മുൻപേജിൽ തന്നെ "പാലിയം സത്യഗ്രഹം" എന്ന് ഉദ്ധാരണ ചിഹ്നങ്ങളോടെ നാലുകോളം മത്തങ്ങാ തലക്കെട്ടിൽ ഒരു വാർത്ത പ്രസിദ്ധം ചെയ്തിട്ടുണ്ട്. *ദീപം, മലബാർ മെയിൽ, ഗോമതി, ഹിന്ദു, മദ്രാസ് മെയിൽ, മലയാള മനോരമ, ദീപിക, പൗരധ്വനി, നവലോകം, പൗരപ്രഭ* എന്നീ പത്രങ്ങളുടെ പ്രതിനിധികൾ 'സത്യഗ്രഹം' സന്ദർശിച്ചശേഷം പുറപ്പെടുവിച്ച പ്രസ്താവനയാണ് ഇപ്രകാരം പ്രാധാന്യം നൽകി അത് പ്രസിദ്ധീകരിച്ചത്. ആ പ്രസ്താവന ഇങ്ങനെ:

> പാലിയത്തെ സംബന്ധിച്ചിടത്തോളം അയിത്തശങ്കയില്ല, അവരുടെതായ സങ്കേതത്തിൽ കൂടിയുള്ള പൊതുഗതാഗതംമൂലം അവ

രുടെ സ്വകാര്യജീവിതം നേരിടുന്ന അസൗകര്യാലോസരങ്ങളാണ് അവർക്ക് പ്രധാന വിഷമമായി നിൽക്കുന്നത്. സ്വകാര്യ സ്വത്തുട മസ്ഥതയും പാലിയം സങ്കേതത്തിൽ അവരുടെ ഇന്നത്തെ താമ സരീതിയും നിലവിലിരിക്കുന്ന കാലത്തോളം അവർ സ്വീകരിച്ച നില തെറ്റാണെന്നു പറഞ്ഞുകൂടാ.

ധനു 20-ന് പത്രപ്രതിനിധികൾ സത്യഗ്രഹം സന്ദർശിച്ച് കമ്മിറ്റി അംഗങ്ങളെയും പാലിയത്ത് വലിയ അച്ചനെയും മാനേജർ തുട ങ്ങിയവരെയും നാട്ടുകാരിൽ ചിലരെയും കണ്ട് ഞങ്ങൾ സത്യഗ്ര ഹത്തെക്കുറിച്ച് വിശദമായ ചർച്ച നടത്തി. പാലിയം റോഡ് എന്നപേരിൽ ഇപ്പോൾ അറിയുന്ന വഴിയും അവയിലേക്കുള്ള പ്രവേശന മാർഗങ്ങളും ഞങ്ങൾ സന്ദർശിച്ചു. 2500 ഏക്കർ ഉള്ള തിൽ 300 ഏക്കർ റോഡും തോടുമാണ്. 32 ഏക്കർ മാത്രമേ പാലിയം കുടുംബത്തിന്റെ താമസത്തിന് കരമൊഴിവായി കിട്ടി യിട്ടുള്ളൂ. ആ സ്വകാര്യ സ്വത്തിൽ തന്നെയും ഉദ്ദേശം 22 ഏക്ക റോളം സ്ഥലം പൊതു ഉപയോഗത്തിലുള്ള വഴികൾ, സ്ഥാപന ങ്ങൾ മുതലായവയ്ക്കായി വിനിയോഗിക്കപ്പെട്ടിട്ടുള്ളത് കഴിച്ചാൽ പാലിയം കുടുംബാംഗങ്ങളുടെ താമസത്തിനായി പത്തേക്കറോളം സ്ഥലമാണ് ശേഷിക്കുന്നത്..........പറവൂർ ചേന്ദമംഗലം റോഡ് പാലിയം സങ്കേതത്തിന് തെക്കുവശമുള്ള ക്ഷേത്രത്തിന്റെ നടയിൽ ചെന്നു നിന്നിട്ടാണ് ഇടത്തോട്ടും വലത്തോട്ടും തിരിഞ്ഞ് പാലിയം സങ്കേതത്തെ വലയം ചെയ്ത് രണ്ടു വഴികളായി പിരിഞ്ഞുപോ കുന്നത്. ഇതുപോലെ തന്നെ രണ്ടു ക്ഷേത്രങ്ങൾ പാലിയം സങ്കേ തത്തിൽ വടക്കും പടിഞ്ഞാട്ടും അതിർത്തികളിലായി സ്ഥിതി ചെയ്യുന്നുണ്ട്. ഈ മൂന്നു ക്ഷേത്രങ്ങളും പാലിയം വകയാണ്.

ഈ ക്ഷേത്രങ്ങളെ തമ്മിൽ ബന്ധിപ്പിക്കുന്നതായി പാലിയം സാങ്കേതത്തിൽ ഒരു വഴിയുണ്ട്. പാലിയം സങ്കേതത്തിൽ കൂടിയ ല്ലാതെ ഈ മൂന്നു ക്ഷേത്രങ്ങളിലേക്കും വെളിയിൽ നിന്നും വഴി കൾ വേറെയും ഉണ്ട്. അതിനാൽ പാലിയം സങ്കേത്തിൽ താമ സിക്കുന്ന പാലിയം കുടുംബാംഗങ്ങൾ ക്ഷേത്രത്തിലേക്കും വെളി യിലേക്കും പോകാനുള്ളതാണ് സങ്കേതത്തിനകത്തുള്ള വഴി എന്ന് വ്യക്തമാണ്. തെക്കുവടക്കു കിടക്കുന്ന ഈ വഴിക്ക് ഒരു നെടിയ അങ്കണത്തിന്റെ സാമ്യമാണ് ഉള്ളത്. കാരണം ഈ വഴി യുടെ ഒരുവശത്ത് പാലിയം സ്ത്രീകളും എതിർവശത്ത് അവി ടത്തെ പുരുഷൻമാരും താമസിക്കുന്ന വസതികളും മഠങ്ങളുമാണ് സ്ഥിതിചെയ്യുന്നത്. പാലിയം സങ്കേതത്തിനുള്ളിൽ പാലിയം കുടും ബാംഗങ്ങളല്ലാതെ മറ്റാരും താമസിക്കുന്നില്ല. ഈ വഴിയുടെ സംര ക്ഷണം, ശുചീകരണം മുതലായവയെല്ലാം പാലിയത്തു നിന്നാണ് നടത്തിവരുന്നത്. ചുരുക്കം ചില കാലങ്ങളിലൊഴികെ ക്രിസ്ത്യാനികളും മുഹമ്മദീയരും യഹൂദരും ഈ വഴി ഉപയോ

ഗിക്കാൻ തടസ്സമില്ല. അവർണ ഹിന്ദുക്കൾക്കും സഞ്ചരിക്കാൻ ഈ വഴി തുറന്നു കൊടുക്കണമെന്നാണ് പ്രസ്ഥാനക്കാരുടെ ആവശ്യം.

പാലിയം സങ്കേതത്തിലെ ഒരു സ്വകാര്യ വഴി മാത്രമാണിത്. എല്ലാവർക്കും സഞ്ചരിക്കാനായി തുറന്നു കൊടുക്കണമെന്ന് ആർക്കും അവകാശപ്പെടാവുന്നതല്ല. ആരെങ്കിലും ഈ വഴി ഉപയോഗിക്കുന്നുണ്ടെങ്കിൽ അതു പാലിയത്തു നിന്നും അനുവദിക്കുന്നതു കൊണ്ടു മാത്രമാണ് എന്നായിരുന്നു പാലിയം അധികാരികളുടെ വാദം. ഈ വഴിയിൽ മറ്റുള്ളവർ കടക്കുമെന്ന നിലവന്നാൽ നിയമംമൂലം പാലിയംവഴിയാണെന്ന് സ്ഥാപിച്ചു കിട്ടാൻ വേണ്ടി പാലിയം അധികാരികൾ കോടതിയെ സമീപിച്ചു. പാലിയംവഴി പൊതുവഴി ആക്കണം എന്ന അവകാശം പുറപ്പെടുവിച്ചിരുന്ന അവർണസമുദായ സംഘടനകൾക്ക് കോടതിയിൽ നിന്നും അവരുടെ വാദം സമർപ്പിക്കുന്നതിനായി നോട്ടീസ് അയച്ചു. പക്ഷേ, അവർ തർക്കം പുറപ്പെടുവിക്കാതെ ഒഴിഞ്ഞുനിൽക്കുകയാണ്.

പാലിയം സങ്കേതം വഴിക്കും, പാലിയം വക സ്വകാര്യസ്വത്താണെന്നും എറണാകുളം ഡിസ്ട്രിക്ട് കോടതി വിധി കൽപ്പിച്ചു. പാലിയം വഴിയിൽക്കൂടി ആരെങ്കിലും സഞ്ചരിക്കുന്നതിനെതിരായുള്ള അവകാശം പാലിയത്തേക്ക് ഉണ്ടെന്നായിരുന്നു വിധിയുടെ സാരം. അവർണസമുദായക്കാരുടെ സഞ്ചാരത്തെ ഒരു ശാശ്വത നിരോധനം മൂലം കോടതി തടഞ്ഞിട്ടുണ്ട്. കോടതി വിധിയുടെ സംഗ്രഹം പാലിയത്തു സങ്കേതത്തിലേക്കുള്ള പ്രവേശനമാർഗങ്ങളിൽ എല്ലാം ബോർഡുകളിൽ എഴുതി വച്ചിരുന്നു. അവിടെയെല്ലാമുള്ള ബന്ധങ്ങൾ ഉറപ്പിച്ച് പാലിയം കാവൽക്കാരെയും പൊലീസുകാരെയും പാറാവു നിർത്തിയിട്ടുമുണ്ട്.

നിരോധിക്കപ്പെട്ട പ്രവേശന മാർഗങ്ങളിൽ ഒന്നിലാണ് സത്യഗ്രഹം നടക്കുന്നത്. ഏതാണ്ട് ഒരു മാസമായി ഇത് ആരംഭിച്ചിട്ട്. രാവിലെ 8 മണി മുതൽ 5 മണിവരെയാണ് സത്യഗ്രഹം. മൂന്നു മണിക്കൂർ വീതം ഈരണ്ടു പേരായി സത്യഗ്രഹമനുഷ്ഠിക്കുന്നു. വൈകിട്ട് 4 മുതൽ 5 വരെ പെൺകുട്ടികളാണ് സത്യഗ്രഹം നടത്തുന്നത്. ത്രിവർണ പതാകയും പിടിച്ച് ഗാന്ധിത്തൊപ്പിയും ധരിച്ച് 'പാലിയം റോഡ് തുറക്കണം.' "മഹാത്മാഗാന്ധി സിന്ദാബാദ്" തുടങ്ങിയ മുദ്രാവാക്യങ്ങൾ ഉദ്ഘോഷിച്ചുകൊണ്ടാണ് സത്യഗ്രഹം നടത്തുന്നത്.

ഒരു ജാഥയോടുകൂടിയാണ് ഓരോ ദിവസത്തെയും സത്യഗ്രഹ പരിപാടി അവസാനിക്കുക. കമ്യൂണിസ്റ്റ് കൊടിയും പിടിച്ചുകൊണ്ടുള്ള ജാഥ വിളിച്ചു പറഞ്ഞ മുദ്രാവാക്യങ്ങളും നടത്തിയ ഭാവപ്രകടനങ്ങളും കണ്ടപ്പോൾ പാലിയം സങ്കേതത്തിന്റെ മുന്നിൽ

പൊലീസിനെ നിരത്തിയിരിക്കുന്നത് അകാരണമായിട്ടല്ലെന്ന് ഞങ്ങൾക്ക് തോന്നി.

ഈ സത്യഗ്രഹപ്രസ്ഥാനത്തെ ഒരു കമ്യൂണിസ്റ്റ് പ്രകടനമായി ട്ടാണ് നാട്ടുകാരിൽ ചിലർ ഞങ്ങളുടെ അടുക്കൽ ചിത്രീകരിച്ചത്. കമ്യൂണിസ്റ്റ് ആദർശത്തിലോ നേതൃത്വത്തിലോ അല്ല ഗാന്ധിയൻ സിദ്ധാന്തം അനുസരിച്ചാണ് തങ്ങളുടെ സത്യഗ്രഹ പരിപാടിയെന്ന് സത്യഗ്രഹക്കാർ ഞങ്ങളുടെ അടുക്കൽ വാദിച്ചു. പ്രജാമണ്ഡ ലമോ എസ് എൻ ഡി പിയോ അധികൃതമായി ഈ സത്യഗ്ര ഹത്തെ അംഗീകരിച്ചിട്ടില്ലെന്നും അവർ സമ്മതിച്ചു.

കമ്യൂണിസ്റ്റ് നേതൃത്വത്തിലും പ്രവർത്തനത്തിലുമാണ് ഇതൊക്കെ നടക്കുന്നതെന്ന പൊതുധാരണ നീക്കം ചെയ്യാൻ കമ്യൂണിസ്റ്റ് നേതൃത്വാരോപണം നിഷേധിച്ചുകൊണ്ട് ഒരു പ്രസ്താവന ചെയ്തുകൂടേ എന്ന് ഞങ്ങൾ അവരോട് നിർദേശിച്ചിട്ട് അങ്ങനെ ധാരണയോ ആരോപണമോ ഇല്ലെന്നുള്ള വാദത്തിൻമേലാണവർ നിലയുറച്ചുകണ്ടത്.

സത്യഗ്രഹ പ്രസ്ഥാനത്തിന് പ്രതിദിനം 200-ൽ പരം രൂപ പല സ്ഥലങ്ങളിൽ നിന്ന് കിട്ടിവരുന്നുണ്ടെന്നും അതുകൊണ്ടാണ് സത്യാഗ്രഹക്കാരുടെ ചെലവ് നടത്തുന്നതെന്നും അവർ വെളി പ്പെടുത്തി. പാലിയം സങ്കേതത്തിൽ കൂടിയല്ലാതെ നല്ല വഴി വേറെ ഉണ്ടാക്കിക്കൊടുത്താലും തൃപ്തിപ്പെടാൻ ഒരുക്കമല്ല എന്നുള്ള നിലയാണ് സത്യഗ്രഹക്കാർക്കുള്ളതായി കണ്ടത്.

പാലിയത്തെ സംബന്ധിച്ചിടത്തോളം അയിത്തശങ്കയല്ല...... എന്ന വാദം തെറ്റാണെന്നു പറഞ്ഞുകൂടാ. ക്ഷേത്ര പ്രവേശന വിളംബരം അനുബന്ധിച്ച് മേടം 1-നു പാലിയം വക മുകളിൽ പറഞ്ഞ മൂന്നു ക്ഷേത്രങ്ങളിലും എല്ലാ ഹിന്ദുക്കൾക്കുമായി തുറന്നു കൊടുക്കാ നുള്ള നടപടികളും അവർ കൈക്കൊണ്ടിട്ടുണ്ടെന്നാണ് ഞങ്ങൾക്കും ഗ്രഹിക്കാൻ കഴിഞ്ഞത്. അതിലേക്ക് ഈ വിവാദ വഴി തുറന്നു കൊടുക്കേണ്ടതിന്റെ ആവശ്യം നേരിടുന്നുമില്ല. പാലിയം സങ്കേതത്തിന് വെളിയിൽ ഒരു വശത്തുകൂടിയോ അഥവാ ഇരുവശങ്ങളിൽകൂടിയോ നല്ല വഴി ഉണ്ടാക്കി പഞ്ചായത്തു റോഡി ലേക്ക് മുട്ടിച്ചു കൊടുക്കാനും പാലിയം അധികാരികൾ സന്നദ്ധ രായി കണ്ടു.

പാലിയംറോഡ് സത്യഗ്രഹം സംബന്ധിച്ച് പത്രങ്ങളിൽ വന്നിട്ടുള്ള റിപ്പോർട്ടുകൾ അർധസത്യങ്ങൾ നിറഞ്ഞവയും അതിശയോക്തി പരങ്ങളുമാണെന്ന് ഞങ്ങൾക്ക് നേരിട്ട് ഗ്രഹിക്കാൻ കഴിഞ്ഞ വിവ രങ്ങൾ വച്ചുകൊണ്ട് പറയാതെ നിവൃത്തിയില്ല.

അഹിന്ദുക്കളുടെ സഞ്ചാരം എപ്പോഴാണ് തടയുന്നത് എന്ന് പാലിയം അധികാരികൾ വിശദീകരിക്കയോ പത്രപ്രതിനിധികൾ ചോദിക്കുകയോ ചെയ്തിട്ടില്ല.

മലയാള മനോരമയും ഈ പ്രസ്താവന പൂർണമായി തന്നെ രണ്ടു *ലക്കങ്ങളിലായി* പ്രസിദ്ധപ്പെടുത്തി. (ഊന്നൽ കൂടിച്ചേർത്തത്)

എക്സ്പ്രസ്സ് പത്രാധിപർ കെ കൃഷ്ണൻ, *പ്രജാമിത്രം* പത്രാധിപൻ ആനിജോസഫ്, *മാതൃഭൂമി* പ്രതിനിധി ആർ കൃഷ്ണൻകുട്ടി നായർ, *എക്സ്പ്രസ്സ്* സഹപത്രാധിപർ എ പി നമ്പ്യാർ എന്നിവർ ഇപ്രകാരം ഒരു പ്രസ്താവന പുറപ്പെടുവിച്ചു.

> സത്യഗ്രഹത്തിന്റെ ഒന്നാം പതനം കഴിഞ്ഞു. അതിൽ നാട്ടുകാർ വിജയിച്ചിരിക്കണം. അതോടൊപ്പം പുതിയ ഒരു വെല്ലുവിളികൂടി അഴിച്ചുവിടപ്പെട്ടിട്ടുണ്ട്. കൊച്ചിക്കാർ അത് സ്വീകരിച്ചേ കഴിയൂ എന്നാണ് ഇന്നലെ രാത്രി ചേന്ദമംഗലത്തു നിന്നു മടങ്ങുമ്പോൾ ഞങ്ങൾക്ക് തോന്നിയത്.
>
> "പാലിയംസത്യഗ്രഹം കമ്യൂണിസ്റ്റുകാരുടെ കുത്തിത്തിരിപ്പാണെന്നും സത്യഗ്രഹം സംബന്ധിച്ച പത്രറിപ്പോർട്ടുകൾ അസത്യങ്ങളും, അർധ സത്യങ്ങളുമാണെന്നും പാലിയത്തെ സംബന്ധിച്ചിടത്തോളം അയിത്തശങ്കയല്ല, അവരുടെ താമസ സങ്കേതങ്ങളിൽ കൂടിയുള്ള പൊതു ഗതാഗതം മൂലം അവരുടെ സ്വകാര്യ ജീവിതത്തിനു നേരിടുന്ന അസൗകര്യാലോസരങ്ങളാണ്, അവർക്ക് പ്രധാന വിഷമമായി നിൽക്കുന്നതെന്നും സ്വകാര്യ സ്വത്തുടമയും പാലിയം സങ്കേതത്തിൽ അവരുടെ ഇന്നത്തെ താമസരീതിയും നിലവിലിരിക്കുന്നിടത്തോളം കാലം അവർ സ്വീകരിച്ചിട്ടുള്ള നില തെറ്റാണെന്ന് പറഞ്ഞുകൂടാ" എന്നും മറ്റും പ്രഖ്യാപിച്ചുകൊണ്ട് *ഹിന്ദു, മെയിൽ, ഗോമതി, മലബാർ* മെയിൽ മുതലായ ഏതാനും പത്രങ്ങളുടെ പ്രതിനിധികൾ ഒത്തുചേർന്ന് ധനു 24-ന് ഒരു സംയുക്ത പ്രസ്താവന ഇറക്കി. ഗവൺമെന്റ് പ്രസ്നോട്ടിനും പാലിയം മാനേജരുടെ ലഘുലേഖയ്ക്കും തമ്മിലുള്ള ആശയപ്പൊരുത്തം അത്ഭുതാവഹമായിരുന്നു. ആ ആശയപ്പൊരുത്തമാണ് ഞങ്ങളെ ചേന്ദമംഗലത്തേക്ക് ഓടിച്ചത്.
>
> അഞ്ചു മണിക്കൂറിലധികം നേരം ഞങ്ങൾ അവിടെ ചെലവഴിച്ചു. അതിനിടയ്ക്ക് എല്ലാ അഭിപ്രായഗതിക്കാരേയും കാണാനും അവശ്യമായി സംസാരിക്കാനും ഞങ്ങൾക്കു കഴിഞ്ഞു. സത്യഗ്രഹം ഞങ്ങൾ കണ്ടു. സത്യഗ്രഹികളോട് ഞങ്ങൾ സംസാരിച്ചു. നാട്ടുകാരിൽ സവർണ ഹിന്ദുക്കളോടും അവർണ ഹിന്ദുക്കളോടും അഹിന്ദുക്കളോടും ഞങ്ങൾ വാദപ്രതിവാദം നടത്തി. കൂലിവേല ചെയ്യുന്ന പുലയ സഹോദരി മുതൽ നാട്ടുപ്രമാണിമാർ വരെ പല തരക്കാരോടും ഞങ്ങൾ സംസാരിക്കുകയുണ്ടായി. പാലിയം അംഗങ്ങളോടും പാലിയം മാനേജരോടും വലിയ അച്ചനോടും ഞങ്ങൾ സംഭാഷണം നടത്തി. വിവാദസ്ഥലങ്ങൾ ഞങ്ങൾ നേരിട്ടു പരി

ശോധിച്ചു. ഇതിനെല്ലാം ശേഷമാണ് മുകളിൽ പറഞ്ഞ അഭിപ്രായത്തിൽ ഞങ്ങൾ എത്തിച്ചേർന്നിട്ടുള്ളത്.

തർക്കത്തിലിരിക്കുന്ന പാലിയം റോഡ് ഒരു പൊതുറോഡല്ല. ഒരു സ്വകാര്യ വഴിമാത്രമാണ് എന്നാണ് ആദ്യത്തെ വാദം. അഞ്ചിക്കൈമൾ ഡിസ്ട്രിക്റ്റ് കോടതിയുടെ ഒരു വിധി ഇതിനു അടിസ്ഥാനമായി എടുത്തു കാട്ടുന്നുണ്ട്. ആ സ്വകാര്യ വാദത്തിന്റെ ബലത്തിൻമേൽ റോഡ് നിരോധിക്കാനുള്ള അധികാരം പാലിയത്തിനുണ്ടെന്നും അതു നടപ്പാക്കുക മാത്രമേ ഇപ്പോൾ ചെയ്തിട്ടുള്ളുവെന്നുമാണ് വാദം.

ശരിയാണ് കോടതി വിധി സമ്പാദിച്ചിട്ടുണ്ട്. അത്തരത്തിൽ ഒരു എക്സ്പാർട്ടി വിധി ഉണ്ട്. വഴി പാലിയം വകയാണ്. അല്ലെന്നാരും വാദിക്കില്ല. വാദിച്ചിട്ടുമില്ല. അതിലേ നടക്കാൻ കഴിയണമെന്നാണ് ആവശ്യപ്പെടുന്നതും. അവർണരൊഴികെ എല്ലാവരും നടക്കുന്ന വഴിയാണത്. അല്ലെന്ന് പ്രതിഷേധിച്ചാൽ അർഥമില്ല. ചരിത്രാതീത കാലം മുതൽ നടന്നുവന്ന ഒരേർപ്പാടാണത്. ഞങ്ങളുടെ ഒപ്പംതന്നെ അഹിന്ദുക്കൾ അതിലൂടെ പോരുകയുണ്ടായി. ചുരുക്കം ചില ദിവസങ്ങളൊഴിച്ച് ഇതു തടയാറില്ലെന്നു മാനേജരും പാലിയത്തച്ചനും ഞങ്ങളോട് തുറന്നു പറയുകയും ചെയ്തു. റേഷൻ ഷാപ്പുകൾ കാപ്പിക്കടകൾ, പുകയില ഷാപ്പ്, പാണ്ടി തട്ടാന്മാരുടെ വീടുകൾ എന്നിവയും ഒരു ഹൈസ്കൂൾ കെട്ടിടംപോലും പ്രസ്തുത വഴിയുടെ ഏറ്റവും "പരിശുദ്ധമായ" സ്ഥലത്താണ്. അതു പൊതുവഴിയല്ലെന്ന് പറഞ്ഞാൽ ആരു വിശ്വസിക്കാനാണ്! പോരെങ്കിൽ പഞ്ചായത്തു തിരഞ്ഞെടുപ്പു സംബന്ധിച്ചുള്ള വാർഡ് വിഭജനത്തിൽ ഈ പാലിയം റോഡിനെയാണ് അതിർത്തിയായി നിർണയിച്ചിട്ടുള്ളത്.

റോഡ് പൊതു ആവശ്യമാണോ എന്നതിന് ആർക്കും എതിരഭിപ്രായമില്ല. പാലിയത്തുകാർക്ക് തന്നെ അതു സമ്മതമാണ്. അല്ലെങ്കിൽ വേറെ വഴി വെട്ടി കൊടുക്കേണ്ടതാണെന്ന് അവർ പറയുകയില്ലല്ലോ. ആദ്യമായി അവിടെ ചെല്ലുന്ന ഒരു സാധാരണക്കാരനു കൂടി ബോധ്യപ്പെടത്തക്ക നിലയിലാണ് ഭൂമിശാസ്ത്രപരമായി അതിന്റെ കിടപ്പുതന്നെയും. അങ്ങനെയിരിക്കെ വിരുദ്ധവാദത്തിന് ഒരർഥവും ഇല്ലല്ലോ.

ഇത്രയും കാലം ഉപയോഗത്തിലിരുന്ന റോഡ് അടയ്ക്കാതിരിക്കാൻ പാലിയത്തിന് എന്താണ് തടസമെന്നാണ് ചോദ്യം. "അന്തസ്സി' ന്റെ പേരിലാണ് (ൃ്ലലശേഴല) പാലിയത്തെ ചെറുപ്പക്കാരനായ ഒരച്ചൻ അതിന് തടസ്സം പറഞ്ഞത്. ക്ഷേത്രപ്രവേശനം കഴിയാത്തതുവരെ "അമ്പലം ശുദ്ധമാകും" എന്നും അതുകഴിഞ്ഞാൽ "സ്ത്രീകൾക്ക് അലോസരമാകും" എന്നുമാണ് മാനേജർ അച്ചൻ

പറഞ്ഞത്. പക്ഷേ പാലിയം വക്താവ് ആണെന്ന് ഞങ്ങൾക്ക് ബോധ്യപ്പെട്ട സെറ്റിൽമെന്റ് ഓഫീസർ കുറുപ്പിന്റെ "സ്റ്റഡി ക്ലാസ് പാഠങ്ങൾ" അതേപടി ആവർത്തിച്ച എറണാകുളത്തെ പത്രപ്രതിനിധികൾ പറയുന്നതായി ആശങ്കയേ അല്ലെന്നും ധനു 25-ന്റെ *ദിനബന്ധു* റിപ്പോർട്ടിന് മറുപടി എന്ന നിലയിൽ പാലിയം റോഡ് സത്യഗ്രഹം പഴയ പല്ലവി പാടുന്നത് ആര് എന്ന പേരിൽ പറവൂർ ബി ബി പ്രസ്സിൽ നിന്നും പാലിയം എസ്റ്റേറ്റ് മാനേജർ അടിച്ചിറക്കിയ ലഘുലേഖയിലും പാലിയം കുടുംബാംഗങ്ങളുടെ സ്വൈര ജീവിതത്തെ അലങ്കോലപ്പെടുത്തുന്ന അയിത്തത്തിന്റെ പേരിൽ അല്ല അവരുടെ വഴിയിൽ സഞ്ചാര സ്വാതന്ത്ര്യം അനുവദിക്കാതിരിക്കുന്നതെന്തും കാര്യകാരണ സഹിതം പാലിയം പ്രതിനിധികൾ (കർമസമിതിയുടെ) നിവേദക സംഘത്തെ ബോധ്യപ്പെടുത്തി എന്നു പറഞ്ഞിട്ടുണ്ട്. അതേ മാനേജർ തന്നെയാണ് ഞങ്ങളുടെ മുമ്പിൽ അഞ്ചു ദിവസം കഴിഞ്ഞപ്പോഴേക്കും അയിത്തം ഉന്നയിച്ചത്.

രണ്ടു വാദങ്ങളും പരിശോധനാർഹങ്ങളാണ്. അതുവരെ (പുതിയ തൃക്കോവിൽ) അശുദ്ധമാകുമെന്നു പറയുന്നതിൽ അർഥമില്ല. പാലിയത്ത് ആവശ്യമാണെങ്കിൽ ഇതിനു മുമ്പും അവർണർ ആ വഴി വരാറുണ്ട്. മതിലിന് പുറത്താണ് വഴി, തൃശൂർ വിദ്യാർഥി കോർണറിൽ ഒരവർണൻ നിന്നാൽ വടക്കുംനാഥക്ഷേത്രം ശുദ്ധം മാറുന്നില്ല എന്നതുപോലെ ഇവിടെയും അമ്പലം അയിത്തമാവില്ല എന്ന് വൈദിക ദൃഷ്ട്യാപോലും ഉറപ്പിച്ചു പറയാൻ കഴിയും. ഇന്നലെതന്നെ മതിലിനോടു തൊട്ട വഴി അടച്ചുകെട്ടുന്ന പണിയിൽ ആശാരിമാർ ഏർപ്പെട്ടിരിക്കുന്നതു കണ്ടു. അമ്പലത്തിൽ പുണ്യാഹം ഉണ്ടാക്കുന്നില്ലാത്തതുകൊണ്ട് ശുദ്ധം മാറുന്നില്ല എന്നാണല്ലോ അർഥം. ആ ആശാരിമാർ പോലും ഞങ്ങളുടെ മുന്നിൽ ഈ അയിത്തവാദത്തിന്റെ കള്ളി പൊളിച്ചു മാറ്റുകയുണ്ടായി.

പിന്നെയൊന്നുള്ളത് സ്ത്രീകൾക്ക് അലോസരം ഉണ്ടാക്കുമെന്നതാണ്. മെയിൻറോഡിൽനിന്നും അൻപതുവാര ഉള്ളിലോട്ടു മാറി മുൻഭാഗത്ത് ധ്വജ സ്തംഭത്തിൻമേൽ സഞ്ചാര സ്വാതന്ത്ര്യ സൂചകമായ ത്രിവർണ്ണ പതാകയുടെയും നാലുപാടും ഉയർന്ന മതിൽക്കെട്ടുകളുടെയും രക്ഷയിൽ കഴിയുന്ന അഭ്യസ്തവിദ്യരും സംസ്കാര സമ്പന്നരുമായ അമ്മമാർക്ക് അലോസരം ഉണ്ടാകുമെന്നു പറയുന്നത് അർഥശൂന്യവും അവരെ അപമാനിക്കലുമാവും. പോരെങ്കിൽ ക്രിസ്ത്യാനിയും യഹൂദനും മുസ്ലിമും ഉണ്ടാക്കാത്ത എന്ത് അലോസരമാണാവോ അവർണരിൽ നിന്നുണ്ടാകാൻ പോകുന്നത്? ഞങ്ങളുടെ ഈ ചോദ്യം മാനേജരെ കുറെ ക്ഷോഭിപ്പിച്ചതായിട്ടാണ് കണ്ടത്.

വേറെ വഴി കൊടുക്കാമെന്ന്. കഷ്ടിച്ച് ഒരു ഫർലോങ്ങ് മാത്രം ഉള്ള ഒരു വഴിക്കുപകരം അപ്പുറത്തുള്ളപുരയിടങ്ങളിൽ കൂടി ഒരു നാഴിക പോകേണ്ടതുണ്ട്. ഒരു വഴിയുണ്ടാക്കിക്കൊടുക്കാൻ ശുപാർശ ചെയ്യുമെന്ന് ആണ് അതിന്റെ അസ്സൽ. പക്ഷേ, അതിൽ കുടുങ്ങാൻ ആര് ഒരുക്കമാണെങ്കിലും ഞങ്ങൾക്ക് അതു പിന്താങ്ങാൻ സാധ്യമല്ല എന്ന് ഞങ്ങൾ വ്യക്തമാക്കി.

പാലിയത്തച്ചനെ ഞങ്ങൾ കണ്ടു സംസാരിച്ചുവെന്നു പറഞ്ഞുവല്ലോ. അദ്ദേഹത്തെക്കാൾ അദ്ദേഹത്തിന്റെ വക്താവായ കുറുപ്പിനാണ് കൂടുതൽ വാശി എന്നു തോന്നി. കൃഷിഭൂമി കൃഷിക്കാർക്ക് എന്ന മുദ്രാവാക്യം ഞങ്ങൾ കേൾക്കുന്നുണ്ട്. 3000 ഏക്കറോളം ഉള്ള ഒരു വില്ലേജിൽ ഒരു സെന്റ് സ്ഥലം പോലും പാലിയത്തേക്ക് കൈവശമില്ല എന്നാണ് അദ്ദേഹം പറഞ്ഞത്. ഞങ്ങൾ പോന്നു.

പാലിയംകാരും എറണാകുളത്തെ പത്രക്കാരും പറയുന്ന സ്വകാര്യ സ്വത്തുടമയെ ഞങ്ങൾ ചോദ്യം ചെയ്യുന്നില്ല. കോടതി വിധിയെ അനാദരിക്കുന്നുമില്ല. ഏതെങ്കിലും പൊതു ഉപയോഗത്തിനുവേണ്ടി സ്വകാര്യ സ്വത്തിന്മേൽ ഇവിടെ ഗവൺമെന്റ് ധാരാളം കൈവയ്ക്കാറുണ്ടല്ലോ. ആമ്പല്ലൂരും കൂവപ്പാടവും തൃശൂരും മറ്റും നമ്മുടെ കൺമുൻപിലൂടെ വേണമെങ്കിൽ ഗവൺമെന്റ് ഈ വഴി അക്വയർ ചെയ്യണം.

പിന്നെയൊന്നുള്ളത് “മാമൂൽ” ആണ്. ആരും അതിനെ ചൊല്ലി ഇക്കാലത്ത് കേഴാറില്ല അതിനെ പുലർത്താൻ അനുവദിക്കാനും തരമില്ല. വിവാഹനിയമവും ക്ഷേത്രപ്രവേശനവും അനുവദിച്ചിട്ടുള്ള ഈ നാട്ടിൽ ഇത്തരം മാമൂലിന് എന്താണാവോ സ്ഥാനം?

റോഡ് ആറിടങ്ങളിലായി മതിൽ കെട്ടി അടച്ചുവരികയാണ്. അതു പൂർത്തിയായാൽ അവിടെയെല്ലാം കാവൽക്കാരെ നിറുത്തി ഗതാഗതം തടയാനാണ് ഭാവം. ഇനിമേൽ “പാലിയത്തേക്ക് ആവശ്യമുള്ളവരെ” മാത്രമേ കടത്തുകയുള്ളുവെന്നും ഇതുവരെ അങ്ങനെ ചെയ്യാതിരുന്നത് തെറ്റായിപ്പോയി എന്നും മാനേജരും ഞങ്ങളോട് തുറന്നു പറയുകയുണ്ടായി. അതായത് അവർണരെ മാത്രമല്ല ഇത്രയും കാലം സ്വച്ഛന്ദമായി നടന്നുകൊണ്ടിരുന്ന ആഢ്യബ്രാഹ്മണരെ പോലും തടയാനാണ് പുറപ്പാട് എന്നാണതിന് അർഥം. ചരിത്രാതീതകാലം മുതൽ തന്നെ പൊതുവഴിയായി അനുഭവിച്ചു വരുന്ന ഒരു അവകാശം ഒരു കോടതി വിധിയിലൂടെ മാത്രം നിഷേധിക്കപ്പെടുമോ എന്ന ഏറ്റവും ഗൗരവമായ പ്രശ്നമാണ് ഇതിൽ നിന്ന് പൊന്തിവന്നിട്ടുള്ളത്. ഇങ്ങനെയാണെങ്കിൽ ഇനിയും വേറെ പലതും ഇതിനെ തുടർന്ന് ആവർത്തിക്കാൻ ഇടയില്ലേ?

സത്യാഗ്രഹം അധികൃതരെ അമ്പരപ്പിച്ചിട്ടുണ്ടെന്നാണ് ഞങ്ങൾക്ക് തോന്നുന്നത്. അല്ലെങ്കിൽ ഈ വെപ്രാളമൊക്കെ ആവശ്യമില്ല.

പൊലീസ് മതിലും പൊലീസ് പട്ടാളവും കൊണ്ടല്ലല്ലോ ധർമവും നീതിയും പരിപാലിക്കപ്പെട്ടിട്ടുള്ളത്. എന്താണ് വേണ്ടത് എന്ന വിമൂഢതയും എന്തായാലും വാശി വിടരുതെന്ന നിർബന്ധവും അവരെ ബാധിച്ചിരിക്കയാണ്. പാലിയം അധികൃതർക്കു പിന്നിൽ ഇന്നാട്ടിലെ സ്ഥാപിത താൽപ്പര്യങ്ങളുടെയും ഗൂഢശക്തികളുടെയും ഉറച്ച കയ്യാളുകളുണ്ടെന്നുള്ളത് വ്യക്തമാണ്. ഏതെങ്കിലും സത്യഗ്രഹംകൊണ്ട് മാത്രം തോൽക്കാൻ പോകുന്നില്ല.

സത്യഗ്രഹം നടത്തിവരുന്നത് കമ്യൂണിസ്റ്റുകാരാണെന്നാണ് മലബാർ മെയിലാദികളുടെ വാദം. അല്ല എന്ന് ഞങ്ങൾ പ്രഖ്യാപിക്കുന്നു. പ്രജാമണ്ഡലം, എസ് എൻ ഡി പി തുടങ്ങി ചേന്ദമംഗലത്തെ മുപ്പതിൽപ്പരം സംഘടനകളുടെ പ്രതിനിധികളാണ് കർമ സമിതിയിൽ ഉള്ളത്. അതിൽ കമ്യൂണിസ്റ്റ് പാർട്ടിയും ഉണ്ടെന്നു മാത്രം. കമ്യൂണിസ്റ്റുകാർ ധാരാളമായി സഹായിക്കുന്നുണ്ടെന്നത് ശരിയാകും. സഞ്ചാര സ്വാതന്ത്ര്യം പോലുള്ള ഒരു പൗരവകാശം നേടുന്നതിനുള്ള ഒരു ധാർമിക സമരത്തിന് സഹായിക്കുന്നുവെന്നുള്ളത് ഒരപരാധമാണോ?

സത്യഗ്രഹം രണ്ടാം ഘട്ടത്തിലേക്ക് പ്രവേശിക്കുകയായി. സവർണരെയും ഹിന്ദുക്കളെയും അഹിന്ദുക്കളെയും കൂടി തടയാനാണോ പുറപ്പാട്? നാട്ടുകാർ എന്തു പറയുന്നു. (*എക്സ്പ്രസ്സ്* 1123 മകരം 1)

തൃശൂരിലെ പത്രപ്രതിനിധികളുടെ പ്രസ്താവന *എക്സ്പ്രസ്സ്* പത്രത്തിലല്ലാതെ മറ്റെങ്ങും കണ്ടെത്താൻ കഴിഞ്ഞില്ല. *ദേശാഭിമാനി*യുടെ തുടർച്ചയായ ലക്കങ്ങൾ ലഭ്യവുമല്ല.

അയിത്തം തന്നെ സഞ്ചാരസ്വാതന്ത്ര്യ നിഷേധത്തിന് കാരണമെന്നതിന് എസ് എൻ ഡി പി യോഗം സെക്രട്ടറി ടി കെ കുഞ്ഞയ്യപ്പൻ ഹാജരാക്കുന്ന തെളിവ് നോക്കൂ:

അയിത്തമല്ലെങ്കിൽ പിന്നെ എന്തുകൊണ്ട് ടെക്സ്റ്റൈയിൽസ് കമ്മീഷണർ ആയിരുന്ന മി. ചന്ദ്രശേഖരനെ തുണിക്കടയിൽ പരിശോധിക്കാൻ അനുവദിച്ചില്ല. എന്ന് കൊച്ചി എസ് എൻ ഡി പി യോഗം സെക്രട്ടറി ടി കെ കുഞ്ഞയ്യപ്പൻ ഒരു പ്രസ്താവനയിലൂടെ ചോദിച്ചു. അഞ്ചലോട്ടക്കാരൻ പോകുന്ന, പലതരം കടകളും സ്കൂളുകളും സ്ഥിതി ചെയ്യുന്നതും മറ്റും സമുദായക്കാർക്ക് വസ്തുവകകൾ ഉള്ളതുമായ പ്രസ്തുത റോഡിലൂടെ സഞ്ചാരം നിഷേധിക്കുന്നത് മനുഷ്യാവകാശ നിഷേധമാണെന്ന് അദ്ദേഹം പറഞ്ഞു. (*എക്സ്പ്രസ്സ്* ദിനപത്രം, 1123 മകരം 9)

അക്കാലത്ത് ചിലതരം തുണികളിൽ ഗവൺമെന്റ് നിയന്ത്രണം ഉണ്ടായിരുന്നു. തുണിക്കടകൾ പരിശോധിക്കാൻ ഉദ്യോഗസ്ഥരെയും ചുമ

തലപ്പെടുത്തിയിരുന്നു. പക്ഷേ, പാലിയംനടയിൽ പരിശോധന സാധ്യമല്ല, വരുന്ന ഉദ്യോഗസ്ഥൻ അവർണൻ എങ്കിൽ.

വടക്കുംപുറം വലിയ പറമ്പിൽ വി സി ജനാർദനൻ പറഞ്ഞതാണ് ശരി എന്ന് അനുമാനിക്കേണ്ടിയിരിക്കുന്നു. അദ്ദേഹം പറഞ്ഞതിന്റെ ചുരുക്കം ചുവടെ:

> പാലിയം കുടുംബാംഗങ്ങൾ താമസിക്കുന്ന പുരയിടങ്ങളിലെ തെങ്ങുകളിൽ കയറി നാളികേരം ഇടാനും കുളങ്ങൾ വൃത്തിയാക്കുന്നതിനും വേലികെട്ടാനും മറ്റുമല്ലാതെ അയിത്തജാതിക്കാർക്ക് പാലിയം സങ്കേതത്തിലോ പാലിയം വക ക്ഷേത്രങ്ങൾക്കു സമീപമോ ഉള്ള റോഡുകളിൽ ഒന്നും പ്രവേശനം ഇല്ലായിരുന്നു. വേലയ്ക്ക് ചെല്ലുന്നവർ തന്നെ പിൻഭാഗത്ത് കൂടിയേ ചെല്ലാവൂ. ചെന്ത്രക്കോവിൽ ക്ഷേത്രം മുതൽ തെക്കേമഠം വരെയുള്ള വഴിയും മാറ്റപ്പാടത്തിന്റെ അരികിൽ ക്ഷേത്രത്തിന് മുൻവശത്തുള്ള വഴിയും ഒഴിച്ച് മറ്റുവഴികളിൽ അയിത്തക്കാർക്ക് സഞ്ചരിക്കാം എന്നായിരുന്നു വയ്പ്. പക്ഷേ, ഫലത്തിൽ അതും സാധ്യമല്ലായിരുന്നു. എന്തെന്നാൽ മിക്കവാറും എല്ലായ്പ്പോഴും തീണ്ടാട്ട് കൂവി നടക്കുന്ന ഒരു സവർണൻ എങ്കിലും വഴിയിൽ ഉണ്ടായിരിക്കും. പാലിയത്തച്ചൻമാരും കുഞ്ഞമ്മമാരും തീണ്ടാട്ട് വിളിച്ച് കൂവാറില്ല. പക്ഷേ, അവരെ ആരെയെങ്കിലും വഴിയിൽ ദൂരെ കണ്ടാൽ പ്പോലും ഓടി മറഞ്ഞുകൊള്ളണം. അങ്ങനെ ഓടി മാറിയില്ല എങ്കിലത്തെ കഥ പറയാനുണ്ടോ?
>
> പാലിയത്തെ ഒരു വഴിയിൽ മാത്രമാണ് ആണ്ടിൽ രണ്ടു ദിവസം അയിത്തജാതിക്കാർക്ക് യഥേഷ്ടം സഞ്ചരിക്കാൻ കഴിഞ്ഞിരുന്നത്. അത് പറവൂർ ചേന്ദമംഗലം റോഡിൽ നിന്നും പടിഞ്ഞാറോട്ട് തെക്കേമഠത്തിനും പ്രധാന ക്ഷേത്രത്തിനും ഇടയിലൂടെ പോകുന്ന വഴിയായിരുന്നു. അന്ന് ആ വഴിക്ക് അൽപ്പം ദൈർഘ്യമേ ഉണ്ടായിരുന്നുള്ളൂ. മാറ്റപ്പാടത്തു വിഷുച്ചന്ത നടക്കുന്ന രണ്ടു ദിവസങ്ങളിലാണ് ആ വഴിയിൽ അവർക്ക് സഞ്ചരിക്കാൻ പൂർണ സ്വാതന്ത്ര്യം ഉണ്ടായിരുന്നത്. മാറ്റപ്പാടത്തു വിൽപ്പനയ്ക്കുള്ള ചരക്കുകൾ-ഉൽപ്പന്നങ്ങൾ-തലച്ചുമടായും വഴിയരികിലുള്ള തോട്ടിലൂടെ വഞ്ചി വഴിയായും അയിത്തജാതിക്കാർ കൂട്ടം കൂട്ടമായി കൊണ്ടുവന്നിരുന്നു (കൃഷി ചെയ്തും കൈത്തൊഴിൽ ചെയ്തും ഉൽപ്പന്നങ്ങൾ ഉൽപ്പാദിപ്പിച്ചിരുന്നത് അയിത്തജാതിക്കാരാണല്ലോ). ആ ദിവസങ്ങളിൽ തീണ്ടാട്ട് വിളിച്ച് അയിത്ത ജാതിക്കാരെ വഴിയിൽ നിന്നും മാറ്റുക അസാധ്യമായിരുന്നതിനാൽ തീണ്ടൽ ആചരിക്കുന്നതിൽ കർശന നിർബന്ധമുണ്ടായിരുന്ന സവർണർ ആ രണ്ടു ദിവസങ്ങളിൽ ആ വഴിയിലൂടെയുള്ള യാത്ര ഒഴിവാക്കുകയായിരുന്നു പതിവ്.

സമരം ആരംഭിച്ചപ്പോൾ ആറിടങ്ങളിൽ മതിൽകെട്ടി കാവൽ ഏർപ്പെടുത്തിയിരുന്നു. അവ എവിടെയെല്ലാമായിരുന്നു എന്ന് കൃത്യമായി ഓർക്കുന്നില്ല. മാറ്റപ്പാടത്തിന്റെ അരികിൽ ക്ഷേത്രത്തിന് മുമ്പിലായിരുന്നു പ്രധാന സമര കേന്ദ്രം. ഭഗവതി ക്ഷേത്രത്തിന് അടുത്ത് മതിൽ കെട്ടിയ സ്ഥലത്തും സത്യഗ്രഹം നടത്തിയിരുന്നു. അച്ചൻ ബദൽ വഴിയെപ്പറ്റി പറഞ്ഞിരുന്നുവല്ലോ? മേൽപ്പറഞ്ഞ തെക്കേ മഠത്തിന്റെ മുൻപിലായുള്ള വഴി വടക്കുംപുറം വരെ നീട്ടാനായിരുന്നു പാലിയത്തിന്റെ നിർദേശം. സമരം കഴിഞ്ഞ് ഇനിയും എത്ര നാളുകൾക്കുശേഷമാണ് ഈ വഴി സഞ്ചാരയോഗ്യമായത്!

14

അടിച്ചമർത്താൻ പാലിയവും തയാറെടുത്തു

ദംഷ്ട്രകൾ കൊഴിയാനും സട പൊഴിയാനും തുടങ്ങിയെങ്കിലും പാലിയം പഴയ സിംഹം തന്നെയായിരുന്നു. കാളനും പൂളനും, അണ്ടനും അടകോടനും കാണിക്കുന്ന പേക്കൂത്തുകൾക്ക് വഴങ്ങിക്കൊടുക്കാൻ ആ സിംഹം തയാറല്ലായിരുന്നു. നാടുവാഴുന്ന രാജാവ് തങ്ങൾക്ക് അനുകൂലം. കോടതിയും പാലിയത്തെ ന്യായീകരിച്ചു. പ്രജാമണ്ഡലം ആണെങ്കിൽ അയിത്തോച്ചാടനവും ക്ഷേത്രപ്രവേശനം എന്നൊക്കെ മന്ത്രിച്ചുകൊണ്ടിരിക്കയേയുള്ളൂ. ഏതെങ്കിലും തീവ്രസമരത്തിന് ഏതെങ്കിലും വിഭാഗം ഒരുമ്പെട്ടാൽ അനുരഞ്ജനം എന്ന പേരും പറഞ്ഞ് ആ സമരം തണുപ്പിക്കുകയും തല്ലിക്കെടുത്തുകയും ചെയ്യുന്നത് പാലിയത്തുകാരും കണ്ടിരുന്നു. പുതിയ എസ്റ്റേറ്റു മാനേജർ ആണെങ്കിലോ കൊച്ചിയിലെ ഒരു രാജാവിന്റെ പുത്രൻ. ആ നിലയിൽ ഗവൺമെന്റും മുഴുവൻ ഭരണയന്ത്രവും സ്വന്തം ഉള്ളംകൈയിലും.

തെക്കേമഠം(ഇപ്പോൾ അവിടെ ജൂബിലി ഹാൾ) പൊലീസ് ക്യാമ്പിനു വിട്ടുകൊടുത്തു.

1947 ഡിസംബർ 7-ന്റെ *മാതൃഭൂമി* ദിനപത്രം ഇങ്ങനെ റിപ്പോർട്ടു ചെയ്തു.

> കൊടുങ്ങല്ലൂരിൽ നിന്നും സ്പെഷ്യൽ മജിസ്ട്രേറ്റും ആയുധധാരികളായ പൊലീസുകാരും വന്നു താവളം അടിച്ചിട്ടുണ്ട്. ഡിസ്ട്രിക്റ്റ് മജിസ്ട്രേറ്റ് കോടതിയും ഇവിടെവച്ചു നടത്തി വരുന്നുണ്ട്. പാലിയത്തച്ചന്മാരും ഉദ്യോഗസ്ഥന്മാരും പല അടവുകളും എടുത്തു നോക്കുന്നുണ്ടെങ്കിലും ജനക്കൂട്ടം പരിപൂർണ ശാന്തരായി തന്നെ വർത്തിക്കുന്നു.

'പരിപൂർണ ശാന്തരായ' ആളുകളെയും ഗാന്ധിയൻ രീതിയിൽ സത്യഗ്രഹമനുഷ്ഠിക്കുന്ന സന്നദ്ധഭടൻമാരെയും നേരിടാനാണ് ഇത്ര വലിയ യുദ്ധസന്നാഹങ്ങൾ. വാസ്തവത്തിൽ സത്യഗ്രഹം അടിച്ചമർത്താൻ നേരത്തെ തന്നെ തീരുമാനിച്ചിരുന്നു. മന്ത്രി പറമ്പനി ലോനപ്പൻ അത് വ്യക്തമാക്കിയതുമാണ്.

എസ്റ്റേറ്റ് മാനേജർ ഒരു പത്രപ്രസ്താവന പുറപ്പെടുവിച്ചു. അതിൽ റോഡ് സ്വകാര്യമാണെന്നും പാലിയം ചെലവിൽ അതിന്റെ അറ്റകുറ്റപണികൾ, ശുചീകരണം മുതലായവ ചെയ്യുന്നതാണെന്നും അതിൽ ആർക്കും യാതൊരു അവകാശവുമില്ലെന്നും വ്യക്തമാക്കി. വൈക്കം സത്യഗ്രഹ സമരത്തിൽ പൊതുഖജനാവിൽ നിന്ന് പണം ചെലവിട്ട് സംരക്ഷിച്ചു പോരുന്ന റോഡുകളിൽ സഞ്ചരിക്കാൻ എല്ലാ പൗരന്മാർക്കും അവകാശമുണ്ടെന്ന വാദം ഉന്നയിക്കപ്പെട്ടതിനാൽ അത്തരം വാദം ഉന്നയിക്കപ്പെടാതിരിക്കാനായിരിക്കണം പാലിയം ചെലവിൽ സംരക്ഷണവും ശുചീകരണവും ചെയ്യുന്ന റോഡ് എന്ന് പ്രത്യേകം പറഞ്ഞത്.

അതുകൊണ്ടും പാലിയം അടങ്ങിയില്ല. അവർ അവരുടെ 'സിൽബന്തികളെ' ഇളക്കിവിട്ട് ഒരു സത്യഗ്രഹവിരുദ്ധയോഗം സംഘടിപ്പിക്കാൻ ശ്രമിച്ചു. അപ്പോൾ രണ്ടായിരത്തിലേറെ വരുന്ന സത്യഗ്രഹാനുകൂലികളുടെ യോഗം കണ്ട് സിൽബന്തികൾ രംഗത്തുനിന്ന് ഓടിമറിഞ്ഞു- ആ കഥ 1947 ഡിസംബർ 13-ന്റെ *മലയാളമനോരമ* റിപ്പോർട്ട് ചെയ്തു.

മാക്കോട്ട് കൃഷ്ണമേനോനും ഒരു ആധാരമോഷണക്കേസിൽ ആരോപണ വിധേയനായ ഒരു ഏലിയാസും കിഴക്കുംപുറത്തുകാരൻ ഒരു ഔസോയും പാതാപറമ്പിൽ വാസുദേവനും മണലി കുമാരനും ഒരു എം കുമാരനും പത്മനാഭനും കൂട്ടുകാട് ഔസോയും ഒരു വട്ടപ്പറമ്പിൽ വിജയനും പപ്പു വൈദ്യനും മറ്റു ചിലരും കൂടിചേർന്ന് സത്യഗ്രഹത്തെ പഴിച്ചുകൊണ്ടും പാലിയത്തെ പുകഴ്ത്തിക്കൊണ്ടും ഒരു നോട്ടീസ് ഇറക്കിയെന്ന് നാട്ടുകാർ പറയുന്നു. താൻ ആ നോട്ടീസിൽ ഒപ്പിട്ടിട്ടില്ലെന്ന് പപ്പു വൈദ്യൻ പ്രസ്താവിച്ചു.

പാലിയംറോഡ് സത്യഗ്രഹം ആരംഭിച്ചതിന്റെ അഞ്ചാം ദിവസം പൊലീസിന്റെ പെരുമാറ്റം കൂടുതൽ മൃഗീയവും വിദ്വേഷപരവുമായി. ആദ്യത്തെ സംഘം സത്യഗ്രഹികളായ കെ ജെ പ്രഭാകരൻ, അയ്യർ (പുലയൻ) എന്നിവരെ പൊലീസ് തള്ളിയിടുകയും ബൂട്ട്സുകൊണ്ട് പലപ്രാവശ്യം ചവിട്ടുകയും ചെയ്തു. എടുത്ത് പൊക്കി കീഴ്പോട്ടേക്ക് വീണ്ടും വീണ്ടും ഇട്ടു. സത്യഗ്രഹികൾക്ക് സാരമായ പരിക്കുകൾ പറ്റി. വസ്ത്രങ്ങൾ രക്തംപുരണ്ടു നനഞ്ഞു. തുടർച്ചയായി മൂന്നു മണിക്കൂർ നേരം ഇപ്രകാരം യാതനകൾ അനുഭവിച്ചിട്ടും സത്യഗ്രഹികൾ പിൻമാറാതെ മുന്നോട്ടുപോയി. ഒടുവിൽ വളരെ ക്ഷീണിച്ചപ്പോൾ സന്നദ്ധസംഘം അവരെയും കൊണ്ടുപോയി.

പാലിയം വക ആനയും കാറും സത്യഗ്രഹികളുടെ മേൽ കയറ്റാൻ ശ്രമം നടന്നു എന്നും മരണമെങ്കിൽ മരണം എന്ന ദൃഢനിശ്ചയത്തോടെ

ഉറച്ചുനിന്ന സത്യഗ്രഹികളെ അവസാന നിമിഷത്തിൽ പൊലീസ് തൂക്കിയെടുത്തുമാറ്റിയെന്നും 1947 ഡിസംബർ 12-ന്റെ *മലയാളമനോരമ* റിപ്പോർട്ടു ചെയ്തു.

രണ്ടാമത്തെ ബാച്ചിൽപ്പെട്ട കെ കരുണാകരൻ, ശക്തിധരൻ എന്നിവരേയും മേൽപ്പറഞ്ഞതുപോലെ മർദിക്കുകയും അറസ്റ്റ് ചെയ്യുകയും ഉണ്ടായി. മർദിക്കപ്പെടുമ്പോൾ മാത്രം അവർ മുദ്രാവാക്യം വിളിച്ചുപറഞ്ഞു കൊണ്ടിരുന്നു.

മൂന്നാമത്തെ സംഘത്തെയും ഇതുപോലെ തന്നെ മർദിക്കുകയുണ്ടായി. സത്യഗ്രഹികളുടെ ദേശീയപതാക പൊലീസ് പിടിച്ചെടുത്തു. ആ സമയം കൈത്തറി നെയ്ത്തു തൊഴിലാളികളായ രണ്ടു പെൺകുട്ടികൾ അവർക്ക് ഓറഞ്ചു കൊടുക്കുകയും മുദ്രാവാക്യങ്ങൾ വിളിച്ചു പറയുകയും ചെയ്തു. പൊലീസ് ഭീഷണിപ്പെടുത്തിയെങ്കിലും പല വിദ്യാർഥി വിദ്യാർഥിനികളും ഉത്തേജകമായ രീതിയിൽ മുദ്രാവാക്യങ്ങൾ വിളിച്ചു കൊണ്ടിരുന്നു.

സത്യഗ്രഹികളെ ചെവിക്കു പിടിച്ച് വലിച്ചിഴക്കാനും വലിച്ചു താഴെ ഇടാനും ഡിവിഷൻ ഇൻസ്പെക്ടർ ആവശ്യപ്പെട്ടു. (*മലയാളമനോരമ*, 1947 ഡിസംബർ 11).

ഗവൺമെന്റ് ആണെങ്കിൽ ഇത്തരുണത്തിൽ സരസമായി കള്ളപ്രചാരണങ്ങൾകൊണ്ട് ജനങ്ങളെ തെറ്റിദ്ധരിപ്പിക്കാൻ കിണഞ്ഞു ശ്രമിച്ചു. കൊച്ചി ഗവൺമെന്റ് പുറപ്പെടുവിച്ച പ്രസ് നോട്ടീസിൽ ഇങ്ങനെ പറഞ്ഞു.

> രാജ്യരക്ഷയ്ക്ക് നിയമസമാധാനങ്ങൾ പാലിക്കേണ്ടത് ഗവൺമെന്റിന്റെ അത്യന്താപേക്ഷിതമായ കടമയാണ്......... പൊലീസ് ഇടപെടാതെ തരമില്ല. അവർ അക്രമരഹിതമായി നിയമപ്രകാരം നിയമലംഘകരെ അറസ്റ്റ് ചെയ്യുക മാത്രമേ ഉണ്ടായുള്ളൂ. വാസ്തവങ്ങൾ മറച്ചു വെച്ചും വാസ്തവവിരുദ്ധമായ പ്രസ്താവങ്ങൾ ചെയ്തു കൊണ്ടും ഉത്തരവാദപ്പെട്ട പത്രങ്ങൾ വാർത്തകൾ പ്രസിദ്ധം ചെയ്തതിൽ ഗവൺമെന്റ് അത്യന്തം ഖേദിക്കുന്നു. രാജ്യത്ത് സമാധാനം പാലിക്കാൻ ചുമതലപ്പെട്ടവരായ പൊലീസുകാരുടെ നേർക്ക് വെറുപ്പും വിദ്വേഷവും പൊതുജനങ്ങളുടെ ഇടയിൽ അതൃപ്തിയും ജനിപ്പിക്കും വിധം പൊലീസുകാരെപ്പറ്റി അടിസ്ഥാനരഹിതവും ഗുരുതരവുമായ ആരോപണങ്ങൾ അടങ്ങിയ വാർത്തകൾ പ്രസിദ്ധപ്പെടുത്തുന്നതിനെ പൊതുജനനന്മയെ മുൻനിറുത്തി ഗവൺമെന്റിന് ഗൗരവമായി വീക്ഷിക്കാതെ തരമില്ല.

പ്രസ്താവന തുടരുന്നു:

> പാലിയംറോഡ് പാലിയംവക ഒരു സ്വകാര്യ വഴിയാണ്. പാലിയം കുടുംബക്കാർ ഡിസ്ട്രിക്റ്റ് കോർട്ടിൽ വ്യവഹാരം ബോധിപ്പിച്ച

> തനുസരിച്ച് കോടതിയിൽ നിന്നും പാലിയം റോഡിൽ അവർണ രുടെയും അഹിന്ദുക്കളുടെയും പ്രവേശനം നിരോധിച്ചുകൊണ്ട് വിധി കൽപ്പിച്ചിട്ടുള്ളതാണ്. ഈ വിധിയെ സംഘടിതമായി ലംഘി ച്ചുകൊണ്ട് ഇപ്പോൾ പാലിയംറോഡിൽ സത്യഗ്രഹം നടന്നുവ രുന്നു. സത്യഗ്രഹികൾ നിയമലംഘനം ചെയ്തു പാലിയം റോഡിൽ പ്രവേശിക്കുമ്പോൾ പാലിയം റോഡ് കാവൽക്കാർ അവരെ തടയുന്നതിനെ ചെറുത്തുകൊണ്ട് സത്യഗ്രഹികൾ റോഡിൽ ബലാൽക്കാരമായി പ്രവേശിക്കുന്നു. ഈ പരിതഃസ്ഥി തിയിൽ നിയമസംവിധാനം പാലിക്കുന്നതിനുവേണ്ടിയാണ് പൊലീ സുകാർ ഇടപെടേണ്ടിവന്നിരിക്കുന്നത്. യാതൊരുവിധ അക്രമന ടപടികളും എടുത്തിട്ടില്ല. പ്രത്യേക സത്യഗ്രഹികളാണ് അക്രമ ത്തിന് മുതിർന്നിട്ടുള്ളത്. (*മലയാളമനോരമ*, 1947 ഡിസംബർ 16)

അതേ പ്രസ് നോട്ടു തന്നെ 1947 ഡിസംബർ 17-ന് *മലബാർ മെയിൽ* റിപ്പോർട്ട് ചെയ്തത് ഇങ്ങനെയാണ്.

> അവർ കാവൽക്കാരുടെ തടസ്സം വകവയ്ക്കാതെ നിരോധിക്കപ്പെട്ട സ്ഥലത്ത് ബലമായി പ്രവേശിക്കുകയും അവിടെ മലർന്നു കിട ക്കുകയും ചെയ്യുമ്പോൾ പൊലീസുകാർ അക്രമരഹിതമായി സത്യഗ്രഹികളെ അവിടെനിന്നും രോഗികളെ എടുക്കുന്ന രീതി യിൽ എടുത്തു മാറ്റുക മാത്രമാണ് ചെയ്തിട്ടുള്ളത്. ഇങ്ങനെ എടുത്തു മാറ്റപ്പെട്ട സത്യഗ്രഹികളിൽ ഒരാൾ അയാളുടെ തുടയി ലുണ്ടായിരുന്ന കുരുക്കളെ മാന്തിപ്പൊട്ടിച്ച് ചോര വരുത്തി പൊലീ സുകാർ പരിക്കേൽപ്പിച്ചുവെന്നുള്ള പ്രകടനം നടത്തുകയുണ്ടായി. പാലിയം കാവൽക്കാർ സത്യഗ്രഹികളെ സമീപിക്കുമ്പോൾ തങ്ങ ളുടെമേൽ അക്രമം പ്രവർത്തിച്ചു എന്നു വരുത്തിത്തീർക്കുംവിധം പെട്ടെന്ന് നിലത്തേക്ക് വീഴാറുണ്ട്. പൊലീസുകാരെയും കാവൽക്കാരെയും കഷ്ടപ്പെടുത്താൻ സത്യഗ്രഹികൾ ഇത്തരത്തി ലുള്ള പല തന്ത്രങ്ങളും പ്രയോഗിക്കാറുണ്ട്. അവർ കാവൽക്കാരെ മാത്രം മുദ്രാവാക്യങ്ങൾ വിളിച്ചു പറഞ്ഞും യൂണിയൻ പതാക നീട്ടിക്കാണിച്ചും പലവിധത്തിലും ഭീഷണിപ്പെടുത്താറുണ്ട്. ഡ്യൂട്ടി യിൽ നിൽക്കുന്ന ഒരു പൊലീസുകാരന്റെ കാലുകളുടെ ഇടയിൽ രണ്ടു സത്യഗ്രഹികൾ കൊടിനാട്ടിയിട്ടുള്ള വടി ഉപയോഗിച്ച് പൊലീസുകാരനെ തള്ളിത്താഴത്തിടുകയുണ്ടായി. ഇങ്ങനെയുള്ള ഗൗരവമായ പ്രകോപനങ്ങൾ ഉണ്ടായിട്ടും പൊലീസുകാർ യാതൊ രുവിധ അക്രമവും പ്രയോഗിക്കാതെ നിയമലംഘനം ചെയ്തവരെ അറസ്റ്റ് ചെയ്യുകയാണ് ഉണ്ടായിട്ടുള്ളത്.

അന്തർജന സത്യഗ്രഹികളെ അതിപൈശാചികമായി മർദിച്ച് അവ ശരാക്കിയത് മാർച്ച് 3-നാണ്. ചേന്ദമംഗലത്തു നിന്ന് മാർച്ച് 5-ന് അയച്ച

വാർത്ത (1127 കുംഭം 23-ലെ എക്സ്പ്രസ്സ്) ഒന്നുമതി, കൊച്ചി ഗവൺമെന്റിന്റെ നുണപ്രചാരണം തുറന്നു കാണിക്കാൻ എക്സ്പ്രസ്സ് റിപ്പോർട്ടു ചെയ്യുന്നു.

> മിനിയാന്നത്തെ സംഭവങ്ങൾക്കുശേഷം ഇന്ന് സത്യഗ്രഹമേ ഉണ്ടാവില്ലെന്നായിരുന്നു പലരുടെയും ധാരണ. എങ്കിലും കൃത്യ സമയം വന്നപ്പോൾ രണ്ടു സത്യഗ്രഹികൾ പെട്ടെന്ന് പ്രത്യക്ഷ പ്പെടുകയും മുദ്രാവാക്യങ്ങൾ മുഴക്കാൻ തുടങ്ങുകയും ചെയ്തു. പൊലീസ് അവരെ കഠിനമായി പ്രഹരിച്ചു. കാണികളെക്കൂടി അടി ച്ചോടിച്ചുവെന്നാണ് റിപ്പോർട്ട്.
>
> മിനിയാന്നത്തെ മർദനത്തിൽ പ്രതിഷേധിച്ച് ഘോഷയാത്ര നട ത്തിയിരുന്നവരെയും ലാത്തിച്ചാർജ് ചെയ്തു പിരിച്ചുവിട്ടു. നിരോ ധിക്കപ്പെട്ട സ്ഥലത്തിനു പുറത്താണ് ഘോഷയാത്ര നടത്തിയത്.
>
> മർദനത്തെപ്പറ്റി ഗവൺമെന്റ് നോട്ടീസിൽ പറഞ്ഞത് "മൃദുവായി ചൂരൽ പ്രയോഗം" എന്നാണ്. (*എക്സ്പ്രസ്സ്* 1123 കുംഭം 23)

1948 മാർച്ച് 2-ലെ *ദേശാഭിമാനി* റിപ്പോർട്ട്.

> ചേന്ദമംഗലത്ത് ഔദ്യോഗികമായി പട്ടാളനിയമം പ്രഖ്യാപിച്ചിട്ടി ല്ലെങ്കിലും പ്രായോഗികമായി പട്ടാള-പൊലീസ് പേക്കൂത്തുകൾ വർധിച്ചിരിക്കുകയാണ്. രാത്രികാലങ്ങളിൽ ജനങ്ങൾക്ക് കിടക്ക പ്പൊറുതിയില്ലാത്തവണ്ണം പൊലീസിന്റെ ഭവന പരിശോധനകളും മർദനങ്ങളും നടമാടുന്നു. സ്ത്രീകളെ ഭയപ്പെടുത്തുക, വഴിയാ ത്രക്കാരെ തടഞ്ഞുനിർത്തി അടിക്കുക തുടങ്ങി മർദനങ്ങൾ നാടെങ്ങും അഴിച്ചുവിട്ടിരിക്കുകയാണ്.
>
> സത്യഗ്രഹം വാസ്തവത്തിൽ ഗാന്ധിയൻ മാർഗത്തിലാണ് നട ക്കുന്നത്. സത്യഗ്രഹത്തെ എതിർക്കുന്ന *ഗോമതി, മലബാർ മെയിൽ* എന്നീ പത്രങ്ങൾ പോലും സത്യഗ്രഹികളുടെമേൽ അക്രമക്കുറ്റം ആരോപിക്കുന്നില്ല.
>
> സത്യഗ്രഹത്തിന്റെ 85-ാം ദിവസമായ കഴിഞ്ഞ വ്യാഴാഴ്ച സ്ത്രീക ളുടെ ഒരു ഗംഭീര പ്രകടനം നടക്കുകയുണ്ടായി. ചേന്ദമംഗലത്തു കിടക്കപ്പൊറുതിയില്ലെങ്കിൽ തങ്ങൾ നാടുവിടാൻ പോകുകയാണ് എന്നാണവർ പ്രസംഗിച്ചത്..........

ദേശാഭിമാനി മാർച്ച് 5-ലെ റിപ്പോർട്ട്

> പാലിയം പരിസരത്ത് പൊതുയോഗമോ പ്രകടനമോ നടത്താൻ പാടില്ലെന്ന് കൊച്ചി പൊലീസ് ആക്ട് 125-ാം വകുപ്പു പ്രകാരം നിരോധിച്ചിരിക്കുകയാണ്. പൊലീസ് അതിയായ ജാഗ്രതയിൽ ആരെയും അടുപ്പിക്കാതെ തല്ലി ഓടിക്കുകയാണ്. എന്നാൽ പെട്ടെന്ന് മാനത്തിന്നെങ്ങാനും പൊട്ടിവീണതുപോലെയോ ഭൂമി

> യിൽനിന്നെങ്ങാനും മുളച്ചുപൊങ്ങിയപോലെയോ രണ്ടു വളണ്ടിയർമാർ ത്രിവർണ പതാകയും ഏന്തി മുദ്രാവാക്യങ്ങളും ഉദ്ഘോഷിച്ച് സമരരംഗത്ത് പ്രത്യക്ഷപ്പെട്ടു. പതിവുപോലെ പൊലീസ് ചാടിവീണ് അവരെ തല്ലിക്കശക്കി. നൂറോളം സ്ത്രീകളുടെ ഉജ്വലപ്രകടനം നിരോധിത മേഖലയിൽ. ക്രൂരമായി ചൂരൽ പ്രയോഗം നടത്തി അതും പിരിച്ചുവിട്ടു.

നിരോധനമില്ലാത്തിടത്ത് പ്രതിഷേധയോഗംകൂടി ജലീലും ബാലകൃഷ്ണനും സംസാരിച്ചു.

വീടുകൾ സർച്ചു ചെയ്തതിനെ കുറിച്ച് 1947 ഡിസംബർ 26-ന്റെ *മലയാള മനോരമ*യും റിപ്പോർട്ട് ചെയ്തിട്ടുണ്ട്.

അറസ്റ്റിനും മർദനത്തിനും വിധേയരായ സഖാക്കളിൽ ചിലരെ തല മൊട്ടയടിച്ചു വിട്ടു.

സത്യഗ്രഹം അനുഷ്ഠിച്ച കെ എം കുമാരനെ അറസ്റ്റു ചെയ്തു ഭീകരമായി മർദിച്ചു. അവസാനം ഉള്ളംകാലിൽ ചൂരൽ പ്രയോഗം. 48 അടി അടിച്ചപ്പോൾ അദ്ദേഹം ബോധരഹിതനായി. അദ്ദേഹത്തെ വണ്ടിയിൽ എടുത്തിട്ട് കൊണ്ടുപോയി അകലെ കളമശ്ശേരിയിൽ വിജനമായ സ്ഥലത്ത് ഇന്നത്തെ കളമശ്ശേരിയല്ലെന്നോർക്കുക- പി ബി) അർധരാത്രി റോഡരികിൽ തള്ളി. ബോധം തെളിയുമ്പോൾ അദ്ദേഹം പൂർണ നഗ്നനായിരുന്നു.

ആർ സി കുമാരൻ, കെ യു രാമകൃഷ്ണൻ, ഗോപി എന്നിവരെയും അറസ്റ്റ് ചെയ്തു മർദിച്ച് അർധരാത്രിയിൽ വിജനമായ ഏതോ സ്ഥലത്ത് തള്ളിയതായി 1948 മാർച്ച് 7-ന്റെ *ദേശാഭിമാനി* റിപ്പോർട്ടു ചെയ്തു.

സത്യഗ്രഹസമരം വാശിയോടെ തുടരുകയും പാലിയത്തച്ചനും കൊച്ചി ഗവൺമെന്റും അവരുടെ തനതായ ഭീകര രൂപത്തിൽ പ്രത്യക്ഷപ്പെടുകയും മർദന നടപടികൾക്ക് മൂർച്ചകൂട്ടുകയും ചെയ്തപ്പോൾ പ്രജാമണ്ഡലവും എസ് എൻ ഡി പി നേതൃത്വവും തലവലിച്ചു. ഇതുവരെ സമരരംഗത്ത് ഉറച്ചു നിന്ന കോഴിക്കോട് ഗംഗാധരമേനോൻ പതറി.

ഇരിങ്ങാലക്കുടയിൽ കൂട്ടംകുളം റോഡിലും ചേന്ദമംഗലം പാലിയത്തും ക്ഷുഭിതരായ ബഹുജനങ്ങളെ അനുരഞ്ജനത്തിന്റെ പാത ചൂണ്ടിക്കാട്ടി തണുപ്പിച്ച സംഭവങ്ങളും പാലിയം സമരത്തിന്റെ പശ്ചാത്തലവും ഹ്രസ്വമായി പരാമർശിച്ചുകൊണ്ട് 1948 മാർച്ച് 5-ലെ *ദേശാഭിമാനി* മുഖപ്രസംഗത്തിൽ ഇങ്ങനെ പറഞ്ഞു:

> ഇപ്പോഴിതാ കൊച്ചി പ്രജാമണ്ഡലം നേതാക്കന്മാർ ഈ സമരക്കോട്ടയിൽ ഒരു പിളർപ്പുണ്ടാക്കിയിരിക്കുകയാണ്. അടുത്തു കൂടിയ മണ്ഡലത്തിന്റെ പ്രവർത്തകകമ്മിറ്റി സത്യഗ്രഹത്തെ എതിർത്തു പ്രമേയം പാസാക്കി. സത്യഗ്രഹം തുടങ്ങിയ അവസരത്തിൽ പ്രജാമണ്ഡലം പ്രസിഡന്റ് ഇക്കണ്ടവാരിയർ പാർട്ടി നേതാവ് പനമ്പള്ളി ഗോവിന്ദമേനോൻ എന്നു വേണ്ട ശ്രീ. കെ

അയ്യപ്പൻ പോലും അതിനെതിരെ പറഞ്ഞില്ല. ശ്രീ പനമ്പള്ളി അതിനെ അനുകൂലിക്കുകയും ചെയ്തു. ഇപ്പോഴത്തെ പ്രമേയത്തിൽ പോലും പ്രജാമണ്ഡലം പ്രവർത്തക സമിതി പാലിയത്തച്ചൻ റോഡു തുറക്കാത്തതിനെപ്പറ്റി 'ഖേദിച്ചിട്ടുണ്ട്' . എന്നിട്ടും ഈ നാടുവാഴിയുടെ മർക്കട മുഷ്ടിക്കെതിരായി നാട്ടുകാർ എന്തെങ്കിലും ചെയ്യുന്നതിനെ പ്രജാമണ്ഡലം നേതൃത്വം എതിർക്കുന്നു.

ഏതായാലും കൊച്ചി ഗവൺമെന്റ് ഈ തർക്കം പാർത്തിരിക്കുകയായിരുന്നു. പ്രജാമണ്ഡലം നേതൃത്വം സത്യഗ്രഹസമരത്തിലുണ്ടാക്കിയ ഈ വിടവിലൂടെ ഗവൺമെന്റ് മർദനായുധം കുത്തിയിറക്കിയിരുന്നു. ചേന്ദമംഗലത്ത് 144 പാസാക്കിയെന്ന റിപ്പോർട്ടും സ്ത്രീകളെ അടിച്ചു പരുക്കേൽപ്പിച്ചിരുന്നു. ഇത് അക്രമത്തിന്റെ നാന്ദിയാണ്. ഇതിനെ തടുക്കാൻ കേരളത്തിന്റെ എല്ലായിടത്തുമുള്ള സ്വാതന്ത്ര്യപ്രേമികൾ സഹായിക്കേണ്ടതാണ്. വാസ്തവത്തിൽ ഇത് ചേന്ദമംഗലത്തെ ജനങ്ങളുടെ മാത്രം ഒരു ചില്ലറ പ്രശ്നമല്ല. അയിത്തം തീണ്ടാത്ത ഒരു ഐക്യകേരളത്തിനു വേണ്ടിയുള്ള സമരമാണ്. മനുഷ്യർക്ക് വഴി നടക്കാൻ പാടില്ലാത്ത നിരത്തുകൾ നിറഞ്ഞ ഒരു കൊച്ചി രാജ്യത്തെ ചേർത്താണോ ഐക്യകേരളം നിർമിക്കാൻ പോകുന്നത്? അരി പൂഴ്ത്തിവെച്ച് നാട്ടുകാരെ പട്ടിണിയിലാക്കുകയും കൃഷിക്കാരെ മർദിക്കുകയും ചെയ്യുന്ന ജന്മി സമ്പ്രദായത്തിനെതിരായ സമരസമിതി മലബാറിൽ ക്ഷേത്രപ്രവേശനബിൽ വന്നപ്പോൾ അമ്പലങ്ങൾ അടച്ചിട്ടത് ചിറയ്ക്കൽ രാജാവും നമ്പൂതിരിപ്പാടും കാട്ടുമാടം നമ്പൂതിരിയുമാണെങ്കിൽ ഇതേ വർഗക്കാരായ പാലിയത്തച്ചനും തച്ചുടയക്കയ്മളും കൊച്ചി തമ്പുരാക്കന്മാരുമാണിവിടെ അയിത്തപ്പിശാചിനെ നിലനിറുത്തിക്കാണുന്നത്.

കെ പി സി സിയും മലബാർ എസ് എൻ ഡി പി യും എന്തു പറയുന്നു?

ഒരു കൊല്ലം മുൻപ് ഇരിങ്ങാലക്കുടയിൽ നിരോധിക്കപ്പെട്ട നിരത്തിലൂടെ നടന്ന ഘോഷയാത്രയെ കൊച്ചി ഗവൺമെന്റ് മർദിച്ചപ്പോൾ പ്രജാമണ്ഡലം ബുദ്ധിശൂന്യമായ മൗനം അവലംബിച്ച ഒരവസരത്തിൽ ശ്രീ.കേളപ്പൻ ഇരിങ്ങാലക്കുട സന്ദർശിച്ച് മർദനത്തിൽ പ്രതിഷേധിച്ചു.

ചേന്ദമംഗലത്തെ മർദനത്തെപ്പറ്റി കേളപ്പന് ഒന്നും പറയാനില്ലേ? ചേന്ദമംഗലം സത്യഗ്രഹം തുടങ്ങിയ അവസരത്തിൽ അതിനെ അനുകൂലിച്ചുകൊണ്ട് കോൺഗ്രസ് മലബാർ എസ് എൻ ഡി പി നേതാക്കൾ പ്രസ്താവന ഇറക്കുകയുണ്ടായി. കഴിഞ്ഞകൊല്ലം ഇരിങ്ങാലക്കുട സമരത്തിന് എസ് എൻ ഡി പി സന്നദ്ധ ഭടൻമാരെ

അയക്കാൻ ഒരുക്കു കൂട്ടിയത് സ്മരണീയമാണ്. ഇന്ന് അവരുടെ പാരമ്പര്യം ഉയർന്നുവോ? തിരുവിതാംകൂർ സ്റ്റേറ്റ് കോൺഗ്രസിന്റെ നിലയെന്താണ്? സ്റ്റേറ്റ് കോൺഗ്രസ് പ്രവർത്തക സമിതി അംഗ മായ ശ്രീ. സി കേശവനാണ് സത്യഗ്രഹം ഉദ്ഘാടനം ചെയ്ത തുതന്നെ. ഈ സത്യഗ്രഹികൾ ഇന്നൊരാപത്തിൽപ്പെട്ടിരിക്കു മ്പോൾ അതിന്റെ പിതാവും അദ്ദേഹത്തിന്റെ കൂട്ടുകാരും അതിനെ കൈവെടിഞ്ഞെന്നു വരുമോ?

ഇപ്രകാരം അതിഭയങ്കരമായ പൊലീസ് ഗുണ്ടാമർദനം, ഗവൺമെന്റി ന്റെയും പത്രങ്ങളുടെയും പാലിയം ശിങ്കിടികളുടെയും ശക്തമായ എതിർപ്രചാരണം, എസ് എൻ ഡി പിയുടെ നിസ്സംഗത്വം, പ്രജാമണ്ഡ ലത്തിന്റെ തള്ളിപ്പറയൽ-എല്ലാം കൂടി ആയപ്പോൾ സമരത്തിന് നേരിയ മങ്ങലോ ഉത്സാഹക്കുറവോ ഉണ്ടായി എന്നതു ശരിതന്നെ.

തദവസരത്തിലാണ് ഈ വെല്ലുവിളി സ്വീകരിക്കാൻ തയാറായി എ കെ ജി എന്ന അത്ഭുത പ്രതിഭാസത്തിന്റെ രംഗപ്രവേശം.

15

എ കെ ജി എന്ന അത്ഭുത പ്രതിഭാസം

പാലിയം സമരം സംബന്ധിച്ച കൊച്ചി ഗവൺമെന്റ് നിത്യേനയെ ന്നോണം പ്രസ് നോട്ടുകൾ ഇറക്കി. 1948 മാർച്ച് 5-ന് ഇറക്കിയ പത്ര ക്കുറിപ്പിൽ ചേന്ദമംഗലം നാട്ടുകാർക്ക് പാലിയം സത്യഗ്രഹത്തിൽ യാതൊരു താൽപ്പര്യവുമില്ലെന്നും മലബാറുകാരനായ എ കെ ഗോപാ ലൻ തിരുവിതാംകൂറിൽ നിന്ന് വന്ന് കൊച്ചിയിൽ കാട്ടിക്കൂട്ടുന്ന കുഴപ്പ മാണ് ഈ സത്യഗ്രഹമെന്നുമാണ് പറഞ്ഞത്. ഒരർഥത്തിൽ അത് ശരി യാണുതാനും. അൽപ്പം ഉത്സാഹം കുറഞ്ഞ പാലിയം സമരത്തെ ആളി ക്കത്തിച്ച് ജന്മി-നാടുവാഴിത്തത്തെ കിടിലം കൊള്ളിച്ചതിനുള്ള ബഹു മതി എ കെ ജിക്കല്ലാതെ മറ്റാർക്കും അവകാശപ്പെടാവുന്നതല്ല. കേരള ത്തിലെ അധ്വാനിക്കുന്ന ബഹുജനങ്ങളുടെ മനസിൽ എ കെ ജി എന്നാൽ വിപ്ലവ ബഹുജനമുന്നേറ്റം എന്നാണർഥം. 1975-ലെ അടിയന്തരാവസ്ഥ യുടെ അന്ത്യത്തിൽ ശയ്യാവലംബിയാകുന്നതുവരെ അദ്ദേഹം ബഹുജ നങ്ങളുടെ കണ്ണീരൊപ്പുകയായിരുന്നു.

എ കെ ജി പറവൂരിൽ എത്തി. കോട്ടപ്പുറം വഴി വടക്കോട്ടോ തെക്കോട്ടോ പോകുമ്പോഴെല്ലാം പറവൂർ പാർട്ടി ആപ്പീസിൽ കയറി സ്ഥിതിഗതികൾ അന്വേഷിക്കുക അദ്ദേഹത്തിന്റെ പതിവായിരുന്നു. ഫെബ്രുവരി അവസാനത്തിലായിരുന്നിരിക്കണം സമരരംഗത്ത് അൽപ്പം ഉത്സാഹക്കുറവുണ്ടെന്ന് ആ സൂക്ഷ്മഗ്രാഹി മനസിലാക്കി. വിവരങ്ങൾ എല്ലാം ശ്രദ്ധാപൂർവം കേട്ടിട്ട്, സമരസമിതിയോഗം വിളിക്കാൻ അദ്ദേഹം നിർദേശിച്ചു. അതിനിടയിൽ ഗുരുവായൂർസത്യഗ്രഹനായകന് വമ്പിച്ച സ്വീകരണം നൽകാൻ കർമസമിതി നേരത്തെ തീരുമാനിച്ചിരുന്നു. സി ഐ ഡി മുഖേന വിവരം മനസിലാക്കിയ കൊച്ചി ഗവൺമെന്റ് സംസ്ഥാ നത്തിനകത്ത് എ കെ ജി പ്രവേശിക്കുന്നതിനെ വിലക്കി. അതുകൊണ്ട്

എ കെ ജിയുടെ സ്വീകരണ സമ്മേളനം തിരുവിതംകൂർ അതിർത്തിയായ അണ്ടിപ്പിള്ളിക്കാവിലേക്ക് മാറ്റി.

ഒളിവിൽ കഴിയുന്ന പി ജിക്കും പൊലീസിന് പിടിക്കൊടുക്കാതെ കഴിയുന്ന ജലീൽ, ജനാർദനൻ തുടങ്ങിയവർക്കും പങ്കെടുക്കാൻ കഴിയുമാറ് നേരത്തെ തന്നെ കർമസമിതിയോഗം അണ്ടിപ്പിള്ളിക്കാവിൽ വെച്ചാണ് കൂടിയത്. ഒരു പാതിരാത്രിയിൽ യോഗം കൂടിക്കൊണ്ടിരിക്കെ കാവിന് അടുത്തുള്ള ഒരു കുടിലിലെ യുവാവ് മൂത്രം ഒഴിക്കാൻ പുറത്തുവന്നപ്പോൾ കാവിൽ ആൾപ്പെരുമാറ്റം കണ്ട് കഥയറിയാതെ ഭയന്ന് പനിപിടിപെട്ട് മരിച്ചുപോയ കഥ പി ജി വിവരിക്കുന്നുണ്ട്. പാലിയം സമരത്തിലെ ആദ്യത്തെ അജ്ഞാതനായ രക്തസാക്ഷി അദ്ദേഹമായിരിക്കാം എന്നും പി ജി അഭിപ്രായപ്പെടുന്നുണ്ട്.

എ കെ ജി യുടെ സാന്നിധ്യത്തിൽ അണ്ടിപ്പിള്ളിക്കാവിൽ ആക്ഷൻ കൗൺസിൽ യോഗം കൂടി. ഈ സമരം ഇനിയും ഇപ്രകാരം അനന്തമായി നീട്ടിക്കൊണ്ടുപോകുന്നതിൽ അർഥമില്ലെന്നും സർവശക്തിയും സംഭരിച്ച് മാർച്ച് 9 ന് കൂട്ടം കൂട്ടമായി നിരോധനം ലംഘിച്ച് പാലിയം റോഡിൽ മാത്രമല്ല ക്ഷേത്രത്തിലും പ്രവേശിക്കണമെന്നും അതോടെ സമരം അവസാനിപ്പിക്കാം എന്നും തീരുമാനിച്ചു. അതിനുമുമ്പായി സവർണജാതികളിൽപ്പെട്ട പ്രമുഖരുടെ സത്യഗ്രഹം സംഘടിപ്പിച്ച് സമരത്തിന് പുതുജീവനും ഓജസും പകർന്ന് മാർച്ച് 9-ന്റെ ബഹുജനമുന്നേറ്റത്തിന് ഊക്ക് വർധിപ്പിക്കണമെന്നും തീരുമാനം ഉണ്ടായി. അണ്ടിപ്പിള്ളിക്കാവിൽ വച്ചു നടത്തുന്ന സമരപ്രചാരണ യോഗത്തിൽ എ കെ ജിക്ക് സ്വീകരണം നൽകാനും തീരുമാനിച്ചു.

ഈ തീരുമാനപ്രകാരം അന്തർജനങ്ങളെയും മറ്റും വളണ്ടിയർമാരായി പങ്കെടുപ്പിക്കുന്നതിന് എ കെ ജി അവിശ്രമം ഓടിനടന്നു. എ കെ ജിക്ക് സ്വീകരണം നൽകിയ സമ്മേളനത്തെക്കുറിച്ച് പി ജി ഇങ്ങനെ രേഖപ്പെടുത്തി.

> അണ്ടിപ്പിള്ളിക്കാവിലെ എ കെ ജിയുടെ സ്വീകരണ സമ്മേളനം ഒരു ഉത്സവത്തിന്റെ പ്രതീതി സൃഷ്ടിച്ചു. സമരം ഉദ്ഘാടനം ചെയ്ത സി കേശവന്റെ യോഗത്തോട് ഏതാണ്ട് ഈ യോഗത്തെയും ഉപമിക്കാം......... വർധിച്ചുവരുന്ന മർദനങ്ങളും പാലിയം ഗുണ്ടകളുടെ സംഘടിതമായ കയ്യേറ്റങ്ങളും നിരോധനവും എല്ലാം കൂടി ഉദ്ഘാടനയോഗത്തേക്കാൾ എ കെ ജിയുടെ യോഗാന്തരീക്ഷം ഭീകരമൂകമായിരുന്നു. മർദനങ്ങളെ ശക്തിയായി നേരിടുന്ന ഒരു ഉഗ്രൻ സമരപരിപാടി യോഗത്തിൽ നിന്നും ജനങ്ങൾ പ്രതീക്ഷിച്ചു. എ കെ ജി വളരെ മൂർച്ചയുള്ള ഭാഷയിൽ ധിക്കാരിയായ നാടുവാഴിയുടെ മൃഗീയ മർദനങ്ങളെ രോഷാകുലനായി കഠിനമായി ആക്ഷേപിച്ചു. മർദനം നടത്താൻ പൊലീസിനെയും പട്ടാളത്തെയും അയച്ചുകൊടുക്കുന്ന കാട്ടാള രാജവാഴ്ച അവസാനി

> പ്പിക്കണമെന്ന് നീണ്ടുനിന്ന കരഘോഷങ്ങൾക്കിടയിൽ അദ്ദേഹം പ്രതിജ്ഞ ചെയ്തു. അവസാനം അദ്ദേഹം പ്രഖ്യാപിച്ചു. ഒരാഴ്ചയ്ക്കകം മാർച്ച് 9-ന് ഈ പട്ടാളമർദനങ്ങൾ പുല്ലാക്കിക്കൊണ്ട് ജനങ്ങൾ അമ്പലത്തിൽ കയറും, ആ വഴിയിൽക്കൂടി നടന്ന് അവകാശം സ്ഥാപിക്കും. അന്ന് രാജ്യത്തിന്റെ നാനാഭാഗത്തുനിന്നും ഇരമ്പി പാഞ്ഞുവരുന്ന സമരജാഥകൾ പാലിയത്ത് എത്തി മർദകരെ നിർഭയം നേരിടും. രക്തസാക്ഷിത്വം വരിച്ചും സഞ്ചാര സ്വാതന്ത്ര്യം സ്ഥാപിക്കും. ഈ പ്രഖ്യാപനങ്ങൾ ജനങ്ങൾ വിജയത്തിന്റെ ഉറപ്പായി എടുത്തു. അവർ ദിവസങ്ങൾ എണ്ണി മടങ്ങിപ്പോയി പാലിയത്തച്ചനും രാജാവും ഗുണ്ടകളും സമരജാഥയെ നേരിടാൻ വാശിയോടെ തയാറെടുത്തു. ആ യോഗത്തിനുശേഷം സംസ്ഥാനത്താകെ ഓടിനടന്ന് യോഗങ്ങൾ വിളിച്ചുകൂട്ടി പാലിയത്തേക്കുള്ള ജാഥകളുടെ വിശദാംശങ്ങളെല്ലാം ചർച്ചചെയ്ത് തീരുമാനമെടുത്തു. ജാഥകൾ സഞ്ചരിക്കുന്ന മാർഗങ്ങൾ, ജാഥ ക്യാപ്റ്റന്മാർ മുതലായവയെല്ലാം നിശ്ചയിച്ചു. ചേന്ദമംഗലത്തിന് ചുറ്റുമുള്ള മൂന്ന് സങ്കേതങ്ങളിൽ ജാഥാംഗങ്ങൾ വന്നുചേർന്ന് അവിടെനിന്ന് പാലിയത്തേക്ക് മാർച്ച് ചെയ്യണമെന്നും തീരുമാനിച്ചു............
>
> (*ടി ലഘുലേഖ*, പേജ് 21)

എ കെ ജിക്ക് നൽകിയ സ്വീകരണത്തെ അന്യത്ര പ്രസ്താവിക്കുന്നുണ്ടല്ലോ. സ്വീകരണം കഴിഞ്ഞ് മൂന്നോ നാലോ ദിവസങ്ങൾക്കുള്ളിൽ എ കെ ജിയെ കോഴിക്കോട് റെയിൽവേസ്റ്റേഷൻ പ്ലാറ്റ്ഫോമിൽ വച്ച് അറസ്റ്റ് ചെയ്തതായി മാർച്ച് 6-ന്റെ *മാതൃഭൂമി* റിപ്പോർട്ടു ചെയ്തു. മലബാറിൽ പ്രവേശിച്ചുകൂടാ എന്ന നിലവിലുണ്ടായിരുന്ന നിരോധനം ലംഘിച്ചതിനാണ് അറസ്റ്റ്. ബഹുജനസമരങ്ങളുടെ മർമം അറിയുന്ന നേതാവ് അറസ്റ്റ് ചെയ്യപ്പെട്ടില്ലായിരുന്നുവെങ്കിൽ മാർച്ച് 9-ന്റെ പാലിയത്തേക്കുള്ള ബഹുജന മുന്നേറ്റം പതിന്മടങ്ങ് ശക്തമാകുമായിരുന്നു. അദ്ദേഹം തന്നെ മുമ്പിൽ നിന്ന് സമരം നയിക്കുമായിരുന്നുവെന്നുള്ളതും തീർച്ചയാണല്ലോ.

ഇതിനിടയിൽ കൊച്ചി ഗവൺമെന്റും പാലിയത്തച്ചനും മർദനനടപടികൾക്ക് മൂർച്ച കൂട്ടി.

പാലിയത്തച്ചന്റെയോ കൊച്ചി ഗവൺമെന്റിന്റെയോ ആരുടെതെന്ന് നിശ്ചയമില്ലാത്ത ഒരു നിരോധനാജ്ഞ കുംഭം 1-ന് രാത്രി ചെണ്ട കൊട്ടി വിളംബരം ചെയ്തു. ക്ഷേത്രത്തിന്റെയോ പാലിയത്തിന്റെയോ പരിസരത്ത് ആളുകൾ കടക്കുന്നത് തടയുന്നതായിരുന്നു നിരോധനാജ്ഞ. ആകയാൽ പിറ്റേന്ന് സത്യഗ്രഹത്തിന് വന്നവരെ ഒരു ഫർലോംഗ് അകലെ വച്ച് പൊലീസ് തടഞ്ഞുനിർത്തി അവിടെ തന്നെ സത്യഗ്രഹികൾ കുത്തിയിരുന്നു. അറസ്റ്റുണ്ടായില്ല. അഞ്ചു മണിയായപ്പോൾ, സത്യഗ്രഹ സമയം കഴിഞ്ഞപ്പോൾ സത്യാഗ്രഹികൾ എണീറ്റുപോയി.

അതിനുമുമ്പേ ആറു സ്ഥാനങ്ങളിൽ മതിൽകെട്ടി കാവൽക്കാരെ

നിർത്തിയിരുന്നു. ചില ദിവസങ്ങളിൽ ഈ ഗേറ്റുകളിലും സത്യഗ്രഹം അനുഷ്ഠിച്ചിട്ടുണ്ട്. മതിൽ കെട്ടി അടച്ചത് എവിടെയെല്ലാം എന്ന് ആരും കൃത്യമായി ഓർക്കുന്നില്ല.

കുംഭം 1-ന്റെ നിരോധനാജ്ഞ പാലിക്കുന്നില്ലെന്ന് കണ്ടപ്പോൾ കുംഭം 17-നു കൊച്ചി പൊലീസ് ആക്ട് 125-ാം വകുപ്പനുസരിച്ച് ചേന്ദമംഗലത്ത് പ്രകടനം, പൊതുയോഗം, ഘോഷയാത്ര എന്നിവ നിരോധിച്ചുകൊണ്ട് കൊടുങ്ങല്ലൂർ രണ്ടാംക്ലാസ് മജിസ്ട്രേറ്റ് ഉത്തരവ് പുറപ്പെടുവിച്ചു.

16

മറക്കുടയ്ക്കുള്ളിൽ നിന്ന് സമരത്തിന്റെ തീച്ചൂളയിലേക്ക്

എ കെ ജി യുടെ സാന്നിധ്യത്തിൽ പാലിയം സമരസമിതിയോഗം ചേർന്നതിനുശേഷം കൊച്ചി സംസ്ഥാനത്തെങ്ങും ഒരു മുദ്രാവാക്യം ഉയർന്നുകേട്ടു.

“ചലോ ചലോ ചേന്ദമംഗലം.” എല്ലാ കണ്ണുകളും ചേന്ദമംഗലത്തേക്ക്. എല്ലാ കാലുകളും ചേന്ദമംഗലത്തേക്ക്.

മാർച്ച് 9-ന്റെ കൂട്ട നിരോധന ലംഘനത്തോടെ സമരം അവസാനിപ്പിക്കാൻ പോകുന്ന തീരുമാനം പരസ്യപ്പെടുത്തിയില്ലെങ്കിലും, പാർട്ടി അണികൾക്കും അനുഭാവികൾക്കും അത് അറിയാമായിരുന്നു. കമ്യൂണിസ്റ്റ് പാർട്ടിക്കുപുറമെ ട്രേഡ് യൂണിയനുകൾ, കർഷകസംഘം, വിദ്യാർഥി ഫെഡറേഷൻ, എസ് എൻ ഡി പി, പുലയർമഹാസഭ, യോഗക്ഷേമ സഭ തുടങ്ങിയ സംഘടനകളിൽ പ്രവർത്തിക്കുന്ന പാർട്ടി മെമ്പർമാരും അനുഭാവികളും എല്ലാവരും സമരത്തിൽ പങ്കെടുക്കണ മെന്ന തീരുമാനം ഉണ്ടായി. എല്ലാ പ്രദേശങ്ങളിലും “ചലോ ചേന്ദമംഗലം” പ്രചാരണ ജാഥകൾ സംഘടിപ്പിക്കപ്പെട്ടു.

മാർച്ച് 9 ന് മുമ്പായി സവർണജാതികളിൽപ്പെട്ടവരും സർവശ്രദ്ധ ആകർഷിക്കാൻ പറ്റിയവരുമായ സത്യഗ്രഹികളെ അണിനിരത്തണമെന്ന് ബഹുജനസമര മർമജ്ഞനായ എ കെ ജിയുടെ നിർദേശാനുസരണം യോഗക്ഷേമസഭയുടെ വനിതാവിഭാഗവും കൊടുങ്ങല്ലൂർ കോവിലകത്തെ ഇളംതലമുറത്തമ്പുരാട്ടിമാരും തൃപ്പൂണിത്തുറയിലെ കിരീടാവകാശികളായ രാജകുമാരന്മാരും മുന്നോട്ടുവന്നു.

നമ്പൂതിരിയെ മനുഷ്യനാക്കാനുള്ള പ്രവർത്തനങ്ങളുടെ ഭാഗമായി അന്തർജനങ്ങൾക്ക് തൊഴിൽ പരിശീലനം നൽകുന്നതിലേക്ക് ലക്കിടിയിൽ ഒരു കേന്ദ്രം തുറന്നിരുന്നു. മാനേജർ പത്തിയിൽ നേത്രൻ ഭട്ടതി

പി നേത്രൻ ഭട്ടതിരിപ്പാടും പി പ്രിയദത്തയും

രിപ്പാട്, നൂൽനൂൽപ്പ്, നെയ്ത്ത് തുടങ്ങിയവയാണ് അവിടെ നൽകിയ പരിശീലനം. അവിടെ വിദ്യാർഥിനികളായി 16 യുവതികളും.

അന്നാളിലൊരുദിവസം അന്തർജനസമാജം പ്രസിഡന്റ് ആര്യാപള്ളം അവിടെ എത്തി. അന്തേവാസികളുടെ യോഗം വിളിച്ചുകൂട്ടി, പാലിയം സമരം വിവരിച്ചു. ചുരുങ്ങിയത് മൂന്ന് അന്തർജനങ്ങളെങ്കിലും അവിടെ പോയി നിരോധനം ലംഘിച്ച് സത്യഗ്രഹം അനുഷ്ഠിക്കണം. അറസ്റ്റും മർദനവും ഉണ്ടാകും തീർച്ച. അതിനെ നേരിടാൻ ധൈര്യമുള്ളവർ മാത്രം വന്നാൽ മതി...........

പി പ്രിയദത്ത, ഐ സി പ്രിയദത്ത, ഇ എസ് സരസ്വതി എന്നിവർ മുന്നോട്ടുവന്നു.

പ്രസിദ്ധമായ മുല്ലമംഗലത്ത് എം ആർ ബിയുടെയും എം പി ഭട്ടതിരിയുടെയും മൂത്തജ്യേഷ്ഠന്റെ പുത്രിയാണ് പി പ്രിയദത്ത. നമ്പൂതിരി സമുദായത്തിൽ നിന്ന് ആദ്യമായി എസ് എസ് എൽ സി പാസായ പെൺകുട്ടി. നമ്പൂതിരി പെൺകുട്ടികൾ പുറത്ത് പള്ളിക്കൂടത്തിൽ പോയി പഠിക്കുന്നതേ കുറവ്. ഋതുമതി ആയാലത്തെ കഥ പറയാനുമില്ല. ഋതുമതിയായിട്ടും വിദ്യാഭ്യാസം തുടരാൻ ഭാഗ്യം സിദ്ധിച്ച ആദ്യത്തെ അന്തർജനവും ഈ യുവതി തന്നെ. അവരെ വേളി കഴിച്ചത് തൊഴിൽ പരിശീലന കേന്ദ്രത്തിലെ മാനേജർ പി നേത്രൻ ഭട്ടതിരിപ്പാട്.

ഐ സി പി നമ്പൂതിരിയുടെ സഹോദരിയാണ് ഐ സി പ്രിയദത്ത. മിശ്രഭോജനം, മിശ്രവിവാഹം എന്നതൊക്കെ പ്രസംഗിക്കാൻ കൊള്ളാവുന്ന ആദർശങ്ങൾ ആയിരുന്നകാലത്ത് അവർണ ജാതിക്കാരനും പ്രസിദ്ധ ട്രേഡ് യൂണിയൻ നേതാവുമായ കല്ലാട്ട് കൃഷ്ണനെ ഭർത്താവായി വരിച്ച ആദർശം പ്രസംഗിച്ചാൽ പോരാ പ്രവർത്തിക്കാനുള്ളതാണെന്ന് മാതൃക കാണിച്ച ധീര വനിത.

കിള്ളിക്കുറിശ്ശിമംഗലത്തെ പ്രസിദ്ധമായ ചെറമംഗലത്ത് മനയിൽ സി എം ചെറിയ നാരായണൻ നമ്പൂതിരിപ്പാടിന്റെ പുത്രിയാണ് ഇ എസ് സരസ്വതി. പിറവത്തിനടുത്ത് ആയിംകുട്ടിയിൽ എഴുമാവിൽ മനയിലെ ഇ എസ് ഗോദൻ നമ്പൂതിരിപ്പാടാണ് സരസ്വതിയുടെ ഭർത്താവ്. യോഗ ക്ഷേമ സഭയുടെയും യുവജനവിഭാഗത്തിന്റെയും സജീവ പ്രവർത്തകൻ.

ചേന്ദമംഗലത്തേക്കു പുറപ്പെടേണ്ട തീയതി ഉറപ്പിച്ചുകൊണ്ട് മൂന്നു പേരും തൃശൂരിൽ എത്തി. എ കെ ജി തന്നെയാണ് അവരെ കൊടുങ്ങല്ലൂർക്ക് കൊണ്ടുപോയത്. അവർ സഞ്ചരിച്ച ബസിൽ കുപ്രസിദ്ധ മർദകനായ പൊലീസ് ഇൻസ്പെക്ടർ യു പി ആർ മേനോനും യാദൃച്ഛികമായിട്ടാണെങ്കിലും ഉണ്ടായിരുന്നതായി പി പ്രിയദത്ത ഓർക്കുന്നു.

ആര്യാപള്ളത്തിന്റെ നേതൃത്വത്തിൽ വനിതകളുടെ വലിയ ഒരു ജാഥയുടെ അകമ്പടിയോടെയാണ് അന്ന് സത്യഗ്രഹികളെ ആനയിച്ചത്. മാർച്ച് 3-ന് എ ഐ ജലീൽ *ദേശാഭിമാനി*ക്കയച്ച കമ്പിവാർത്ത താഴെ കൊടുക്കുന്നു.

> പാലിയം സത്യഗ്രഹസമരം ഒരു പുതിയ ഘട്ടത്തിലേക്ക് പ്രവേശിച്ചിരിക്കുന്നു. ഔദ്യോഗികമായി സത്യഗ്രഹം നിരോധിച്ചതോടുകൂടി പൊലീസ് തനി കാട്ടാളപരമായ അക്രമങ്ങൾ അഴിച്ചുവിട്ടിരിക്കയാണ്. ഇന്ന് സത്യഗ്രഹം അനുഷ്ഠിച്ച സ്ത്രീകളെ റോഡിലിട്ട് ഭയങ്കരമായി അടിച്ചുപരിക്കേൽപ്പിച്ചു. അവരിൽ ചിലരെ അറസ്റ്റു ചെയ്തു. ചിലർ ആശുപത്രിയിലാണ്. ചേന്ദമംഗലം മുഴുവൻ ഇളകിവശായിരുന്നു.
>
> ഇന്ന് ശ്രീമതി ആര്യാപള്ളത്തിന്റെ നേതൃത്വത്തിൽ നമ്പൂതിരി സ്ത്രീകളുടെ ഒരു ജാഥ ഇവിടെ എത്തി തോക്കു ചൂണ്ടി നിൽക്കുന്ന പൊലീസിനെ കൂസാതെ അവർ സമരഭൂമിയിലേക്കെന്നവണ്ണം സത്യഗ്രഹസ്ഥലത്തേക്ക് മാർച്ച് ചെയ്തു. പി പ്രിയദത്തയും ചേന്ദമംഗലത്തെ സുജാതയും സത്യഗ്രഹം തുടങ്ങി. ഡിവിഷൻ ഇൻസ്പെക്ടർ ഉമ്മർ അവരുടെ മേലെ ചാടിവീണു. (നായർ പൊലീസുകാർ നമ്പൂതിരി സ്ത്രീകളെ തല്ലാൻ മടിച്ചുവെന്നും അപ്പോൾ ഉമ്മർ തന്നെ തല്ലു തുടങ്ങിയെന്നും ചേന്ദമംഗലത്തെ പ്രായം ചെന്ന ചിലർ പറയുകയുണ്ടായി- പി ബി) ഒരു മണിക്കൂർ നേരം അവർ ഇരുവരെയും ചൂരൽ

പി പ്രിയദത്ത

കൊണ്ട് ഭയങ്കരമായി മർദിച്ചു. ആ യുവതികൾ ഇളകാതെ നിന്ന് മർദനം സഹിച്ചു. ഉച്ചത്തിൽ മുദ്രാവാക്യങ്ങൾ മുഴക്കി. കൈകഴയ്ക്കുന്നതുവരെ പൊലീസ് അവരെ പ്രഹരിച്ചു. ഒടുവിൽ പൊലീസ് തോറ്റതേയുള്ളൂ. അവർ രണ്ടുപേരെയും അറസ്റ്റ് ചെയ്തുകൊണ്ടു പോയി.

ഉടനെ അവരുടെ സ്ഥാനത്തേക്ക് രണ്ടാമത്തെ ബാച്ച് സത്യഗ്രഹികൾ ചെന്നു. ഐ സി പ്രിയദത്തയും പ്രബലാക്ഷിയുമായിരുന്നു പുതിയ ബാച്ച്. അവരും വളരെ നേരം അടികൊണ്ടു. ഒടുവിൽ ബോധരഹിതരായി വീണു. പൊലീസ് അവരെ അറസ്റ്റു ചെയ്തു.

ഇത്രയും ആയപ്പോഴേക്കും ജനങ്ങൾ സത്യഗ്രഹ സ്ഥലത്ത് ആയിരക്കണക്കിന് തടിച്ചുകൂടി. എല്ലാവരും സത്യഗ്രഹത്തിനു തയ്യാർ എന്നു വിളിച്ചുപറഞ്ഞു കൊണ്ടിരുന്നു. പൊലീസിന്റെ രാക്ഷസ കൃത്യങ്ങൾ ജനങ്ങളെ വല്ലാതെ ക്ഷോഭിപ്പിച്ചിരുന്നു.

താമസിയാതെ മൂന്നാമത്തെ ബാച്ച് എത്തി. ഇ എസ് സരസ്വതിയും നന്ദിനിയും സത്യഗ്രഹത്തിന് മുതിർന്നു. 12 പൊലീസുകാർ അവരെ ഭയങ്കരമായി മർദിക്കുക മാത്രമല്ല വഴിയിൽ ആറു മൈൽ ദൂരെ വലിച്ചിഴക്കുകയും ചെയ്തു. നന്ദിനിയുടെ നെഞ്ചത്തും മുഖത്തും കഠിനമായ മുറിവുകൾ പറ്റിയിരിക്കുന്നു. ചോര ധാര ധാരയായി ഒഴുകുകയാണ്. രണ്ടുപേരെയും ആശുപത്രിയിലേക്ക് കൊണ്ടുപോയി.........."

സംഭവത്തെപ്പറ്റി *എക്സ്പ്രസ്സിൽ* തൃശൂർ ലേഖകന്റെ റിപ്പോർട്ട്:

സത്യഗ്രഹികളെയെല്ലാം അതികഠിനമായി ചൂരൽ കൊണ്ടടിച്ചുവെന്നും മൂന്നാമത്തെ ബാച്ചുകാർക്ക് നല്ലപോലെ പരിക്കുപറ്റിയെന്നും അവരെ ആശുപത്രിക്ക് കൊണ്ടുപോയെന്നും പലവഴി റിപ്പോർട്ടുകൾ വന്നുകൊണ്ടിരിക്കുന്നു. ചേന്ദമംഗലം ആകെ ക്ഷോഭിച്ചുവശായിട്ടുണ്ടെന്ന് റിപ്പോർട്ടുകളിൽ കാണുന്നു. ഇന്നത്തെ വിവരങ്ങൾ എല്ലാം തിരുവിതാംകൂർ സ്റ്റേറ്റ് കോൺഗ്രസിന്റെയും കൊച്ചി പ്രജാമണ്ഡലത്തിന്റെയും കൊച്ചി മലബാർ തിരുവിതാംകൂർ എസ് എൻ ഡി പി നേതാക്കളെയും കമ്പിമൂലം അറിയിച്ചിരിക്കുന്നു.

അബലകളും നിരായുധകളുമായ സ്ത്രീകളുടെ ഗാന്ധിയൻ സത്യഗ്രഹത്തെ നേരിട്ട രീതി!

പ്രജാമണ്ഡലമാണ് മർദകർക്ക് ധൈര്യം പകരുന്നതെന്ന് എ കെ ജി അന്ന് പുറപ്പെടുവിച്ച പ്രസ്താവനയിൽ വ്യക്തമാക്കി. പൊതുവഴി അടച്ചു കെട്ടാനും സഞ്ചാരസ്വാതന്ത്ര്യം നിഷേധിക്കാനും പാലിയത്തിന് എന്തധികാരം എന്ന് എ കെ ജി ചോദിച്ചു. അയിത്തവും ജാതിയും നശി

പ്പിക്കപ്പെടുക എന്ന രാഷ്ട്രപിതാവിന്റെ പ്രിയങ്കരമായ പരിപാടി വിജയിപ്പിക്കാൻ സവർണസമുദായങ്ങളിൽപ്പെട്ടവർ സർവവിധ സഹായസഹകരണങ്ങളും ആയി മുന്നോട്ടുവരണമെന്ന് എ കെ ജി അഭ്യർഥിച്ചു.

ചേന്ദമംഗലത്തുകാരായ ഇന്നത്തെ സത്യഗ്രഹികൾ സുജാതയും പ്രബലയും നന്ദിനിയും വടക്കുംപുറത്തെ സാധാരണ തൊഴിലാളി കുടുംബത്തിൽപ്പെട്ടവരാണ്. കരിമ്പാടത്ത് പുതുതായി തുടങ്ങിയ കൈത്തറി നെയ്ത്തുശാലകളിലെ ജീവനക്കാർ തൊഴിൽ സംഘടനയിലൂടെ രാഷ്ട്രീയ രംഗത്തുവന്നു. സുജാതയും നന്ദിനിയും ഇന്ന് നമ്മോടൊപ്പമില്ല. പ്രബല മഹിളാസംഘത്തിന്റെ താലൂക്ക് പ്രവർത്തകയായി ഉയർന്നു.

സത്യഗ്രഹത്തിന് ഇറങ്ങിപുറപ്പെടുമ്പോഴോ ചുളുചുളാ പ്രഹരങ്ങൾ ഏറ്റപ്പോഴോ യാതൊരു കൂസലും ഉണ്ടായില്ലെന്ന് പി പ്രിയദത്ത അനുസ്മരിക്കുന്നു. വരയൻ കുതിരയുടേതെന്നപോലെ ദേഹത്ത് തലങ്ങും വിലങ്ങും ചൂരൽപ്രയോഗത്താൽ തിണർത്ത കരിവാളിച്ചുണ്ടായ പാടുകൾ ഇന്നും പൂർണമായി മാഞ്ഞിട്ടില്ല.

125 അടിവരെ താൻ എണ്ണിയെന്ന് ഇ എസ് സരസ്വതി ഓർക്കുന്നു. പിന്നെ കണ്ണ് തുറക്കുമ്പോൾ താൻ കൊടുങ്ങല്ലൂർ ആശുപത്രിയിലാണ്. വ്രണങ്ങൾ കരിയും മുമ്പേ ഡിസ്ചാർജ് വാങ്ങി ആശുപത്രി വിടുകയാണുണ്ടായത്. അറസ്റ്റ് ഒഴിവാക്കാനായിരുന്നു ഇത്.

ഐ സി പ്രിയദത്തയുടെ കത്തിൽ നിന്ന്;

> ....അന്ന് എനിക്ക് 17-18 വയസ്സ് പ്രായം. തങ്ങളുടെ അന്തർജനസമാജത്തിന്റെ പ്രവർത്തനങ്ങളിൽ ഞാൻ അന്ന് സജീവമായി പങ്കെടുത്തിരുന്നു. ഈ ഘട്ടത്തിലാണ് പാലിയത്തു നടക്കുന്ന സമരങ്ങളുടെ ഭാഗമായി ഹരിജനങ്ങളുടെ ഒരു യോഗം സംഘടിപ്പിച്ചിട്ടുണ്ടെന്നും അത് ഉദ്ഘാടനം ചെയ്യാൻ എത്തേണ്ട ആര്യാപള്ളത്തിന് എത്തിച്ചേരാൻ പറ്റില്ലെന്നും അറിയിപ്പ് കിട്ടുന്നത്. അന്ന് തൃശൂരിൽ എം എസ് നമ്പൂതിരിയും കുടുംബവും താമസിച്ചിരുന്നു. പാർട്ടി പത്രമായ *മുന്നണി*യിൽ ചെറിയ ജോലിയുമായി ഞാൻ അവരുടെ കൂടെയാണ് താമസിച്ചിരുന്നത്. ആര്യാപള്ളത്തിനു പകരം പ്രസ്തുത കൃത്യം നിർവഹിക്കാൻ എന്നെ നിയോഗിച്ചു. പ്രസംഗിച്ച് വലിയ പരിചയമൊന്നുമില്ലെങ്കിലും അയിത്തത്തിനും അസമത്വചിന്തയ്ക്കും ഭൂപ്രഭുക്കളുടെ മേധാവിത്വത്തിനും എതിരായി കഴിവുപോലെ പ്രതികരിച്ച ആ സമ്മേളനം ഞാൻ ഉദ്ഘാടനം ചെയ്തു. അതുകഴിഞ്ഞ് സമരം പൂർവാധികം ശക്തിപ്പെട്ടുവരുമ്പോൾ അവിടെ നടന്നു വന്നിരുന്ന സത്യഗ്രഹസമരത്തിൽ അന്തർജനങ്ങളുടെ വക ഒരു ദിവസത്തെ സത്യഗ്രഹം വേണമെന്ന് നിശ്ചയിച്ചു. ഈ രണ്ടുപേർ ചേർന്ന് മുദ്രാവാക്യങ്ങൾ വിളിച്ചു ചെന്ന് വഴിയിൽ പ്രവേശിക്കുക എന്നതായിരുന്നു തീരുമാനം. അന്തർജന സമാജത്തിന്റെ പ്രസിഡന്റ് ആര്യാപള്ളം സെക്രട്ടറി ശ്രീമതി പി പ്രിയദത്ത എന്നിവർ ഞങ്ങളുടെ സത്യാഗ്രഹം ഉദ്ഘാ

ഉമ്മർ
ഡിവിഷൻ ഇൻസ്പെക്ടർ

ടനം ചെയ്യാൻ എത്തിയവരിൽപ്പെടും... മുദ്രാവാക്യം വിളിച്ച് അഞ്ചെട്ട് വാര ചെന്നപ്പോൾ ഡിവിഷൻ ഇൻസ്പെക്ടർ ഉമ്മർ അടക്കം രണ്ടു മൂന്നു പൊലീസുകാർ ഞങ്ങളെ തലങ്ങും വിലങ്ങും തല്ലി. ഞങ്ങൾ നിർത്തിയില്ല. തുടർന്ന് അറസ്റ്റ് ചെയ്ത് അവിടെ ഒരു സ്ഥലത്ത് തടങ്ങലിൽ വച്ചു. രണ്ടു പൊലീസുകാർ കാവലും ഉണ്ടായിരുന്നു. അടികൊണ്ട് രണ്ട് തോളിനും പരിക്കുപറ്റിയിരുന്നു. ഒന്ന് രണ്ട് സ്ഥലത്ത് പൊട്ടി ചോര ഒലിച്ചിരുന്നു. വൈകുന്നേരമായപ്പോഴേക്കും അനങ്ങാൻ പറ്റാത്ത വേദന, നീരും വന്നു. ആറുമണിക്ക് ഞങ്ങളെ വിട്ടു. അടുത്തുള്ള ഏതോ ഒരു വീട്ടിൽ അന്ന് വിശ്രമിക്കാൻ സംഘാടകർ ഏർപ്പാട് ചെയ്തു തന്നു.... തൃപ്പൂണിത്തുറ, അഴീക്കൽ, ചെറായി (ബാക്കി സ്ഥലങ്ങൾ ഓർമയില്ല) എന്നിങ്ങനെ പലസ്ഥലത്തും നടന്ന യോഗങ്ങളിൽ (ചെറുതും വലുതും) ഞാൻ പ്രസംഗിച്ചിരുന്നു. അനാചാരങ്ങൾക്കും അനീതിക്കും എതിരെ സംഘടിക്കാനും പോരാടാനും മുമ്പോട്ടുവരുന്ന അന്തർജനങ്ങളെ അടിച്ചമർത്താനുള്ള ശ്രമം ഭോഷത്വമാണെന്നും തീയിൽ കുരുത്തത് വെയിലത്ത് വാടില്ലെന്നും ഒക്കെ അർഥം വരുന്ന തരത്തിലാണ് അവിടെ നടന്ന സംഭവങ്ങൾ വിവരിച്ചശേഷം ഞാൻ പ്രസംഗം അവസാനിപ്പിച്ചതെന്നു മാത്രം ഓർമയുണ്ട്.....

സ്ത്രീകളുടെ മേൽ നടന്ന മർദനത്തിൽ പ്രതിഷേധിച്ച് സംസ്ഥാനത്തിന്റെ നാനാഭാഗങ്ങളിലും പൊതുയോഗങ്ങളും പ്രകടനങ്ങളും നടന്നു.

മറ്റൊരു വനിതാ വളണ്ടിയർ എൻ കെ ഭാനുമതി ഇപ്പോൾ സി പി ഐ (എം) ചേന്ദമംഗലം ലോക്കൽ കമ്മിറ്റി അംഗമാണ്. വനിതാ ക്യാപ്റ്റൻ ഹരിദാസിയുടെ നേതൃത്വത്തിൽ കൊച്ചങ്ങാടിയിൽ നിന്ന് ജാഥയായിട്ടാണ് സത്യഗ്രഹത്തിന് പോയത്. ആര്യാപള്ളത്തിന്റെ നേതൃത്വത്തിൽ ജാഥയെത്തിയപ്പോൾ അവരും സന്തോഷവല്ലിയും സത്യഭാമയും ദേശീയഗാനമാലപിച്ചുകൊണ്ട് ജാഥയുടെ കൂടെ ചേർന്നു. അവർ സത്യഗ്രഹം തുടങ്ങി. പൊലീസ് അൽപ്പം അകലെയായിരുന്നു. അതിനാൽ അവർ ലാത്തി ചുഴറ്റി എറിഞ്ഞു. പക്ഷേ, ഏറു കൊണ്ടത് കാഴ്ചക്കാരനായി നിന്ന ദാസിന്റെ കാൽമുട്ടിനാണ്. ആ പരിക്കിന്റെ അടയാളം ദാസിന്റെ കാൽമുട്ടിൽ ഇപ്പോഴും കാണാം.

ആര്യാപള്ളത്തിന്റെ ലാത്തിയടിയേറ്റു. അവശയായി വീഴും മുമ്പേ അവരെ ജയദേവന്റെ വീട്ടിലാക്കി രക്ഷപ്പെടുത്തി. എ കെ ജി എഴുതിയത് നോക്കുക:

> ഇക്കാലത്ത് പ്രധാനപ്പെട്ട വേറൊരു സംഭവവികാസമുണ്ടായി. അത് പാലിയം സത്യഗ്രഹത്തിന്റെ കാലമായിരുന്നു. കനത്ത ആക്രമണങ്ങളും അറസ്റ്റുകളും ലാത്തിച്ചാർജും തുടർന്നുകൊണ്ടിരുന്നു. എനിക്ക് ഈ സത്യഗ്രഹത്തിനു വളണ്ടിയർമാരെ ചേർക്കുകയും മറ്റു സഹായങ്ങൾ ചെയ്യുകയും വേണ്ടിവന്നു. ഞാൻ തൃശൂർ ചെന്ന് അവിടെ പഠിച്ചുകൊണ്ടിരുന്ന അന്തർജനങ്ങളെയും വേറെ നാലഞ്ചുപേരെയും സത്യഗ്രഹത്തിന് പാലിയത്തേക്ക് കൊണ്ടുപോയി. പിറ്റേദിവസം നമ്പൂതിരി സ്ത്രീകളാണ് സത്യഗ്രഹം നടത്തുന്നതെന്ന വാർത്ത കാട്ടുതീപോലെ പരന്നു. അന്നത്തെ വലിയ പൊതുയോഗത്തിൽ ഞാനും ഏതാനും നമ്പൂതിരിസ്ത്രീകളും പ്രസംഗിച്ചു. അന്നു രാത്രിയിൽ ഞങ്ങളെ അറസ്റ്റ് ചെയ്യാൻ തൃശൂർ നിന്നും പട്ടാളം വരുന്നുണ്ടെന്ന് ഞങ്ങൾക്ക് വാർത്ത കിട്ടി. പാർട്ടി പദ്ധതികളുണ്ടാക്കി. അന്നുരാത്രിതന്നെ നടന്നും ഓടിയും വള്ളത്തിൽ സഞ്ചരിച്ചും തൃശൂർ അതിർത്തികടക്കാൻ എനിക്കു കഴിഞ്ഞു. പൊലീസ് അവരെ ലാത്തിച്ചാർജു ചെയ്തു. സാവിത്രിക്കും (സരസ്വതിയെ ആയിരിക്കണം എ കെ ജി ഓർക്കുന്നത്- പി ബി) പ്രിയദത്തയ്ക്കുമാണ് ഏറ്റവും കൂടുതൽ അടി കൊണ്ടത്. ഇത് നാടുമുഴുവൻ ഒരിളക്കം സൃഷ്ടിച്ചു. പൊലീസ് മർദനത്തിനെതിരായി ബഹുജനപ്രക്ഷോഭം ഉയർന്നു. പൊലീസും ജനങ്ങളും തമ്മിൽ നടന്ന ഏറ്റുമുട്ടലിൽ സ. എ ജി വേലായുധൻ രക്തസാക്ഷിയായി. തുടർന്ന് എല്ലാവർക്കും പാലിയം റോഡിൽ കൂടി നടക്കാം. അസ്വാതന്ത്ര്യത്തിന് നാം വലിയ വിലകൊടുക്കേണ്ടി വന്നെങ്കിലും ലക്ഷ്യത്തിൽ എത്താൻ കഴിഞ്ഞുവെന്നത് സമരത്തിന്റെ നേട്ടം തന്നെ.... (എ കെ ജി, *എന്റെ ജീവിത കഥ*, പേജ് 237).
>
> കോരിത്തരിപ്പോടെ മാത്രം ഓർക്കാൻ കഴിയുന്ന ഒരു സമരത്തിന്റെ അന്ത്യഘട്ടത്തിൽ വിലമതിക്കാനാവാത്ത ധീരനേതൃത്വം നൽകിയ ആ മഹാനായ നേതാവ് എത്ര വിനയാന്വിതനായിട്ടാണ് തിരിഞ്ഞുനോക്കുന്നത്!

ആരാണീ ആര്യാപള്ളം

ആര്യാപള്ളം (1908-1989) കേരളത്തിന്റെ സാമൂഹിക-രാഷ്ട്രീയ-സാംസ്കാരിക മണ്ഡലത്തിൽ ജ്വലിച്ചു നിന്ന ജ്യോതിസായിരുന്നു. ആലിപ്പറമ്പിൽ യാഥാസ്ഥിതികത്വത്തിൽ ആണ്ടുമുങ്ങിക്കിടന്ന മാധവശ്ശേരി മനയ്ക്കൽ പരമേശ്വരൻ നമ്പൂതിരിയുടെയും ആര്യാഅന്തർജന

ത്തിന്റെയും പുത്രിയായി 1908-ൽ ജനിച്ചു. അക്കാലത്തെ നമ്പൂതിരി ഇല്ലങ്ങളിലെ ഗൃഹാന്തരീക്ഷത്തെക്കുറിച്ച് ഏറെ എഴുതപ്പെട്ടുകഴിഞ്ഞിരിക്കയാൽ ആര്യയുടെ പതിമൂന്ന് വയസ്സുവരെയുള്ള ജീവിതത്തെക്കുറിച്ച് കൂടുതലായി എന്തെങ്കിലും എടുത്തുപറയാനില്ല. 13-ാം വയസിൽ പുലാമന്തോൾ പള്ളത്തു മനയ്ക്കൽ കൃഷ്ണൻ നമ്പൂതിരിയാണ് വേളികഴിച്ചത്. സമൂല സാമൂഹ്യപരിഷ്കർത്താവ്. ഈ വേളിയോടുകൂടിയാണ് ആര്യാപള്ളം എന്ന വിപ്ലവ ജ്യോതിസ്സ് ഉയർന്നു പൊങ്ങാൻ തുടങ്ങുന്നത്. പി കെ രാജൻ സ്മാരക സുവനീർ '97-ൽ 'വിപ്ലവപ്രസ്ഥാനത്തിന്റെ അമ്മ' എന്ന ശീർഷകത്തിൽ കൊടുത്ത ആര്യാപള്ളത്തിന്റെ ഹ്രസ്വമായ തൂലികാ ചിത്രം താഴെ ഉദ്ധരിക്കുന്നു.

ആര്യാപള്ളം

"ജാതി ജന്മി നാടുവാഴിത്തത്തിന്റെ തോടുപൊട്ടിക്കാൻ സാമ്രാജ്യത്തിനെതിരെ പോരാടാൻ പതുക്കെ വളർന്നുയർന്നുവന്ന സാമൂഹ്യമുന്നേറ്റത്തിന്റെ മുൻപിൽ ശുഭ്രവസ്ത്രധാരിണിയായി തേജസ്വിനിയായി ഒരമ്മയുണ്ടായിരുന്നു-ആര്യാപള്ളം.

13-ാം വയസിൽ ഒരു സാമൂഹ്യ പരിഷ്കർത്താവിന്റെ ധർമപത്നിയായതോടെ മോചിതയായ അവർ ഘോഷ വലിച്ചെറിഞ്ഞു. മറക്കുട തല്ലിപ്പൊളിച്ചു. സാധാരണ വേഷം അണിഞ്ഞു. വിധവാ വിവാഹത്തിന്റെയും വിജാതീയ വിവാഹത്തിന്റെയും വക്താവായി. നമ്പൂതിരി യുവജനപ്രസ്ഥാനത്തിന്റെ വിപ്ലവകാരിയായി. പന്തിഭോജനം സംഘടിപ്പിച്ചു. ഹരിജൻ കുട്ടികളെ കുളിപ്പിച്ച് വൃത്തിയുള്ള വസ്ത്രങ്ങൾ ധരിപ്പിച്ച് എറയൂർ അമ്പലത്തിൽ തിരുനടയിൽ എത്തി. ആലയൂരിൽ വായനശാലാ വാർഷികത്തിന് പങ്കെടുത്ത് പ്രസംഗിച്ച് അവരെയും അത്ഭുതപ്പെടുത്തി. സ്വന്തം മക്കളെ അന്യജാതിക്കാർക്ക് വിവാഹം ചെയ്തുകൊടുത്ത് മാതൃക കാട്ടി. 1932-ൽ തളിപ്പറമ്പിൽ ചേർന്ന യുവജനസംഘത്തിന്റെ പതിനൊന്നാം വാർഷിക സമ്മേളനം ഉദ്ഘാടനം ചെയ്തത് ആര്യപള്ളം ആയിരുന്നു. തിരഞ്ഞെടുക്കപ്പെട്ട മലബാർ ഡിസ്ട്രിക്റ്റ് ബോർഡിൽ വനിതാ പ്രതിനിധിയായി ഗുരുവായൂർ സത്യഗ്രഹത്തിന്റെ പത്താം നാളിൽ ഗുരുവായൂർ നടയ്ക്കൽ അവർ പ്രസംഗകയായി. കേളപ്പനു ശേഷം ആര് നിരാഹാരം കിടക്കും എന്ന ചോദ്യത്തിന് ഞാൻ എന്ന ഉത്തരം ആര്യയിൽ നിന്നുയർന്നു. ഗാന്ധിജി ഇടപെട്ട് സമരം അവസാനിപ്പിച്ചിരുന്നില്ലെങ്കിൽ അത് സംഭവിക്കുമായിരുന്നു. കേളപ്പന്റെ നേതൃത്വത്തിലുള്ള അയിത്തോച്ചാടനജാഥയ്ക്ക് നൽകിയ സ്വീകരണത്തിന്റെ ഭാഗമായി പള്ളത്ത് മിശ്രഭോജനം നടന്നപ്പോൾ ഇരിക്കണമ്മ ഇല എടു

ക്കാൻ മടിച്ചു. മുണ്ട് എടുത്തുകുത്തി ഇല എടുത്തിരുന്നതവരായിരുന്നു. അന്നുമുതൽ പള്ളത്ത് ദാസിമാർ ഇല്ലാതായി.

കേരളത്തിൽ സോഷ്യലിസ്റ്റ് ആശയഗതിക്ക് മുൻകൈ ലഭിക്കുകയും തൊഴിലാളികളെയും കൃഷിക്കാരെയും ബുദ്ധിജീവികളെയും സംഘടിപ്പിച്ച് ജനകീയാടിത്തറ ശക്തിപ്പെടുത്തുകയും ചെയ്ത ഘട്ടത്തിൽ സ്വന്തം പക്ഷം ഏതെന്ന് തീരുമാനിക്കാൻ ആര്യാപള്ളത്തിനു ഒരു ബുദ്ധിമുട്ടുമുണ്ടായില്ല.

കൃഷിക്കാരുടെ സമ്മേളനങ്ങൾ സംഘടിപ്പിക്കുകയും അതിൽ പങ്കെടുക്കുകയും മാത്രമല്ല സ്വന്തം യാഥാർഥ്യം പഠിപ്പിക്കാൻ അവർക്ക് മുന്നിൽ അവതരിപ്പിക്കപ്പെടുന്ന നാടകങ്ങളിൽ വിവിധ കഥാപാത്രങ്ങളുടെ വേഷങ്ങൾ അണിഞ്ഞ് അവരെ ആവേശഭരിതരാക്കുകപോലും ചെയ്തു. മനുഷ്യബന്ധങ്ങളിലെ കാർത്ത്യായനിയമ്മയായി തറവാടിത്തത്തിലെ നേത്യാരമ്മയായി പല വേഷങ്ങളിൽ പ്രത്യക്ഷപ്പെട്ട അവർ ആ തലമുറയിലെ ഓർമകളിൽ ഇന്നും ജീവിക്കുന്നു.

രണ്ടാം ലോകമഹായുദ്ധത്തിന്റെ രോഗങ്ങളുടെയും പട്ടിണിയുടെയും കാലത്ത് ഒരു സാന്ത്വനമായി പള്ളത്തിന്റെ വലംകൈയായി അവർ പാവങ്ങളുടെ അമ്മയായി. പൂഴ്ത്തിവെച്ച കരിഞ്ചന്തക്കെതിരായ പോരാട്ടങ്ങളിലൂടെ അതി നിഗൂഢമായി കമ്യൂണിസ്റ്റ് പ്രസ്ഥാനം ശക്തിപ്പെടുമ്പോൾ അവർ ഒളിപ്പോരാളികളുടെ സംരക്ഷകയായി. പാലിയം സത്യഗ്രഹകാലത്ത് ഐ സി പ്രിയദത്ത, ഇ എസ് സരസ്വതി, പി പ്രിയദത്ത, ദേവസേന എന്നീ നമ്പൂതിരി യുവതികളെ നയിച്ച് പാലിയത്ത് എത്തി സത്യഗ്രഹത്തിൽ പങ്കെടുത്തു. സത്യഗ്രഹസ്ഥലത്തുവച്ച് എ കെ ജിയോടൊപ്പം ആര്യപള്ളത്തിനു ലഭിച്ച സ്വീകരണം അവിസ്മരണീയം. പൊതുയോഗത്തിൽ തനിക്ക് ലഭിച്ച മാല ആര്യാപള്ളത്തിന് നൽകി എ കെ ജി പറഞ്ഞു: " ഈ മാലയ്ക്ക് അർഹൻ ഞാനല്ല. ഇതാ ഇവരാണ്." തീവെപ്പുകേസിൽ പ്രതികളാക്കി പള്ളത്തെയും മകൻ അപ്പുവിനെയും പൊലീസ് അറസ്റ്റ് ചെയ്ത് ജയിലിൽ അടച്ചപ്പോൾ അചഞ്ചലയായി അവർ അതിനെ നേരിട്ടു. ഇടയ്ക്കിടെ പൊലീസ് പള്ളത്ത് ചെന്ന് ശല്യപ്പെടുത്തി. ആ വീടുമായി ബന്ധം വയ്ക്കുന്നവർക്ക് മുഴുവൻ അന്വേഷണവും അടിയുമായി. ആരൊക്കെ വരുന്നുവെന്നായിരുന്നു പൊലീസിന്റെ ചോദ്യം. കുടുംബം മുഴുവനും കൊച്ചുകുട്ടികളടക്കം കരുതലോടെ കാര്യങ്ങൾ കാത്തുസൂക്ഷിച്ചു. പത്തരമാറ്റ് ആത്മാർഥതയോടും പട്ടാളച്ചിട്ടയെ വെല്ലുന്ന അച്ചടക്ക ബോധവും ത്യാഗസന്നദ്ധതയും വേദനയെ പുഞ്ചിരിയോടെ ഏറ്റുവാങ്ങാനുള്ള കർമശുദ്ധിയും അവരുടെ മുഖമുദ്രയായിരുന്നു. അവർ വള്ളുവനാടിന്റെ അമ്മയായിരുന്നു."

കേളപ്പന്റെ നേതൃത്വത്തിലുള്ള അയിത്തോച്ചാടന ജാഥാംഗങ്ങൾ ഉണ്ട ഇല എടുക്കാൻ വിസമ്മതിച്ചു. ഇരിക്കണമ്മ അതോടെ പിണങ്ങിപ്പോവുക തന്നെ ചെയ്തു. മാത്രമല്ല നാട് ആകെ പള്ളത്ത് മനയ്ക്ക് ഊരുവിലക്ക് കൽപ്പിച്ചു. ആരും അങ്ങോട്ട് തിരിഞ്ഞു നോക്കുകയേ ഇല്ല.

തികച്ചും ഊരുവിലക്ക് തന്നെ. ആ നാളുകളിലാണ് ദേവകിക്ക് (ദേവകി വാരിയർ, ഡോക്ടർ പി കെ ആർ വാരിയരുടെ ധർമദാരങ്ങൾ) ശേഷം ജനിച്ച പുത്രൻ ദാമോദരന് പനി പിടിപെട്ടത്. കൃഷ്ണൻ നമ്പൂതിരി സ്ഥലത്തില്ല. കുട്ടിയുടെ പനി കലശലായി. വീട്ടുമരുന്നുകൾ ഒന്നും ഫലിച്ചില്ല. ഒരു ഡോക്ടറെ വിളിച്ചുകൊണ്ടുവന്ന് കാണിക്കാൻ സഹായത്തിന് ആരും ഇല്ല. വള്ളുവനാടിന്റെ അമ്മയ്ക്ക് താൻ നൊന്തു പ്രസവിച്ച ഓമനക്കുഞ്ഞ് പിടഞ്ഞ് മരിക്കുന്നത് നിസ്സഹായയായി നോക്കിനിൽക്കേണ്ടി വന്നു. അയൽക്കാർ മാത്രമല്ല നാട്ടുകാർ ഒന്നടങ്കം ശാപം ചൊരിയും പോലെ പറഞ്ഞു:

"ജാതീം മതോം ഈശ്വരനും ഒന്നുമില്ലാതെ നടന്നതിന്റെ ഫലമാണ്, അനുഭവിക്കട്ടെ."

എം ആർ ബി

വിപ്ലവദാർഢ്യം സിദ്ധിച്ചുകഴിഞ്ഞ ആര്യാപള്ളം ആ വാക്കുകൾ കേട്ട് പതറിയില്ല. ആ കുഞ്ഞ് മരിച്ചതിന്റെ നാലാം ദിവസമോ അഞ്ചാം ദിവസമോ ആണ് എം ആർ ബിയുടെ വിവാഹം. നമ്പൂതിരി സമുദായത്തിലെ ആദ്യത്തെ വിധവാ വിവാഹം. ആര്യപള്ളം വിവാഹത്തിൽ പങ്കെടുക്കണമെന്ന് എം ആർ ബി തന്നെ വന്ന് അഭ്യർഥിച്ചിരുന്നു. താങ്ങാനാവാത്ത പുത്രദു:ഖം ഒരു വശത്ത്. തന്റെ ജീവിതം ഉഴിഞ്ഞുവച്ച സാമൂഹ്യപരിഷ്കരണങ്ങളിലെ പ്രധാനപ്പെട്ട ഒരിനമായി വിധവാവിവാഹം മറുവശത്ത് ഇദംപ്രഥമമായി പ്രായോഗികമാകാൻ പോകുന്നു. വിവാഹത്തിന് പോകണോ വേണ്ടയോ എന്ന സംശയം കടന്നുവന്നതേ ഇല്ല. വാത്സല്യനിധിയായ മാതാവായ ആര്യപള്ളം പുത്രദു:ഖം കടിച്ചിറക്കി, വിപ്ലവകാരിയായ ആര്യപള്ളം തന്റെ സാന്നിധ്യംകൊണ്ട് വിധവാ വിവാഹമുഹൂർത്തത്തെ ധന്യമാക്കി.

ഒരു വിപ്ലവകാരിക്ക് വൈയക്തിക ദു:ഖങ്ങൾക്കും താൽപ്പര്യങ്ങൾക്കും എല്ലാം മേലെ ആണ് വിപ്ലവപ്രസ്ഥാനം എന്നത് ആര്യാപള്ളം സ്വന്തം ജീവിതംകൊണ്ട് തെളിയിച്ചു.

17

തമ്പുരാട്ടിമാരും സമരരംഗത്ത്

രമത്തമ്പുരാട്ടി

ആയിരത്തിതൊള്ളായിരത്തി നാൽപ്പത്തിഎട്ട് മാർച്ച് അന്ന് പ്രഭാതം പൊട്ടിവിടർന്നപ്പോൾ കൊടുങ്ങല്ലൂർ കോവിലകം അക്ഷരാർഥത്തിൽ കിടിലംകൊണ്ടു. ടിപ്പുവിന്റെ പടയോട്ടമോ സാമൂതിരിപ്പാടിന്റെ യുദ്ധപ്രഖ്യാപനമോ കച്ചവടത്തിനെത്തിയ വിദേശക്കോയ്മകളുടെ ഭീഷണിയോ സാമന്തപ്രഭുക്കളുടെ കലാപമോ ഒന്നുമായിരുന്നില്ല കാരണം. അവയെല്ലാം പഴങ്കഥകൾ. ചക്രവർത്തിമാരും മഹാരാജാക്കന്മാരും കൊഴിഞ്ഞുവീഴാൻ തുടങ്ങിയ കാലത്തും ഭരണാധികാരത്തിന്റെ ചെങ്കോൽ നഷ്ടപ്പെട്ടപ്പോഴും എല്ലാം കൊടുങ്ങല്ലൂർ കോവിലകത്തെ ഇത്ര ശക്തിയായി പിടിച്ചു കുലുക്കിയിരുന്നില്ല. മാറി മാറി വന്ന സാഹചര്യങ്ങളുമായി ഒത്തുപോകാൻ അന്ന് രാജകുടുംബത്തിന് കഴിഞ്ഞിരുന്നു. എന്നാൽ ഇപ്പോൾ ഒരിക്കലും സംഭവിക്കാൻ പാടില്ലാത്തത് സംഭവിച്ചു. അതാണ് കോവിലകത്തെ ആകെ സംഭ്രാന്തിയിൽ ആഴ്ത്തിയത്. ഇന്നുണ്ടായിരുന്ന അപമാനത്താൽ ഇനി ജീവിച്ചിരുന്നിട്ട് കാര്യമില്ല. കോവിലകം ആകെ ഉത്തരം കിട്ടാത്ത ചോദ്യത്താൽ കുഴങ്ങി.

തലേന്ന് രാത്രി മുത്തശ്ശിമാരോടൊപ്പം അവരുടെ മുറികളിൽ തന്നെ ഉറങ്ങിക്കിടന്ന മധുരപ്പതിനേഴുകാരികളായ രണ്ട് ഇളംമുറത്തമ്പുരാട്ടി

മാരെ നേര് പുലർന്നപ്പോൾ കാണാനില്ല- ഇന്ദിര തമ്പുരാട്ടിയെയും രമ ത്തമ്പുരാട്ടിയെയും.

അമ്മത്തമ്പുരാട്ടിമാർ മാറത്തലച്ചു കരഞ്ഞു. മുത്തശ്ശിമാർ കൊടു ങ്ങല്ലൂർ ഭഗവതിയെയും മറ്റെല്ലാ ദേവീദേവന്മാരെയും വിളിച്ചു പ്രാർഥി ച്ചു. വഴിപാടുകൾ നേർന്നു. കുട്ടികൾക്ക് ആപത്തൊന്നും വരുത്തരുതേ!

തമ്പുരാക്കന്മാർ കൂട്ടിലടച്ച വെരുകിനെപോലെ ദ്രുതഗതിയിൽ ആലോചനാമഗ്നരായി അങ്ങോട്ടും ഇങ്ങോട്ടും നടന്നുകൊണ്ടിരുന്നു. കൂട്ട ത്തിൽ ഒരാൾ പറഞ്ഞു.

"വല്ല കാമുകന്മാരുടെയും കൂടെ ചാടിപ്പോയതായിരിക്കുമോ? ഇല്ലെ ങ്കിൽ ഈ പാതിരയ്ക്ക് എവിടെ പോകാൻ?"

രമത്തമ്പുരാട്ടിയുടെ മുത്തശ്ശി രോഷാകുലയായി പ്രതികരിച്ചു:

"ഛേ, ഛേ, അങ്ങനെയൊന്നുമില്ല. ആ വക ദുശ്ശീലങ്ങളൊന്നും അവർക്കില്ല. എനിക്കുറപ്പുണ്ട്."

അപ്പോൾ മറ്റൊരാളുടെ സംശയം.

"ആത്മഹത്യ ചെയ്തിരിക്കുമോ? നരകതുല്യമല്ലേ ഇവിടത്തെ ജീവിതം?"

കേട്ടത് പാതി, കേൾക്കാത്തത് പാതി എല്ലാവരും ഓടി. കോവിലകം വളപ്പിലുള്ള എല്ലാ കുളങ്ങളും കിണറുകളും തപ്പി. എല്ലാ കെട്ടിടഷങ്ങ ളുടെയും മച്ചിനുമുകളിൽ കയറി നോക്കി. എല്ലാ വൃക്ഷങ്ങളും പരിശോ ധനയിൽപ്പെട്ടു. തമ്പുരാട്ടിമാരുടെ പൊടിപോലും കാണാനില്ല.

ഇതിനിടയിൽ കോവിലകത്തെ ജീവനക്കാർ എല്ലാം എത്തിക്കഴി ഞ്ഞിരുന്നു. ചുവന്നു കലങ്ങിയ കണ്ണുകളോടെ മൂത്ത തമ്പുരാൻ നാല് ദിക്കുകളിലും അന്വേഷണം നടത്താൻ പരിചാരകർക്ക് ഉത്തരവു നൽകി. അവർ നാലുപാടും അലഞ്ഞു നടന്നു.

എന്നാൽ കോവിലകത്തെ വസ്ത്രങ്ങൾ അലക്കാൻ ചുമതലയുള്ള വെളുത്തേടന്റെ വീട്ടിലെ ഒരു യുവാവ് തമ്പുരാട്ടിമാരെ കണ്ടെത്തി. കമ്യൂ ണിസ്റ്റ് അനുഭാവിയെങ്കിലും ചാഞ്ചാട്ടക്കാരനായിരുന്ന അയാളെ വലിയ തമ്പുരാൻ നിയോഗിച്ചതല്ലായിരുന്നു. വെളുത്തേടൻ തമ്പുരാട്ടിമാരെ കാണുമ്പോൾ അവർ ചേന്ദമംഗലത്തെ നിരോധിത റോഡിൽ പ്രവേശിച്ചു കഴിഞ്ഞിരുന്നു. അവർ രണ്ടുപേരും ക്ഷേത്രനടയിലേക്ക് നീങ്ങുകയായി രുന്നു. സുന്ദരികളായ രണ്ട് കുലീന യുവതികൾ ആരാധനയ്ക്കു പോകു കയാണെന്നേ ആരും ധരിക്കൂ.

വെളുത്തേടൻ കലശലായി പരിഭ്രമിച്ചു. കൊടുങ്ങല്ലൂർ കോവിലക ത്തിനുള്ളിലേക്ക് കമ്യൂണിസം അരിച്ചുകയറിയതും ഈ ഇളംമുറതമ്പു രാട്ടിമാർ ഉൾപ്പെടെ ചിലർ കമ്യൂണിസ്റ്റായി മാറിയതുമായ കഥ അയാൾക്ക് അറിയാമായിരുന്നു. ഈ തമ്പുരാട്ടിമാർ നിയമം ലംഘിച്ച് സത്യഗ്രഹത്തിനുള്ള പുറപ്പാടാണെന്നും അയാൾ ഊഹിച്ചു. നിയമം ലംഘിച്ച് തമ്പുരാട്ടിമാരെ പൊലീസ് തല്ലുന്നത് ഓർത്തപ്പോൾ അയാൾക്കാകെ ബേജാറായി.

നിരോധിതമേഖലയിൽ പരുങ്ങുന്ന യുവാവ് പൊലീസിന്റെ ശ്രദ്ധയിൽപ്പെട്ടു. ഉടൻ ചാടിവീണു ഉമ്മർ. കാഴ്ചയിൽ ഭീകരനായ ഉമ്മറിന്റെ ചോദ്യങ്ങൾക്കു മുമ്പിൽ ആ യുവാവിന് അറിയാതെ മൂത്രം പോയി കാണും. മുമ്പിൽ പോകുന്ന യുവതികളുടെ വിവരം കിട്ടിയ ഉടനെ ഉമ്മർ അവരുടെ സമീപത്തേക്ക് ഓടി. തമ്പുരാട്ടിമാർ തൊഴാനും ഉത്സവം കാണാനുമാണ് വന്നതെങ്കിൽ അവരുടെ പ്രീതി നേടാം. അല്ല സത്യഗ്രഹത്തിനാണെങ്കിൽ അത് തടയാം. ഏതായാലും സന്തതസഹചാരിയായ ചൂരൽ എടുക്കാൻ വിട്ടുപോയി.

തമ്പുരാട്ടിമാരെ സമീപിച്ച് രാജസന്നിധിയിൽ എന്ന പോലെ വിനീതനായി ഉമ്മർ ചോദിച്ചു.

"ആരാണാവോ?"

"ഞങ്ങൾ കൊടുങ്ങല്ലൂർ കോവിലകത്തു നിന്ന് വരികയാണ്...."

പറഞ്ഞുതീരും മുമ്പേ ഉമ്മർ: "ദാ ഇതിലെ എഴുന്നെള്ളാം. നടയിൽ പൊലീസ് കാവൽ ഉണ്ട്. ഇതിലെ പോയി തൊഴുത് ഉത്സവവും കണ്ട് മടങ്ങി എഴുന്നെള്ളാം."

"തൊഴാനും ഉത്സവം കാണാനുമല്ല ഞങ്ങൾ വന്നത്. നിയമം ലംഘിച്ച് സത്യഗ്രഹം ഇരിക്കാനാണ് ഞങ്ങളുടെ ഉദ്ദേശ്യം."

ധീരമായ ആ പ്രഖ്യാപനം കേട്ട് ലാത്തിയടി ഏറ്റാലെന്നപോലെ ഉമ്മർ ഒന്നു നടുങ്ങി. അയാൾ പറഞ്ഞു;

"അയ്യോ! അതു പറ്റൂല്ല. തമ്പുരാട്ടിമാരെ ഞങ്ങൾക്ക് അറസ്റ്റുചെയ്യേണ്ടിവരും." ഉടനെ ആ കളകണ്ഠങ്ങളിൽ നിന്ന് മുദ്രാവാക്യങ്ങൾ മുഴങ്ങി:

"അയിത്തം നശിക്കട്ടെ! "പാലിയം റോഡ് തുറക്കുക, സഞ്ചാരസ്വാതന്ത്ര്യം അനുവദിക്കുക ക്ഷേത്രപ്രവേശനം അനുവദിക്കുക."

"നിങ്ങളെ അറസ്റ്റു ചെയ്തിരിക്കുന്നു. ഉം, തിരിഞ്ഞ് നടക്ക്" ഉമ്മർ അലറി.

തമ്പുരാട്ടിമാർ അറസ്റ്റിനു വഴങ്ങി. ഉമ്മർ കാണിച്ച മറുദിശയിലേക്ക് നടന്നു. ഒപ്പം ഉമ്മറും നിരോധിത മേഖലയ്ക്കപ്പുറം എത്തിയപ്പോൾ ഉമ്മർ പറഞ്ഞു: നിങ്ങളെ വിട്ടയച്ചിരിക്കുന്നു. നിങ്ങൾക്ക് പോകാം.

ആ സംഭവത്തെക്കുറിച്ച് രമത്തമ്പുരാട്ടി അനുസ്മരിക്കുന്നു.

വാസ്തവത്തിൽ അപ്പോഴാണ് ഞങ്ങൾക്ക് ഭയം തോന്നിയത്. ആരെയും കാണാനില്ല. ഏതാണ് വഴി? എങ്ങോട്ടാണ് പോകേണ്ടത്? യാതൊന്നും നിശ്ചയവുമില്ല.

> തലേന്ന് രാത്രി രണ്ട് മണിക്കാണ് അലാറം വച്ചത്. സാധാരണയായി നാലു മണിക്കാണ് അലാറം വയ്ക്കുക. അന്ന് 2 മണിക്ക് എണീറ്റ് മുത്തശ്ശിക്ക് പതിവുള്ള കാപ്പി തയാറാക്കി ഫ്ളാസ്കിൽ സൂക്ഷിച്ചു വച്ചു പുറത്തുചാടി. പഴയ മോഡൽ മരക്കുറ്റിയിൽ തിരിയുന്ന കതകാണ്. തുറക്കുമ്പോഴും അടയ്ക്കുമ്പോഴും വലിയ

ശബ്ദം ഉണ്ടാകും. ആയതിനാൽ 2 മണിക്ക് എണീറ്റ് കാപ്പി തയാറാക്കുന്നതിന് മുമ്പേ തന്നെ കതക് പകുതി തുറന്നുവച്ചിരുന്നു. അങ്ങനെ മുത്തശ്ശിപോലും അറിയാതെ രാത്രിയിൽ പുറത്തു കടന്നു. അതുപോലെ ഇന്ദിരത്തമ്പുരാട്ടിയും. പാതിരയ്ക്ക് പുറത്തിറങ്ങാൻ ലേശവും പേടി തോന്നിയില്ല. പാർട്ടി നിയോഗിച്ച എസ്കോർട്ട് ഗേറ്റിൽ റെഡി. അടയാളവാക്ക് കൈമാറി ആളെ ഉറപ്പുവരുത്തി. അപരിചിതനായ അയാളുടെ കൂടെ രാത്രിയിൽ നടക്കുമ്പോഴും പേടി തോന്നിയില്ല. ഒരു നാഴിക അകലെ ഗണപതി കോവിലിലും പിന്നെ തിരുവഞ്ചിക്കുളത്ത് അപരിചിതനായ ഭാസ്കരമേനോന്റെ വീട്ടിൽ കയറിയപ്പോഴും പേടിച്ചില്ല. പ്രഭാതത്തിൽ സഖാക്കൾ ഏർപ്പാടു ചെയ്ത പ്രാതൽ കഴിച്ചില്ല. പുട്ട് ആയിരുന്നു പലഹാരം. അത് എന്താണെന്ന് ഞങ്ങൾക്ക് അറിയില്ലായിരുന്നു. മാംസമോ മത്സ്യമോ എന്നറിയാത്തതുകൊണ്ടാണ് അത് കഴിക്കാതിരുന്നത്. തന്നെയുമല്ല, കോവിലകത്ത് പ്രാതലേ ഇല്ല. കുട്ടികൾക്ക് പാലും മുത്തശ്ശിമാർക്ക് കാപ്പിയും എല്ലാവർക്കും പത്തുമണിക്ക് ഊണും ആണ് പതിവ്.

അപ്പോൾ ടി എൻ കുമാരൻ എത്തി. ഒരു വള്ളത്തിൽ ചേന്ദമംഗലത്തേക്ക് തിരിച്ചു. ടി എൻ ന്റെ സരസമായ സംഭാഷണവും വിപ്ലവഗാനാലാപവുംകൊണ്ട് വള്ളം ചേന്ദമംഗലത്ത് എത്തിയത് അറിഞ്ഞതേയില്ല. ഊടുവഴികളിലൂടെപോയി നിരോധിതമേഖലയും സത്യഗ്രഹമിരിക്കേണ്ട സ്ഥാനവും കാണിച്ചുതന്നുകൊണ്ട് ടി എൻ പിൻവാങ്ങി. അദ്ദേഹം ഒളിവിൽ ആയിരുന്നു. പൊലീസിന്റെ പിടിയിൽ അകപ്പെടാതെ നോക്കുകയായിരുന്നു. ഞങ്ങളെ കസ്റ്റഡിയിൽ എടുക്കണമെന്ന ധാരണയായിരുന്നു. അതുകൊണ്ടാണ് ആരും കാത്തുനിൽക്കാതിരുന്നത്.

യോഗക്ഷേമപ്രവർത്തകരും ക്ഷത്രിയ സഭയും സർവോപരി കമ്യൂണിസ്റ്റ് പാർട്ടിയും പ്രദാനം ചെയ്ത ധീരത ആ പരീക്ഷണഘട്ടത്തിലും വെടിയരുതെന്ന ഉറച്ച തീരുമാനത്തോടെ ഞങ്ങൾ അപരിചിതമായ ആ വഴിയിലൂടെ മുന്നോട്ടുപോയി. കോവിലകത്ത് നിന്നു പുറത്തിറങ്ങാറില്ലാത്ത ഞങ്ങൾക്ക് ഏതു വഴിയും അപരിചിതമാണ്. അൽപ്പം കഴിഞ്ഞപ്പോൾ പിന്നിൽ നിന്നും തമ്പുരാട്ടി എന്നു വിളി കേട്ടു. തിരിഞ്ഞുനോക്കിയപ്പോൾ കോവിലകം ദിവാൻ. നേരെ എതിർദിശയിലേക്കാണ് നമുക്ക് പോകേണ്ടത് എന്ന് അദ്ദേഹം പറഞ്ഞു..........

കോവിലകത്ത് ചെന്ന് കയറിയപ്പോഴത്തെ കഥ എന്താ പറയുക? തൊട്ടടുത്ത് ഇന്ദിരചേച്ചിയുടെ കോവിലകത്തുനിന്ന് കരച്ചിൽ കേട്ടു. അവരെ അടിച്ചോ, അതോ അതിലും മൂർച്ചയുള്ള ശകാരം ചൊരിഞ്ഞോ എന്തോ. എന്റെ അമ്മ കുറച്ച് പരിഷ്കൃതാശയായി

രുന്നതിനാൽ വലിയ കുഴപ്പം ഉണ്ടായില്ല. പക്ഷേ, മുത്തശ്ശിക്കു സഹിച്ചില്ല. വളരെ ഏറെ നാളത്തേക്ക് എന്നോടു മിണ്ടുകപോലും ചെയ്തില്ല.... ഇന്ദിരത്തമ്പുരാട്ടി ഇന്നു ജീവിച്ചിരിപ്പില്ല.

ചെങ്കോൽ നഷ്ടപ്പെട്ടെങ്കിലും കൊടുങ്ങല്ലൂർ രാജാവ് പരമ്പരാഗതങ്ങളായ എല്ലാ ആചാരങ്ങളും യാഥാസ്ഥിതികത്വവും ആഢ്യത്വവും പുലർത്തിപ്പോന്നു. നാടുവാഴിത്തത്തിന്റെ അഭേദ്യ ഭാഗമെന്ന നിലയിൽ അന്തഃപുരം മറക്കുടയ്ക്കുള്ളിലെ മഹാനരകത്തിലും ജുഗുപ്സാവഹമായിരുന്നു. 'ന സ്ത്രീ സ്വാതന്ത്ര്യം അർഹതി' എന്ന മനുശാസനം കർശനമായി പരിപാലിക്കപ്പെട്ടു. വെളിച്ചം കാണാൻ അർഹതയില്ലാതെ തമ്പുരാട്ടിമാർ തികച്ചും വീർപ്പുമുട്ടുകയായിരുന്നു.

ഭക്ഷണംപോലും സുഖപ്രദമല്ലായിരുന്നു. കുട്ടികൾക്ക് പാലും പ്രായം ചെന്നവർക്ക് കാപ്പിയും. എല്ലാവർക്കും രണ്ടു നേരം ചോറ്. കോവിലകത്തെ കമ്യൂണിസ്റ്റ് പ്രവർത്തനങ്ങളുടെ ചുക്കാൻ പിടിച്ച കുഞ്ഞിട്ടി തമ്പുരാട്ടി പറയുന്നു.

ചോറും സാമ്പാർ എന്ന ഒരു പുളിവെള്ളവും ഒരു മെഴുക്കുപുരട്ടിയും മോര് എന്ന ഒരു നീരുമാണ് മാറ്റമില്ലാത്ത വിഭവങ്ങൾ.

കോവിലകത്തു പ്രവേശനം ഉണ്ടായിരുന്നവരിൽ നായന്മാർ വരെയുള്ളവരോട് മാത്രമേ തമ്പുരാട്ടിമാർ സംസാരിക്കാവൂ മറ്റുള്ളവരെ കാണുകപോലും അരുത്. അക്ഷരാർഥത്തിൽ തന്നെ അന്തഃപുരത്തിൽ വീർപ്പുമുട്ടുകയായിരുന്നു.

യോഗക്ഷേമ സഭയുടെയും പിന്നീട് ക്ഷത്രിയസഭയുടെയും പ്രവർത്തകർ കോവിലകത്തെത്തി പൂമുഖത്തിരുന്ന് സാമൂഹ്യപരിഷ്കരണങ്ങളെക്കുറിച്ച് ചർച്ച ചെയ്യാറുണ്ട്. ചർച്ചകളുടെ അലയൊലി അന്തഃപുരത്തിനുള്ളിലേക്കും നുഴഞ്ഞുകയറി. ഈ പശ്ചാത്തലത്തിൽ കമ്യൂണിസത്തിന്റെ വിത്ത് അങ്ങ് കോവിലകത്തും എത്തി. വിത്ത് എത്തിച്ചവരിൽ ഒരാൾ കുഞ്ഞിട്ടിത്തമ്പുരാട്ടിയുടെ ജ്യേഷ്ഠനും എഞ്ചിനീയറിംഗ് വിദ്യാർഥിയുമായിരുന്ന കെ എം രാജയും, അപരൻ കെ ആർ വർമയും ആയിരുന്നു. ആ വിത്ത് അതിശീഘ്രം മുളച്ചുവളർന്ന് പന്തലിച്ചു. പാലിയം സമരത്തിനെതിരെ ക്രൂരമായ ആക്രമണങ്ങൾ അഴിച്ചുവിട്ടപ്പോൾ എ കെ ജി യുടെ ആഹ്വാനം ചെവിക്കൊണ്ട് കോവിലകത്തെ രണ്ടു യുവതികൾ സമരരംഗത്തേക്കു എടുത്തുചാടി.....

കോവിലകത്ത് തിരിച്ചെത്തിയ തമ്പുരാട്ടിമാർ ശകാരങ്ങളും ശാസനകളും കേട്ട് അടങ്ങിയൊതുങ്ങി ഇരുന്നില്ല. അവർ താഴെ പറയുന്ന പത്രപ്രസ്താവന പുറപ്പെടുവിച്ചു:

ഞങ്ങൾ കൊടുങ്ങല്ലൂർ കോവിലകത്തെ തമ്പുരാട്ടിമാരാണ്. സാധാരണക്കാർ ഞങ്ങളെ തമ്പുരാട്ടിമാർ എന്നു വിളിക്കുന്നു. പക്ഷേ

ഞങ്ങളുടെ സ്ഥിതി മൃഗങ്ങളെക്കാൾ ദയനീയമാണ്. ഞങ്ങൾക്ക് നവീന വിദ്യാഭ്യാസത്തിനുള്ള യാതൊരു മാർഗവുമില്ല. ഞങ്ങൾ നാടുവാഴി സ്വേച്ഛാധിപത്യത്തിന്റെയും യാഥാസ്ഥിതികത്വത്തിന്റെയും അടിമകൾ ആണ്. ഞങ്ങളുടെ കുട്ടിക്കാലത്ത് താലി കെട്ടിയ പട്ടൻമാരുടെ പിണ്ഡം വയ്ക്കാത്ത കുറ്റം കാരണം ഞങ്ങൾക്കിന്ന് ക്ഷേത്രത്തിൽ പോലും പ്രവേശനം നിഷേധിച്ചിരിക്കുന്നു.

ഈ പാലിയം സത്യഗ്രഹം നാടുവാഴിജന്മിസമ്പ്രദായങ്ങളോടുള്ള വെല്ലുവിളിയാണ്. ഇതിന്റെ വിജയം ഞങ്ങളുടെ വിജയമാണ്. ഞങ്ങളെ ഇന്ന് അടച്ചുപൂട്ടീട്ടുള്ള നാടുവാഴിത്തടങ്കൽ ക്യാമ്പിൽ നിന്നും ഞങ്ങൾക്കും മോചനമാർഗം കാണിച്ചുതരുന്നതാണ് പാലിയം റോഡ് സമരം. അതുകൊണ്ട് ഞങ്ങൾ സമരത്തിൽ പങ്കെടുക്കുന്നു. നാടുവാഴി കോവിലകങ്ങളിലെ തടവുകാരായ സഹോദരിമാരോടും മുന്നിട്ടിറങ്ങാൻ ഞങ്ങൾ അഭ്യർഥിക്കുകയും ചെയ്യുന്നു." (*ദേശാഭിമാനി*, 1948 മാർച്ച് 9)

1948 മാർച്ച് 10-ലെ *മലബാർ മെയിൽ* തലേ ദിവസത്തെ സമരപരിപാടി റിപ്പോർട്ട് ചെയ്തത് ഇങ്ങനെ:

കഴിഞ്ഞ ശനിയാഴ്ച ചേന്ദമംഗലത്ത് യാതൊരുവിധ നിരോധനാജ്ഞാലംഘനവും നടന്നിട്ടില്ലെന്ന് ഇന്നലെ കൊച്ചി ഗവൺമെന്റ് പ്രസിദ്ധപ്പെടുത്തിയ പ്രസ് നോട്ടിൽ പ്രസ്താവിച്ചിരുന്നു. പ്രസ് നോട്ട് ഇങ്ങനെ തുടരുന്നു.

മജിസ്ട്രേറ്റിന്റെ നിരോധനാജ്ഞ ലംഘിക്കാൻ പ്രായപൂർത്തിയായ രണ്ടു പെൺകുട്ടികൾ നിരോധിത പ്രദേശത്ത് ഒരുക്കം കൂട്ടുന്നതായി കണ്ടുവെങ്കിലും നിരോധനാജ്ഞാലംഘനത്തിന്റെ ഭവിഷ്യത്തുകൾ ധരിപ്പിച്ചതിനെ തുടർന്ന് അവർ ഈ സംരംഭത്തിൽ ഉദ്യമിച്ചതിൽ ഖേദം പ്രകടിപ്പിച്ചശേഷം സ്ഥലംവിട്ടു. ഈ പെൺകുട്ടികൾ കൊടുങ്ങല്ലൂർ കോവിലകത്തുള്ളവരാണെന്ന് പിന്നീട് അന്വേഷണത്തിൽ അറിവായി.

18

യുവരാജാക്കന്മാർ പടക്കളത്തിൽ

മാർച്ച് 7. സത്യഗ്രഹസമരം തുടങ്ങിയിട്ട് 95 ദിവസമായി. അന്ന് പാലിയം നടയിലെ നിരോധിത മേഖലയിൽ കൃത്യസമയത്തു തന്നെ എവിടെനിന്നോ രണ്ട് യുവകോമളൻമാർ പ്രത്യക്ഷപ്പെട്ട് അത്യുച്ചത്തിൽ മുദ്രാവാക്യങ്ങൾ മുഴക്കി.

"അയിത്തം നശിക്കട്ടെ
ജന്മിത്തം തകരട്ടെ
നാടുവാഴിപ്രഭുത്വം അവസാനിപ്പിക്കും
പാലിയം റോഡ് തുറക്കുക"

പി കെ വർമ്മ

പതിവുപോലെ ഉമ്മറും സംഘവും ചാടി വീണു പൊതിരെ തല്ലുതുടങ്ങി. തല്ല് മുറുകുംതോറും മുദ്രാവാക്യം വിളിയും കൂടുതൽ ഉച്ചത്തിലായി. യുവാക്കളെ തല്ലി തോൽപ്പിക്കാനാവില്ലെന്നു പൊലീസിന് ബോധ്യമായി. അവരെ വലിച്ചിഴച്ചു പൊലീസ് ക്യാമ്പിലേക്കു കൊണ്ടുപോയി. ക്യാമ്പിൽ എത്തിയപ്പോൾ യുവാക്കളുടെ പേരു ചോദിച്ചു. പേരുകേട്ടപ്പോൾ പൊലീസ് ഞെട്ടി. ലാത്തികൾ അവരുടെ കൈയിൽ നിന്ന് താനേ താഴെവീണു. തൃപ്പൂണിത്തുറ കോവിലകത്തെ 120-ാംകൂർ യുവരാജാവ് രാമവർമ്മ കുട്ടപ്പൻ തമ്പുരാനും (കെ ടി ആർ വർമ്മ) കേരളവർമ്മ കേളപ്പൻ തമ്പുരാനും (പി കെ വർമ്മ പിൽക്കാലത്ത് തൃപ്പൂണിത്തുറ മുനി

കെ ടി ആർ വർമ്മ

സിപ്പൽ ചെയർമാൻ) ആയിരുന്നു അവർ. തല്ലിയതോ അപകടം; ഏതായാലും ഇനി അവരോടു കളിക്കേണ്ടെന്ന് പൊലീസ് തീരുമാനിച്ചു. തമ്പുരാക്കൻമാരെ വിട്ടയച്ചിരിക്കുന്നു; പോകാം-ഉമ്മർ തീരുമാനം അറിയിച്ചു. തമ്പുരാക്കൻമാരെ തല്ലിയതിന്റെ ഭവിഷ്യത്ത് എന്തായിരിക്കുമെന്ന് പൊലീസ് ഭയാക്രാന്തരായി ചിന്തിക്കാൻ തുടങ്ങിയപ്പോൾ രാജകുമാരന്മാർ രണ്ടുപേരും വീണ്ടും പാലിയം നടയിലേക്കു കുതിച്ചു മുദ്രാവാക്യങ്ങൾ വിളിച്ച് രണ്ടാമതും നിരോധനം ലംഘിച്ചു.

ഇപ്പോൾ ഉമ്മറിന് പകപ്പോ ഞെട്ടലോ ഒന്നും ഉണ്ടായില്ല. രാജാക്കൻമാരാണെങ്കിലും പൊലീസിനെ വെല്ലുവിളിച്ചിരിക്കുന്നു. അത് ക്ഷന്തവ്യമല്ല. നേരത്തേതിലും ക്രൂരമായി അടിച്ചു. കഴുത്തിലും കൈത്തണ്ടകളിലും ഒക്കെ തിണർത്ത് പൊട്ടി ഒലിച്ചു. പക്ഷേ, തമ്പുരാക്കന്മാരുടെ മുദ്രാവാക്യംവിളിക്ക് ശക്തി കൂടിയതേയുള്ളു. അവരെ അറസ്റ്റു ചെയ്തു നീക്കുന്നതാണ് ഉചിതമെന്ന് കരുതി പൊലീസ് അവരെ വാനിൽ എടുത്തിട്ടു പറവൂർ ചേന്ദമംഗലം കവലയിൽ ഇറക്കി വിട്ടു.

രാജകുടുംബാംഗങ്ങളുടെ സത്യഗ്രഹം കാട്ടുതീപോലെ നാടെങ്ങും പരന്നു. തൃപ്പൂണിത്തുറയിൽ മഹാരാജാവ് കോപാക്രാന്തനായി. 'കുരുത്തംകെട്ട' രണ്ടുപേരെയും തിരുമുമ്പിൽ ഹാജരാക്കാൻ ഉത്തരവിട്ടു. ഉത്തരവ് ചേന്ദമംഗലത്ത് എത്തും മുൻപേ അവരെ വിട്ടയച്ചിരുന്നുവല്ലോ. പൊലീസ് അവരെ പിടികൂടാനായി പരക്കം പാഞ്ഞു നടക്കുമ്പോൾ അവർ ആലുവാ തുരുത്തിൽ ഉള്ള ആണവംകോട്ട് ഭട്ടതിരിപ്പാടിന്റെ വക കെട്ടിടത്തിൽ കൊച്ചനുജ പിഷാരടിയുടെ മേൽനോട്ടത്തിൽ ഒ ആർ ജി പിഷാരടിയുടെ ചികിത്സയിൽ കഴിയുകയായിരുന്നു.

കൊച്ചനുജ പിഷാരടി

പിറ്റേന്നു പുലർന്നപ്പോൾ പക്ഷേ, മഹാരാജാവിനെയും പൊലീസിനെയും എല്ലാം വിറളിപിടിപ്പിക്കുന്ന അവരുടെ പ്രസ്താവന പത്രങ്ങളിൽ വന്നു.

“നാട്ടുകാരെ,

ചേന്ദമംഗലത്തെ പാലിയം റോഡ് സത്യഗ്രഹം തുടങ്ങീട്ട് മൂന്നു മാസത്തിലധികമായി. കൊച്ചി ഗവൺമെന്റ് അതിന്റെ മുഴുവൻ ശക്തിയും പ്രയോഗിച്ച് ഈ സമരത്തെ അടിച്ചമർത്താൻ ശ്രമിക്കുകയാണ്. സമാധാനപരമായി സമരം നടത്തിയ അന്തർജനങ്ങളെയും ഈഴവ യുവതികളെയും അതിഭയങ്കരമായി മർദിക്കാൻ ഇവിടത്തെ പൊലീസിന് കൂസൽ ഇല്ലാതായിരിക്കുന്നു. 125-ന്റെ (പൊലീസ് ആക്ട് 125-ാം വകുപ്പ്) തണലിൽ നിന്നുകൊണ്ട് എന്തു തെമ്മാടിത്തവും കാണിക്കാൻ അവർക്കിന്നു മടിയില്ല.

കൊച്ചി രാജാവിന്റെ കരിങ്കൽ ഭിത്തികൾക്കകത്തു വീർപ്പു മുട്ടിക്കഴിയുന്ന ഞങ്ങൾ ഈ സമരത്തെ ആശയോടെ വീക്ഷിച്ചു വരികയാണ്. നാടുവാഴി പ്രഭുത്വത്തിന്റെയും ജന്മിത്തത്തിന്റെയും ചെറ്റത്തരങ്ങളോടാണ് ചേന്ദമംഗലത്തെ ധീരമായ സത്യഗ്രഹികൾ ഏറ്റുമുട്ടിയിരിക്കുന്നത്.

നൂറ്റാണ്ടുകളായി നമ്മുടെയെല്ലാം സ്വാതന്ത്ര്യത്തിനും പുരോഗതിക്കും വിലങ്ങടിച്ചു നിൽക്കുന്ന ഒരു സാമൂഹ്യവ്യവസ്ഥയുടെ കടയ്ക്കലാണ് അവർ കത്തി വച്ചിരിക്കുന്നത്. ഈ അടിമത്ത വ്യവസ്ഥ അവസാനിപ്പിച്ചാലല്ലാതെ ഞങ്ങൾക്കും നിങ്ങൾക്കും രക്ഷയില്ലെന്നതു തീർച്ചയാണ്. അതിനുള്ള മഹത്തായ സമരത്തിന്റെ ആദ്യത്തെ പടിയാണ് ചേന്ദമംഗലം സമരം.

അതുകൊണ്ട് ഈ സമരത്തെ സഹായിക്കേണ്ടതും അതിൽ സജീവമായി പങ്കെടുക്കേണ്ടതും നമ്മുടെ എല്ലാം കടമയാണെന്ന് ഞങ്ങൾ വിശ്വസിക്കുന്നു. അതിന്റെ വിജയം നാടിന്റെ മുഴുവൻ വിജയമാണ്.

ഞങ്ങളിതാ അതിന് തയാറായികഴിഞ്ഞു. ചേന്ദമംഗലത്തേക്ക് പോകുകയാണ്, സത്യഗ്രഹമനുഷ്ഠിക്കാൻ.

ഈ അവസരത്തിൽ ഞങ്ങളോടൊപ്പം ദുരിതമനുഭവിക്കാത്ത മറ്റു തമ്പുരാക്കന്മാരോടും മറ്റു സമുദായാംഗങ്ങളോടും ഞങ്ങൾക്കുള്ള അഭ്യർഥന ഇതാണ്. നാട്ടുകാരെ മർദിച്ചൊതുക്കി കുക്ഷി വീർപ്പിക്കുന്ന ഈ കൊള്ളക്കാരുടെ ചങ്ങലക്കെട്ടിൽനിന്ന് കുതറിച്ചാടാൻ നമുക്കൊത്തൊരുമിച്ച് പടവെട്ടുക. ഒരു പുത്തൻ സമൂഹം വാർത്തെടുക്കാൻ നമുക്കു മുന്നോട്ടു പോകുക. പാലിയം റോഡിൽ ചിന്തിയ സത്യഗ്രഹികളുടെ രക്തം അതാണ് നമ്മോട് ആവശ്യപ്പെടുന്നത്.

ജന്മിത്തം അവസാനിപ്പിക്കാൻ, നാടുവാഴിത്തം അവസാനിപ്പിക്കാൻ എല്ലാവരും പാലിയത്തേക്ക്. പാലിയം സത്യഗ്രഹം സിന്ദാബാദ്.

അവരുടെ ഈ പ്രസ്താവന *ദേശാഭിമാനി, എക്സ്പ്രസ്സ്* തുടങ്ങിയ പല പത്രങ്ങളും പ്രസിദ്ധീകരിച്ചു. അവർ വീണ്ടും അവസാന ദിവസത്തെ കൂട്ടപിക്കറ്റിങ്ങിനു പങ്കെടുക്കാൻ വേണ്ടി ചേന്ദമംഗലത്തേക്കു കുതിച്ചു. എന്നാൽ സമര നായകൻ പി ജി അവരെ വിലക്കി. ആകയാൽ അവർ മിടുക്കൻ രാജയോടുകൂടി കൊടുങ്ങല്ലൂർക്ക് നടന്നു. പൊലീസ് അവരെ പിന്തുടരുന്നുണ്ടെന്നു കണ്ടപ്പോൾ അവർ സൂത്രത്തിൽ പുല്ലൂറ്റിലേക്ക് കടന്നു. യുവരാജാക്കൻമാരെ പിടികൂടാൻ വേണ്ടി പൊലീസ് കൊച്ചി രാജ്യം ആകെ പരതി നടക്കുകയായിരുന്നു. വഴി നിശ്ചയമില്ലാത്ത അവർ ഒരിക്കൽ പൊലീസിന്റെ വായിൽ കുടുങ്ങുക തന്നെ ചെയ്തു. അവർക്ക് വഴിയറിയില്ലല്ലോ. നമ്പൂതിരിമാരാണെന്നു പറഞ്ഞു. അപ്പോൾ കഴുത്തി ലെയും കൈത്തണ്ടകളിലെയും തിണർത്ത കരിവാളിച്ച പാടുകളെപ്പറ്റി യായി ചോദ്യം. പാചകത്തിനുപോയപ്പോൾ പൊള്ളലേറ്റതാണെന്ന് പറ ഞ്ഞു. പൊലീസിനെ കബളിപ്പിച്ച് രക്ഷപ്പെട്ടു. ഒരു സ്ഥലത്ത് കമ്യൂണിസ്റ്റ് പാർട്ടി ആപ്പീസിന്റെ ബോർഡ് കണ്ടു അങ്ങോട്ട് കയറിച്ചെന്നു.... റസിഡൻഷ്യൽ പാലസിലേക്ക് തിരിച്ചു പോകയാണ് ഉചിതമെന്ന് ഉപ ദേശിക്കുന്ന ജില്ലാകമ്മിറ്റി സെക്രട്ടറി സി അച്ചുതമേനോന്റെ കുറിപ്പു പിറ്റേന്നു കിട്ടി....... എറണാകുളത്തേക്കുള്ള ടിക്കറ്റുവാങ്ങി ഇരിങ്ങാലക്കുട റെയിൽവേസ്റ്റേഷൻ പ്ലാറ്റ്ഫോമിൽ കാത്തുനിൽക്കുമ്പോൾ കുടവയറന്മാ രായിരുന്ന രണ്ടു യാത്രക്കാർ അന്നത്തെ പത്രം നിവർത്തി കൊച്ചിയിലെ രണ്ടു യുവരാജാക്കൻമാരെ കാണാനില്ലെന്നും മറ്റുമുള്ള വാർത്ത വായി ക്കുന്നതുകേട്ട് രാജകുമാരന്മാരുടെ ഉള്ളിൽ ചിരിപൊട്ടി....

സന്ധ്യക്ക് എറണാകുളത്തെത്തി റസിഡൻഷ്യൽ പാലസിലെ വാർഡന്റെയും കാവൽക്കാരന്റെയും കണ്ണുകൾ വെട്ടിച്ച് അകത്തു കയ റിപ്പറ്റി സത്യഗ്രഹത്തിന് പോയ വാർത്തപോലെ തന്നെ തിരിച്ചെത്തി യതും കാട്ടുതീപോലെ പരന്നു. തൃപ്പൂണിത്തുറയിൽ മഹാരാജാവ് ആദ്യം വിശ്വസിച്ചില്ല. പിന്നീട് കുരുത്തംകെട്ടവരെ റസിഡൻഷ്യൽ പാലസിൽ തന്നെ പ്രത്യേകം ബന്തവസിൽ സൂക്ഷിക്കാൻ കൽപ്പന ആയി.

പൊലീസ് കമ്മീഷണർ ഗോപാലകൃഷ്ണമേനോന്റെ ചോദ്യം ചെയ്യൽ ആയിരുന്നു അടുത്തപടി. ദിമിത്രോവിന്റെ വിചാരണയാണ് പെട്ടെന്ന് കെ ടി ആറിന്റെ ഓർമയിൽ വന്നത്. ആ സ്മരണയിൽനിന്നുള വായ ധൈര്യത്തോടെ ഉരുളയ്ക്കുപ്പേരി പോലുള്ള മറുപടി കേട്ട് കമ്മീഷണർക്ക് മടുത്തു..... മൂന്നുമാസം പോക്കറ്റ് മണി കൊടുത്തില്ല. അത്രയും നാൾ ഏകാന്ത തടവിൽ എന്ന പോലെ കഴിച്ചുകൂട്ടി.

ഭാവിയിലെ കിരീടാവകാശികൾ സത്യഗ്രഹമിരുന്ന് തല്ലുകൊള്ളാൻ ഇടയായ കഥയുടെ ചുരുൾ കെ ടി ആർ നിവർത്തി.

> പി കെ യുടെ (കേരളവർമ കേളപ്പൻ തമ്പുരാന്റെ) ചമ്രവട്ടക്കാരൻ നരസിംഹൻ ഒരു കമ്യൂണിസ്റ്റായിരുന്നു. അയാൾ ഇടയ്ക്കിടയ്ക്ക് കൊണ്ടുവന്ന കമ്യൂണിസ്റ്റ് ലഘുലേഖകളിൽ വലിയ താൽപ്പര്യം

തോന്നി. തുടർന്ന് തൃപ്പൂണിത്തുറ സംസ്കൃത കോളേജിലെ വിദ്യാർഥികളായിരുന്ന ഇ എസ് ഗോപാലൻ, എൻ വി ശങ്കരൻകുട്ടിവാരിയർ, പി കേശവൻ തുടങ്ങിവയരുമായി ബന്ധപ്പെട്ടു. ധാരാളം കമ്യൂണിസ്റ്റു ലഘുലേഖകളും പുസ്തകങ്ങളും കിട്ടിത്തുടങ്ങി...........കോവിലകത്ത് ഒരു പാർട്ടി സെൽ സംഘടിപ്പിക്കപ്പെട്ടു. ഞങ്ങളുടെ മുമ്പിലുള്ള തലമുറയിൽ തന്നെ കോവിലകത്ത് ദേശീയ ചിന്താഗതി കടന്നുവന്നിരുന്നു. ദേശീയധാരയുടെ അന്നത്തെ പ്രതിരൂപമായ ഹിന്ദിപഠനവും ഖാദിധരിക്കലും കോവിലകത്ത് അംഗീകരിക്കപ്പെട്ടുകഴിഞ്ഞിരുന്നു. അതു മാത്രമോ? ഹിന്ദി പഠിപ്പിക്കാൻ വന്ന ഒരാൾ ഒരു തമ്പുരാട്ടിയെ പ്രണയിച്ച് വിവാഹം കഴിച്ചു. രാജകൊട്ടാരത്തെ സംബന്ധിച്ചിടത്തോളം വിപ്ലവകരമായ അനുഭവമാണിത്.

എ ഐ ഇബ്രാഹിം

സമരകാലത്ത് ഞങ്ങൾ മഹാരാജാസ് കോളേജിലെ വിദ്യാർഥികൾ റസിഡൻഷ്യൽ പാലസിൽ താമസം. സമരം മൂർച്ഛിച്ചപ്പോൾ കെ കെ വാരിയർ, സി ജനാർദനൻ തുടങ്ങിയവരും മേൽജാതിക്കാരും സമരത്തിൽ പങ്കെടുക്കേണ്ടതിന്റെ ആവശ്യകതയെക്കുറിച്ച് ഉദ്ബോധിപ്പിച്ചിരുന്നു. ഞങ്ങൾ രണ്ടുപേരെയാണ് സത്യഗ്രഹികളായി തിരഞ്ഞെടുത്തത്..... മാർച്ച് 6-ന് രാത്രി വാർഡന്റെയും കാവൽക്കാരന്റെയും കണ്ണുകൾ വെട്ടിച്ച് മതിൽ ചാടി പുറത്തുവന്നു. നേരത്തെ പറഞ്ഞുറപ്പിച്ചതനുസരിച്ച് ഞങ്ങളെ കൂട്ടികൊണ്ടുപോകാൻ എസ്കോർട്ടായി ഞങ്ങളുടെ സഹപാഠിയും ചേന്ദമംഗലത്തെ പാർട്ടി നേതാവായ എ ഐ ജലീലിന്റെ അനുജൻ എ ഐ ഇബ്രാഹിം കാത്തുനിൽപ്പുണ്ട്. അന്നുരാത്രി മറ്റൊരു സഹപാഠിയും പിൽക്കാലത്ത് ഹൈക്കോടതി ജസ്റ്റിസുമായ സുകുമാരന്റെ വീട്ടിൽ താമസിച്ചു. പിറ്റേന്ന് രാവിലെ ആലുവ വഴി പറവൂരിൽ എത്തി. എൻ കെ മാധവൻ നിർദേശങ്ങൾ തന്ന് ചേന്ദമംഗലത്തേക്ക് അയച്ചു.....

എൻ കെ മാധവൻ

കൊച്ചികുടുംബാംഗങ്ങൾ സത്യഗ്ര

ഹത്തിൽ പങ്കെടുത്തതും തല്ലുകൊണ്ടതും മൂന്നുനാലു ദിവസം അവരെ കാണാതായതുമായ കഥകൾ കേരളത്തിലെന്നപോലെ ഇന്ത്യയിലാകെ പത്രങ്ങൾക്ക് ഒരു പ്രധാന വാർത്തയായിരുന്നു. എന്നാൽ എറണാകുളത്തെ *മലബാർ മെയിൽ* മാത്രം ആ വാർത്ത പ്രസിദ്ധീകരിച്ചില്ല. നാലു ദിവസം കഴിഞ്ഞ്.... മാർച്ച് 11-ന്റെ മുഖപ്രസംഗത്തിൽ വാർത്ത പ്രസിദ്ധീകരിക്കാതിരുന്നതിനുള്ള വിശദീകരണം നൽകുന്നുണ്ട്. സമരത്തെ തുടക്കം മുതലേ നഖശിഖാന്തം എതിർത്തിരുന്നു ആ പത്രം. ആ പത്രത്തെ ഗ്രസിച്ച് കമ്മ്യൂണിസ്റ്റ് വിരോധത്തിന്റെയും ബേജാറിന്റെയും വെപ്രാളത്തിന്റെയും ആഴം മനസിലാക്കാൻ വേണ്ടി ആ മുഖപ്രസംഗം ഇവിടെ ഉചിതമായിരിക്കുമെന്ന് കരുതുന്നു.

> ചേന്ദമംഗലം പൊതുജനങ്ങളുടെ തീവ്രമായ പ്രതിഷേധത്തിനും എതിർപ്പിനും വിധേയമായിരിക്കുന്ന കമ്മ്യൂണിസ്റ്റു കയ്യേറ്റം ജനങ്ങളുടെ യാതൊരുവിധ പിൻതുണയുമില്ലാതെ മൃതിയടയുവാൻ പോകുന്ന ഘട്ടത്തിൽ ഗോശ്രീ രാജവംശത്തിലെ ഒന്നോ രണ്ടോ വ്യക്തികൾ ഈ വിധ്വംസക പ്രസ്താനത്തിന് വളമിട്ട് വളർത്താനുള്ള സാഹസിക ശ്രമത്തിന് വ്യാപരിച്ചു തുടങ്ങിയിരിക്കുന്നതായി വിവരിക്കുന്ന റിപ്പോർട്ടുകൾ ഇവിടെ കിട്ടിയിട്ടുണ്ടെങ്കിലും ആഭിജാത്യവും ഉൽകൃഷ്ടപാരമ്പര്യങ്ങളുമുള്ള കൊച്ചി രാജവംശത്തിലെ ഒരു വ്യക്തിപോലും വിപ്ലവമാർഗത്തിൽ ചെന്ന് ചാടുമെന്ന് വിശ്വസിക്കുക പ്രയാസമായി തോന്നുകയാൽ അത് പ്രസിദ്ധപ്പെടുത്താതിരിക്കുകയായിരുന്നു. കൊച്ചിക്കും കൊച്ചിരാജവംശത്തിനും ഒരുപോലെ അവമാനദായകമായ ഇത്തരം പ്രസ്ഥാനത്തിൽ പങ്കുചേരത്തക്കവിധം കൊച്ചിരാജകുടുംബത്തിലെ ഏതെങ്കിലും ഒരംഗത്തിന്റെ ധാർമിക ബോധം അധഃപതിച്ചുപോകുമെന്ന് എങ്ങനെ വിശ്വസിക്കാൻ കഴിയും? രാജവംശത്തിന് ആകമാനം അവമതി വരുത്തിക്കൂട്ടാൻ പ്രാപ്തമായ നടപടിക്കിറങ്ങിപുറപ്പെട്ടിരിക്കുന്നതായി വിവരിക്കുന്ന പ്രസ്താവന. തമ്പുരാക്കന്മാരുടെ "ഇരിക്കും കൊമ്പു വെട്ടി" നയത്തിന് അവരെ പ്രേരിപ്പിച്ച കാരണങ്ങൾ എന്തെന്നും ഞങ്ങൾക്ക് രൂപമില്ല. രാജകുടുംബാംഗങ്ങൾ നിയമനിഷേധത്തിന് ഇറങ്ങി പുറപ്പെടുന്നത് തടയാൻ സാധിക്കാത്തവിധം കുത്തഴിഞ്ഞതാണോ രാജകുടുംബത്തിന്റെ നിലയെന്ന് ആരെങ്കിലും ചോദിച്ചു പോകുന്നുവെങ്കിൽ അതിലെന്താണാശ്ചര്യപ്പെടാനുള്ളത്? നിയമനിഷേധം നടത്തിയതായി പറയുന്ന രണ്ട് ഇളംമുറ തമ്പുരാക്കന്മാർ തന്നെയാണോ യഥാർഥത്തിൽ അത് നടത്തിയതെന്നും അവരുടെ പേരിൽ ഇറക്കിയിരിക്കുന്ന ലഘുലേഖകളുടെ കർതൃത്വം യഥാർഥത്തിൽ അവർക്കുതന്നെയാണോ എന്നും ഞങ്ങൾക്ക് രൂപമില്ല. റിപ്പോർട്ടിൽ കാണുന്നതുപോലെയാണ് സംഭവങ്ങളുടെ ഗതിയെങ്കിൽ കൊച്ചിരാജ കുടുംബാംഗ

ങ്ങളുടെയിടയിലേക്ക് കമ്യൂണിസ്റ്റ് പാർട്ടിയുടെ വിഷബീജം സംക്രമിച്ച് തുടങ്ങിട്ടുണ്ടെന്നുള്ളതു സംശയാതീതമായിരിക്കുന്നു............. കൊച്ചി രാജകുലത്തിന്റെയും രാജ്യത്തിന്റെയും സൽപ്പേരിന് കെടുതി വരുത്തുന്നവർ ആരായാലും അവരോടു കർശനമായി പെരുമാറേണ്ടതു രാജവംശത്തിന്റെ യശസിനും നിലനിൽപ്പിനും അത്യന്താപേക്ഷിതമാണ്. ആകയാൽ ധർമനിരതനായ മഹാരാജാവ് തിരുമനസിലെ അടിയന്തര ശ്രദ്ധയ്ക്ക് ഇക്കാര്യങ്ങൾ സബഹുമാനം വിഷയീഭവിപ്പിച്ചു കൊള്ളുന്നു." (*മലബാർ മെയിൽ*, 1948 മാർച്ച് 11)

മാർച്ച് 8-ന് സമരം തുടങ്ങി തൊണ്ണൂറ്റിയാറാം ദിവസം സത്യഗ്രഹം അനുഷ്ഠിച്ചത് കൊടുങ്ങല്ലൂർ കോവിലകത്തെ മിടുക്കൻ തമ്പുരാനും ഇ എം ജാതവേദൻ നമ്പൂതിരിപ്പാടും മറ്റൊരു നമ്പൂതിരിയും ആണെന്നും അവരെ അതികഠിനമായി മർദിച്ച് വലിച്ചിഴച്ച് കൊണ്ടുപോയി എന്നും മാർച്ച് 10-ന്റെ *ദേശാഭിമാനി* റിപ്പോർട്ട് ചെയ്തിട്ടുണ്ട്.

19

നിരോധനം പുല്ലാക്കി ക്ഷേത്രത്തിൽ കടന്നു

വടക്കൻ കൊച്ചിജാഥ തൃശൂർനിന്നും ഇരിങ്ങാലക്കുട വരെ പി കെ കുമാരനും അവിടെ നിന്നും കൊടുങ്ങല്ലൂർ വരെ കെ വി ഉണ്ണിയും അവിടെ നിന്ന് ചേന്ദമംഗലത്തേക്ക് അഡ്വക്കേറ്റ് കെ എ സുബ്രഹ്മണ്യനും നയിക്കാനായിരുന്നു തീരുമാനം. യാദൃച്ഛികമായിട്ടാണ് എം എസ് കുമാരന്റെ ചുമതലയിൽ വടക്കൻ കൊച്ചി ജാഥയുടെ നേതൃത്വം വന്നുപെട്ടത്. എന്തോ അസൗകര്യത്താൽ മേൽപ്പറഞ്ഞ മൂന്നുപേർക്കും എത്തിച്ചേരാൻ കഴിഞ്ഞില്ല.

ഒല്ലൂരിലെ പ്രശസ്ത തറവാടായ മങ്കുഴിയിൽ ശങ്കരൻകുട്ടിയുടെ മകനായ കുമാരൻ നന്നെ ചെറുപ്പത്തിലെ കമ്യൂണിസ്റ്റ് പാർട്ടി അംഗമായി. പാലിയം സമരം നടക്കുമ്പോൾ അദ്ദേഹം എസ് എൻ ഡി പി യുടെ തൃശൂർ യൂണിയൻ സെക്രട്ടറിയും ഡയറക്ടർ ബോർഡ് മെമ്പറും ആണ്. അന്ന് തൃശൂർ താലൂക്കിൽ 111 ശാഖകൾ ആണ് പ്രവർത്തിച്ചിരുന്നത്. സംസ്ഥാന നേതാക്കളിൽ ചിലരൊഴികെ മിക്കവാറും എല്ലാവരും കമ്യൂണിസ്റ്റുകാരോ കമ്യൂണിസ്റ്റ് അനുഭാവികളോ ആയിരുന്നു.

1939–41 കാലത്ത് യുദ്ധവിരോധ പ്രസംഗം നടത്തിയതിന് 2 കൊല്ലം ജയിലിൽ ആയിരുന്നു. പാലിയം സമരത്തിൽ രക്തസാക്ഷിത്വം വരിച്ച എ ജി വേലായുധനും അന്ന് ജയിലിൽ ഉണ്ടായിരുന്നു.

ചേന്ദമംഗലത്തേക്കുള്ള ജാഥ തൃശൂർ നിന്നാണ് ആരംഭിച്ചത്. പുതുക്കാട്-ചാലക്കുടി-പരിയാരം പ്രദേശങ്ങളിൽ നിന്ന് ധാരാളം സഖാക്കൾ എത്തിയിരുന്നു. എം എസ് ന്റെ നേതൃത്വത്തിൽ ജാഥ ഇരിങ്ങാലക്കുടയിൽ എത്തി. പ്രതീക്ഷിച്ചതുപോലെ സ്വീകരണത്തിന്റെ ലക്ഷണങ്ങൾ ഒന്നും കണ്ടില്ല. വ്യക്തിപരമായി തന്റെ സുഹൃത്തായ സി ജെ ജോസഫിനെക്കൊണ്ട് പെട്രോമാക്സും മറ്റും ഏർപ്പാട് ചെയ്യിച്ചു. എം എസ്

തന്നെ സി ആർ കേശവൻ വൈദ്യരെയും എം സി ജോസഫിനെയും വിളിച്ചുകൊണ്ട് വന്ന് പ്രസംഗിപ്പിച്ചു.

ഒളിവിലായിരുന്ന കെ കെ വാരിയർ ഇതിനിടയിൽ ഇരിങ്ങാലക്കുടയിൽ ഓടി എത്തി. പൊലീസ് മർദനം ഉണ്ടായാൽ-തീർച്ചയായും അതുണ്ടാകും-അതു താങ്ങാനുള്ള ശാരീരികശേഷി കുമാരനുണ്ടോ എന്ന് ശങ്കിച്ച് ജാഥയിൽ നിന്ന് പിന്മാറാൻ ഉദ്ദേശിച്ചാണ് അദ്ദേഹം എത്തിയത്. യുദ്ധത്തടവുകാരനായിരുന്ന താൻ ജയിലിൽ നിന്നിറങ്ങിയതിനുശേഷം അസുഖങ്ങൾ പിടിപെട്ട് നിത്യരോഗിയെപ്പോലെയായിരുന്നു. എങ്കിലും ജാഥയുമായി മുന്നോട്ടു പോകുകതന്നെ എന്നായിരുന്നു തന്റെ തീരുമാനം. മാർച്ച് 8-ന് രാത്രി കൊടുങ്ങല്ലൂർ എത്തി പടാകുളത്തിന്റെ അരികിൽ ക്യാമ്പുചെയ്തു ടി എൻ കുമാരൻ ഏർപ്പാടു ചെയ്തതു പ്രകാരം ഒളിവിലിരുന്നു സമരം നയിക്കുകയായിരുന്ന പി ജി പടാകുളത്തിന്റെ കരയിൽ എത്തി അടുത്തദിവസത്തെ സത്യഗ്രഹികളെ അഭിസംബോധന ചെയ്തു. ഏതുവിധവും പൊലീസിനെ കബളിപ്പിച്ച് നിരോധിത റോഡിലും അമ്പലത്തിലും കയറുകയെന്നതാണ് ലക്ഷ്യം- പി ജി ചുരുക്കത്തിൽ വിവരിച്ചു. പൊലീസ് ഇങ്ങോട്ടു തല്ലിയാൽ അങ്ങോട്ടും അടിക്കണമെന്ന് ചില സഖാക്കൾ വീറോടെ, വാശിയോടെ, ആവേശത്തോടെ, വാദിച്ചു. അതിനുള്ള നായകന്റെ വിശദീകരണം ഇപ്രകാരം.

> സഖാക്കളെ, നമ്മുടെ പാർട്ടിയുടെ കരുത്തന്മാരായ സഖാക്കളാണ് നിങ്ങൾ. നമ്മുടെ പ്രസ്ഥാനത്തിന്റെ ആകെ മൂലധനം നിങ്ങളെ ബലി കൊടുക്കാൻ പാർട്ടി ആഗ്രഹിക്കുന്നില്ല. കൊടി കെട്ടിയ കോലുകളല്ലാതെ നമ്മുടെ കയ്യിൽ എന്തെങ്കിലും ആയുധങ്ങൾ ഉണ്ടോ? എന്നാൽ പൊലീസിന്റെ കൈവശമോ? വെടിവയ്ക്കാനുള്ള തോക്കുകൾ തുടങ്ങി എല്ലാ ആയുധങ്ങളും അവരുടെ കൈവശമാണ്. ആകയാൽ തിരിച്ചടി അഭിലഷണീയമല്ല; അനുവദനീയവുമല്ല. അതുകൊണ്ട് ഏതുവിധവും പൊലീസിനെ കബളിപ്പിച്ച് നിരോധിത റോഡിൽ കടക്കണം. ക്ഷേത്രത്തിലും പ്രവേശിക്കണം. ഗാന്ധിയൻ രീതിയിൽ നിന്നും അത്രയും അത് വ്യത്യസ്തമാണ്. ഇന്നത്തെ നിലയിൽ വിപ്ലവപരവും. കമ്യൂണിസ്റ്റക്രമ മുദ്രകുത്തി മുറവിളി കൂട്ടുന്നവർക്ക് ഇതറിയാമോ?

പി ജിയുടെ വിശദീകരണം എല്ലാവരെയും തൃപ്തിപ്പെടുത്തിയില്ല. ചിലർ മുറുമുറുത്തുകൊണ്ടിറങ്ങിപ്പോവുകതന്നെ ചെയ്തു. വളണ്ടിയർമാർ ഒരേ പാർട്ടിയിൽപ്പെട്ടവർ മാത്രമായിരുന്നില്ലെന്ന് ഓർമിക്കുക. ഇറങ്ങിപ്പോയവർ വിപ്ലവകാരികളോ അതോ അടുത്ത ദിവസത്തെ പരിമിതമായ പരിപാടി വിജയിപ്പിക്കാൻ ധൈര്യവും ആത്മവിശ്വാസവുമില്ലാത്തവരോ ആയിരുന്നോ എന്ന് വ്യക്തമല്ല.

ടി എൻ കുമാരൻ അനുസ്മരിക്കുന്നു:

തൃശൂർനിന്നുള്ള ജാഥയിൽ മിസിസ് എ വി ആര്യൻ ഉണ്ടായിരുന്നു. അവരുടെ വിവാഹം കഴിഞ്ഞിട്ട് നാലോ അഞ്ചോ ദിവസമേ ആയിട്ടുണ്ടാവൂ. അടികൊണ്ട് ചത്താലും വേണ്ടില്ല സമരത്തിൽ പങ്കെടുക്കണമെന്ന് അവർക്ക് വലിയ വാശി. ചേന്ദമംഗലത്തേക്ക് പോകുന്നതിൽ നിന്നും അവരെ തടയാൻ വളരെ പാടുപെടേണ്ടിവന്നു.

(എ വി ആര്യൻ അവിഭക്ത കമ്യൂണിസ്റ്റ് പാർട്ടിയുടെ തൃശൂർ ജില്ലയിലെ കരുത്തനായ പ്രവർത്തകൻ. 1964-ൽ പാർട്ടി പിളർന്നപ്പോൾ സി പി ഐ (എം) ന്റെ കൂടെ ഉറച്ചുനിന്നു. പിന്നീട് തീവ്രവാദത്തിന്റെ ഒഴുക്കിൽപ്പെട്ട് പാർട്ടി വിട്ടു.)

പിറ്റേന്ന് രാവിലെ വളണ്ടിയർമാർ എം എസ് കുമാരന്റെയും എം എൻ നായരുടെയും നേതൃത്വത്തിൽ രണ്ട് സംഘങ്ങളായി തിരിഞ്ഞ് ചലോ ചലോ ചേന്ദമംഗലം എന്നാർത്തുവിളിച്ച് രണ്ടു വഴികളിലൂടെ ചേന്ദമംഗലത്തേക്ക് പുറപ്പെട്ടു. ഏതെല്ലാം വഴികളിലൂടെയാണ് തങ്ങൾ നീങ്ങിയതെന്ന് രണ്ടുപേർക്കും അറിഞ്ഞുകൂടാ. അൽപ്പം മുമ്പേ നടന്ന മാർഗദർശികളുടെ പിന്നാലെ മുദ്രാവാക്യങ്ങൾ ഉദ്ഘോഷിച്ചുകൊണ്ട് നീങ്ങുകയായിരുന്നു. ഏതാണ്ട് പതിനൊന്ന് മണിയായപ്പോൾ ജാഥകൾ രണ്ടും -എം എൻ നയിക്കുന്ന സംഘം മുന്നിൽ, തൊട്ടുപിന്നിൽ എം എസിന്റെ സംഘം- നിരോധിതമേഖലയ്ക്ക് അടുത്തെത്തി. പ്രധാന ക്ഷേത്രത്തിന്റെ വടക്കുപടിഞ്ഞാറുഭാഗത്തുള്ള ഭഗവതി ക്ഷേത്രത്തിനു സമീപം എം എസ് കുമാരനിൽ നിന്നാണ് എം എൻ നായർ ജാഥാംഗമായിരുന്നു എന്നറിയുന്നത്. വളരെ ബുദ്ധിമുട്ടി എം എൻ നായരെ കണ്ടു. വല്ലച്ചിറ കടലാശേറി അംശംമാതയത്ത് വീട്ടിൽ നാരായണൻ നായർ എൺപത്തിനാലാമത്തെ വയസിലും പാവപ്പെട്ടവരുമായി കലക്ടറേറ്റിലും മറ്റ് ഗവൺ മെന്റ് ആപ്പീസുകളിലും കയറിയിറങ്ങിക്കൊണ്ടിരിക്കുകയാണ്. കാക്കി ഹാഫ് ടൗസറും ഭഗത് സിംഗിന്റേതുപോലുള്ള തൊപ്പിയും വച്ച് നടക്കുന്ന അദ്ദേഹം ഭഗത്സിംഗ് നായർ എന്നാണ് ചേന്ദമംഗലത്തെ പഴയ തലമുറക്കാർക്കിടയിൽ അറിയപ്പെട്ടത്.

ലക്കിടിക്കടുത്ത് കല്ലടിക്കോട്ട് ഒറ്റമൂലച്ചിയെ ഭജിച്ചാൽ മന്ത്രവാദിയുടെ അത്ഭുത സിദ്ധികൾ ലഭിക്കുമെന്ന് തെറ്റിദ്ധരിച്ച് ഒൻപതാം വയസിൽ ലക്കിടിക്ക് തീവണ്ടി കയറിയ ആ പയ്യൻ ബാംഗ്ലൂരിലും പിന്നീട് മീറത്തിലും എത്തി. മീറത്തിൽ വച്ച് തോക്കോടുകൂടി അറസ്റ്റു ചെയ്യപ്പെട്ടു. പിന്നീട് യുദ്ധത്തടവുകാരൻ. 1945 ൽ നാട്ടിൽ മടങ്ങിയെത്തി കർഷകസംഘം പ്രവർത്തകനായി...........

കടന്നാക്രമണത്തിന് തയാറെടുത്തുനിൽക്കുകയായിരുന്ന ഉമ്മറും കൂട്ടരും ജാഥയെ കണ്ട ഉടനെ ചാടി വീണു. ഉമ്മർതന്നെ ഏറ്റവും

മുൻപിൽ നിൽക്കുകയായിരുന്നു. എം എൻ നായരെ ഊക്കോടെ ലാത്തികൊണ്ടടിച്ചു. ഉമ്മറേക്കാളും ഉദ്ദണ്ഡാകാരനായ നായർ ഈച്ചയെ ആട്ടുന്ന ലാഘവത്തോടെ കയ്യിലിരുന്ന മെഗഫോൺ കൊണ്ട് ലാത്തിയടി തടുത്തു. മെഗഫോൺ തെറിച്ചുപോയി. പിടി മാത്രം എം എൻന്റെ കയ്യിൽ. വർധിത കോപത്തോടെ ഉമ്മർ അടിക്കുകയും നായർ അടി തടയുകയും ചെയ്തുകൊണ്ടിരിക്കെ എം എസ് കുമാരനും കാളിയും മറ്റു ചിലരും മുന്നോട്ടു കുതിച്ചു. എം എസിനെയും വേറെ രണ്ടു പുരുഷ വളണ്ടിയർമാരെയും പിന്നിൽ നിന്നും അടിച്ചുവീഴ്ത്തി. കാളി ശരം കണക്കേ മുന്നോട്ടു കുതിച്ച് ക്ഷേത്രത്തിനുള്ളിൽ ചെന്നു നിന്ന് തൊണ്ട പൊട്ടുന്ന ഉച്ചത്തിൽ വിളിച്ചു: "അയിത്തം നശിക്കട്ടെ."

രണ്ടാമത് മുദ്രാവാക്യം വിളിക്കുന്നതിനുമുമ്പു തന്നെ ഗുണ്ടകൾ ചാടി വീണ് കാളിയെ അടിച്ചുവീഴ്ത്തി. ഗുണ്ടകളും രണ്ടു പൊലീസുകാരും ചേർന്ന് കാളിയെ അടിച്ചും തൊഴിച്ചും വലിച്ചിഴച്ച് അടി നടക്കുന്ന ഭഗവതി ക്ഷേത്രത്തിന് സമീപത്തേക്ക് കൊണ്ടുവന്നിട്ടു. പിന്നീട് അവരെ കൊല്ലാക്കൊല ചെയ്തു.

ലാത്തിയടി എം എൻ നായർക്ക് ഏൽക്കുന്നില്ലെന്ന് മനസിലാക്കിയ പൊലീസ് ബയണറ്റ് പ്രയോഗിച്ചു. ആ സഖാവിന്റെ നെറ്റിയിൽ ബയണറ്റ് കുത്തുകൊണ്ട പാട് ഉണ്ട്. കക്ഷത്തിനരികിലും, ബയണറ്റ് കുത്തുകൊണ്ട് മുറിഞ്ഞു കുഴിഞ്ഞ പാട് ഇപ്പോഴും കിടക്കുന്നു. ബയണറ്റ് കുത്തേറ്റ് എം എൻ നായർ തളർന്നുവീണു. ബയണറ്റ് പ്രയോഗിച്ചിരുന്നില്ലെങ്കിൽ അദ്ദേഹത്തെ വീഴ്ത്താൻ കഴിയുമായിരുന്നില്ല.

ഭഗവതിക്ഷേത്രം. ഇതിനുമുന്നിലാണ് കാളിയെ അടിച്ചു വീഴ്ത്തിയത്

വീണിടത്തുനിന്നും എഴുന്നേറ്റപ്പോൾ കിട്ടിയ ആറോ ഏഴോ ലാത്തിയടികൾ എം എസ് കുമാരൻ ഇപ്പോഴും ഓർക്കുന്നുണ്ട്. അപ്പോൾ തോക്കിന്റെ പാത്തികൊണ്ട് ഇടിയേറ്റതും ഓർമയുണ്ട്. ബോധംകെട്ട് മറിഞ്ഞുവീണു. പിന്നെ തന്നെ എന്തൊക്കെ ചെയ്തു, എത്രനേരം അവിടെ കിടന്നുവെന്ന് ഓർമയില്ല. ബോധം തെളിഞ്ഞപ്പോൾ പരിസരബോധം ഉണ്ടായി. തല ഉയർത്തി ചുറ്റും ഒന്നുനോക്കി. കാളി കൈകാലുകൾ പകത്തി കമിഴ്ന്നു വീണുകിടക്കുന്നുണ്ട്. പല സഖാക്കളും പിടയ്ക്കുന്നതും ഞെരങ്ങുന്നതും കണ്ടു. പലരും ചോരയിൽ മുങ്ങിയതുപോലുണ്ട്. ഉടനെ ഒരു പൊലീസുകാരൻ ഓടിയെത്തി തോക്കിന്റെ പാത്തികൊണ്ട് ഇടിച്ചു. താൻ റോഡിന്റെ അരികിൽ താഴോട്ട് വീണതായി ഓർമയുണ്ട്. എം എസിന് വീണ്ടും ബോധംകെട്ടു.

ജാഥയെ തല്ലിത്തകർത്തതിൽ പൊലീസിന് അതിയായ സന്തുഷ്ടി തോന്നിക്കാണും. പക്ഷേ അവർ തളർന്നു കഴിഞ്ഞിരുന്നു. അവർ പിൻവാങ്ങി, കാളി മരിച്ചു കഴിഞ്ഞുവെന്നായിരുന്നിരിക്കാം അവരുടെ കണക്കുകൂട്ടൽ. ജഡം കമ്യൂണിസ്റ്റുകാർക്ക് വിട്ടുകൊടുക്കാൻ തയാറല്ലായിരുന്നു. അതുകൊണ്ടാണ് അവർ കാളിയെ വലിച്ചിഴച്ച് തെക്കുവശത്തുള്ള പൊലീസ് ക്യാമ്പിൽ കൊണ്ടുപോയി ഇട്ടത്.

യുദ്ധത്തിൽ മുറിവേറ്റു വീഴുന്ന ശത്രുപക്ഷക്കാരെ എടുത്ത് ആവശ്യമായ ശുശ്രൂഷകൾ ചെയ്യുക എന്നത് പണ്ടുകാലം മുതലേ ലോകമെമ്പാടും പാലിച്ചു വന്ന സാമാന്യമര്യാദയാണ്. എന്നാൽ ധാർമിക ചക്രവർത്തി എന്ന് പ്രകീർത്തിക്കപ്പെട്ട കൊച്ചി മഹാരാജാവിന്റെ ഗവൺമെന്റിന് ഈ പ്രാഥമിക മര്യാദ അറിഞ്ഞുകൂടായിരുന്നു.

ആർ കെ കുട്ടന്റെ നേതൃത്വത്തിൽ പ്രവർത്തിച്ച പ്രഥമ ശുശ്രൂഷാ സന്നദ്ധസംഘം, പൊലീസ് പിൻവാങ്ങിക്കഴിഞ്ഞപ്പോൾ രംഗത്തുവന്നു. റെഡ്ക്രോസ് സന്നദ്ധ സംഘത്തെപ്പോലെ അവർ വീണു കിടക്കുന്ന സഖാക്കളെ എടുത്തുകൊണ്ടുപോയി. സാരമല്ലാത്ത പരിക്കേറ്റവരെ സമര ക്യാമ്പിൽ കൊണ്ടുപോയി, അവിടെ നേരത്തെ തയാറാക്കിവച്ച് ചൂടുവെള്ളത്തിൽ തോർത്ത് മുക്കിപ്പിഴിഞ്ഞ് ചൂടേൽപ്പിച്ചു. ചെറിയ മുറിവുകൾ കഴുകി മരുന്നു വെച്ചു കെട്ടുകയും ചെയ്തു. ഗുരുതരമായ പരിക്കുള്ളവരെ വഞ്ചികളിലാക്കി കൊടുങ്ങല്ലൂർ ആശുപത്രിയിലേക്ക് കൊണ്ടുപോയി.

എം എൻ നായർ

ഗുരുതരമായ പരിക്കുകൾ ഏറ്റവരിൽ എം എസ് കുമാരൻ, എം എൻ നായർ, കാളി എന്നിവരെ കൂടാതെ ചാലക്കുടിയിലെ ഇ കെ വേലായുധ

നും പരിയാരത്തെ വേലായുധനും കൂടിയുണ്ടെന്ന് മാർച്ച് 14-ലെ *ദേശാഭിമാനി* റിപ്പോർട്ട് ചെയ്തു.

കൊടുങ്ങല്ലൂർ ആശുപത്രിയിലേക്ക് കൊണ്ടുപോകാനായി വള്ളത്തിൽ കയറ്റുമ്പോൾ എം എൻ നായർക്ക് ബോധം തെളിഞ്ഞിരുന്നു. അപ്പോഴത്തെ രോമാഞ്ചജനകമായ അനുഭവം എം എൻ നായർ ഇങ്ങനെ അയവിറക്കി:

> ഞങ്ങളെ കയറ്റിയ വഞ്ചികൾ കൊടുങ്ങല്ലൂരിലേക്ക് നീങ്ങിത്തുടങ്ങിയപ്പോൾ ഇരുകരകളിലും ജനങ്ങൾ അവിടവിടെ കൂടിനിന്ന് 'ഇവിടെ അടുപ്പിച്ചിട്ടുപോ, ഇവിടെ അടുപ്പിച്ചിട്ടുപോ' എന്ന് ആർത്തിയോടെ ഉച്ചത്തിൽ വിളിച്ചുപറഞ്ഞുകൊണ്ടിരുന്നു. അയിത്തപ്പിശാചിനെതിരെ സമരം നടത്തിയ ജേതാക്കളെ ഒരു നോക്കുകാണാനും അവരോടുള്ള സ്നേഹാദരങ്ങൾ പ്രകടിപ്പിക്കാനും വെമ്പൽ കൊള്ളുകയായിരുന്നു പൊതുജനം. ആകയാൽ ഉദ്ദേശത്തിലും ഏറെനേരം എടുത്തു ആശുപത്രിയിൽ എത്താൻ.

എം എൻ രണ്ടാഴ്ച ആശുപത്രിയിൽ കിടന്നു. പണ്ടേ ദുർബല, പിന്നെ ഗർഭിണിയും എന്ന സ്ഥിതി ആയിരുന്നു കുമാരന്റേത്.

> നിലത്തുവീണു കിടന്നവരെ പൊലീസും ഗുണ്ടകളും ചേർന്ന് പൈശാചികമായി മർദിച്ചു. ഇതിൽ ഏററവും അവശനായി തീർന്നവരിൽ ഒരാളാണ് എം എസ് കുമാരൻ.........നിത്യരോഗി എന്ന നിലയിൽ ശരീരം ക്ഷീണിച്ച് അവശനായി ആര് തടുത്തിട്ടും നിൽക്കാതെ സമരാവേശഭരിതനായി പാലിയത്തേക്ക് മാർച്ച് ചെയ്തതാണ്. അടികൊണ്ട് അവശനിലയിൽ കുമാരനെ കണ്ടവരാരും അദ്ദേഹം രക്ഷപ്പെടുമെന്ന് പറഞ്ഞില്ല. (പി ജി, ടി ലഘുലേഖ)

എം എസ് കൊടുങ്ങല്ലൂർ ആശുപത്രിയിൽ കുറേനാൾ കിടന്നു. ചേർപ്പിൽ വി കെ മേനോന്റെ വീട്ടിൽ കിടന്നു വളരെ നാളത്തെ ചികിത്സയ്ക്ക് ശേഷമാണ് ആരോഗ്യം കുറെയൊക്കെ വീണ്ടെടുത്തത്.

പൈശാചികമായ ഈ നരവേട്ടയെകുറിച്ച് 1948 മാർച്ച് 10-ന്റെ *മലബാർ മെയിൽ* പ്രസിദ്ധം ചെയ്ത പച്ചക്കള്ളം താഴെ കൊടുക്കുന്നു.

> ഇന്ന് ചേന്ദമംഗലത്ത് ഒരു കമ്യൂണിസ്റ്റ് ആളിക്കത്തുകയുണ്ടായി.
>
> നിരോധനം ലംഘിക്കാൻ പല ജാഥകൾ അവിടേക്ക് വന്നു. ഈ ജാഥക്കാരിൽ ഭൂരിപക്ഷവും കൊച്ചി സംസ്ഥാനത്തിന് വെളിയിൽ നിന്നു വന്നവരായിരുന്നു. ജാഥാംഗങ്ങൾ വലിയ വടി, കട്ടപ്പാര, ഇരുമ്പുകുറ്റി മുതലായ മരണകരങ്ങളായ ആയുധങ്ങൾ ധരിച്ചിരുന്നു.

ഇന്ന് കാലത്ത് പത്തുമണിയോടുകൂടി ഏതാനും സ്ത്രീകൾ ഉൾപ്പെടെ അമ്പത് പേരടങ്ങിയ ഒരു ജാഥാസംഘം മാർച്ച് ചെയ്തു വന്ന് പാലിയം കോവിലകത്തിന്റെ പടിഞ്ഞാറെ ഗേറ്റിൽ കൂടി പാലിയം സങ്കേതത്തിലേക്ക് പ്രവേശിക്കാൻ ശ്രമിച്ചു. പൊലീസിനെയും പാലിയം ജനങ്ങളെയും അധിക്ഷേപിച്ചുകൊണ്ടുള്ള മുദ്രാവാക്യങ്ങൾ മുഴക്കിക്കൊണ്ടാണവർ മാർച്ചുചെയ്തുവന്നത്. ജാഥ ഭഗവതിക്ഷേത്രത്തിൽ എത്തിയപ്പോൾ ജനക്കൂട്ടം നിയമവിരുദ്ധ സംഘമായി പ്രഖ്യാപിക്കപ്പെടുകയും അവരോട് പിരിഞ്ഞുപോകാൻ ആജ്ഞാപിക്കുകയും ചെയ്തു. പിരിഞ്ഞുപോകാനുള്ള യാതൊരു സന്നദ്ധതയും അവർ കാണിച്ചില്ലെന്നു മാത്രമല്ല ധാർഷ്ട്യത്തോടെ അവിടെ ഡ്യൂട്ടിയിൽ നിന്ന പൊലീസിന്റെ നേർക്ക് മാർച്ചു ചെയ്യുകയും ചെയ്തു. വീണ്ടും മുന്നറിയിപ്പു നൽകിയശേഷം ഒരു ലാത്തിച്ചാർജ് നടത്താൻ ഉത്തരവുനൽകപ്പെട്ടു. പെട്ടെന്ന് ജനക്കൂട്ടത്തിൽ നിന്നൊരാൾ ഘനമേറിയ വലിയ ഒരു വടിയും വഹിച്ചുകൊണ്ട് മുന്നോട്ടു ചാടിവീണു. വടി ഒരു ഹെഡ്കോൺസ്റ്റബിളിന്റെ നേർക്ക് ഓങ്ങി. സബ് ഇൻസ്പെക്ടറുടെ പിന്നിൽ നിന്ന ഒരു ഹെഡ്കോൺസ്റ്റബിൾ അത് തടഞ്ഞു. ഉടനെ അക്രമി ഹെഡ്കോൺസ്റ്റബിളിനെ നിരായുധനാക്കാൻ ശ്രമിച്ചു. അതേ തുടർന്ന് അവർ തമ്മിൽ ഒരു ഉരുട്ടിപ്പിടുത്തം നടന്നതിന്റെ ഫലമായി രണ്ടുപേരും നിലംപതിച്ചു. നിലത്തുകിടന്നുരുണ്ടു. അതോടെ അക്രമവ്യൂഹം ഒന്നടങ്കം മുന്നോട്ട് തള്ളിക്കയറി. പല ഭാഗങ്ങളായി തിരിഞ്ഞു പൊലീസിനെ ആക്രമിച്ചു. പൊലീസ് നടപടി ആരംഭിക്കുകയും ജാഥക്കാരെ പിരിച്ചുവിടുകയും ചെയ്തു.

നുണപറഞ്ഞു ഫലിപ്പിക്കാൻപോലും പത്രാധിപർക്കും ലേഖകനും കഴിവില്ലാതെ വന്നതിൽ സഹതപിക്കുകയല്ലാതെ എന്തുചെയ്യാൻ!

20

ചതുരംഗപ്പട അണിനിരന്ന യുദ്ധക്കളം

പുരാണങ്ങളിൽ പറയുന്ന യുദ്ധരംഗങ്ങളിൽ ആന, കുതിര, തേര്, കാലാൾ എന്നിവയടങ്ങുന്ന ചതുരംഗപ്പടയാണ് അണിനിരന്നത്. എന്നാൽ 1948 മാർച്ച് 9-ന് പാലിയം ക്ഷേത്രത്തിന് തെക്കുവശം പൊലീസ് ക്യാമ്പിന് മുമ്പിലെത്തിയ സഹനസമരസന്നദ്ധഭടന്മാരെ നേരിടാൻ ഗവൺമെന്റ് അണിനിരത്തിയ സേനയുടെ പക്കൽ ചൂരൽ, ലാത്തി, തോക്ക് എന്നിവയാണുണ്ടായിരുന്നത്. തീർന്നില്ല, തുമ്പിക്കൈയിൽ ചങ്ങലയേന്തിയ ആനകളുമുണ്ടായിരുന്നു കൂട്ടത്തിൽ.

തൃപ്പൂണിത്തുറ ജാഥയും വൈപ്പിൻജാഥയും ചേർന്നുള്ള തെക്കൻ കൊച്ചി ജാഥ ഇ കെ നാരായണന്റെ നേതൃത്വത്തിലായിരുന്നു. ഇടക്കൊച്ചിയിലെ വെറും സാധാരണ തൊഴിലാളി കുടുംബത്തിൽ ജനിച്ച ഇ കെ ഒമ്പതാമത്തെ വയസിൽ സഹോദരൻ അയ്യപ്പൻ എഴുതിയ ജാതിക്കെതിരായ ഗാനത്തിൽ ആകൃഷ്ടനായിട്ടാണ് പൊതുരംഗത്ത് വന്നത്. തൊഴിലാളി യൂണിയൻ നേതാവായും ഇടകൊച്ചി പഞ്ചായത്ത് പ്രസിഡന്റായും കൊച്ചിൻ കോർപ്പറേഷൻ മേയറായും പ്രവർത്തിച്ച ഇ കെ ഇടകൊച്ചി പള്ളുരുത്തി മേഖലയിലെ ആദ്യകാല കമ്യൂണിസ്റ്റ് പ്രവർത്തകരുടെ നിരയിൽ ഉൾപ്പെടുന്നു.

ജി വി പ്രഭാകരൻ മാസ്റ്ററുടെ നേതൃത്വത്തിൽ തൃപ്പൂണിത്തുറയെ പിടിച്ചുകുലുക്കിയ "ചലോ ചലോ ചേന്ദമംഗലം" ജാഥ വൈപ്പിനിലേക്ക് കടന്ന് അവിടത്തെ ജാഥയോടൊപ്പമാണ് ചേന്ദമംഗലത്ത് നീങ്ങിയത്.

തെക്കൻ കൊച്ചി ജാഥ മാർച്ച് 8-ന് ഇടക്കൊച്ചിയിൽ നിന്നും പ്രയാണമാരംഭിച്ചു. പള്ളുരുത്തിയിലും മട്ടാഞ്ചേരിയിലും ജാഥയ്ക്ക് ഗംഭീരമായ വരവേൽപ്പു നൽകി. അവിടങ്ങളിൽ നിന്നെല്ലാം പുതിയ വളണ്ടിയർമാർ സത്യഗ്രഹികളായി ജാഥയിൽ ചേർന്നു. അഴീക്കൽ എത്തി

കെ ആർ ലോറൻസ്

യപ്പോഴാണ് ഏറ്റവും കൂടുതൽ യുവാക്കൾ ജാഥയിൽ ചേർന്നത്. അതിന് മുമ്പ് നാലഞ്ചു ദിവസങ്ങളിലായി ഒരസുഖം ബാധിച്ച് ബാർലി വെള്ളം മാത്രം കുടിച്ചു കഴിയുകയായിരുന്ന എ ജി വേലായുധനും ജാഥയിൽ ചേർന്നു. ബന്ധുക്കളും സുഹൃത്തുക്കളും സഖാക്കളും വേലായുധനെ വിലക്കാൻ ശ്രമിച്ചു. അദ്ദേഹത്തിന്റെ ശരീരസ്ഥിതി അത്രയ്ക്കും മോശമായിരുന്നു. കുറേശ്ശെ പനിയുമുണ്ടായിരുന്നു. സുഹൃത്തുക്കളുടെയും സഖാക്കളുടെയും ബന്ധുക്കളുടെയും സദുദ്ദേശപരമായ ഉപദേശങ്ങൾ അല്ല വേലായുധന്റെ ഉള്ളിൽ തട്ടിയത്. പാലിയം സമരസന്ദേശം പകർന്ന ആവേശം അദ്ദേഹത്തെ ദൃഢചിത്തനാക്കി. അദ്ദേഹം ജാഥയുടെ മുൻനിരയിൽ തന്നെ സ്ഥാനം പിടിച്ചു.

ജാഥ എളങ്കുന്നപ്പുഴ എത്തിയപ്പോൾ സ്ത്രീകൾ ഉൾപ്പെടെ പുലയ മഹാസഭാംഗങ്ങളും മറ്റ് സഖാക്കളും അതോടൊപ്പം ചേർന്നു. കരളുറപ്പോടെ, നിശ്ചയദാർഢ്യത്തോടെ, ആർത്തലച്ചു നീങ്ങുന്ന ചോരത്തിളപ്പുള്ള യുവതീയുവാക്കന്മാരുടെ മാർച്ച് കാണാൻ വഴിയുടെ ഇരുവശങ്ങളിലും അമ്മമാർ ഉൾപ്പെടെ ധാരാളം പേർ തിങ്ങിക്കൂടി.

“നിങ്ങൾ ആരും ജീവനോടെ തിരിച്ചുവരുമെന്ന് ഞങ്ങൾ കരുതിയില്ല”-സമരത്തിന്റെ പിറ്റേന്ന് കണ്ടപ്പോൾ ഒരയൽവാസി പറഞ്ഞ വാക്കുകൾ ഓച്ചംതുരുത്ത് കുഴിവേലിൽ കെ ആർ ലോറൻസ് ഓർക്കുന്നു. ലോറൻസ് ഇത്രയും കൂടി പറഞ്ഞു.

> മരിച്ചാലും തരക്കേടില്ല, അയിത്തത്തിനെതിരായ സമരത്തിൽ പങ്കെടുക്കണമെന്ന വാശിയായിരുന്നു എനിക്ക്. കെട്ടുനാറിയ ജാതിക്കുശുമ്പാണ് എന്നെ പാർട്ടിയിൽ എത്തിച്ചതുതന്നെ. പാലിയം സമരത്തിന് കുറച്ചുനാൾ മുമ്പേ ഈഴവ സമുദായത്തിൽപ്പെട്ട ഒരു പൊലീസുകാരൻ പടന്നർ സമുദായത്തിൽപ്പെട്ട ഒരുത്തനെ തല്ലി. പടന്നർ പൊലീസുകാരനെ വളഞ്ഞു. അരിശം കേറിയ ഈഴവർ രാത്രിയിൽ പടന്നരെ വീടുകളിൽ കയറി തല്ലി. അതിൽ പ്രതിഷേധിച്ച് എ ജി വേലായുധന്റെയും സി ടി സേവ്യറിന്റെയും നേതൃത്വത്തിൽ ഒരു പ്രതിഷേധപ്രകടനം നടന്നു. ആദ്യമായി ഞാൻ പങ്കെടുത്ത ഘോഷയാത്രയായിരുന്നു അത്. ആയിടെ തന്നെ മറ്റൊരു പടന്നനെ ഒരു വാലൻ തല്ലിക്കൊന്നു. 20 ക. കൊടുത്ത് കേസൊതുക്കിത്തീർത്തു. ഇതിലേറെ അസഹ്യമായിരുന്നത് തെക്കുവശമുള്ള മുരിക്കിൻപാടത്തെ പാവപ്പെട്ട കുടുംബിസമുദായക്കാരുടെ അയിത്താചാരണമായിരുന്നു. കൂലിവേലക്കാർ മാത്രമായിരുന്നു

അവർ. എങ്കിലും അന്യജാതിക്കാർ തൊട്ട പച്ചവെള്ളം പോലും അവർ കുടിക്കില്ലായിരുന്നു. ഈ രീതികളിൽ എനിക്ക് വലിയ വെറുപ്പായിരുന്നു..........

ഇടക്കൊച്ചിയിൽ നിന്ന് പുറപ്പെട്ട ജാഥ മുന്നോട്ട് നീങ്ങുന്തോറും പുതിയ പുതിയ അംഗങ്ങൾ അതിൽ ചേർന്നുകൊണ്ടിരുന്നു. രാത്രി എട്ടു മണിയായപ്പോൾ ചെറായിൽ എത്തി. അവിടെ വിശ്രമിച്ചു.

പിറ്റേന്ന് രാവിലെ കോലോത്തുംകടവ് കടന്ന് വടക്കേക്കരയിൽ എത്തി. അദ്ദേഹത്തെ പിന്തിരിപ്പിക്കാൻ വീണ്ടും ഒരു ശ്രമം കൂടി നടത്തി. സമരം പ്രാണവായുവാക്കിയ എ ജി ആരുടെയും വാക്കുകൾക്ക് ചെവി കൊടുത്തില്ലെന്ന് മാത്രമല്ല, കൂടുതൽ ശക്തിയോടെ കൂടുതൽ ഉച്ചത്തിൽ മുദ്രാവാക്യങ്ങൾ വിളിച്ചുകൊണ്ട് മുന്നോട്ട് നീങ്ങി. സമരസമിതി ഏർപ്പെടുത്തിയ മാർഗദർശിയുടെ പിന്നാലെ നാടാകെ ഇളക്കിമറിക്കുന്ന മുദ്രാവാക്യങ്ങളോടെ ആർത്തലച്ച ജാഥ ചേന്ദമംഗലം പ്രധാന ക്ഷേത്രത്തിന്റെ തെക്കുവശം-അന്നത്തെ പൊലീസ് ക്യാമ്പിന്റെ മുൻവശം എത്തി. ശീവേലി എഴുന്നള്ളിപ്പ് കഴിഞ്ഞാൽ ആനകളെ നിറുത്തി തീറ്റി ഊട്ടുകൊടുക്കുന്നത് ക്ഷേത്രത്തിന്റെ തെക്കുവശമുള്ള പുരയിടത്തിലാണ്. അതായത് പൊലീസ് ക്യാമ്പിന്റെ മുൻപിൽ. ഒരാന റോഡിലേക്ക് ഇറങ്ങി. ഇറങ്ങിയതോ ഇറക്കി വിട്ടതോ എന്ന് തീർച്ചയില്ല. ആന വരുന്നത് കണ്ട് ചിലർ ഓടി. ഓട്ടത്തിൽ ചിലർ വീണു. ചിലർ ഒതുങ്ങി നിന്നു. യുദ്ധപരിശീലനം ഒന്നും ലഭിക്കാത്ത ആനയായതിനാൽ ആയിരിക്കാം ആനയിൽനിന്നും ആർക്കെങ്കിലും എന്തെങ്കിലും ഉപദ്രവം നേരിട്ടതായി പറഞ്ഞുകേട്ടില്ല. ആന, ആനയുടെ പാട്ടിന് പോയി. ഓടാതിരുന്ന ജാഥാംഗങ്ങൾ മുദ്രാവാക്യം വിളികളുമായി നിരോധിത മേഖലയിലേക്ക് കുതിച്ചു. പൊലീസ് ചാടിവീണ് അടിയും തുടങ്ങി. ആദ്യത്തെ അടി വേലായുധനാണ് കൊണ്ടത്. ആദ്യത്തെ അടിക്കു തന്നെ വേലായുധൻ വീണു. വീണുപോയിട്ടും പൊലീസ് അദ്ദേഹത്തെ വിട്ടില്ല. തോക്കിന്റെ പാത്തികൊണ്ട് ഇടിയോടിടി. ഓരോ ഇടിക്കും ആ വീരപോരാളി മുദ്രാവാക്യം മുഴക്കിക്കൊണ്ടിരുന്നു.

എ എസ് പുരുഷോത്തമൻ

ഗുരുതരമായ പരിക്കേറ്റ് വീണ മറ്റൊരാൾ എസ് എൻ ഡി പി നേതാവായ ഇടക്കൊച്ചിയിലെ എം എസ് കൃഷ്ണൻകുട്ടിയാണ്. സഹോദരപ്രസ്ഥാനത്തിലൂടെ വന്ന പുരോഗമനവാദി. പ്രോഗ്രസീവ് സൊസൈറ്റി എന്ന പേരിൽ ഒരു സാംസ്കാരിക സംഘടനയ്ക്ക് രൂപം കൊടുത്തി

രുന്നു അദ്ദേഹം. സാരമായ പരിക്കേറ്റ മറ്റൊരാൾ വൈപ്പിൻകരയിലെ ജനനേതാവും പിൽക്കാലത്ത് അവിടത്തെ എം എൽ എയുമായി തീർന്ന എ എസ് പുരുഷോത്തമൻ.

തൃപ്പൂണിത്തുറ ജാഥാക്യാപ്ടൻ ആയിരുന്ന ഉദയംപേരൂർവേലിക്കകത്ത് ടി വി പ്രഭാകരൻ ആണ് തലയ്ക്ക് മാരകമായ മുറിവേറ്റ സമരഭടൻ. കോൺഗ്രസ് സമരപ്രവർത്തകൻ എന്ന നിലയിൽ തന്നെയാണ് അദ്ദേഹം പാലിയം സമരത്തിൽ പങ്കെടുത്തത്. 1951 ൽ ആണ് കോൺഗ്രസ് വിട്ട് കമ്യൂണിസ്റ്റ് പാർട്ടി അംഗമായത്. 1955 ൽ എൺപത്തിനാലാമത്തെ വയസിൽ മരിച്ചു.

എ കെ ശങ്കരൻ

തെക്കേ മാലിപ്പുറത്തെ പി എസ് വേലായുധന് മുഖത്തും ശരീരത്തിന്റെ പല ഭാഗങ്ങളിലും മുറിവുകളേറ്റു.

എ ജി വേലായുധന്റെ പിതൃസഹോദരീ പുത്രനായ എ കെ ശങ്കരനും സുഹൃത്ത് വിശ്വനാഥനും കൂടി ഓടി രക്ഷപ്പെടാൻ നോക്കി. വിശ്വനാഥൻ വേലിചാടി അടുത്ത പുരയിടത്തിൽ കയറി. വിശാലമായ ആ പുരയിടത്തിൽ ഒളിക്കാൻ ഒരിടവും കണ്ടില്ല. പിറകെ പൊലീസുണ്ട്. അവർ എത്തുംമുമ്പ് ഒളിക്കാം. താമര നിറഞ്ഞ ഒരു കുളം കണ്ടു. അതി ലേക്ക് ഇറങ്ങി. ഒരു താമരയില പറിച്ച് മുഖത്തിട്ട് വെള്ളത്തിൽ പൊന്തിക്കിടന്നു. സമരവിരോധിയായ ഒരു നായരായിരുന്നു കുളത്തിന്റെ ഉടമ. അയാൾ ഇതെല്ലാം കാണുന്നുണ്ടായിരുന്നു. പൊലീസ് എത്തിയപ്പോൾ അയാൾ ഒറ്റുകൊടുത്തു. പൊലീസ് കുളത്തിൽ ആളെ കണ്ടില്ല. അവസാനം പൊലീസുകാർ ലാത്തികൊണ്ട് ഓരോ താമരയിലയിലും കുത്തി. ഒരു കുത്തിന് വിശ്വനാഥന്റെ മുൻനിരയിലെ രണ്ടു പല്ലുകൾ അടർന്നുപോയി. കരയ്ക്കു കയറ്റി വിശ്വനാഥനെ പൊതിരെ തല്ലി. തലയിൽ ആഴമുള്ള മാരകമായ പരിക്കേറ്റ അദ്ദേഹത്തെ റോഡിൽ കൊണ്ടു തള്ളി.

സമരം അടിച്ചമർത്തി ക്യാമ്പിലേക്ക് പിൻവാങ്ങുകയായിരുന്നു പൊലീസ്. ആദ്യം വീണ എ ജി വേലായുധൻ അപ്പോഴും ക്ഷീണിച്ച സ്വരത്തിലാണെങ്കിലും അയിത്തം നശിക്കട്ടെ, മർദനം അവസാനിപ്പിക്കും എന്നൊക്കെ വിളിച്ചു പറയുന്നുണ്ടായിരുന്നു. അതുകണ്ടപ്പോൾ ഉണ്ടായ അരിശം മുഴുവനും പൊലീസ് വേലായുധനോട് തീർത്തു. തോക്കിന്റെ പാത്തികൊണ്ട് ആ മൃതപ്രായനെ വീണ്ടും ഇടിച്ചു. ഹാർബർ തൊഴിലാളിയായിരുന്ന വേലായുധനോട് അവിടെ ഡ്യൂട്ടിനോക്കിയ പൊലീസുകാർക്ക് വലിയ വിരോധമായിരുന്നു. ആ പൊലീസുകാരാണ് വേലായുധനെ നിഷ്കരുണം കശാപ്പുചെയ്തത് എന്നു കരുതപ്പെടുന്നു.

വേലായുധന്റെ ചലനമററു. ജഡം കമ്യൂണിസ്റ്റുകാർ കൊണ്ടുപോകാതിരിക്കാൻവേണ്ടി വേലായുധനെ വലിച്ചുകൊണ്ടു വന്ന് ക്യാമ്പിൽ കാളിയുടെ സമീപം ഇട്ടു.

യുദ്ധക്കളത്തിലെ കൊലവിളി നിന്നു. എങ്കിലും പൊലീസിന് ധൈര്യം പോരാ. അവർ വളരെ ക്ഷീണിച്ചിരുന്നു. ഇനിയും ജാഥകൾ വന്നാലോ? കൂടുതൽ പൊലീസിനെ ഉടൻ എത്തിച്ചുതരണമെന്ന് അഭ്യർഥിച്ചുകൊണ്ട് കമ്പിയില്ലാകമ്പി സന്ദേശം എറണാകുളത്ത് ഒഴുകി.

അതിനിടയിൽ പൊലീസുകാർ പാലിയം ഒരുക്കിയ സദ്യ ഉണ്ടു ക്യാമ്പിലും അങ്ങുമിങ്ങുമായി വിശ്രമിക്കാൻ തുടങ്ങി. അപ്പോഴെല്ലാം എ ജി വേലായുധനും കാളിയും പ്രാണവേദനയാൽ പിടയുകയായിരുന്നു.

അപ്പോൾ പാലിയത്തെ ഒരു കിങ്കരൻ ഓടിക്കിതച്ചുവന്ന് അറിയിച്ചു.

ചേന്ദമംഗലത്തേക്കു തിരിച്ച പൊലീസ്പാർട്ടിയെ നാട്ടുകാർ തടഞ്ഞു വച്ചിരിക്കുന്നു.

മാനേജർ ദിനകരൻഅച്ചന്റെയും ഡിവിഷൻ ഇൻസ്പെക്ടർ ഉമ്മറിന്റെയും വയറ്റിൽ ഒപ്പം തീ കത്തി. ഉമ്മർ വിസിൽ ഊതി. പൊലീസുകാരെ ഫാൾഇൻ ലൈൻ ആക്കി. രണ്ടുപേരെ ക്യാമ്പിൽ നിർത്തി. കുറെ പേരെ പാലിയത്തിന്റെയും ക്ഷേത്രത്തിന്റെയും കാവൽ ഏൽപ്പിച്ചു. ബാക്കിവന്ന ഒരു സംഘവുമായി ഉമ്മർ പറവൂർക്ക് തിരിച്ചു. ബയണറ്റ് ഘടിപ്പിച്ച നിറതോക്കു ചൂണ്ടിക്കൊണ്ടാണ് ശത്രുവിന്റെ താവളം ആക്രമിക്കാൻ പോകുന്ന സൈന്യത്തെപ്പോലെ ഉമ്മറും കൂട്ടരും കൊച്ചി വിട്ട് പറവൂരിൽ തിരുവിതാംകൂറിന്റെ മണ്ണിലേക്ക് കാലുകുത്തിയത്. 1948 മാർച്ച 14-ന്റെ *ദേശാഭിമാനി* ഇങ്ങനെ റിപ്പോർട്ടു ചെയ്തു.

> ഉമ്മർ തിരുവിതാംകൂർ അതിർത്തി കടന്ന് ഉദ്ദേശം ആറു ഫർലോങ്ങ് ഉള്ളിൽ നടക്കുന്ന പ്രകടനത്തിന് നേരെ പാഞ്ഞടുത്തു. ഉമ്മർ റിവോൾവർ വലിച്ചെടുത്ത് ജനക്കൂട്ടത്തെ ഭീഷണിപ്പെടുത്താൻ നോക്കി. പ്രകടനം അച്ചടക്കത്തോടെ രണ്ടായി പിരിയുകയും ഒരു ഭാഗം ഉമ്മറിനേയും കൂട്ടരേയും നേരിടുകയും ചെയ്തു. "മർദകനായ ഉമ്മർ തിരിച്ചുപോകണം", "തോക്ക് ചൂണ്ടി ഞങ്ങളെ ഭയപ്പെടുത്താൻ നോക്കേണ്ട" മുതലായ മുദ്രാവാക്യങ്ങളോടുകൂടി പ്രകടനം നടത്തിയ ജനങ്ങളുടെ മുമ്പിൽ പരാജയമടഞ്ഞ ഉമ്മർ പിൻവാങ്ങി.

പോകുന്ന പോക്കിൽ ഉമ്മർ വേലുക്കുട്ടി എന്ന ചായക്കടക്കാരനെ ഭീകരമായി മർദിച്ചു.

അഞ്ചരയ്ക്കുശേഷമാണ് പാപ്പാളിയുടെ നേതൃത്വത്തിലുള്ള പൊലീസ് സൈന്യം ചേന്ദമംഗലത്ത് എത്തിയത്. എ ജി വേലായുധൻ അന്ത്യശ്വാസം വലിച്ചത് അഞ്ചരമണിക്കാണെന്നാണ് ഗവൺമെന്റ് പത്രക്കുറിപ്പിൽ പറഞ്ഞത്. അതായത് ഏതാണ്ട് അഞ്ചര മണിക്കൂർ നേരം ചോര വാർന്നൊലിച്ച്, ഒരിറ്റ് വെള്ളം കിട്ടാതെ തൊണ്ടയും നാക്കും വരണ്ട്

പെടപെടെ പിടച്ചാണ് എ ജി മരിച്ചത്. അന്ത്യനിമിഷം വരെ വിപ്ലവ ബോധം എ ജിയിൽ തുടിച്ചുനിന്നുവെന്ന് ഇനി വായിക്കുന്ന അദ്ദേഹത്തിന്റെ അന്ത്യസന്ദേശത്തിൽ നിന്നറിയാം. തക്കസമയത്ത് ആവശ്യമായ പരിചരണം നൽകിയിരുന്നുവെങ്കിൽ ആ വീരസഖാവ് അപ്പോൾ നമ്മെ വിട്ടുപിരിയുകയില്ലായിരുന്നു.

തൃപ്പൂണിത്തുറ-എറണാകുളം ജാഥ പരവൂർ വഴി തെക്കുവശത്തുനിന്നും വൈപ്പിൻ ജാഥ വടക്കേക്കര വഴി പടിഞ്ഞാറുവശത്ത് നിന്നും തൃശൂർ ജാഥ ഗോതുരുത്തി വഴി വടക്കുവശത്തുനിന്നും ഒരേ സമയത്ത് നിരോധിത റോഡിലും ക്ഷേത്രത്തിലും പ്രവേശിച്ച് പൊലീസിനെയും പാലിയത്തച്ചനെയും ഗവൺമെന്റിനെയും തോൽപ്പിക്കുക എന്ന തന്ത്രമാണ് ബഹുജനവിപ്ലവ പ്രവർത്തനങ്ങളുടെ മർമജ്ഞനായ എ കെ ജിയുടെ സാന്നിധ്യത്തിൽ കൂടിയ കർമസമിതി ആവിഷ്കരിച്ചത്. അത് പാളിപ്പോയി. തൃപ്പൂണിത്തുറ ജാഥ പറവൂർ വഴി വൈപ്പിനിലേക്ക് കടന്ന് അവിടത്തെ ജാഥയിൽ ചേരുകയാണ് ഉണ്ടായത്. ആ ജാഥ പാലിയത്ത് എത്തുമ്പോൾ വളരെ വൈകി. പൊലീസുകാർ സമരാനുകൂലികളുടെ ഭാവത്തിൽ ജാഥയെ മനഃപൂർവം വൈകിച്ചു എന്നൊരു സംസാരം ചേന്ദമംഗലത്ത് കേട്ടു. ശരിയാവാം, തെറ്റാവാം, 8-ന് രാത്രി ചെറായിയിൽ വച്ച് വെളുത്ത നിറമുള്ളവരും അവർണരാണെന്ന് ഒരിക്കലും സംശയിക്കപ്പെടാൻ ഇടയില്ലാത്തവരുമായ ഇരുപതുയുവാക്കളെ തിരഞ്ഞെടുത്ത് അവർക്ക് പ്രത്യേകം ചുമതല ഏൽപ്പിച്ചു. ജാഥയെ പൊലീസ് തടയുമ്പോൾ അവർ സവർണരാണെന്ന നാട്യത്തിൽ ക്ഷേത്രത്തിൽ കടന്ന് മുദ്രാവാക്യം മുഴക്കുകയായിരുന്നു അവരുടെ പ്രത്യേക ചുമതല. അതും നടപ്പായില്ല.

കർമസമിതിയുടെ തീരുമാനത്തിന്റെ സ്പിരിറ്റ് ഉൾക്കൊള്ളാനും നടപ്പാക്കാനും കഴിഞ്ഞത് വടക്കൻ ജാഥാംഗങ്ങൾക്കാണ്. അതിന് കാളിയെ വളരെയേറെ അഭിനന്ദിക്കണം.

മാർച്ച് 9-നുശേഷം കൂടിയ കർമസമിതിയോഗം കേരളമാകെ വീണ്ടും ഒരു പ്രചാരണ പരിപാടി സംഘടിപ്പിക്കാൻ തീരുമാനിക്കുകയും വി സി ജനാർദനന്റെ നേതൃത്വത്തിൽ ഒരു സംഘത്തെ നിയോഗിക്കുകയും ചെയ്തു. ജാഥ കോഴിക്കോട് മുതലക്കുളം മൈതാനിയിൽനിന്ന് പര്യടനം ആരംഭിക്കാനും തീരുമാനിച്ചു. എന്നാൽ അവിടെ 144 പാസാക്കിയതിനാൽ ആ പരിപാടി ഉപേക്ഷിക്കാൻ നിർബന്ധിതമായി. മാർച്ച് 9ന് ഉച്ച തിരിഞ്ഞപ്പോൾ സാംസ്കാരികനായകന്മാരായ കെ പി ജിയും കലാമണ്ഡലം നമ്പീശനും ചേന്ദമംഗലത്തേക്കുള്ള യാത്രാമധ്യേ കൊടുങ്ങല്ലൂരിൽ എത്തി. ചേന്ദമംഗലത്ത് പോയി നിയമം ലംഘിച്ച് പ്രസംഗിക്കുകയായിരുന്നു അവരുടെ ഉദ്ദേശ്യം. നേരത്തെ നടന്ന പൈശാചിക മർദനങ്ങൾ ഒന്നും അവർ അറിഞ്ഞില്ല. സമരം നിർത്തിവച്ചിരിക്കുകയാണെന്ന് പറഞ്ഞു ബോധ്യപ്പെടുത്തി അവരെ പിന്തിരിപ്പിക്കാൻ വളരെ പാടുപെടേണ്ടിവന്നുവത്രെ.

21

എ ജി വേലായുധൻ

എ ജി വേലായുധൻ

ആയിരത്തി തൊള്ളായിരത്തി നാൽപ്പത്തി എട്ട് മാർച്ച് 9. സമയം വൈകിട്ട് അഞ്ചുമണിയോടടുത്തു കാണും. ചേന്ദമംഗലം വില്ലേജ് ആകെ ഭീകര ശ്മശാനമൂകതയിൽ ആണ്ടുകിടക്കുന്നു. ക്ഷേത്രവും പരിസരങ്ങളും ഒഴിഞ്ഞ യുദ്ധക്കളം പോലെ ശൂന്യം. തോക്കേന്തിയ കുറെ പൊലീസുകാർ മാത്രം. കെങ്കേമം ആവാറുള്ള ഉത്സവം നാമമാത്രമായ ചടങ്ങായി ഭവിച്ചു. സ്ഥിരമായി ഉത്സവത്തിന് എത്തുന്ന പാലിയത്തെ കുഞ്ഞമ്മമാർപോലും തിരിഞ്ഞു നോക്കാൻ ധൈര്യപ്പെട്ടില്ല.

ചേന്ദമംഗലത്തെ താൽക്കാലിക പൊലീസ് ക്യാമ്പിൽ അപ്പോൾ കാവൽ നിൽക്കുന്ന രണ്ടുപൊലീസുകാരും മരിച്ചെന്ന് കണക്കാക്കിയ എ ജി വേലായുധനും കാളിയും-ആകെ നാലുപേർ മാത്രം.

ഭീകരമായ മർദനംകൊണ്ട് പ്രജ്ഞയറ്റുകിടക്കുകയായിരുന്ന വേലായുധന് അപ്പോൾ ബോധം തെളിഞ്ഞു. അദ്ദേഹം കണ്ണുകൾ തുറന്നു. തൊണ്ട വരണ്ട് ഒരിറ്റു വെള്ളം ആവശ്യപ്പെട്ടു. മരിച്ചെന്ന് കണക്കാക്കപ്പെട്ടവൻ വെള്ളം ചോദിച്ചപ്പോൾ പാറാവുപൊലീസുകാർ ഞെട്ടിക്കാണും. പക്ഷേ, വെള്ളം കൊടുക്കാനുള്ള അലിവ് അവർ കാണിച്ചില്ല എന്നു മാത്രമല്ല മരിച്ചിട്ടില്ലെന്നുറപ്പു വരുത്താൻ വേണ്ടി കാലു

കൊണ്ട് ഒന്നുതട്ടി നോക്കി. മരിച്ചിട്ടില്ലെന്നു ബോധ്യമായി. അവർ തങ്ങളുടെ സ്ഥാനത്തുപോയിരുന്നു.

എ ജിക്ക് പരിസരബോധം പൂർണമായി ലഭിച്ചു. താൻ മരണത്തിലേക്ക് നീങ്ങുകയാണെന്ന് ആ വിപ്ലവകാരി തിരിച്ചറിഞ്ഞു. ആ ആത്മാവിൽ അവസാന നിമിഷത്തിലും വിപ്ലവബോധവും വീര്യവും തുടിച്ചുനിന്നു. അയിത്ത പിശാചിനെതിരായ പോരാട്ടത്തിൽ അസ്പൃശ്യരും അടുത്തുകൂടാത്തവരുമായ ജനലക്ഷങ്ങൾക്കുവേണ്ടി ജീവൻ ബലിയർപ്പിക്കാൻ അവസരം ലഭിച്ചതിൽ അഭിമാനംകൊണ്ട് തന്റെ തൊട്ടടുത്തുകിടക്കുന്ന സഖാവിനോട് തന്റെ അന്ത്യസന്ദേശം അറിയിക്കാനുള്ള മനഃസാന്നിധ്യം അദ്ദേഹത്തിനു നഷ്ടപ്പെട്ടുപോയില്ല. ക്ഷീണിതവും എന്നാൽ സ്പഷ്ടവും ദൃഢവുമായ സ്വരത്തിൽ അദ്ദേഹം പറഞ്ഞു:

> എന്റെ പ്രിയപ്പെട്ട സഖാക്കളേ! ഞാൻ മരിക്കുന്നതുകൊണ്ട് നിങ്ങൾ ആരും ദുഃഖിക്കേണ്ട. നിങ്ങൾക്ക് എന്റെ കാര്യത്തിൽ അഭിമാനം കൊള്ളാനേ അവകാശമുള്ളൂ.

വേലായുധന്റെ സംസാരം കാവൽക്കാരൻ പൊലീസിനു തീരെ രുചിച്ചില്ല. അവരിൽ ഒരുവൻ ചോദിച്ചു.

"എന്തെടാ പോക്കിരികളേ! നിങ്ങൾ അവിടെക്കിടന്ന് പ്രണയിക്കുകയാണോ?"

കർഷകത്തൊഴിലാളിയായ കാളി എന്ന വീരസ്ത്രീയിലെ വീറും വീര്യവും സടകുടഞ്ഞെഴുന്നേറ്റു. അവരുടെ അഭിമാനം തിളച്ചുപൊന്തി. കാളി ചാട്ടുളിപോലെ ചുട്ട മറുപടി കൊടുത്തു.

"എടാ മൃഗങ്ങളേ മൂടിനെടാ വായ്, നീ ഒന്നും അഭിപ്രായം പറയണ്ട."

ജനസഹസ്രങ്ങളുടെ ഗർജനം കേട്ടിട്ടെന്നപോലെ പൊലീസുകാർ ചമ്മിപ്പോയി.

വേലായുധന്റെ കണ്ണുകൾ അടഞ്ഞു. ആ ശ്വാസം എന്നെന്നേക്കുമായി നിലച്ചു. ആ വിപ്ലവാഗ്നി എരിഞ്ഞടങ്ങി. അപ്പോൾ സമയം അഞ്ചരമണി. വേലായുധൻ 5.30ന് മരിച്ചുവെന്ന് ഗവൺമെന്റും പത്രക്കുറിപ്പിറക്കി. പക്ഷേ, കാളിയുടെയും വേലായുധന്റെയും ജഡം രാത്രി 9 മണിക്കേ എറണാകുളം ജനറൽ ആശുപത്രിയിൽ എത്തിച്ചുള്ളൂ.

കാളി രക്ഷപ്പെട്ടു. കാളി വഴിയാണ് വേലായുധന്റെ അന്ത്യനിമിഷങ്ങളും സന്ദേശങ്ങളും പുറംലോകത്തിനു ലഭിച്ചത്. എ ജി വേലായുധന്റെ വിവരങ്ങളെല്ലാം കാളി കണ്ണീരോടെ ഒരുവിധം ആംഗ്യം കാണിച്ചും പറഞ്ഞും ഒപ്പിച്ചു എന്നാണ് പി ജി പറയുന്നത്. മരിച്ചിട്ടും അരിശം തീരാതെ പിന്നെയും പൊലീസ് സഖാവിനെ അടിച്ചുവത്രെ. മാർച്ച് 13-ന്റെ *ദേശാഭിമാനി*യാണ് എ ജിയുടെ അന്ത്യസന്ദേശം വെളിപ്പെടുത്തിയത്.

നിസ്വവർഗത്തിൽനിന്നും ഉയർന്നുവന്ന തൊഴിലാളിവർഗ വിപ്ലവകാരിയായിരുന്നു എ ജി വേലായുധൻ. മാർച്ച് 13-ന്റെ മുഖപ്രസംഗത്തിലൂടെ *ദേശാഭിമാനി* എ ജി വേലായുധനെ അനുസ്മരിച്ചു.

ദേശീയരാഷ്ട്രീയ പ്രസ്ഥാനത്തിന്റെ തലപ്പത്ത് വരേണ്യവർഗക്കാർ വിലസിയ കാലം. വരേണ്യവർഗക്കാരിൽ തന്നെ മിക്കവരും ഉന്നത വിദ്യാഭ്യാസം നേടിയവർ. മിക്കവാറും *ബി എ ബി എൽ ബിരുദധാരികൾ* ധാരാളം. അക്കാലത്ത് ഒരു പിന്നോക്ക ജാതിക്കാരനും മത്സ്യത്തൊഴി ലാളി കുടുംബത്തിൽ ജനിച്ച് കഷ്ടിച്ച് എഴുതാനും വായിക്കാനും മാത്രമുള്ള സ്കൂൾ വിദ്യാഭ്യാസം ലഭിച്ചവനും ആയ ഒരാൾ ഒരു പ്രദേ ശത്തിന്റെ ആകെ അംഗീകാരമുള്ള ജനപ്രിയ നേതാവായി ഉയരുക, അതാ യിരുന്നു എ ജി വേലായുധന്റെ കാര്യത്തിൽ സംഭവിച്ചത്.

കറുത്ത് അധികം ഉയരം ഇല്ലാത്ത അഴീക്കൽ അമ്പലപ്പറമ്പിൽ ഗോവിന്ദൻ വേലായുധൻ നാൽപ്പതുകൾക്കു മുൻപുതന്നെ വൈപ്പിൻ ദ്വീപിന്റെ തെക്കൻ മേഖലയിലെ ജനങ്ങളുടെ പ്രിയങ്കരനായ നേതാവായി ഉയർന്നു.

അച്ഛൻ മരിച്ചുപോകയാൽ നന്നെ ചെറുപ്പത്തിൽ തന്നെ എ ജിയുടെ ചുമലിൽ വലിയ കുടുംബത്തിന്റെ ഭാരം വന്നുവീണു. അമ്മ ഇളയമ്മ താഴെയുള്ള കുട്ടികൾ എല്ലാം കൂടി പത്ത് അംഗങ്ങൾ. 1916 ൽ ജനിച്ച അദ്ദേഹം അത്യധ്വാനവും തുച്ഛമായ വരുമാനവും പട്ടിണിയുംകൊണ്ട് വലഞ്ഞു. എങ്കിലും ജാതീയമായ അസമത്വം അദ്ദേഹത്തെ ഉൽപ്പതി ഷ്ണുവാക്കി മാറ്റി. എളങ്കുന്നപ്പുഴ വില്ലേജിലെ കോൺഗ്രസ് കമ്മിറ്റിയുടെ ആദ്യത്തെ സംഘാടകൻ എന്ന നിലയിലാണ് എ ജി യുടെ പൊതുരം ഗത്തെ അരങ്ങേറ്റം.

1936 ൽ തിരുവിതാംകൂറിൽ ക്ഷേത്രപ്രവേശനം അനുവദിക്കപ്പെട്ട തിനെത്തുടർന്ന് കൊച്ചിയിലും ക്ഷേത്രപ്രവേശനം അനുവദിക്കണമെന്ന് ആവശ്യപ്പെട്ടുകൊണ്ട് എസ് നീലകണ്ഠയ്യർ, സി അച്ചുതമേനോൻ, ടി എസ് ബന്ധു, ചൊവ്വര പരമേശ്വരൻ തുടങ്ങിയവരുടെ നേതൃത്വത്തിൽ ക്ഷേത്രപ്രവേശന ജാഥ സംഘടിപ്പിക്കപ്പെട്ടത് നേരത്തെ സൂചിപ്പിച്ചിരു ന്നുവല്ലോ. ചെറുതുരുത്തിമുതൽ തൃപ്പൂണിത്തുറവരെ സഞ്ചരിച്ച ആ ജാഥ യിൽ എ ജി വേലായുധനും അംഗമായിരുന്നു.

അക്കാത്തുരുത്തിലെ സ്റ്റെൻലിംഗ് കമ്പനിയിൽ ജീവനക്കാരനായി പ്രവേശിച്ച എ ജി അചിരേണ സമർഥനായ ട്രേഡ് യൂണിയൻ സംഘാടക നായി മാറി. അഴീക്കലെ നവാദർശ സമിതി വായനശാലയുടെ സംഘാ ടകൻ കൂടിയായിരുന്നു എ ജി.

കൊച്ചിയിൽ കോൺഗ്രസ് സോഷ്യലിസ്റ്റ് പാർട്ടി രൂപീകൃതമായ പ്പോൾ അതിൽ ആദ്യം അണിനിരന്നവരുടെ കൂട്ടത്തിലാണ് എ ജി വേലായുധൻ. തുടർന്ന് കമ്യൂണിസ്റ്റ് പാർട്ടി പ്രവർത്തകനായി.

1939 ൽ രണ്ടാം ലോക മഹായുദ്ധം പൊട്ടിപ്പുറപ്പെട്ടപ്പോൾ ദേശീയ നേതാക്കൾ അറസ്റ്റിലായി. നേതാക്കളെ വിട്ടയക്കാൻവേണ്ടി ശക്തമായ പ്രക്ഷോഭം ഉയർന്നുവന്നതിന്റെ ഭാഗമായി നായരമ്പലത്തുചേർന്ന പ്രതി ഷേധ പൊതുയോഗത്തിൽ എ ജി ചെയ്ത പ്രസംഗം അദ്ദേഹത്തെ ശിക്ഷാർഹനാക്കി. ഒന്നരക്കൊല്ലം വിയ്യൂർ സെൻട്രൽ ജയിലിൽ. സി

അച്യുതമേനോൻ, പി നാരായണൻനായർ, എം എസ് കുമാരൻ തുടങ്ങിയവരോടൊപ്പമുള്ള ജയിൽവാസംമൂലം തൊഴിലാളിവർഗ വിപ്ലവ തത്വശാസ്ത്രത്തെയും സംഘടനാസമ്പ്രദായത്തെയും കുറിച്ച് സാമാന്യം നല്ല അറിവ് സമ്പാദിച്ചു.

എ ജി നിത്യജീവിതം കഴിച്ചുകൂട്ടാനായി കൊച്ചി ഹാർബറിൽ ദിവസക്കൂലിക്കാരനായി കയറി. അത് എ ജിയുടെയും ഹാർബർ തൊഴിലാളികളുടെയും ചരിത്രത്തിലെ ഒരു പ്രധാന വഴിത്തിരിവായിരുന്നു.

അന്ന് ഹാർബർ തൊഴിലാളികളുടെ സേവന വേതന വ്യവസ്ഥകൾ തുലോം ദയനീയമായിരുന്നു. യുദ്ധം ആരംഭിച്ചതോടെ ഭയങ്കരമായ ദുർഭിക്ഷത, ഉള്ള സാധനങ്ങൾക്ക് തീപിടിച്ച വില. അന്നത്തെ ഹാർബർ തൊഴിലാളികളുടെ നേതൃത്വം തീരെ ഫലപ്രദമല്ലായിരുന്നു. മിതവാദി നേതൃത്വം എന്നുകൂടി പറയാൻ വയ്യാത്തവിധം മോശമായിരുന്നു. ബാണം പോലെ ഉയർന്ന സാധനവിലയ്ക്ക് അനുസരണമായ രീതിയിൽ തൊഴിലാളികൾക്ക് കൂലിക്കൂടുതലും ക്ഷാമബത്തയും ആവശ്യപ്പെടുന്നതിൽ നേതൃത്വം അമ്പേ പരാജയപ്പെട്ടു. യൂണിയൻ പ്രസിഡന്റായിരുന്ന പനമ്പിള്ളി ഗോവിന്ദമേനോനും സെക്രട്ടറി ചൊവ്വര പരമേശ്വരനും തൊഴിലാളി താൽപ്പര്യങ്ങൾ ഉയർത്തിപ്പിടിക്കുന്നതിനും കൂടുതൽ താൽപ്പര്യവും ചാതുര്യവും പ്രകടിപ്പിച്ചത് അഡ്മിനിസ്ട്രേറ്റർ മിൽനേ സായ്പുമായുള്ള സൗഹാർദബന്ധം നിലനിർത്തുന്നതിനാലായിരുന്നു എന്നുപോലും ആക്ഷേപം ഉയർന്നു. ഈ നേതൃത്വത്തെ മാറ്റാതെ രക്ഷയില്ലെന്ന് തൊഴിലാളികൾക്ക് ബോധ്യമായി. ആയിടെ തോപ്പുംപടിയിൽ കൂടിയ യൂണിയൻ ജനറൽ ബോഡി യോഗത്തിൽ എം എൻ താച്ചോവിന്റെ വലംകയ്യായി നിന്ന എ ജി യൂണിയൻ നേതൃത്വത്തിന്റെ തൊലിയുരിച്ചു. അതേ തുടർന്ന് എം ബി കെ മേനോനും താച്ചോയും നേതൃത്വത്തിൽ അവരോധിക്കപ്പെട്ടു. എ ജി കോൺഗ്രസുകാരുടെ കണ്ണിൽ കരടായി.

ഹാർബറിൽ ഡ്യൂട്ടിക്ക് വരുന്ന പൊലീസുകാരുടെ വിക്രിയകളെ എതിർക്കുന്നതിൽ എ ജി മുമ്പൻ ആയിരുന്നതിനാൽ അവരുടെ വ്യക്തിപരമായ വിരോധം സമ്പാദിച്ചു.

പകൽ ഹാർബറിലെ ജോലി കഴിഞ്ഞുവന്നാൽ നാട്ടിൽ ചെത്തുതൊഴിലാളികളെ ഓരോരുത്തരെയായി കണ്ട് അവരെ അണിനിരത്താനുള്ള ശ്രമം ആയി. അന്ധവിശ്വാസങ്ങൾക്കും അനാചാരങ്ങൾക്കും ജന്മിമുതലാളിമാരിൽ നിന്നും പലതരം ഭീഷണികൾക്കും ചൂഷണത്തിനും വിധേയരായിരുന്ന ഗ്രാമീണരെ ചെങ്കൊടിക്കുക്കീഴിൽ അണിനിരത്തുക എന്നത് ശ്രമകരമായ ജോലിയായിരുന്നു.

ഒടുങ്ങാത്ത സമരാവേശമാണ് സഖാവിനെ ചേന്ദമംഗലത്തെ സമരഭൂമിയിൽ എത്തിച്ചത്. ജാതിജന്മിനാടുവാഴിത്തത്തിന്റെ കാവൽനായ്ക്കൾ മുപ്പത്തിരണ്ടാമത്തെ വയസിൽ ആ വിപ്ലവകാരിയുടെ ജീവൻ അപഹരിച്ചു. എങ്കിലും, നമ്മിൽ കോരിത്തരിപ്പുണർത്തുന്ന സ്മരണകൾ ഉണർത്തിയ ധീരനായ എ ജി വേലായുധൻ ഇന്ന് നമ്മുടെ ആവേശമായി നമ്മോടൊപ്പം ജീവിക്കുന്നു.

22

പാലിയത്തിന്റെ അലയൊലികൾ പറവൂരിലും

പറവൂരിൽ പെട്ടെന്ന് സംഘടിപ്പിക്കപ്പെട്ട ജാഥ ചേന്ദമംഗലത്തേക്ക് മാർച്ച് ചെയ്യാനല്ലായിരുന്നു. ചേന്ദമംഗലത്തെ നരനായാട്ടിൽ പ്രതിഷേധം രേഖപ്പെടുത്തുകയായിരുന്നു അതിന്റെ ഉദ്ദേശ്യം. ഉമ്മറെയും കൂട്ടരേയും തിരിച്ചോടിച്ചതിനുശേഷം ചേന്ദമംഗലം കവലയിൽ എത്തി ജാഥ പിരിഞ്ഞുപോയി. നേതാക്കൾ പലരും അവിടവിടെ തങ്ങിനിൽക്കുകയായിരുന്നു. ചേന്ദമംഗലം സംഭവങ്ങൾ കേട്ടറിഞ്ഞ് കെ സി മാത്യു, പി കെ കുഞ്ഞച്ചൻ, സണ്ണി സെബാസ്റ്റ്യൻ, എ കൃഷ്ണൻനായർ തുടങ്ങിയവരും എത്തിയിരുന്നു. അന്ന് മഹാശിവരാത്രി ആയിരുന്നെന്നു പറഞ്ഞല്ലോ. അക്കാലത്ത് വൈപ്പിൻകര തുടങ്ങി പതിനഞ്ചു-ഇരുപത് മൈൽ ദൂരെയുള്ള സ്ഥലങ്ങളിൽനിന്നുപോലും ആളുകൾ കാൽനടയായി ആലുവയിൽ എത്തി ശിവരാത്രി കൂടുക പതിവായിരുന്നു. പറവൂർ ചേന്ദമംഗലം കവലയിലൂടെ ജനങ്ങൾ പ്രവഹിക്കുകയായിരുന്നുവെന്നു ചുരുക്കം.

ഇന്നസെന്റ് പാപ്പാളി

ഉച്ച തിരിഞ്ഞ് രണ്ടേ മുക്കാൽ മണി. കൊച്ചി അസിസ്റ്റന്റ് പൊലീസ് കമ്മീഷണർ ഇന്നസെന്റ് പാപ്പാളിയുടെ നേതൃത്വത്തിൽ അഞ്ചു വാൻ പൊലീസ് ചേന്ദമംഗലം കവലയിൽ എത്തി. ഉമ്മറിന്റെ വയർലസ് സന്ദേശം അനുസരിച്ച് ചേന്ദമംഗലത്തേക്കു കുതിക്കുകയായിരുന്നു.

കവലയിലെ ജനപ്രവാഹം, റോഡിലെ തിരിവ്, പിറകിലെ വണ്ടികൾ ഒപ്പം എത്തുന്നുണ്ടോ എന്നുറപ്പുവരുത്തണം. ഇക്കാരണങ്ങളാലായിരിക്കാം ഏറ്റവും മുൻപിലുള്ള വാൻ കവലയിൽ ചേന്ദമംഗലത്തേക്കു തിരിച്ച് നിർത്തി.

സണ്ണി സെബാസ്റ്റ്യൻ

കവലയിൽ തന്നെ നിൽക്കുകയായിരുന്ന പറവൂർ തോപ്പിൽ ടി ഒ ഗംഗാധരനും ചേന്ദമംഗലം അഞ്ചാംപരുത്തിയിൽ (ഇപ്പോൾ ആലുവ തോട്ടുമുഖത്തു താമസിക്കുന്ന) എ കെ ഉമ്മറും ആ കാഴ്ച കണ്ട് അത്ഭുതസ്തബ്ധരായിപ്പോയി. പൊലീസ് വണ്ടി കാണേണ്ട താമസം പെട്ടെന്ന് മുകളിൽ നിന്ന് പൊട്ടി വീണതുപോലെ ഒരാൾ അതിന്റെ മുൻപിൽ ചാടി വീണ് കൈയും കെട്ടി ഒരു നിൽപ്പ്. ഒരു കൂസലുമില്ലാതെ. അത് സണ്ണി സെബാസ്റ്റ്യൻ ആയിരുന്നു. നിമിഷങ്ങൾക്കകം മറ്റൊരാളും വന്നു നിന്ന് പാപ്പാളിയോടു തർക്കമായി. അത് കെ സി മാത്യു. ഗംഗാധരനും ഉമ്മറും കമ്യൂണിസ്റ്റ് പ്രവർത്തകർ തന്നെയെങ്കിലും ഇത്തരം വീര സാഹസിക കൃത്യങ്ങൾ ആദ്യമായി കാണുകയാണ്. പൊലീസ് വണ്ടിക്കുമുന്നിൽ ചാടി നിന്നവരാകട്ടെ വീര സാഹസിക കൃത്യങ്ങൾക്കു പേരു കേട്ടവരും.

കുട്ടനാട്ടുകാരൻ ഇടത്തരം കർഷകകുടുംബാംഗമായിരുന്ന ആന്റണി സെബാസ്റ്റ്യൻ ആലുവയിൽ വന്നത് 1945 ൽ ആണെന്നു തോന്നുന്നു. അദ്ദേഹം അവിടെ ഖാദിയും പുസ്തകങ്ങളും വിൽക്കുന്ന ഒരു സ്റ്റാൾ തുടങ്ങി. താമസിയാതെ സ്റ്റാൾ പൂട്ടി കമ്യൂണിസ്റ്റ് പാർട്ടിയുടെ മുഴുവൻ സമയ പ്രവർത്തകനായി. നല്ല സംഘാടകൻ. സാഹസിക കൃത്യങ്ങൾക്ക് വിരുതൻ. വയലാർവെടിവയ്പു ദിവസം കെ സി മാത്യുവിനെ ലോക്കപ്പു ചെയ്ത ആലുവ പൊലീസ് സ്റ്റേഷന്റെ മുകളിൽ ചെങ്കൊടി ഉയർത്തിയ ആൾ. ഒളിവിൽ ആയപ്പോൾ സണ്ണി എന്ന പേർ സ്വീകരിച്ചു. അങ്ങനെയാണ് ആൻറണി സെബാസ്റ്റ്യൻ സണ്ണി സെബാസ്റ്റ്യൻ ആയത്. നിയമവിരുദ്ധ കമ്യൂണിസ്റ്റുപാർട്ടിയും സ്റ്റേറ്റ് കോൺഗ്രസും ചേർന്ന് ദിവാൻ ഭരണത്തിനെതിരായി അവസാന പ്രഹരം കൊടുത്ത

കെ സി മാത്യു

പ്പോൾ കുന്നത്തുനാട് താലൂക്കിന്റെ നേതൃത്വം സണ്ണിയിലായിരുന്നു. അച്യുതൻ വൈദ്യർ, എം സി വർക്കി തുടങ്ങിയ കോൺഗ്രസ് നേതാക്കൾ ജയിലിൽ ആയിരുന്നു. സണ്ണിയുടെ സംഘടനാ സാമർത്ഥ്യം തെളിയിക്കപ്പെട്ട നാളുകളായിരുന്നു അത്. അസ്ഥാനത്തുള്ള വീരസാഹസിക കൃത്യങ്ങളാണ് അദ്ദേഹം പാർട്ടിയിൽനിന്ന് ബഹിഷ്കൃതനാകാനുള്ള കാരണവും.

ഇടപ്പിള്ളി സംഭവത്തിന്റെ നായകനെപ്പറ്റി കൂടുതൽ പറയേണ്ടതുണ്ടോ? എങ്കിലും ഒരു കഥ കൂടി. തിരഞ്ഞെടുപ്പു പ്രഖ്യാപിച്ചാൽ കമ്യൂണിസ്റ്റ് വിരോധ ഉന്മാദം പിടികൂടുന്ന ഒരു മുസ്തഫ ഉണ്ട് ആലുവ എടത്തലയിൽ. വ്യാപാരി ആയതിനാൽ അൽപ്പം പണവും ഉണ്ട്. തിരഞ്ഞെടുപ്പായപ്പോൾ വാരിക്കോരി പണം ചെലവാക്കി ഗുണ്ടകളെ ഇറക്കി കമ്യൂണിസ്റ്റുകാരെ കുറെ ദേഹോപദ്രവം ചെയ്യിക്കുക അയാളുടെ വിനോദം. വിമോചനസമരം കഴിഞ്ഞുള്ള 1960-ലെ ഉപതിരഞ്ഞെടുപ്പിൽ മുസ്തഫയും ഗുണ്ടകളും താണ്ഡവ നൃത്തമാടി. സഖാക്കളുടെ മനോവീര്യം കെടുമെന്ന ദിക്കായി. മാത്യുവിന്റെ നേതൃത്വത്തിൽ സിംഹത്തെ അതിന്റെ മടയിൽ ചെന്നാക്രമിക്കാനുള്ള തീരുമാനമായി. അപ്പോൾ കിട്ടിയ ഒരു തല്ലിപ്പൊളി വണ്ടിയിൽ നാലഞ്ചു സഖാക്കളെയും കൂട്ടി എടത്തലയ്ക്കു പറപ്പെട്ടു. മുസ്തഫ വലിയൊരു സംഘം ഗുണ്ടപ്പടയോടുകൂടി കോൺഗ്രസ് വിജയത്തിൽ ആഹ്ലാദചിത്തനായി കോൺഗ്രസിനു വോട്ടു ചെയ്തില്ലെന്നു സംശയിക്കുന്നവരെയെല്ലാം തല്ലി രസിക്കുമായിരുന്നു. സഖാക്കൾ സഞ്ചരിച്ച വണ്ടി ഗുണ്ടകളുടെ നേർനടുവിൽതന്നെ നിർത്തി. സഖാക്കൾ ചാടി ഇറങ്ങി അടിയോട് അടി. മുസ്തഫ വാലുപൊക്കി ഓടി. പിറ്റേന്ന് പത്തു-പതിനഞ്ച് ഗുണ്ടകൾ ആശുപത്രിയിലായി. അതോടെ മുസ്തഫയുടെ ഗുണ്ടായിസത്തിനു തിരശ്ശീല വീണു.

പി കെ കുഞ്ഞച്ചൻ

മുസ്തഫ മരിക്കും മുൻപേ കമ്യൂണിസ്റ്റനുഭാവിയുമായി. ആ കെ സിയും സണ്ണിയുമാണ് പാപ്പാളിയുടെ മുൻപിൽ നിലയുറപ്പിച്ചിരിക്കുന്നത്. ഞൊടിയിടയിൽ പി കെ കുഞ്ഞച്ചൻ, എ കൃഷ്ണൻ നായർ തുടങ്ങിയവരും പറവൂരിൽ തന്നെയുള്ള എൻ കെ മാധവൻ തുടങ്ങിയവരും വണ്ടിക്കു മുൻപിൽ എത്തി. എല്ലാവരും കവലയിലോ കവലയ്ക്ക് അടുത്തോ ഉണ്ടായിരുന്നു. കെ സി മാത്യുവിന്റെ വാക്കുകൾക്ക് മറുപടി കിട്ടാതെ പാപ്പാളി വിഷമിക്കുന്നു.

തൊട്ടടുത്ത ചായക്കടയിൽ ഒരു ചായയ്ക്ക് ഓർഡർ കൊടുത്ത് എൻ ശിവൻപിള്ള തിടുക്കപ്പെട്ടിരിക്കുകയായിരുന്നു. ചായ കുടിക്കാൻ ഗ്ലാസ് ഉയർത്തിയപ്പോൾ പൊലീസ് വണ്ടി എത്തിയ വിവരം നെയ്ത്തു തൊഴിലാളി മാധവൻ ഓടി വന്നു പറഞ്ഞു. ചായഗ്ലാസ് അവിടെ തന്നെ വച്ചു. പൊലീസ് വണ്ടിയുടെ മുമ്പിലേക്ക് ചാടി. ഇതിനിടയിൽ കവല പുരുഷാരം കൊണ്ടു നിറഞ്ഞു. ശിവൻപിള്ള ആൾക്കൂട്ടത്തിൽ കൂടുകയല്ല ചെയ്തത്. വന്നപാടേ വണ്ടിയുടെ ബോണറ്റിൽ പിടിച്ചു കയറി പ്രസംഗിക്കാൻ തുടങ്ങി.

എ ഐ സമദ്

"പ്രാഥമിക മനുഷ്യാവകാശത്തിനു വേണ്ടി, സഞ്ചാര സ്വാതന്ത്ര്യത്തിനുവേണ്ടി, പോരാടുന്ന ചേന്ദമംഗലത്തെ ഞങ്ങളുടെ സഹോദരങ്ങളെ അടിച്ചമർത്താൻ വേണ്ടി കൊച്ചി പൊലീസിനെ തിരുവിതാംകൂറിന്റെ മണ്ണിൽക്കൂടി വിടുന്ന പ്രശ്നമേ ഉദിക്കുന്നില്ല..." ശിവൻ ഗർജിച്ചുകൊണ്ടിരുന്നു. ശിവൻപിള്ള പ്രസംഗം നിർത്തേണ്ട താമസം അപ്പോൾ അവിടെ എത്തിച്ചേർന്ന ഐസക് തോമസ് പ്രസംഗിച്ചു. അതിനുശേഷം ജലീലിന്റെ സഹോദരൻ എ ഐ സമദ് പ്രസംഗിച്ചു. പിന്നീട് ആരെല്ലാമോ പ്രസംഗിച്ചു. നിർബന്ധിച്ചിട്ടും താൻ പ്രസംഗിച്ചില്ലെന്നു ടി ഒ ഗംഗാധരൻ അനുസ്മരിക്കുന്നു.

തിരുവിതാംകൂറിൽ നടന്ന തിരഞ്ഞെടുപ്പിൽ കോൺഗ്രസ് മത്സരിച്ച 108 ൽ 107 സ്ഥാനങ്ങളിലും അവർ ജയിച്ചിരുന്നു. ദിവസങ്ങൾക്കകം തങ്ങളുടെ മന്ത്രിസഭയാണ് ഭരിക്കാൻ പോകുന്നത്. അപ്പോൾ തങ്ങളുടെ അതിർത്തിയിൽ തങ്ങൾ തോൽപ്പിച്ച ഒരു പാർട്ടിയുടെ പ്രതിനിധികൾ പൊലീസ് വണ്ടി തടയുകയും നിയമം കൈയിലെടുക്കുകയും ചെയ്യുകയോ! ച്ഛേ, അതു പറ്റില്ല. അതുകൊണ്ട് നാളത്തെ ഭരണാധികാരികൾ ഇന്നുതന്നെ ഭരണാധികാരം കൈയിൽകിട്ടി എന്ന ഗമയോടെ കവലയിലെത്തി ജനാധിപത്യ സമരരീതികളെയും അഹിംസാമാർഗങ്ങളെയും കുറിച്ച് പ്രസംഗിച്ചു. പൊലീസിനെ തടയരുതെന്നും അതു ഗാന്ധിയൻ സമരരീതിക്ക് യോജിച്ചതല്ലെന്നും പറഞ്ഞ് പൊലീസ് വണ്ടി മുന്നോട്ടു പോകാൻ വഴി ഉണ്ടാക്കിക്കൊടുക്കണമെന്ന് അവർ ആവശ്യപ്പെട്ടു. കോൺഗ്രസിന്റെ താലൂക്ക് കമ്മിറ്റി സെക്രട്ടറി ഐ ദാസും പ്രസിഡന്റ് കെ പി ഗോപാലമേനോനും ആയിരുന്നു അവർ. അവരുടെ വാക്കുകൾക്ക് ചെവി കൊടുക്കാൻ ജനങ്ങൾ തയാറല്ലായിരുന്നു. അവർ നേതാക്കൻമാരെ പരിഹസിച്ചു വിട്ടു. വാസ്തവത്തിൽ പ്രജാമണ്ഡലംപോലും പൊലീസിന് ഇത്ര പരസ്യമായി ചൂട്ടു പിടിക്കാൻ ധൈര്യപ്പെട്ടില്ല.

രണ്ടാമത്തെ ഊഴം പറവൂർ മുനിസിപ്പൽ സാനിട്ടറി ഇൻസ്പെക്ടർ വേലുപിള്ളയുടെതായിരുന്നു. കാക്കി യൂണിഫോം ധരിച്ച സാനിട്ടറി

ഇൻസ്പെക്ടർ പൊലീസിന്റെ അധികാരത്തിൽ നാട്ടുകാരെ ഭീഷണിപ്പെടുത്താൻ നോക്കി. അയാളെ ആളുകൾ കൂവി വിട്ടു.

അപ്പോൾ ആയിരുന്നു പറവൂർ എക്സൈസ് ഇൻസ്പെക്ടർ ചന്ദ്രശേഖരൻ നായരുടെ വരവ്. അയാൾ ഗവൺമെന്റ് ഉദ്യോഗസ്ഥന്റെ അധികാര ഗർവോടെ ബഹുജനങ്ങളെ ഭീഷണിപ്പെടുത്തി വഴിതടയലിൽ നിന്നും പിൻതിരിപ്പിക്കാൻ പാഴ്വേല നടത്തി നോക്കി. അഞ്ചു മണിയായപ്പോഴേക്കും ചേന്ദമംഗലം കവല മനുഷ്യസമുദ്രമായി മാറി. തുടർന്ന് എന്തു സംഭവിച്ചു?

> അപ്പോൾ പാപ്പാളി ചാടി ഇറങ്ങി വിസിൽ ഊതി പൊലീസിനെ ഫാൾ ഇൻ ആക്കി യാതൊരു മുന്നറിയിപ്പും നൽകാതെ ലാത്തി ച്ചാർജിന് ഓർഡർ കൊടുത്തു. "പൊലീസുകാർ മൃഗീയമായി ലാത്തിച്ചാർജ് ചെയ്ത് നാലു വഴിക്കും ജനങ്ങളെ ഓടിച്ചിട്ടുതല്ലി. നിസ്സഹായരായ ജനങ്ങൾ റോഡരികിലുള്ള വീടുകളിലേക്ക് ഓടിക്കയറി അഭയം പ്രാപിക്കാൻ ശ്രമിച്ചു. എല്ലാവരേയും പിന്തുടർന്ന് വീടുകളിൽ കയറി തല്ലി. മുന്നണിയിലുള്ള തൊഴിലാളി സഖാക്കൾക്കും മറ്റു നാലഞ്ചു സഖാക്കൾക്കും ഗുരുതരമായ പരിക്കു പറ്റി. വേറെയും അനേകം പേർക്ക് പരിക്ക് പറ്റിയിട്ടുണ്ട്. ഉടുപ്പില്ലാത്ത പൊലീസുകാർക്കും തല്ലുകൊണ്ടു (*ദേശാഭിമാനി*, 1948, മാർച്ച് 12)

അടുത്തത് പാലിയം റൗഡികളുടെ വകയായിരുന്നു. പ്രകടനത്തിനും മറ്റും നേതൃത്വം നൽകിയ സഖാക്കളെ തെരഞ്ഞു പിടിച്ചു തല്ലുകയായിരുന്നു അവരുടെ പരിപാടി. ഇതിനിടയിൽ ഒരു പൊലീസ്വണ്ടിക്ക് എന്തോ തകരാറു പറ്റി. അതു റിപ്പയർ ചെയ്യുന്നതിന് പാലിയം റൗഡിയും മോട്ടോർ മെക്കാനിക്കുമായ തങ്കപ്പൻപിള്ള എത്തി. റിപ്പയർ പണി കഴിഞ്ഞപ്പോഴാണ് അയാൾ എൻ കെ മാധവനെ കാണുന്നത്. ആ സഖാവിനെ ഗുണ്ട തങ്കപ്പൻപിള്ള മൃഗീയമായി മർദിച്ചതായി *ദേശാഭിമാനി* റിപ്പോർട്ടു ചെയ്തു.

ടി ഒ ഗംഗാധരൻ

ഡോക്ടർ ഇ കെ മാധവൻ പ്രസിഡന്റായി സംഘടിപ്പിക്കപ്പെട്ട പറവൂർ താലൂക്ക് നെയ്ത്തു തൊഴിലാളി യൂണിയൻ സെക്രട്ടറിയും പറവൂരിലെ ആദ്യകാല കമ്യൂണിസ്റ്റ് പ്രവർത്തകനുമായ ടി ഒ ഗംഗാധരൻ പറവൂർ സംഭവം അനുസ്മരിക്കുന്നു:

> ആലുവയിൽ നിന്ന് എത്തിയ കെ സി മാത്യുവിന് സമരരംഗത്ത് പോകണം എന്ന വാശി. ഞങ്ങൾ ഒരു വള്ളത്തിൽ വടക്കുംപുറത്തേക്ക് പോയി. അവിടെനിന്ന് ചേന്ദമംഗലത്തേക്ക് തിരിച്ചു. നിരോ

> ധിത റോഡിനു പകരം പാലിയത്തു നിന്നും പുതുതായി തുറന്ന വഴിയിലൂടെ ആയിരുന്നു ഞങ്ങളുടെ വരവ്. തെങ്ങിൻകുറ്റികൾ പിഴുതുമാറ്റാത്ത കുണ്ടും കുഴിയും തോടും നിറഞ്ഞ വഴി........നിരോധിത റോഡ് അല്ലാതിരുന്നിട്ടും ഡിവിഷൻ ഇൻസ്പെക്ടർ ഉമ്മർ ഞങ്ങളെ പിടികൂടി. രണ്ടുപേരും തിരുവിതാംകൂറുകാർ ആയിരുന്നതിനാൽ കൊച്ചിപ്പൊലീസിന് ഞങ്ങളെ അറിയില്ലായിരുന്നു. ഞാൻ പറവൂരിലെ നെയ്ത്തു തൊഴിലാളിയാണെന്നു പറഞ്ഞു രക്ഷപ്പെട്ടു. മറിച്ചും തിരിച്ചും കുറെ ചോദ്യങ്ങൾ ചോദിച്ചിട്ട് മാത്യുവിനേയും വിട്ടയച്ചു. ഞങ്ങൾ രണ്ടു വഴിക്കാണ് ചേന്ദമംഗലം കവലയിൽ എത്തിയത്. അപ്പോൾ ആണ് പാപ്പാളിയുടെ നേതൃത്വത്തിൽ വണ്ടി വന്നു നിന്നതും സണ്ണിയും മാത്യുവും കൂടി തടഞ്ഞതും.............
>
> ഭയങ്കരമായ ലാത്തിച്ചാർജ് കഴിഞ്ഞു. കവല വിജനം എന്നു പറയാൻ വയ്യ. ലാത്തിച്ചാർജിന്റെയും മറ്റും കഥ അറിയാതെ ആലുവാ മണപ്പുറത്തേക്കു പോകുകയായിരുന്ന ആളുകൾ വന്നുകൊണ്ടിരുന്നു.....അപ്പോഴാണ് പാലിയം ഗുണ്ടയും മോട്ടോർ മെക്കാനിക്കുമായ തങ്കപ്പൻ പിള്ളയുടെ ശ്രദ്ധയിൽ എൻ കെ മാധവൻ പെടുന്നത്. കലികയറിയെ വെളിച്ചപ്പാടിനെപ്പോലെ അയാൾ എൻ കെയെ ക്രൂരമായി തല്ലാൻ തുടങ്ങി. "നീയല്ലേ ഇതിനൊക്കെ കാരണം" എന്ന് ചോദിച്ചുകൊണ്ടായിരുന്നു തങ്കപ്പന്റെ തല്ല്. എന്തുംവരട്ടെ എന്നു കരുതി ഞാൻ ചാടി വീണു. തങ്കപ്പനെ പിടിച്ചു മാറ്റി. അയാൾക്ക് എന്നെ അറിയാവുന്നതുകൊണ്ട് വീണ്ടും എതിർത്തു വന്നില്ല.

കെടാമംഗലം രാമാടിയിൽ കെ എൻ ദാമോദരൻ അനുസ്മരിക്കുന്നത് നോക്കുക:

> ഞങ്ങളുടെ മൂത്ത ജ്യേഷ്ഠൻ കെ എൻ വാസു അന്നും ഇന്നും കമ്യൂണിസ്റ്റ് വിരോധിയാണ്. ചേന്ദമംഗലം കവലയിൽ ലാത്തിച്ചാർജിനുശേഷം അവന് വേണ്ടതുകൊടുത്തു എന്നുപറഞ്ഞ് ജ്യേഷ്ഠൻ ആഹ്ലാദിച്ചത് ഞാൻ വ്യക്തമായും ഓർക്കുന്നുണ്ട്. എൻ കെ മാധവനെ തല്ലിയ കാര്യമാണ് ജ്യേഷ്ഠൻ പറഞ്ഞത്. എൻ കെ മാധവന് കുറെക്കൂടി കിട്ടിയേനെ. അപ്പോഴേക്കും പിടിച്ചു മാറ്റി.

ലാത്തിച്ചാർജിൽ പറവൂർ മുനിസിപ്പൽ സാനിട്ടറി ഇൻസ്പെക്ടർ വേലുപ്പിള്ളയുടെ കൈ ഒടിഞ്ഞതായി ശിവൻപിള്ള സാക്ഷ്യപ്പെടുത്തുന്നു. ബീഡി തൊഴിലാളിയായിരുന്ന പി യു അംബുജാക്ഷനും നെയ്ത്തു തൊഴിലാളിയായിരുന്ന ഇടയ്യാതി പുരുഷനും ആണ് ലാത്തിച്ചാർജിൽ അതികഠിനമായി പരിക്കേറ്റവർ എന്നും അദ്ദേഹം ഓർക്കുന്നു.

ദേശാഭിമാനി ഇത്രയും കൂടി റിപ്പോർട്ട് ചെയ്തു:

സംഭവങ്ങളെ തുടർന്ന് കമ്യൂണിസ്റ്റുകാർ അക്രമം പ്രവർത്തിച്ചെന്നും നാട്ടുകാർക്ക് തല്ലുകൊണ്ടെന്നും പ്രചരണം നടത്തി മുതലെടുക്കാൻ കോൺഗ്രസുകാർ തയാറായിരിക്കുകയാണ്.

> ലാത്തിച്ചാർജ് കഴിഞ്ഞ് അര മണിക്കൂർ പിന്നിട്ടപ്പോൾ ആലുവ എ എസ് പി മി. ശർമയും പറവൂർ ഇൻസ്പെക്ടറും സ്ഥലത്തു വന്നു. പാർട്ടി പ്രവർത്തകരായ എൻ ശിവൻപിള്ള, കെ സി മാത്യു എന്നിവർ എ എസ് പിയോട് കൊച്ചിപൊലീസ് അക്രമത്തെ സംബന്ധിച്ച് സംസാരിച്ചു. എ എസ് പി വേണ്ട നടപടി സ്വീകരിക്കാമെന്ന് സമ്മതിച്ചു.
>
> എന്നാൽ ഉടൻ തന്നെ അദ്ദേഹം ചേന്ദമംഗലത്തേക്കു പോകുകയും മടങ്ങി വന്ന് മെഗാഫോൺ പ്രചാരണം, ഘോഷയാത്ര, പൊതുയോഗങ്ങൾ എന്നിവ നിരോധിച്ചിരിക്കുന്നുവെന്നും അവ നടത്തരുതെന്നും പാർട്ടി പ്രവർത്തകരെ താക്കീതു ചെയ്യുകയും ചെയ്തു. മി. പാപ്പാളിയും എ എസ് പിയും കൂടി നിയമവിരുദ്ധമായി നടത്തിയ ലാത്തിച്ചാർജിന് നിയമപരമായ അനുമതി വാങ്ങാൻ പിന്നീട് ആലുവ ഒന്നാംക്ലാസ് മജിസ്ത്രേട്ടിനെ സമീപിച്ചു. അദ്ദേഹം അനുമതി നൽകിയതായി സംസാരമുണ്ട്. (*ദേശാഭിമാനി*, 1948 മാർച്ച് 12)

എക്സൈസ് ഇൻസ്പെക്ടർ ചന്ദ്രശേഖരൻ നായർ സംഭവത്തിനു മുൻപ് ടെലഫോണിലൂടെ കോട്ടയം ഡിസ്ട്രിക്ട് മജിസ്ട്രേട്ടിനെ ബന്ധപ്പെട്ട് ലാത്തിച്ചാർജ് നടത്താനുള്ള അനുമതി വാങ്ങിയെന്നും പറവൂരിലെ ചിലർ പറയുന്നുണ്ട്.

ജനക്കൂട്ടം കല്ലും സോഡാക്കുപ്പികളും എറിഞ്ഞെന്നും ആകയാൽ ആത്മരക്ഷാർഥമാണ് ലാത്തിച്ചാർജിന് ഓർഡർ കൊടുത്തതെന്നും പാപ്പാളി പറഞ്ഞതായി അദ്ദേഹത്തിന്റെ ജാമാതാവ് സി ജി ക്ളീറ്റസ് അനുസ്മരിക്കുന്നു. ശരിയായിരിക്കാം, പാലിയം ഗുണ്ടകൾ മനഃപൂർവം പ്രകോപനം സൃഷ്ടിക്കാൻ വേണ്ടി പേരിന് കല്ലെറിഞ്ഞിരിക്കാം.

എൻ ശിവൻപിള്ള, ചന്ദ്രശേഖരക്കുറുപ്പ് തുടങ്ങിയവരാണ് പറവൂരിലെ ആദ്യകാല കമ്യൂണിസ്റ്റ് പ്രവർത്തകർ. 1946 ലോ മറ്റോ ആണ് തന്റെ നേതൃത്വത്തിൽ ശിവൻപിള്ള ആറുപേർ മാത്രം അടങ്ങുന്ന കമ്യൂണിസ്ററ് പാർട്ടി ജാഥ നടത്തിയത്.

1946-ൽ പുന്നപ്ര-വയലാർ സമരത്തെ തുടർന്ന് നിയമവിരുദ്ധമാക്കപ്പെട്ട തിരുവിതാംകൂർ കമ്യൂണിസ്റ്റ് പാർട്ടിയെ 1947 ൽ ഒഫീഷ്യേറ്റിംഗ് ദിവാൻ പി ജി എൻ ഉണ്ണിത്താൻ നിയമവിധേയമാക്കി. മിക്കവാറും എല്ലാ നേതാക്കളും ഒളിവിൽ നിന്നും ജയിലിൽ നിന്നും പുറത്തുവന്നു.

ജയിൽ മോചിതനായ എൻ കെ മാധവനെ പറവൂരിലേക്ക് നിയോഗിച്ചു. ആലുവയിലെ തൊഴിലാളികളെ സംഘടിപ്പിക്കുന്നതിൽ

അദ്ദേഹം പ്രകടിപ്പിച്ച സംഘടനാ സാമർഥ്യമാണ് പറവൂരിലേക്ക് നിയോഗിക്കപ്പെടാൻ കാരണം. ചെത്തുതൊഴിലാളികളെയും കയർതൊഴിലാളികളെയും സംഘടിപ്പിക്കുന്നതിലാണ് എൻ കെ ആദ്യം ശ്രദ്ധിച്ചത്...

പ്രായപൂർത്തി വോട്ടവകാശത്തിന്റെ അടിസ്ഥാനത്തിൽ തിരുവിതാംകൂറിലെ ആദ്യത്തെ തിരഞ്ഞെടുപ്പിൽ എൻ ശിവൻപിള്ളയ്ക്ക്-പറവൂരിലെ കമ്യൂണിസ്റ്റ് പാർട്ടി സ്ഥാനാർഥിക്ക്-വിജയം കൈവരിക്കാൻ കഴിഞ്ഞില്ലെങ്കിലും കമ്യൂണിസ്റ്റ് പാർട്ടിയുടെ സ്വാധീനം അധ്വാനിക്കുന്ന ബഹുജനങ്ങളിലേക്ക് ഇറങ്ങിച്ചെന്നിട്ടുണ്ടെന്ന് പാർട്ടിക്ക് ലഭിച്ച വോട്ടുകൾ തെളിയിച്ചു. "നീയല്ലേടാ ഈ കുഴപ്പത്തിനൊക്കെ കാരണം" എന്ന തങ്കപ്പൻ പിള്ളയുടെ ചോദ്യത്തിന്റെ പൊരുൾ പാർട്ടിയുടെ ഈ സ്വാധീനമാണ്.

ദേശാഭിമാനി റിപ്പോർട്ട് ചെയ്തു:

പിറ്റേ ദിവസം ബസ്സിന്റെ മുൻപിൽ പ്രകടനം നടത്തിയവർക്കെതിരായി ഒരു കേസ് ചാർജ് ചെയ്തതായി അറിയുന്നു. ഇതു സംബന്ധിച്ച് ശിവൻപിള്ളയെ അറസ്റ്റ് ചെയ്തു. പലർക്കും വാറണ്ടുണ്ട്. (1948 മാർച്ച് 12)

അറസ്റ്റ് ചെയ്യപ്പെടുന്നതിന് അന്നത്തെ സംഭവങ്ങൾ മുഴുവനും വിവരിച്ചു ശിവൻപിള്ള സുദീർഘമായ ഒരു പത്രപ്രസ്താവന പുറപ്പെടുവിച്ചു. സംഭവത്തെപ്പറ്റി ഒരു പരസ്യാന്വേഷണം നടത്താനും കുറ്റക്കാരെ ശിക്ഷിക്കാനും എല്ലാവരും ആവശ്യപ്പെടണമെന്ന് അതിൽ അദ്ദേഹം അഭ്യർഥിച്ചു.

* * * * * * * *

മഹാശിവരാത്രി ദിവസം ഹൈന്ദവ കുടുംബങ്ങളിൽ, പ്രത്യേകിച്ച് സവർണ കുടുംബങ്ങളിൽ 'ഒരിക്കൽ' ഉണ്ടാവും. അന്ന് ഒരിക്കൽ മാത്രമേ-ഉച്ചയ്ക്ക്-ഊണു കഴിക്കുകയുള്ളുവെന്നർഥം. കടുത്ത ഭക്തൻമാർ 'ഒരിക്കലൂണ്" കഴിഞ്ഞാൽ പിന്നെ ഒന്നും കഴിക്കില്ല. ചിലർ രാത്രി ചായയും പലഹാരവും കഴിച്ചെന്നു വരും. ഇന്ന് ആലുവ കോടതികളിലെ പ്രശസ്തനായ അഡ്വക്കേറ്റ് പി ആർ ദാമോദരൻ പിള്ളയുടെ കരുമാല്ലൂരിലുള്ള തറവാട്ടിൽ വിഭവസമൃദ്ധമായ "ഒരിക്കലൂണ്" കഴിഞ്ഞ സമയത്ത് അയലത്തെ ഒരു മുത്തശ്ശി ദാമുവിന്റെ (ദാമോദരൻപിള്ളയുടെ ഓമനപ്പേര്) അമ്മയുമായി സൊറ പറയാൻ എത്തി. അമ്മമാരുടെ സംഭാഷണത്തിനിടയിൽ ദാമുവും സ്നേഹിതനും അടുക്കളയിൽ കയറി ചുക്കുവെള്ളം കുടിച്ച് ഇറങ്ങിപ്പോകുന്നതു ശ്രദ്ധിച്ച മുത്തശ്ശി ചോദിച്ചു.

"ആ പയ്യൻ ഏതാ?"

"ദാമുവിന്റെ ഒരു കൂട്ടുകാരൻ"

മുത്തശ്ശി : അവൻ ക്രിസ്ത്യാനിയാണല്ലോ. അടുക്കളേൽ കയറി അശുദ്ധമാക്കില്ലേ?

അമ്മ : അയാൾ ക്രിസ്ത്യാനി ഒന്നുമല്ല, ദാമുവിന്റെ കൂട്ടുകാരനാ.

മുത്തശ്ശി : അവൻ ക്രിസ്ത്യാനിയാ. അവരുടെ ക്ലാസിൽ പഠിക്കുന്ന ഞങ്ങളുടെ വീട്ടിലെ കുട്ടി പറഞ്ഞല്ലോ.

അമ്മ : അയാൾ ക്രിസ്ത്യാനി ഒന്നുമല്ല. ഇവിടെ രണ്ടു നേരവും കുളത്തിൽ മുങ്ങി കുളിക്കാറുണ്ടല്ലോ...

ഇവിടെ സംഭാഷണം നടക്കുമ്പോൾ വിശാലമായ തെക്കേ പുരയിടത്തിലുള്ള ആനന്ദാശ്രമത്തിൽ ദാമുവും കൂട്ടരും ചീട്ടുകളി തകർക്കുകയാണ്.

ദാമുവിന്റെ അവിവാഹിതനും സന്യാസിയുമായ ഒരമ്മാവൻ നാട്ടിൽ വരുമ്പോൾ വിശ്രമിക്കാനുള്ളതാണ് ആനന്ദാശ്രമം. സ്വാമികൾ സ്ഥലത്തില്ലാത്തപ്പോൾ ചുറ്റുമുള്ള ചെറുപ്പക്കാരുടെ വിഹാരകേന്ദ്രം.

ചീട്ടുകളി കൊടുമ്പിരിക്കൊണ്ടിരിക്കുമ്പോൾ ഒരാൾ ഓടിക്കിതച്ചു വന്നു പറഞ്ഞു:

> ചേന്ദമംഗലത്ത് വലിയ കുഴപ്പം. ചേന്ദമംഗലം കവലയിൽ പൊലീസ് വെടിവച്ചു. നൂറുകണക്കിന് ആളുകൾ മരിച്ചു. വെടിമറ - ചേന്ദമംഗലം കവലയ്ക്ക് ഒരു മൈൽ കിഴക്കു വരെ ശവങ്ങൾ വീണു കിടക്കുന്നു......

കേട്ടതുപാതി, കേൾക്കാത്തതുപാതി "രണ്ടുനേരവും മുങ്ങിക്കുളിക്കുന്ന ക്രിസ്ത്യാനിയല്ലാത്ത" പയ്യൻ ഐസക് തോമസ് (പറവൂരിൽ അഡ്വക്കേറ്റായി പ്രാക്ടീസ് ചെയ്യുന്നു) ചീട്ടു താഴെയിട്ടു കുതിച്ചു, പടിക്കലേക്ക്. ആദ്യം കിട്ടിയ ബസിൽ കയറി ചേന്ദമംഗലം കവലയിൽ ഇറങ്ങി. ശിവൻപിള്ള പ്രസംഗം നിർത്തിയ നിമിഷമായിരുന്നു അത്. ഉടനെ കെ സി മാത്യു പറഞ്ഞു: "ഇനി നീ പ്രസംഗിക്കെടാ."

ബോണറ്റിൽ മുകളിൽ കയറി ഏതാണ്ട് അര മണിക്കൂർ പ്രസംഗിച്ചു. താഴെ ഇറങ്ങിയപ്പോൾ കച്ചേരിപ്പടിക്കൽ സ്വർണക്കട നടത്തുന്ന ഒരു അകന്ന സഹോദരൻ, "അമ്മ പീടികയിൽ വന്നിരിക്കുന്നു" എന്നു പറഞ്ഞു കൂട്ടിക്കൊണ്ടു പോയി.

രണ്ട്, രണ്ടരമണിക്കൂർ നേരം പാപ്പാളിയെയും ഇരുനൂറിലധികം വരുന്ന പൊലീസുസൈന്യത്തെയും അന്നു പറവൂർ കവലയിൽ തടഞ്ഞുവെച്ചില്ലായിരുന്നുവെങ്കിൽ പാലിയം ഒഴിച്ചുള്ള ചേന്ദമംഗലം വില്ലേജ് തരിപ്പണമാക്കിയേനെ എന്ന് ചേന്ദമംഗലത്തുകാർ കൃതജ്ഞതാപൂർവം അനുസ്മരിക്കുന്നു.

23

പൊലീസ് ദൃക്സാക്ഷി വിവരണം

കൊച്ചി സംസ്ഥാന പൊലീസ് സേനയിൽ കോൺസ്റ്റബിൾ നമ്പർ: 482 തമ്പി മേനോൻ ഇപ്പോൾ ഈ ഗ്രന്ഥകർത്താവിന്റെ വസതിക്കു സമീപം താമസിക്കുന്നു. വൈപ്പിൻകരയിലെ നായരമ്പലത്ത് പട്ടത്ത് വീട്ടിലെ അംഗമാണ് അദ്ദേഹം.

പാലിയം സമരത്തിലെ സത്യഗ്രഹികളെ തല്ലിയ കൂട്ടത്തിൽ മേനോൻ ചേട്ടനും ഉണ്ടായിരുന്നോ എന്ന് അദ്ദേഹത്തോട് ചോദിക്കേണ്ട താമസം ഉടൻ മറുപടി കിട്ടി:

"കേട്ടിട്ടില്ലേ?"

"പാപ്പാളി പിപ്പിളിയൂതി പരക്കേ തല്ലി എന്ന്. പിന്നെന്താണിത്ര ചോദിക്കാനുള്ളത്"?

സഹൃദയനായ ടി എം അബു–സി പി ഐ നേതാവ്–1948 കാലത്ത് മാപ്പിളപ്പാട്ടു രീതിയിൽ രചിച്ച ഗാനത്തിന്റെ ഒരു വരിയാണത്. ആ പാട്ട് പൊലീസുകാർക്കിടയിൽ പോലും പ്രസിദ്ധി നേടിയെങ്കിൽ പാപ്പാളിയുടെ മർദനത്തിന്റെ കാഠിന്യം ഊഹിക്കാവുന്നതേയുള്ളൂ.

"അതറിയാം" ഞാൻ പറഞ്ഞു. "അന്ന് പാലിയത്ത് നടന്ന മർദനത്തെക്കുറിച്ചാണ് ഞാൻ ചോദിച്ചത്" തമ്പി മേനോന്റെ മറുപടി: കേട്ടിട്ടില്ലേ കിരാതപർവം എന്ന്. കിരാതപർവമായിരുന്നു."

കിരാതപർവം എന്നൊരധ്യായം *മഹാഭാരത്തിലോ* മറ്റു പുരാണങ്ങളിലോ വായിച്ചിട്ടുള്ളതായി ഓർമയില്ല. കിരാതൻ എന്നാൽ കാട്ടാളൻ എന്നർഥം. കാട്ടാളവാഴ്ചയായിരുന്നുവെന്നാണ് അദ്ദേഹം പറഞ്ഞതിന്റെ രത്നച്ചുരുക്കം. ചേന്ദമംഗലത്ത് കിരാത മർദനമായിരുന്നു.

കൃത്യമായും ചിട്ടയായും സംഭവവിവരണം നടത്താൻ തമ്പി മേനോന് ആവുന്നില്ല. തിരിച്ചും മറിച്ചുമുള്ള എന്റെ ചോദ്യങ്ങൾക്ക് ഓർമയിൽനിന്ന് ചികഞ്ഞെടുത്ത് അദ്ദേഹം പറഞ്ഞ മറുപടി ഏതാണ്ട് താഴെ വിവരിക്കും പോലെയാണ്.

അന്ന് എറണാകുളം ടൗൺ സ്റ്റേഷനിലായിരുന്നു ജോലി. ചേന്ദമംഗലത്തേക്കു പോയ പാർട്ടിയിൽ താനും ഉണ്ടായിരുന്നു. ഏററവും മുൻപിൽ പാപ്പാളിയുടെ വണ്ടിയിൽ ആണ് ഞാൻ കയറിയത്. പറവൂർ-ചേന്ദമംഗലം കവലയിൽ വണ്ടി തടഞ്ഞു. സോഡാവണ്ടികളും കൈവണ്ടികളും എല്ലാം വലിച്ചിട്ട് വഴി തടസ്സപ്പെടുത്തുകയായിരുന്നു. ആരെല്ലാമോ ബോണററിന്മേൽ കയറി നിന്നു പ്രസംഗിച്ചു. പിന്നെ കിരാതപർവമായിരുന്നു. എന്റെ തലയ്ക്കും കല്ലുകൊണ്ട് ഒരു ഏറു കിട്ടി.

അതു കഴിഞ്ഞ് ചേന്ദമംഗലത്തേക്കു പോയി. അവിടെ ആദ്യം കണ്ട കാഴ്ച വ്യക്തമായും ഓർക്കുന്നു. നേരത്തെ ബഹളത്തിനിടയിൽ ക്ഷേത്രത്തിനുള്ളിൽ കയറിയ ഒരു ഈഴവ യുവാവിന്റെമേൽ കാണിച്ച ക്രൂരവിനോദം. അൽപ്പം താടി വളർത്തിയിരുന്ന ആ യുവാവ്. തെക്കേ കച്ചേരി മാളികയുടെ മുകളിൽ അയാളെ കൊണ്ടുവന്നു വരാന്തയിൽ റോഡിന് അഭിമുഖമായി നിർത്തി. ബാർബറെ വരുത്തി ആ യുവാവിന്റെ ഒരു വശത്തെ താടിമീശ വടിച്ചു കളഞ്ഞു. താഴെ നിന്ന് കുറെ പൊലീസുകാരും പാലിയത്തച്ചനും പരിഹസിച്ചു ചിരിക്കുന്നുണ്ടായിരുന്നു.

14 ദിവസം ഞങ്ങൾ ക്യാമ്പിൽ കഴിച്ചുകൂട്ടി. ദിവസവും പാലിയം വക വിഭവസമൃദ്ധമായ സദ്യ: വലിയ അച്ചൻ തന്നെ വന്നു നിന്ന് ഓരോരുത്തർക്കും മുരിങ്ങക്കായ കഷണങ്ങൾ തെരഞ്ഞെടുത്ത് വിളമ്പിച്ചിരുന്നു. മുരിങ്ങക്കായയിൽ പോഷകമൂല്യങ്ങൾ കൂടുതൽ ഉണ്ടത്രെ.

നാലു ചായക്കടകളിലായി പൊലീസുകാർക്ക് ചായ ഏർപ്പെടുത്തിയിരുന്നു. മതിയോവോളം ചായയും പലഹാരവും കഴിക്കാമായിരുന്നു. കോൺസ്റ്റബിൾ നമ്പർ മാത്രം പറഞ്ഞു കൊടുത്താൽ മതി. രണ്ടും മൂന്നും നേന്ത്രപ്പഴം വരെ പലരും തിന്നു. ഞങ്ങൾ മടങ്ങുന്ന ദിവസം വലിയ അച്ചനും മാനേജരച്ചനും വന്നു നിന്ന് എല്ലാവർക്കും ഓണപ്പുടവകൾ തന്നു. മുണ്ടും നേരിയതും. തിരിച്ചു പോരുമ്പോൾ ഓരോ വാനിലും നാലും അഞ്ചും കരിക്കിൻകുലകൾ വയ്പിച്ചു-വഴിക്കു വച്ചു ദാഹിക്കുമ്പോൾ ഞങ്ങൾക്കു കുടിക്കാൻ. (വേനൽ ആയതിനാൽ ചൂട് വർധിക്കാൻ തുടങ്ങിയിരുന്നു). ഉമ്മറും സംഘവും പിന്നെയും ആഴ്ചകൾ കഴിഞ്ഞാണ് ചേന്ദമംഗലം വിട്ടത്.

ചേന്ദമംഗലം വില്ലേജ്, വടക്കുപുറം കരയിൽ, വാഴേപ്പറമ്പിൽ ഗോവിന്ദന്റെ പുത്രൻ വി ജി രാമചന്ദ്രൻ കൊച്ചി സംസ്ഥാനത്തിലെ പൊലീസ് സർവീസിൽ ചേർന്ന്-കോൺസ്റ്റബിൾ നമ്പർ: 904-റിട്ടയർ ചെയ്ത ആളാണ്. പാലിയം സമരത്തെക്കുറിച്ചുള്ള ചോദ്യം തന്നെ അദ്ദേഹത്തിന് തീരെ രസിച്ചില്ല. തനിക്ക് സുപരിചിതനായ ചേന്ദമംഗലത്തെ വി കെ ധർമൻ കൂടെ ഉണ്ടായിട്ടുപോലും അദ്ദേഹം ആദ്യം എന്തെങ്കിലും പറയാൻ വിസമ്മതിക്കുകയായിരുന്നു. അന്നും ഇന്നും രാമചന്ദ്രൻ സമര

വിരോധിയാണെന്നത് വ്യക്തം. എങ്കിലും സംസാരിച്ചു തുടങ്ങിയപ്പോൾ പല സത്യങ്ങളും മറച്ചു പിടിക്കാൻ കഴിയാതെയായി.

തമ്പിമേനോൻ രാമചന്ദ്രന്റെ ഉറ്റ ചങ്ങാതി. തൊട്ടുമുമ്പത്തെ ആഴ്ച മേനോൻ അദ്ദേഹത്തെ വന്നു കണ്ടതാണ്. അദ്ദേഹം നിർദേശിച്ചതനുസരിച്ചാണ് വന്നതെന്നു പറഞ്ഞപ്പോഴെ രാമചന്ദ്രന്റെ മനസ്സ് പൂർണമായിട്ടെങ്കിലും തുറക്കാൻ തയാറായുള്ളൂ. അദ്ദേഹം പറഞ്ഞു.

> അക്കാലത്ത് എറണാകുളം ടൗൺ സ്റ്റേഷനിലായിരുന്നു ഞാൻ ജോലി നോക്കിയത്. എനിക്ക് ചേന്ദമംഗലത്ത് പോകേണ്ടതിന്റെയോ മർദനത്തിൽ പങ്കെടുക്കേണ്ടതിന്റെയോ സന്ദർഭം ഉണ്ടായില്ല. എന്റെ വീട്ടുകാരോ ബന്ധുക്കളോ ആരും സമരത്തിൽ പങ്കെടുത്തിട്ടില്ല. എങ്കിലും വടക്കുംപുറത്തെ ഈഴവരായിരുന്നു സമരം ചെയതത് എന്ന് എനിക്കറിയാം. അച്ഛനും വല്യച്ഛനുമെല്ലാം വീട് വിട്ട് അണ്ടിപ്പിള്ളിക്കാവിനപ്പുറത്ത് തിരുവിതാംകൂർ അതിർത്തിയിലെ വീട്ടിലേക്ക് താമസം മാറ്റിയിരുന്നു. അതിന്റെ ആവശ്യമുണ്ടായിരുന്നില്ലെന്നാണ് എനിക്ക് തോന്നുന്നത്.
>
> സമരവുമായി എനിക്ക് യാതൊരു ബന്ധവുമില്ലായിരുന്നുവെങ്കിലും അവസാന ദിവസം രാത്രി എന്നെ മേലുദ്യോഗസ്ഥൻമാർ ആശുപത്രിയിലേക്ക് നിയോഗിച്ചു. അപ്പോൾ കൊണ്ടുവന്ന ഒരാളുടെ ജഡം തിരിച്ചറിയാനായിരുന്നു ആശുപത്രിയിലേക്ക് വിളിപ്പിച്ചത്. അന്ന് പാലിയംസമരത്തിൽ പങ്കെടുത്ത് മരിച്ച ഒരാളുടെ ജഡമായിരുന്നു അത്. മരിച്ച ആൾ വടക്കുംപുറത്തുകാരൻ ആണെങ്കിൽ, വടക്കുംപുറത്തുകാരനായ എനിക്ക് തിരിച്ചറിയാൻ കഴിയുമല്ലോ എന്നു കരുതിയാണ് എന്നെ വിളിപ്പിച്ചത്.
>
> ഞാൻ ശ്രദ്ധിച്ചു നോക്കി. ഒരു അണ്ടർവെയർ മാത്രമേ ജഡത്തിലുള്ളൂ. ആ കറുത്ത മനുഷ്യനെ ഇതിനു മുൻപു കണ്ടതായി ഓർക്കുന്നില്ല. ഏതായാലും അയാൾ വടക്കുംപുറത്തുകാരനല്ലെന്നു ഞാൻ തീർത്തും പറഞ്ഞു. എന്തെന്നാൽ വടക്കുംപുറത്തുകാരെ മിക്കവാറും എല്ലാവരെയും പ്രത്യേകിച്ച് ഈഴവരെ എനിക്ക് നേരിട്ടു പരിചയമുള്ളതാണല്ലോ.
>
> ജഡം എവിടെ മറവു ചെയ്തുവെന്ന് എനിക്കറിയില്ല. പക്ഷേ, ഒന്നു തീർച്ച: അത് പോസ്റ്റുമോർട്ടത്തിനയക്കുകയുണ്ടായി.

സംഭാഷണം അവസാനിപ്പിച്ച് ഞങ്ങൾ എഴുന്നേറ്റപ്പോൾ രാമചന്ദ്രൻ ഇടയ്ക്കുകയറിപ്പറഞ്ഞു:

"ജഡത്തിൽ രക്തത്തിന്റെ അടയാളം ഉണ്ടായിരുന്നില്ല."

എന്തിനാണ് അദ്ദേഹം ഇങ്ങനെ പറഞ്ഞത്? ആരെയാണ് അദ്ദേഹത്തിന് രക്ഷിക്കേണ്ടത്?

എന്തായാലും ആ ജഡം എ ജി വേലായുധന്റേതായിരുന്നുവെന്ന് തീർച്ച.

24

നായയ്ക്ക് പിന്നെയും മുറുമുറുപ്പ്

മാർച്ച് 9-ന്റെ കൂട്ടനിരോധന ലംഘനത്തിനുശേഷം സമരം നിറുത്തി വയ്ക്കാൻ നേരത്തെ കൈക്കൊണ്ട തീരുമാനം കർമസമിതി പ്രസിദ്ധപ്പെടുത്തി. *മലബാർ മെയിൽ* ഒഴികെ എല്ലാ പത്രങ്ങളും ആ വാർത്ത പ്രസിദ്ധീകരിച്ചു. എന്നിട്ടും ചേന്ദമംഗലത്തുനിന്ന് പൊലീസിനെ പിൻവലിക്കുകയോ പൊലീസ് പേക്കൂത്തുകൾ അവസാനിപ്പിക്കുകയോ ചെയ്തില്ല.

റിട്ടയേർഡ് പൊലീസ് കോൺസ്റ്റബിൾ രാമചന്ദ്രൻ പറഞ്ഞു:

> വളരെ ദിവസങ്ങൾക്കുശേഷം ഞാനും എന്റെ സഹോദരിയും-എറണാകുളം ഗവൺമെന്റ് ആശുപത്രിയിൽ ജോലിയുള്ള വി ജി സുമതി-കൂടി ചേന്ദമംഗലത്തു നിന്നും വടക്കുംപുറത്തേക്കു പോകുകയായിരുന്നു നിരോധിക്കപ്പെട്ടിട്ടില്ലാത്ത വഴിയിലൂടെ. നിരോധനം ഇല്ലെങ്കിലും ഒറ്റ റോഡിലൂടെയും ആരും ആയിടെ നടക്കാൻ ധൈര്യപ്പെട്ടില്ല. ഈച്ച പോലും വിലങ്ങനെ പറക്കില്ലെന്ന അവസ്ഥ. അച്ഛനും വല്യച്ഛനും എല്ലാം അണ്ടിപ്പിള്ളിക്കാവിന് അപ്പുറത്ത് തിരുവിതാംകൂർ അതിർത്തിയിലുള്ള വീട്ടിലേക്ക് മാറിത്താമസിക്കുകയായിരുന്നു. വടക്കുംപുറത്തെ ഈഴവർ മിക്കവരും സ്ഥലം വിട്ടിരുന്നുവെന്നു തന്നെ പറയാം. ആ സ്ഥിതിയിലാണ് ഞാനും സഹോദരിയുംകൂടി ഒരു കൂസലുമില്ലാതെ നടന്നു പോയത്.
>
> പിറകെ നിന്ന് ഒരു പൊലീസുകാരൻ ഓടി വന്ന് കൈകാട്ടി വിളിച്ചു. ഞങ്ങൾ നിന്നു. "നിങ്ങളെ സി ഐ ഉമ്മറദ്ദേഹത്തിന് ഒന്നു കാണണമെന്നു പറഞ്ഞു." സഹോദരിയെ വഴിയിൽ നിർത്തിയിട്ട് ഞാൻ ക്യാമ്പിലേക്കു ചെന്ന് സി ഐ യെ സല്യൂട്ട് ചെയ്തു

> ....ഉമ്മറിന് എന്നെ മനസിലായി. എന്നോടുള്ള പരിചയവും വാത്സല്യവും ഒന്നുകൂടി ഉറപ്പിക്കാനായിരിക്കണം എന്റെ വകയിൽ ഒരളിയൻ നാരായണൻ തന്റെ സഹപാഠിയാണെന്നും ആകയാൽ എന്റെ അച്ഛനും വല്യച്ഛനും ഒന്നും ഒളിച്ചു താമസിക്കേണ്ടെന്നും പേടിക്കാനൊന്നുമില്ലെന്നും പറഞ്ഞു. അതനുസരിച്ച് ഞാൻ അച്ഛനെയും വല്യച്ഛനെയും വീണ്ടും വടക്കുംപുറത്തേക്ക് വരുത്തി.

വടക്കുംപുറത്തെ ഈഴവരിൽ പ്രമാണിമാർ ആരും സമരത്തിൽ പങ്കെടുത്തില്ലെന്ന രാമചന്ദ്രന്റെ പ്രസ്താവം അജ്ഞതയുടെയും സമരവിരോധത്തിന്റെയും പ്രതിഫലനം മാത്രമാണ്. ചില മുൻ അധ്യായങ്ങളിൽ കണ്ടതുപോലെ ചേന്ദമംഗലം-വടക്കുംപുറം വടക്കേകര പ്രദേശങ്ങളിലെ ഒരുപിടി ആളുകൾ ഒഴികെ ആബാലവൃദ്ധം ജനങ്ങൾ സമരത്തിൽ പങ്കെടുത്തിരുന്നുവെന്നതാണ് നേര്. പാലിയം വക 10 ഏക്കർ പാട്ടഭൂമിയും തിരുവിതാംകൂർ അതിർത്തിക്കുള്ളിൽ ജന്മമായി കുറേ ഭൂമിയും കൈവശം വച്ചനുഭവിക്കുകയും കയർ ബിസിനസിലൂടെ അൽപ്പം പണമുണ്ടാക്കുകയും നാട്ടുകാർ ബഹുമാനപൂർവം 'മാനേജർ' എന്നു വിളിക്കുകയും ചെയ്ത വാഴേപ്പറമ്പിൽ ഗോവിന്ദനെ പോലുള്ളവർ സമരത്തിൽ നേരിട്ടു പങ്കെടുത്തില്ലെന്നതു നേരു തന്നെ. പക്ഷേ, അവർ പോലും കൈയയച്ചു നൽകിയ സംഭാവനകൾ കൊണ്ടും പ്രോത്സാഹനങ്ങൾ കൊണ്ടുമാണ് കൂടുതൽ ആളുകളെ അണിനിരത്താനും അത്രയും നീണ്ട ദിവസങ്ങൾ സമരം വിജയപൂർവം മുമ്പോട്ടു കൊണ്ടുപോകാനും കഴിഞ്ഞത്. സമരാന്ത്യത്തിൽ തിരുവിതാംകൂർ അതിർത്തിയിലേക്ക് മാറിയിരുന്നില്ലെങ്കിൽ അവർ അറസ്റ്റിലും മർദനത്തിലും കേസിലും ഉൾപ്പെടുമായിരുന്നുവെന്നുള്ളത് തീർച്ചയാണ്. അന്ത്യനാളുകളിൽ അവരെ സൂത്രത്തിൽ കൊച്ചി അതിർത്തിയിലേക്കു കൊണ്ടുവന്ന് അറസ്റ്റ് ചെയ്യാൻ ആലോചിച്ചതായി രാമചന്ദ്രൻ തന്നെ യാദൃച്ഛികമായി വെളിപ്പെടുത്തി.

ചേന്ദമംഗലത്തു മാത്രം പത്തേക്കർ ഭൂമി കൈവശമുള്ളയാളും അൽപ്പം പണക്കാരനും നാട്ടുകാർക്ക് ആദരണീയനുമായ മാനേജർ എന്ന പേരിലറിയപ്പെട്ട ഒരു പൊലീസുകാരന്റെ പിതാവ് വാഴേപറമ്പിൽ ഗോവിന്ദൻ സ്വന്തം വീട് വിട്ടു നിൽക്കാൻ നിർബന്ധിതനായപ്പോൾ മറ്റു പാവങ്ങളുടെ കഥ പറയാനുണ്ടോ?

"ചേന്ദമംഗലത്തെ ഭീകര വാഴ്ച കാരണം അവിടത്തെ കച്ചവടമെല്ലാം നിലച്ചിരിക്കുകയാണെന്നും നിരവധി കുടുംബങ്ങൾ തിരുവിതാംകൂറിലേക്ക് താമസം മാറ്റിയെന്നും വിവരം കിട്ടിയിരിക്കുന്നു." (1948 മാർച്ച് 14-ന്റെ *ദേശാഭിമാനി*)

ഉമ്മറിന്റെ നേതൃത്വത്തിൽ നേരത്തെ തന്നെ വലിയൊരു സംഘം പൊലീസ് ചേന്ദമംഗലത്ത് ക്യാമ്പ് ചെയ്ത് ഭീകരാന്തരീക്ഷം സൃഷ്ടിക്കുകയായിരുന്നു. സമരം ഏതാനും ദിവസം പിന്നിട്ടപ്പോൾ വീട് സർച്ച്

ചെയ്യുന്നതിന്റെ പേരിൽ പുരുഷൻമാരില്ലാത്ത സമയത്ത് വീടുകളിൽ കയറി പൊലീസുകാർ സ്ത്രീകളെ ഭയപ്പെടുത്തി. പുതുതായി ഇരുന്നൂറ് പൊലീസുകാർ കൂടി എത്തിയാലത്തെ സ്ഥിതി കൂടുതൽ വിവരിക്കേണ്ടതുണ്ടോ?

കയർ ഊരി വിട്ടാൽ പൊലീസ് പേപ്പട്ടികളെപ്പോലെയാണ്. അവരുടെ വിക്രിയകൾ എന്തെല്ലാമായിരിക്കും? 'കുലസ്ത്രീകൾ' ഉൾപ്പെടെ എത്ര സ്ത്രീകളുടെ മാനം കവർന്നിട്ടുണ്ടാകും. അപമാന ഭയത്താൽ അതൊന്നും പുറത്തുവന്നില്ലായിരിക്കാം. അന്തിക്കാട്ടും പുന്നപ്ര-വയലാറിലും ഇടുക്കിയിലെ തങ്കമണിയിലും കണ്ടതല്ലേ?

പൊലീസിന്റെ ഈ തേർവാഴ്ച നടക്കവേയാണ് മന്ത്രിയുടെ എഴുന്നള്ളത്ത്. "നാട്ടുകാരെ ഒന്നുകൂടി ഭീഷണിപ്പെടുത്താൻ ഇന്നലെ രാത്രി പ്രധാനമന്ത്രി ടി കെ നായർ ചേന്ദമംഗലം സന്ദർശിച്ചു. പ്രധാനമന്ത്രി പൊലീസിനെ അഭിനന്ദിച്ചു. നിയമരാഹിത്യം വിളയാടാൻ അനുവദിക്കില്ലെന്നും പറഞ്ഞു." 1948 മാർച്ച് 13-ന്റെ *മലബാർ മെയിൽ* എഴുതി. കത്തുന്ന തീയിൽ എണ്ണയൊഴിക്കൽ തന്നെ.

മീനം 1-ന്, അതായത് സമരം അവസാനിച്ച് അഞ്ചാം ദിവസം, പ്രജാമണ്ഡലം നേതാക്കളായ സഹോദരൻ അയ്യപ്പനും ഇക്കണ്ടവാരിയരും കെ പി മാധവൻ നായരും ചേന്ദമംഗലം സന്ദർശിച്ചു. അവർ ജനങ്ങളെ സമാശ്വാസിപ്പിക്കാൻ ശ്രമിക്കുകയും ഭീകരാവസ്ഥയെപ്പറ്റി പൊലീസിനോട് പരാതി പറയുകയും ചെയ്തിട്ടുണ്ടാകും. എന്തെന്നാൽ അന്നു തന്നെ പൊലീസ് ഡപ്യൂട്ടി കമ്മീഷണർ ശ്രീനിവാസയ്യർ വീടുകളിൽ കയറി ഇറങ്ങി പേടിക്കേണ്ടെന്നു പറഞ്ഞ് ജനങ്ങളെ സമാശ്വാസിപ്പിച്ചതായി *മലബാർ മെയിൽ* റിപ്പോർട്ടു ചെയ്തു.

കേസിൽപ്പെട്ടിട്ടുണ്ടോ എന്നു സംശയിച്ച പലരും സ്ഥലം വിട്ടതായി 'ഒരു മാന്യ ലേഖകൻ' മാർച്ച് 20-ന്റെ *മലബാർ മെയിലിൽ* എഴുതിയ സുദീർഘ ലേഖനത്തിൽ പറഞ്ഞു. തേങ്ങയും വാഴക്കുലയും പൊലീസ് കവരുന്നതല്ലെന്നും ഉടമസ്ഥർ അറിഞ്ഞ് അവ എത്തിച്ചുകൊടുക്കുന്നതാണെന്നും പറായനുള്ള തൊലിക്കട്ടി ആ മാന്യ ലേഖകൻ കാണിച്ചു. അതിനു മുമ്പിൽ വിദൂര നമസ്കാരം: കോൺസ്റ്റബിൾ നമ്പർ പറഞ്ഞാൽ ഇഷ്ടം പോലെ ചായയും പലഹാരങ്ങളും പുറമേ രണ്ടു നേരത്തെ വിഭവസമൃദ്ധമായ സദ്യയും പാലിയത്തച്ചന്റെ വക. സദ്യയും മതിയാവോളം ചായയും കൊടുക്കാൻ കഴിയാത്തതും കൊണ്ടാണോ നാട്ടുകാർ വാഴക്കുലകളും തേങ്ങയും മറ്റും ക്യാമ്പിലേക്ക് ചുമക്കുന്നത്?

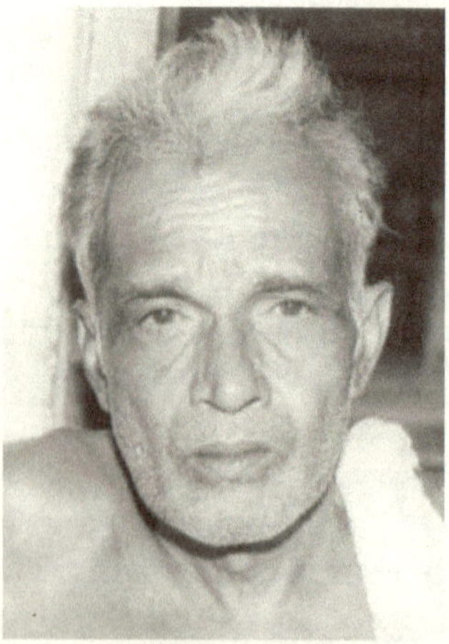
സി കെ രാജൻ

പൊലീസ് സത്യത്തിൽ കൊള്ള ചെയ്യുകയായിരുന്നു. സമരം പിൻവലിച്ച അന്ന് ജലീലിന്റെ വീട് സർച്ചു ചെയ്തു. അതിമനോഹരവും രണ്ടറ്റത്തും വെള്ളി കെട്ടിയതുമായ ഒരു ഒറ്റമുട്ടു ചൂരൽ അവിടെ നിന്നു മോഷ്ടിച്ചു കൊണ്ടുപോയി.

വടക്കുംപുറം ചുള്ളിക്കാട്ട് സി കെ രാജന്റെ വീട്ടിലുണ്ടായിരുന്ന മുഴുവൻ കോഴികളെയും പറമ്പിലുണ്ടായിരുന്ന മുഴുവൻ കടച്ചക്കയും പൊലീസ് കൊള്ള ചെയ്തു. വിശദമായ അന്വേഷണം നടത്തിയാൽ ഇതുപോലെ കൊള്ളയടിച്ചതിന്റെ നൂറു നൂറ് ഉദാഹരണങ്ങൾ കിട്ടിയേക്കും.

25

ഉപസംഹാരം

പി കെ കേശവൻ

തെക്കൻ കൊച്ചി ജാഥാ ക്യാപ്ടൻ ഇ കെ നാരായണനും ഏതാനും സഖാക്കളും മടങ്ങിപ്പോകവെ വല്ലാത്ത വിശപ്പും ദാഹവും. ആകെ ഒരു തളർച്ച. അവർ വൈപ്പിൻകരയിലെ ഒരു ചായക്കടയിൽ കയറി ഓരോ ഗ്ലാസ് പച്ചവെള്ളം വാങ്ങിക്കുടിച്ചു. ഇതുകണ്ടു നിന്ന ഒരു മാന്യൻ അവർക്ക് എല്ലാവർക്കും ഓരോ ചായയും ഓരോ സുഖിയനും വാങ്ങിക്കൊടുത്തു. ഇ കെയെയും തൃപ്പൂണിത്തുറയിലെ പി കെ കേശവനെയും അദ്ദേഹത്തിന്റെ വീട്ടിലേക്ക് ക്ഷണിക്കുകയും അന്ന് അവിടെ നിന്നിട്ട് പിറ്റേന്ന് പോകാമെന്ന് നിർദേശിക്കുകയും ചെയ്തു. അവർക്ക് കുളിക്കാൻ ചുടുവെള്ളവും അത്താഴവും ഉറങ്ങാൻ സൗകര്യവും ചെയ്തു കൊടുത്തു. പിറ്റേന്ന് രാവിലെ പ്രാതലും കൊടുത്ത് പോകാൻ നേരത്ത് ബസ്സുകൂലിയായി ഈരണ്ട് രൂപയും കൂടി കൊടുത്തിട്ട് അയാൾ പറഞ്ഞു:

"നിങ്ങൾക്ക് നല്ല അടിയാണ് തരേണ്ടത്. എന്തെന്നാൽ സമരം ആവശ്യമില്ലെന്ന് സഹോദരൻ പറഞ്ഞിട്ട് പിന്നെയും പോയി കുഴപ്പം ഉണ്ടാക്കിയവരല്ലേ നിങ്ങൾ?"

അങ്ങനെ ചിന്തിക്കുന്നവരും ഉണ്ടായിരുന്നു. സഹോദരൻ അയ്യപ്പന്റെ വാക്കുകളെ വേദവാക്യമായി കണ്ട ആരാധകർ സഹോദരൻ അയ്യപ്പനെപോലെ തന്നെ സമരത്തിൽ നിന്നൊഴിഞ്ഞു നിന്നു. സമസ്ത

കൊച്ചി ക്ഷേത്രപ്രവേശന സമരസമിതി കൺവീനർ പി കെ ഡീവർ അങ്ങനെ ഒഴിഞ്ഞു നിന്ന ആളാണ്.

> ക്ഷേത്രപ്രവേശന കർമസമിതിയുടെ തീരുമാനത്തിൽ കടകവിരുദ്ധ ഒന്നായിരുന്നു പാലിയം സത്യഗ്രഹം. അതുകൊണ്ടു തന്നെ കർമസമിതി സെക്രട്ടറിയായ ഡീവർ വിഷമത്തിലായി. സമിതിയുടെ ഭൂരിപക്ഷാഭിപ്രായത്തിന് വിരുദ്ധമായ ഒരു പരിപാടിയിൽ പങ്കെടുക്കാൻ അദ്ദേഹത്തിന് കഴിയുമായിരുന്നില്ല. മാത്രമല്ല പാലിയം സത്യഗ്രഹം അനവസരത്തിലുള്ള ഒരാവേശ സമരമാണെന്ന് അദ്ദേഹം അഭിപ്രായപ്പെടുകയുണ്ടായി. സഹോദരൻ കെ അയ്യപ്പനും അതേ അഭിപ്രായക്കാരനായിരുന്നു. "കുളം കുഴിക്കാൻ കിളയ്ക്കുമ്പോൾ കുറ്റി പറിക്കാൻ വേറെ കിളയ്ക്കണമോ? എന്നദ്ദേഹം ചോദിക്കുകയുണ്ടായത്രേ. അതായത് ക്ഷേത്രപ്രവേശനം അനുവദിക്കുന്നതോടെ പാലിയം റോഡിലൂടെ നടക്കാനുള്ള അവകാശം സ്ഥാപിക്കപ്പെടും. അതിന് വേണ്ടി പ്രത്യേകം സമരത്തിന്റെ ആവശ്യമില്ല. (ഏറ്റുമാനൂർ ഗോപാലൻ *പി കെ ഡീവർ, എന്ന കർമ്മധീരൻ,* പേജ് 109)

ഈ വാദത്തിൽ ലവലേശവും കഴമ്പില്ലെന്ന് മുൻ അധ്യായങ്ങളിൽ വിവരിച്ച വസ്തുതകൾ സ്ഥാപിക്കുന്നുണ്ടല്ലോ.

ക്ഷേത്രപ്രവേശന സമരസമിതിയിൽ പി കെ ഡീവർ ഏതു സംഘടനയെ പ്രതിനിധീകരിച്ച് ആണോ അംഗമായത് ആ അരയ മഹാജനസഭയ്ക്ക് സമര പരിപാടികൾ ശക്തിയായി മുന്നോട്ടുകൊണ്ട് പോകണമെന്ന അഭിപ്രായമാണ് ഉണ്ടായിരുന്നത്. അത് മറക്കരുത്. അതിരിക്കട്ടെ. പാലിയം സമരം അനവസരത്തിലുള്ള ആവേശ സമരം അല്ലായിരുന്നുവെന്ന് ഡീവറും അദ്ദേഹത്തിന്റെ ജീവചരിത്രകാരനും സാക്ഷ്യപ്പെടുത്തുന്നത് അതേ ഗ്രന്ഥത്തിൽതന്നെ വായിക്കാൻ കഴിയുന്നത് രസാവഹമല്ലേ?

> വിളംബരത്തിന്റെ അടിസ്ഥാനത്തിൽ സർക്കാർ പുറപ്പെടുവിച്ച പ്രസ്സ് നോട്ട് ജനങ്ങളെ തെല്ലെങ്കിലും നിരാശരാക്കുന്നതായിരുന്നു. കാരണം, തൃപ്പൂണിത്തുറയിലെ പൂർണത്രയീശ ക്ഷേത്രവും, കൊച്ചിയിലെ പഴയന്നൂർ ഭഗവതി ക്ഷേത്രവും ഒഴിവാക്കിക്കൊണ്ട് പ്രസ്സ് നോട്ട് പുറത്തുവന്നത്. എല്ലാ ക്ഷേത്രവും എല്ലാ ഹിന്ദുക്കൾക്കുമായി തുറന്നുകൊടുക്കുമെന്നായിരുന്നു സൂചന. ഗവൺമെന്റ് അതിലൊരു നിയന്ത്രണം ഏർപ്പെടുത്തിയതിന്റെ കാരണം അജ്ഞാതം. രാജാവിനെക്കാൾ വലിയ രാജഭക്തി പ്രകടിപ്പിക്കാനുള്ള പ്രവണതയായിരിക്കും. അസൽ ബ്യൂറോക്രസി. സർക്കാരിന്റെ ഈ ജനവിരുദ്ധ മനോഭാവത്തെയും കെ അയ്യപ്പൻ, പി കെ ഡീവർ എന്നിവർ ശക്തമായി അപലപിച്ചു. പിന്നീട് ഡീവർ അതിനെതിരെ ഒരു സമരം തന്നെ സംഘടിപ്പിക്കുകയുണ്ടായി.

ഭേഷ്! അത്രയെങ്കിലും സമ്മതിച്ചുവല്ലോ. 'തെല്ല് നിരാശ' തോന്നിയെന്ന് പറഞ്ഞത് ഡീവറിനും മറ്റ് പ്രജാമണ്ഡലം നേതാക്കളും മാത്രമാണ്. മഹാരാജാവിന്റെ ഉടുക്കുവിദ്യയിൽ ബഹുജനങ്ങൾ ആകെ അസംതൃപ്തരായിരുന്നു. എങ്കിലും പാലിയംറോഡ് സമരസമിതി ക്ഷേത്രപ്രവേശന വിളംബരം ഉണ്ടായ ഉടനെ വീണ്ടും പാലിയത്ത് വലിയ അച്ചൻ നിവേദനം സമർപ്പിച്ച വാർത്ത നാം കണ്ടു കഴിഞ്ഞു. പ്രജാമണ്ഡലം നേതാക്കൻമാരെ കണ്ട് മേടം 1-ന് റോഡ് തുറക്കുമെന്ന് പാലിയത്തച്ചനോ പ്രജാമണ്ഡലമോ ഉറപ്പു പറഞ്ഞാൽ സമരം പിൻവലിക്കാമെന്ന് സമരസമിതി വാക്കുകൊടുത്തു. അതിന് അച്ചൻ കൊടുത്ത മറുപടി ഇങ്ങനെ:

രാജാവിന്റെ കോടതി പാസാക്കിക്കൊടുത്ത വിധി, പാലിയം റോഡ് സ്വകാര്യ സ്വത്താണെന്നും അതിലൂടെ അയിത്ത ജാതിക്കാർ നടക്കുന്നതു പാലിയത്തെ അന്തപ്പുര സ്ത്രീകളുടെ അന്തസ്സിനും ആഭിജാത്യത്തിനും കുറവ് വരുത്തുന്നതുമാണെന്നാണ്. (*ദേശാഭിമാനി,* 1948 മാർച്ച് 14)

മഹാരാജാവിന്റെ പിത്തലാട്ടത്തെകുറിച്ച് തൃപ്പൂണിത്തുറ നിന്ന് പ്രത്യേക ലേഖകൻ: 1948 മാർച്ച് 11-ന്റെ *ദേശാഭിമാനി*യിൽ ഇങ്ങനെ റിപ്പോർട്ടു ചെയ്തു.

> മേടം 1-ന് ആണല്ലോ ക്ഷേത്രപ്രവേശനം നടപ്പിൽ വരുന്നത്. അന്നത് നടപ്പില്ലെന്നും ചിങ്ങമാസത്തിലേക്ക് നീട്ടിവെക്കാനിടയുണ്ടെന്നും ഇവിടെ ബലമായ സംസാരമുണ്ട്. ഏതായാലും കൊച്ചിരാജ കുടുംബവക തൃപ്പൂണിത്തുറ ക്ഷേത്രത്തെ വിളംബര പരിധിയിൽ നിന്നും ഒഴിച്ചുനിർത്തിയിരിക്കുകയാണ്.
>
> തൃപ്പൂണിത്തുറ കോട്ടയ്ക്കുള്ളിൽ തമ്പുരാട്ടിമാരുടെയും തമ്പുരാക്കൻമാരുടെയും കോവിലകങ്ങളാണ്. ഇവിടെ ക്ഷേത്രനടക്കൽ ധാരാളം കച്ചവട സ്ഥലങ്ങളുണ്ട്. ഈ സ്ഥലങ്ങളെല്ലാം ഒഴിപ്പിച്ചെടുത്ത് കോവിലകം ആവശ്യത്തിന് ഭദ്രമാക്കി വെക്കാൻ തീരുമാനിച്ചിരിക്കുന്നു. കച്ചവടക്കാർക്കും മറ്റും ഒഴിഞ്ഞുപോകാൻ നോട്ടീസ് കൊടുത്തിട്ടുമുണ്ട്. ഈ കച്ചവടക്കാരിൽ ക്രിസ്ത്യാനികളും മറ്റുമുണ്ട്. അയിത്തക്കാർ ഇല്ലെന്നേയുള്ളൂ.
>
> അങ്ങനെ കോട്ടയ്ക്കകം മുഴുവനും വളച്ചുകെട്ടി മറ്റാർക്കും പ്രവേശനം ഇല്ലാത്തവിധം കോവിലകം വക സ്വകാര്യ സ്ഥലമായി നിർത്താനാണ് ഇപ്പോൾ ജാഗ്രതയായി ഏർപ്പാടുകൾ നടത്തുന്നത്. സ്വകാര്യമായ ഈ സ്ഥലത്ത് അയിത്തത്തെ വച്ചു പോറ്റിയാലും എന്തുതന്നെ ചെയ്താലും മറ്റുള്ളവർക്ക് ചോദിക്കാൻ അവകാശമുണ്ടായിക്കൂടാ. കൊച്ചിയിലൊട്ടാകെ ക്ഷേത്രപ്രവേശനം വന്നാലും കൊച്ചിയുടെ 'അധിപനായ' തമ്പുരാന്റെ കോവിലകത്തിനുള്ളിൽ ഓടിയൊളിക്കുന്ന അയിത്തം മുഴുവനും സംരക്ഷിച്ച് നിറുത്താമെന്നാണ് മോഹം.

> വലിയമ്മതമ്പുരാന്റെ കോവിലകം (വി ടി കെ എസ്റ്റേറ്റ്) വക ജന്മ സ്വത്ത് കൊച്ചിയിലെ പല സ്ഥലത്തും പടർന്ന് പിടിച്ചിട്ടുണ്ട്. കൊച്ചിയിലെ പടുകൂറ്റൻ ജന്മിത്തമാണിത്. തമ്പുരാന്റെ മാതൃക അനുസരിച്ച് കൊച്ചിയിലെ മറ്റ് ജന്മിമാരും അടച്ചു കെട്ടൽ തുടർന്നാൽ കൊച്ചിയിലെ നാട്ടുകാർക്ക് ഒരു സ്ഥലത്തും വഴി നടക്കുന്നതിന് പോലും കഴിയില്ല. കാരണം കൊച്ചിയിലെ 60 ശതമാനം ഭൂമിയും ഈ സവർണ ജന്മിമാരുടെ അധീനതയിലാണ്.

കൊച്ചി മഹാരാജാവും ഒരു കൊച്ചി രാജാവിന്റെ പുത്രനായ ദിനകരൻ അച്ചനും തമ്മിൽ ഒത്തുകളിയിലാണെന്ന് ഇനിയും സംശയിക്കാനുണ്ടോ?

സമരസമിതിയുടെ അഭ്യർഥന അനുസരിച്ച് ഇക്കണ്ടവാരിയർ പാലിയത്തുപോയി ഒത്തുതീർപ്പിനു വേണ്ടി കൂടിയാലോചിച്ചുവെങ്കിലും അച്ചൻ വഴങ്ങിയില്ല എന്ന് *ദേശാഭിമാനി* റിപ്പോർട്ടുണ്ട്. മാത്രവുമല്ല 1947 ഡിസംബർ 22-ന് തൃശൂരിൽ ചേർന്ന പ്രജാമണ്ഡലം കമ്മിറ്റി യോഗം മഹാരാജാവിനെ അഭിനന്ദിക്കുകയും തൃപ്പൂണിത്തുറ ക്ഷേത്രത്തെ ഒഴിവാക്കിയതിനെ അപലപിക്കുകയും ചെയ്യുന്ന പ്രമേയം പാസാക്കുകയും ചെയ്തിട്ടുണ്ട്. (*കൊച്ചി രാജ്യപ്രജാമണ്ഡലം. ചരിത്രാവലോകനം* പേജ് 324)

"പിന്നീട് ഡീവർ അതിനെതിരെ ഒരു സമരം തന്നെ സംഘടിപ്പിക്കുകയുണ്ടായി" എന്ന് പറയുന്നതല്ലാതെ ജീവചരിത്രകാരൻ യാതൊരു വസ്തുതയും വെളിപ്പെടുത്താതിരിക്കുന്നത് ദുരൂഹമായിരിക്കുന്നു. ജനകീയമന്ത്രിയെ നിയമിച്ച് ഖ്യാതി നേടാനുള്ള ശ്രമം, ഉത്തരവാദഭരണം ആവശ്യപ്പെട്ടപ്പോൾ "ദാ പിടിച്ചോ ഐക്യകേരളം" എന്ന നിലപാട് തുടങ്ങി കൊച്ചി മഹാരാജാവ് കൈക്കൊണ്ട പല നടപടികളും അവയുടെ മുഖവിലക്കെടുക്കാൻ വയ്യാത്ത സാഹചര്യമായിരുന്നു. ഒന്ന് വ്യക്തമായി; ഭരണകർത്താക്കൾക്ക് അവരുടെ മുഷ്ക്കും പിടിവാശിയും തുടർന്ന് മുന്നോട്ടു പോകാൻ വയ്യാത്ത സ്ഥിതിഗതി അനുദിനം വളരുകയായിരുന്നു. ക്ഷേത്രപ്രവേശനവും സഞ്ചാരസ്വാതന്ത്ര്യവും അടിയന്തര ആവശ്യങ്ങളായി പരിഗണിച്ച് ജനങ്ങൾ ഒറ്റക്കെട്ടായി തെരുവിൽ ഇറങ്ങിക്കഴിഞ്ഞിരുന്നു. ബഹുജനശക്തിയുടെ അടിസ്ഥാനത്തിൽ സാമൂഹ്യ പരിഷ്കാരങ്ങൾ ആഗ്രഹിക്കാത്തവർക്കു മാത്രമെ പാലിയം സമരം അനവസരത്തിലായിരുന്നുവെന്ന് പറയാൻ കഴിയൂ. വൈക്കത്തും ഗുരുവായൂരിലും തുടങ്ങിവെച്ചതാണിത്. രണ്ട് സ്ഥലത്തും പൂർണ വിജയം കൈവരിക്കാൻ കഴിഞ്ഞില്ല. പാലിയത്ത് നിയമം ലംഘിച്ച് നിരോധിത റോഡിലും ക്ഷേത്രത്തിലും കടന്നത് വിജയമായി അംഗീകരിച്ചേ പറ്റൂ, അതിന് വലിയ വില കൊടുക്കേണ്ടിവന്നെങ്കിലും. സ്വാതന്ത്ര്യ ലബ്ധിക്കുശേഷം അതും മാസങ്ങൾക്കുള്ളിൽ ജാതിമത രാഷ്ട്രീയഭേദമെന്യേ ആയിരങ്ങൾ പങ്കെടുക്കുകയും ത്യാഗം പ്രകടിപ്പിക്കുകയും ചെയ്ത വേറെ സമരങ്ങൾ ഉണ്ടോ എന്ന് സംശയമാണ്. പ്രജാമണ്ഡലം-എസ് എൻ ഡി പി നേതൃ

ത്വങ്ങൾ ചാഞ്ചാട്ടം കാണിച്ചിരുന്നില്ലെങ്കിൽ തീർച്ചയായും എ ജി വേലായുധനെ ബലികഴിക്കേണ്ടി വരുമായിരുന്നില്ല.

ചില അപ്രതീക്ഷിത കേന്ദ്രങ്ങൾ പാലിയം സമരത്തെ കൽക്കത്ത തീസിസുമായി ബന്ധപ്പെടുത്താൻ ശ്രമിച്ചുകാണുന്നത് നിർഭാഗ്യകരമായിപ്പോയി. പാലിയം സമരം 1947 ഡിസംബർ 4 മുതൽ 1948 മാർച്ച് 9 വരെ ആയിരുന്നു. 1948 ഫെബ്രുവരി 28 മുതൽ മാർച്ച് 6 വരെ കൽക്കത്തയിൽ കൂടിയ പാർട്ടി കോൺഗ്രസാണ് പിന്നീട് കൽക്കത്താ തീസിസ് എന്നറിയപ്പെടുന്ന രാഷ്ട്രീയ പ്രമേയം അംഗീകരിക്കുന്നത് തന്നെ. കൽക്കത്താ കോൺഗ്രസിൽ പ്രതിനിധിയായിരുന്ന ടി കെ രാമകൃഷ്ണൻ ആലുവയിൽ തീവണ്ടിയിറങ്ങിയ ഉടനെ എ ജി വേലായുധനെ തല്ലിക്കൊന്നെന്നും തനിക്കും വാറണ്ടുണ്ടെന്നും കേട്ട് അപ്പോൾത്തന്നെ ഒളിവിൽപോയി. പാലിയം സമരത്തെ കൽക്കത്താ തീസിസുമായി ബന്ധപ്പെടുത്താൻ മെനക്കെടുന്നവർ വിസ്മരിക്കുന്ന ഒരു വസ്തുതയുണ്ട്. കമ്യൂണിസ്റ്റ് പാർട്ടി ഇന്ത്യയിൽ സ്ഥാപിതമായത് മുതൽ ദേശീയ പ്രസ്ഥാനത്തിനുള്ളിൽ നിന്നുകൊണ്ട് കഴിയുന്നത്ര തൊഴിലാളിവർഗത്തിന്റെ തന്നെ സ്വതന്ത്ര നേതൃത്വത്തിലും സാമ്രാജ്യത്വത്തിനും ബൂർഷ്വാ ഭൂപ്രഭുത്വത്തിനും എതിരായ പോരാട്ടങ്ങളിൽ ജാഗരൂകരായിരുന്നു. യുദ്ധാനന്തരകാലത്ത് തൊഴിലാളിവർഗത്തിന്റെ നേരിട്ടുള്ള നേതൃത്വത്തിൽ ഐതിഹാസിക സമരങ്ങൾ നടത്തിയിട്ടുണ്ട്. റെയിൽവെയുൾപ്പെടെയുള്ള തൊഴിലാളി പണിമുടക്കുകൾ ബംഗാളിലെ തേഭാഗാ സമരം, നൈസാമിനും റസാക്കർപടയ്ക്കുമെതിരായി ഹൈദരാബാദിലെ സമരം, സർ സി പിയുടെ കിരാതവാഴ്ചക്കെതിരായി തിരുവിതാംകൂറിൽ അരങ്ങേറിയ സമരങ്ങൾ, വടക്കേ മലബാറിൽ ജന്മിമാർക്കെതിരെ നടത്തിയ പോരാട്ടങ്ങൾ..... അങ്ങനെ എത്രയെത്ര സമരങ്ങൾ. ഈ സമരങ്ങളുടെ ചരിത്രവും പ്രാധാന്യവും വിസ്മരിക്കുന്നവർക്കു മാത്രമേ യഥാർഥത്തിൽ 1946 ജൂണിൽ രാഘവനെ മാറ്റപ്പാടത്ത് കുത്തിവീഴ്ത്തിയ ദിവസം മുതൽ ആരംഭിച്ച പാലിയം സമരത്തെ കൽക്കത്താ തീസിസുമായി ബന്ധിപ്പിക്കാൻ കഴിയൂ.

ദേശീയ സ്വാതന്ത്ര്യ പ്രസ്ഥാനത്തിന്റെ അഭേദ്യഭാഗമായ പാലിയം സമരത്തെ പല ചരിത്രകാരന്മാരും തമസ്കരിക്കുകയാണ്. വൈക്കം ഗുരുവായൂർ സത്യഗ്രഹങ്ങളെക്കുറിച്ച് ധാരാളം ഗ്രന്ഥങ്ങളും സുവനീറുകളും ലേഖനങ്ങളും പ്രസിദ്ധം ചെയ്തു കഴിഞ്ഞിരിക്കുന്നു. ആ രണ്ട് സമരങ്ങളും പൂർണ വിജയമായിരുന്നില്ല. ആ പ്രസ്ഥാനങ്ങളെപ്പോലെ തികച്ചും ഗാന്ധിയൻ മാതൃകയിൽ ആരംഭിച്ച പാലിയം സത്യഗ്രഹം നിയമം ലംഘിച്ച് മർദനത്തെ കൂസാതെ വാശിയോടെ ആവേശത്തോടെ ലക്ഷ്യത്തിൽ എത്തിച്ചുകൊണ്ടാണവസാനിപ്പിച്ചത്. അത്രയും അത് ഗാന്ധിയൻ മാതൃകയിൽ നിന്നും വിഭിന്നമായിരുന്നു. യഥാർഥത്തിൽ പാലിയം വൈക്കം ഗുരുവായൂർ സമരങ്ങളുടെ തുടർച്ചയായിരുന്നു. എന്നിട്ടും എന്തേ നമ്മുടെ ചരിത്രകാരന്മാർ അതിനെ തമസ്കരിക്കുന്നു?

പാലിയം സമര സ്മാരകശില

യുക്തിപൂർവമായ ഒരൊറ്റ കാരണമേ കണ്ടെത്താൻ കഴിയൂ. വൈക്കത്തും ഗുരുവായൂരിലും മേലാല വർഗപ്രതിനിധികൾക്കായിരുന്നു നേതൃത്വം. പാലിയത്താകട്ടെ സമരം നയിച്ചത് കീഴാള വർഗമായിരുന്നു.

പാലിയത്തച്ചന്റെ പ്രധാന വസതിക്കു മുൻപിലുള്ള റോഡിലൂടെ സഞ്ചാരസ്വാതന്ത്ര്യം അവർണർക്കും അഹിന്ദുക്കൾക്കും നിഷേധിച്ചിരുന്നു. എന്ന് ചരിത്രകാരനായ കെ പി പത്മനാഭമേനോന്റെ *കൊച്ചിരാജ്യ ചരിത്രത്തിലും* (പേജ് 843) പ്രജാമണ്ഡലം കമ്മിറ്റി തയാറാക്കിയ *കൊച്ചി രാജ്യ പ്രജാമണ്ഡലം-ചരിത്രാവലോകനത്തിലും* (പേജ് 320) രേഖപ്പെടുത്തിയിട്ടുണ്ടെങ്കിലും അവർണർക്ക് പാലിയം സാങ്കേതത്തിലാകെ സഞ്ചാര സ്വാതന്ത്ര്യം നിഷേധിക്കപ്പെട്ടപ്പോൾ അഹിന്ദുക്കൾക്ക് അപൂർവം ചില സന്ദർഭങ്ങളിലൊഴികെ സഞ്ചാര സ്വാതന്ത്ര്യമുള്ളതായും നാം കണ്ടുവല്ലോ. ബന്ധപ്പെട്ട ചരിത്ര ഗ്രന്ഥ രചയിതാക്കളെ കുറ്റപ്പെടുത്താനാവില്ല. അവരെക്കൂടി തെററിദ്ധരിപ്പിച്ച് ഒഴുക്കിക്കൊണ്ട് പോകുന്ന പ്രചണ്ഡമായ സത്യവിരുദ്ധ പ്രചാരണങ്ങളാണ് പാലിയം എസ്റ്റേറ്റ് മാനേജരും കുടുംബാംഗങ്ങളുടെ അസോസിയേഷനും പാലിയം സിൽബന്തികളായ ആലിബാബയും നാൽപ്പത് കള്ളന്മാരും വൻകിട പത്രമാധ്യമങ്ങളും ഏതാണ്ട് ദിവസേനയെന്നോണം പത്രക്കുറിപ്പുകൾ വഴി കൊച്ചി സർക്കാരും അഴിച്ചുവിട്ടത്. പ്രജാമണ്ഡലം പ്രസിഡന്റ് ഇക്കണ്ടവാരിയർക്കും അദ്ദേഹത്തിന്റെ ബന്ധുവും പ്രജാമണ്ഡലത്തിന്റെ ചേന്ദമംഗലം കമ്മിറ്റി പ്രസിഡന്റുമായ കോഴിക്കോട് മാധവമേനോനും സത്യാവസ്ഥ അറിയാമായിരുന്നുവെങ്കിലും പ്രജാമണ്ഡലം ചരിത്രക്കമ്മിറ്റിയിൽ ഇരുവരും ഉണ്ടായിരുന്നില്ല. ഈ ചരിത്രരചനതന്നെ അവരുടെ കാലശേഷമായിരുന്നുതാനും.

ചരിത്രനിർമാണത്തെക്കുറിച്ച് ഈയിടെ വലിയ വിവാദം ഇളക്കിവിട്ട എ ശ്രീധരമേനോന്റെ *കേരള ചരിത്രത്തിൽ* വൈക്കം ഗുരുവായൂർ സത്യഗ്രഹത്തെക്കുറിച്ച് ഒരക്ഷരം പോലും ഇല്ല. അദ്ദേഹത്തിന്റെ *കേരള സ്വാതന്ത്ര്യ സമര ചരിത്രത്തിലും* പാലിയം കാണുന്നില്ല.

തൊഴിലാളിവർഗ വിപ്ലവപ്രസ്ഥാനത്തെ സംബന്ധിച്ചിടത്തോളം ഗതകാല സമരങ്ങൾ ഓരോന്നും വിലയേറിയ അനുഭവപാഠങ്ങളാണ്. ഭാവിയിലേക്കുള്ള വഴികാട്ടിയും.

അനുബന്ധം 1

സമരസേനാനികൾ

അറിഞ്ഞിടത്തോളം സമരസേനാനികളുടെ പേരുകൾ താഴെ കൊടുക്കുന്നു. ഈ പട്ടിക അപൂർണമാണെന്ന് എടുത്തുപറയേണ്ടതില്ലല്ലോ. ചേന്ദമംഗലം വടക്കേക്കര പഞ്ചായത്തുകളിൽ മാത്രമായി എത്ര പേർ സമരത്തിൽ പങ്കെടുത്ത് അറസ്റ്റിനും മർദനത്തിനും വിധേയരായി എന്നതുപോലും ഇന്ന് കണ്ടുപിടിക്കുക സാധ്യമല്ല. അവസാന ദിവസം വടക്കൻ ജാഥയിൽ 50 പേരും തെക്കൻ കൊച്ചി ജാഥയിൽ 500 പേരും ഉണ്ടായിരുന്നതായി *മലബാർ മെയിൽ* റിപ്പോർട്ടു ചെയ്തിട്ടുണ്ട്. വാസ്തവത്തിൽ അതിലും എത്രയോ അധികം ആളുകൾ ഉണ്ടായിരുന്നിരിക്കണം. അവരുടെയെല്ലാം പേരുകൾ ജാഥാ ക്യാപ്ടൻമാർക്ക് ഓർത്തുവെക്കാൻ കഴിയുകയില്ലല്ലോ. ഇന്ന് ജീവിച്ചിരിക്കുന്നവരിൽ നേരിൽ കണ്ടവരുടെയും അവർ പറഞ്ഞുതന്നവരുടെയും അന്നത്തെ പത്രങ്ങളിൽ കണ്ടവരുടെയും പേരുകളാണ് താഴെ ചേർത്തിട്ടുള്ളത്. വിട്ടുപോയവരും അവരുടെ ബന്ധുക്കളും ക്ഷമിക്കണമെന്ന് അപേക്ഷ.

കാലയവനികക്കുള്ളിൽ മറഞ്ഞവർ

1. എ കെ ജി - അന്ത്യഘട്ടത്തിൽ സമരം ആളിക്കത്തിച്ചു
2. പി ഗംഗാധരൻ - ഒളിവിലിരുന്ന് സമരം നയിച്ചു.
3. എ ഐ ജലീൽ - ഒളിവിലും, തെളിവിലുമായി നയിച്ചു.
4. ആര്യാപള്ളം - അന്തർജനങ്ങളെ രംഗത്തിറക്കി
5. കാളി അയ്യപ്പൻ ഇരിങ്ങാലക്കുട - പൊലീസിനെ പുല്ലാക്കി ക്ഷേത്രത്തിൽ കടന്നു മുദ്രാവാക്യം മുഴക്കി.
6. വി കെ നാരായണൻ - കർമസമിതി പ്രസിഡന്റ്

7. കൊച്ചാവുതങ്ങാൻ	-	വള്ളാട്ടുതറ, വടക്കുംപുറം-കർമ്മ സമിതി വൈസ്പ്രസിഡന്റ്,പിന്നീട് പ്രസിഡന്റ്
8. ടി ഇ ബാലൻ	-	കർമസമിതി സെക്രട്ടറി, ജയിലിൽ വെച്ച് മരിച്ചു.
9. കെ എം കുട്ടൻ	-	കലാചന്ദ്ര, വടക്കുംപുറം, ഖജാൻജി
10. സി ആർ ആണ്ടവൻ വൈദ്യൻ	-	ചേനാട്ട് വടക്കുപുറം കർമ്മസമിതി അംഗം, ജയിലിൽ വെച്ച് മരിച്ചു
11. കെ എം പുരുഷോത്തമൻ	-	വള്ളാട്ടുതറ, വടക്കുംപുറം വളണ്ടിയർ ക്യാപ്ടൻ, പ്രചാരണജാഥ ക്യാപ്ടൻ
12. എൽ ഹരിദാസി	-	വനിതാ ക്യാപ്ടൻ
13. ആർ കെ കുട്ടൻ	-	പ്രഥമ ചികിത്സയുടെ ചുമതല
14. വി എ കരുണാകരൻ	-	വടക്കുംപുറം
15. കെ യു ദാസ്	-	പിന്നീട് ഇടപ്പിള്ളി കേസിൽ പ്രതി, ജയിലിൽ കിടന്ന് മരിച്ചു.
16. എ ആർ സുധാകരൻ	-	തണ്ടിയേക്കൽ-സന്നദ്ധഭടൻ
17. ടി ഇ സുധാകരൻ തൈപ്പുര	-	സന്നദ്ധഭടൻ
18. അയ്യര് കാട്ടേത്തപ്പാടത്ത്	-	”
19. പി യു അംബുജാക്ഷൻ പുല്ലുപറമ്പ്	-	”
20. എം എസ് നാരായണൻ തെക്കുംപുറം	-	”
21. കാർത്തികേയൻ പാത്രക്കടവിൽ	-	”
22. വിശ്വംഭരൻ തൈവേലിക്കകത്ത്	-	”
23. കുമാരൻ പാത്രക്കടവിൽ	-	”
24. കൊച്ചു വേലായുധൻ മൂക്കപ്പറമ്പിൽ	-	സന്നദ്ധഭടൻ
25. വീരരാഘവൻ തൈപ്പുരയിൽ	-	”
26. നാരായണൻ വെള്ളായി കൂട്ടുകാട്	-	”

27. കുമാരൻ ചങ്കാട്ടുതറ,
വടക്കുംപുറം - ”
28. ഇട്ട്യാതി അടയ്ക്കാത്തറ
കൂട്ടുകാര് - ”
29. അയപ്പസിംഗ് ചന്ദ്രശ്ശേരി
മൂത്തകുന്നം - ”
30. ബാലകൃഷ്ണൻ, കളവാൻപാറ,
മൂത്തകുന്നം - ”
31. ശ്രീധരൻ മൂത്തകുന്നം - ”
32. സുജാത കൊല്ലെരിത്തറ,
വടക്കുംപുറം - ”
33. നന്ദിനി കല്ലറക്കൽ - ”
34. ശങ്കരൻ വടക്കുംപുറം - ”
35. ഇട്ട്യാതി വടക്കുംപുറം - ”

തൃപ്പൂണിത്തുറ ജാഥ

36. ടി പ്രഭാകരൻ, വേലിക്കകത്ത്, ഉദയംപേരൂർ, ജാഥാക്യാപ്ടൻ കോൺഗ്രസുകാരൻ എന്ന നിലയിൽ തന്നെയാണ് സമരത്തിൽ പങ്കെടുത്തത്. ലാത്തിച്ചാർജിൽ ഗുരുതരമായ പരിക്കേറ്റു. 1951-ലാണ് കോൺഗ്രസിൽ നിന്ന് രാജിവെച്ച് കമ്യൂണിസ്റ്റ് പാർട്ടിയിൽ വന്നത്. 1995-ൽ 84-ാമത്തെ വയസിൽ നിര്യാതനായി.
37. പി എൻ രാമൻ, പാപ്പാളിപ്പറമ്പിൽ
38. പി കെ കേശവൻ തൃപ്പൂണിത്തുറ-ബീഡിത്തൊഴിലാളിയായി രാഷ്ട്രീയത്തിൽ വന്നു. തൃപ്പൂണിത്തുറയിലെ കമ്യൂണിസ്റ്റ് നേതാവായി.

തെക്കൻ കൊച്ചി ജാഥ

39. എ ജി വേലായുധൻ - സമരരംഗത്ത് വീണ് രക്തസാക്ഷിയായി.
40. എ എസ് പുരുഷോത്തമൻ - എളങ്കുന്നപ്പുഴ - വൈപ്പിൻകരയിലെ ആദ്യകാല കമ്യൂണിസ്റ്റ്, ജനനേതാവായി ഉയർന്ന് നിയമസഭാസാമാജികനായി തിരഞ്ഞെടുക്കപ്പെട്ടിട്ടുണ്ട്.
41. ടി എ പീറ്റർ, എളങ്കുന്നപ്പുഴ കഥാകൃത്തു കൂടിയായിരുന്നു
42. വള്ളോൻ കർഷകത്തൊഴിലാളി, എളങ്കുന്നപ്പുഴ
43. ടി എസ് വേലായുധൻ തെക്കേ മാലിപ്പുറം
44. വി കെ പുഷ്കരൻ ”

45. വി വി ജോസഫ് ,,
46. സി കെ ഗോപാലൻ ,,
47. പി വി ശിവരാമൻ ,,
48. എ എസ് അറുമുഖൻ അഴീക്കൽ
49. കുസുമോസ് ,,
50. കെ പി സത്യപാലൻ കോമത്ത് ,,
51. എം എസ് കൃഷ്ണൻകുട്ടി ,,
52. കുഞ്ഞിരാമൻ, ബീഡിത്തൊഴിലാളി മട്ടാഞ്ചേരി

53. വജ്രൻ എന്ന ചന്ദ്രശേഖരക്കുറുപ്പ്(1916-1984) ഏഴിക്കര, പാലിയം സമരത്തിന്റെ നിതാന്തസഹായി, പറവൂർ ടി കെ, എൻ ശിവൻപിള്ള തുടങ്ങിയവരോടൊപ്പം പ്രവർത്തിച്ച കോൺഗ്രസുകാരൻ, പിന്നീട് കമ്യൂണിസ്റ്റ്. 1947 ആഗസ്ത് 15-ന് തിരുവിതാംകൂർ സ്വതന്ത്രരാഷ്ട്രമായി പ്രഖ്യാപിക്കപ്പെട്ടപ്പോൾ ഏഴിക്കര നിന്ന് ജാഥയായി വന്ന് പറവൂർ കച്ചേരി കെട്ടിടത്തിനു മുകളിൽ ത്രിവർണപതാക ഉയർത്തിയ ധീരൻ. അതിനുമുൻപ് തിരുവനന്തപുരത്ത് വി ജെ ടി ഹാളിൽ കോൺഗ്രസിനെതിരെ സർ സി പി യുടെ അധ്യക്ഷതയിൽ കൂടിയ പൗരയോഗത്തിന്റെ വേദിയിലേക്ക് ചാടിക്കയറി ത്രിവർണപതാക വീശിക്കൊണ്ട് സ്റ്റേറ്റ് കോൺഗ്രസ് കീ ജയ് വിളിച്ച സാഹസികൻ. സഹപ്രവർത്തകനായ പറവൂർ ടി കെ മർദകവീരനായ പ്രധാനമന്ത്രി എന്ന നിലയിൽ ആദ്യമായി പറവൂരിൽ എത്തിയപ്പോൾ കരിങ്കൊടി വീശി "മർദകവീരൻ പറവൂർ ടി കെ ഗോ ബാക്ക്" എന്ന് വിളിച്ച കലാപകാരി. ഈ അവസരങ്ങളിലെല്ലാം അതിഭയങ്കരമായി പൊലീസ് മർദനം ഏറ്റുവാങ്ങിയ സഹനസമര ഭടൻ. പാലിയം സമരത്തിൽ ആദ്യവസാനം രാപ്പകൽ വ്യത്യാസമെന്യേ സമരത്തിന്റെ രക്തധമനിയായി ഓടിനടന്നു പ്രവർത്തിച്ച ദേഹം.

54. ടി കെ കരുണൻ സി പി ഐയുടെ മുൻ ജില്ലാ സെക്രട്ടറി
55. മിടുക്കൻ രാജാ കൊടുങ്ങല്ലൂർ കോവിലകം
56. ഇന്ദിരത്തമ്പുരാട്ടി കൊടുങ്ങല്ലൂർ കോവിലകം

ഇന്നു നമ്മോടൊപ്പമുള്ളവർ

1. ടി എൻ കുമാരൻ-കൊടുങ്ങല്ലൂരിലെ ആദ്യകാല കമ്യൂണിസ്റ്റ് പ്രവർത്തകൻ-പാലിയം സമരസമിതി
2. വി സി ജനാർദനൻ വൈസ് ക്യാപ്ടൻ പ്രചാരണ പര്യടന സമിതി
3. പി കെ പ്രഭാകരൻ, പുല്ലാർക്കാട്,
   വടക്കുംപുറം ക്യാമ്പ് മാനേജർ

4.	പി കെ പവിത്രൻ	പാത്രക്കടവിൽ
5.	വി കെ ശങ്കരനാരായണൻ	വടക്കേപറമ്പ്, വടക്കുംപുറം
6.	സി ആർ രാമകൃഷ്ണൻ,	ചിറമ്മൽ, വടക്കുംപുറം
7.	പി ജി ഗോപി, പോട്ടശ്ശേരി,	,,
8.	അയ്യപ്പൻ അയ്യനാട്	,,
9.	കെ ആർ ജയദേവൻ, കിഴക്കേപ്പുര,	,,
10.	എ കെ ഉമ്മർ, അഞ്ചാംപരുത്തിയിൽ.	ചേന്ദമംഗലം
11.	എ ഐ സമദ്, അഞ്ചാംപരുത്തിയിൽ,	,,
12.	എ ഐ ഇബ്രാഹിം അഞ്ചാംപരുത്തിയിൽ,	,, 1992 മേയ്മാസത്തിൽ റോഡപകടത്തിൽ മരിച്ചു
13.	എ ഐ അള്ളാഭിക്ഷ് അഞ്ചാംപരുത്തിയിൽ,	,,
14.	ടി ആർ പ്രബല തൈപ്പുരയ്ക്കൽ	വടക്കും പുറം
15.	പി ആർ ലീല, വലിയപറമ്പിൽ	,,
16.	എൻ കെ ഭാനുമതി, നെടിയറ	,,
17.	കൊച്ചുനാരായണൻ, ചെത്തിശ്ശേരി	,,
18.	പ്രഭാകരൻ പേട്ടുവൻതറ	കൂട്ടുകാട്
19.	കെ കെ ദാസൻ	,,
20.	കനകമ്മ	,,
21.	ടി കെ മാസിനി, വള്ളൊട്ടതറ	വടക്കും പുറം
22.	പുരുഷൻ, കണ്ണംപറമ്പിൽ	കരിമ്പാടം
23.	പി മല്ലിക, പോട്ടശേരി	വടക്കും പുറം
24.	വി എ ഓമന, പോട്ടശേരി ഹരിദാസിയെ അറസ്റ്റ് ചെയ്തപ്പോൾ വനിതാ ക്യാപ്ടനായി തിരഞ്ഞെടുത്തത്.	,,
25.	എം കെ രാമകൃഷ്ണൻ, മട്ടക്കൽ	തെക്കുംപുറം
26.	രാമൻ	
27.	എം എം അന്തോണി, മുക്കണ്ണിക്കൽ,	കരിമ്പാടം
28.	കണ്ടകോരൻ	
29.	സരസ്വതി, കിറ്റിക്കാട്	മനത്തോട്ടം
30.	വി എൻ രാജൻ, വലിയാറ	വടക്കുംപുറം
31.	കെ കെ കരുണാകരൻ, കുന്നകാട്ടിൽ	കിഴക്കുംപുറം

32. കെ കെ അയ്യപ്പൻകുട്ടി, ,,
33. കെ കെ വിലാസിനി ,,
34. പി കെ ശിങ്കാരവല്ലി, ,,
35. പൗലോസ്
36. സന്തോഷവല്ലി
37. സത്യഭാമ (ഇപ്പോൾ വെറ്റിലപ്പാറയിൽ)
38. എം എസ് നാരായണൻ
39. തൈപ്പറമ്പിൽ മാത്യു, ചേന്ദമംഗലം
40. വേലുനാരായണൻ, വടക്കേടത്ത്
41. ദിവാകരൻ
42. പി എൻ കുമാരൻ
43. പി ഡി വറീത്, പുളിക്കൽ

വടക്കൻ കൊച്ചി-ജാഥാംഗങ്ങൾ

44. എം എസ് കുമാരൻ -ജാഥാ ക്യാപ്ടൻ
45. എം എൻ നായർ മാതയത്ത് കടലാശ്ശേരി വല്ലച്ചിറ
46. ഇ കെ വേലായുധൻ, ചാലക്കുടി
47. വേലായുധൻ പരിയാരം
48. ജാതവേദൻ നമ്പൂതിരിപ്പാട്

(46–48:) പത്രറിപ്പോർട്ടിൽ പേര് കണ്ടതല്ലാതെ കൂടുതൽ വിവരങ്ങൾ ലഭിച്ചില്ല.

49. നമ്പൂതിരിപ്പാട്
50. കെ സി പ്രിയദത്ത 5/1245 കല്ലാട്ട്, ക്രിസ്ത്യൻ കോളേജിന് കിഴക്കുവശം, കോഴിക്കോട്, 6736 001
51. ഇ എസ് സരസ്വതി തുരുത്തിയിൽ മന, പോളിഗാർഡൻ റോഡ്, ലക്കിടി, പാലക്കാട് ജില്ല.
52. പി പ്രിയദത്ത, കൽപ്പമന്ദിരം, കോട്ടപ്പുറം, തൃശൂർ -4
53. വസന്തസേന
54. രമത്തമ്പുരാട്ടി, കൊടുങ്ങല്ലൂർ കോവിലകം
55. കേരളവർമ്മ കേളപ്പൻ തമ്പുരാൻ (പി കെ വർമ്മ) തൃപ്പൂണിത്തുറ കോവിലകം
56. രാമവർമ്മ കുട്ടപ്പൻ തമ്പുരാൻ (കെ ടി ആർ വർമ്മ) തൃപ്പൂണിത്തുറ കോവിലകം
57. ഇ കെ നാരായണൻ ഇടകൊച്ചി ക്യാപ്ടൻ
58. കെ കെ എസ് മണി കരോളിൽ എളങ്കുന്നപ്പുഴ

59. ഇഷ്ണാതി ദാമോദരൻ,	കർഷകത്തൊഴിലാളി എളംകുന്നപ്പുഴ
60. കെ ആർ ലോറൻസ് കോളരിക്കൽ	തെക്കെ മാലിപ്പുറം
61. കെ കെ വാസു	,,
62. വി വി ശിവരാമൻ	,,
63. തൊട്ടിയാൻ വിശ്വനാഥൻ	അഴീക്കാവിൽ
64. എൻ കെ ശങ്കരൻ	,,
65. പി എ അറുമുഖൻ	,,
66. പി എ ദാമോദരൻ	,,
67. പി കെ ശേഖരൻ	ചെറായി
68. എൻ സി പ്രഭാകരൻ	മുത്തകുന്നം.

പറവൂർ ചേന്ദമംഗലം കവലയിൽ അസിസ്റ്റന്റ് കമ്മീഷണർ പാപ്പാളിയെയും പൊലീസ്സംഘത്തെയും തടഞ്ഞുനിർത്തിയവർ

കലായവനികക്കുള്ളിൽ മറഞ്ഞവർ

1. സണ്ണി സെബാസ്റ്റ്യൻ
2. പി കെ കുഞ്ഞച്ചൻ
3. എ കൃഷ്ണൻ നായർ

ഇന്നും നമ്മോടൊപ്പമുള്ളവർ

1. കെ സി മാത്യു
2. എൻ ശിവൻപിള്ള
3. എൻ കെ മാധവൻ
4. ഐസക് തോമസ്
5. ടി ഒ ഗംഗാധരൻ
6. എ കെ ഉമ്മർ

അനുബന്ധം 2

സഹായക ഗ്രന്ഥങ്ങൾ

1. *പാലിയം സത്യഗ്രഹ സമരചരിത്രം* (ലഘുലേഖ)-പി ഗംഗാധരൻ
2. *എറണാകുളം ആർക്കൈവ്സിലെ പാലിയം രേഖകൾ*
3. *കൊച്ചി ഗവൺമെൻറ് ഗസറ്റ്*
4. *മനുസ്മൃതി*
5. *ശ്രീശങ്കരാചാര്യർ* - ഡോക്ടർ കെ കുഞ്ചുണ്ണി രാജാ
6. *കേരളത്തിന്റെ സാംസ്കാരികചരിത്രം* - പി കെ ഗോപാലകൃഷ്ണൻ
7. *ജാതി വ്യവസ്ഥിതിയും കേരള ചരിത്രവും* - പി കെ ബാലകൃഷ്ണൻ
8. *ഈഴവ-തീയ ചരിത്രപഠനം* - കെ ജി നാരായണൻ
9. *കേരളം മലയാളികളുടെ മാതൃഭൂമി* - ഇ എം എസ്
10. *കമ്യൂണിസ്റ്റ് പാർട്ടി കേരളത്തിൽ* - ,,
11. *അരാഷ്ട്രീയതയുടെ രാഷ്ട്രീയം* - ഡോ. എൻ വി പി ഉണിത്തിരി
12. *ജാതി നിർമ്മൂലനം* (മലയാളവിവർത്തനം) - ഡോ. ബി ആർ അംബേദ്കർ
13. *ടി കെ മാധവന്റെ ജീവചരിത്രം* - പി കെ മാധവൻ
14. *അയ്യങ്കാളി* - സി അഭിമന്യു
15. *കൊച്ചി രാജ്യചരിത്രം* - കെ പി പത്മനാഭമേനോൻ
16. *കേരള ചരിത്രം* - എ ശ്രീധരമേനോൻ
17. *എസ് എൻ ഡി പി യോഗചരിത്രം* - പ്രൊ. പി എസ് വേലായുധൻ

18. കൊച്ചി രാജ്യ പ്രജാമണ്ഡലം - ചരിത്രാവലോകനം-പ്രജാമണ്ഡലം കമ്മിറ്റി
19. പി കെ ഡീവർ എന്ന കർമ്മധീരൻ - ഏറ്റുമാനൂർ ഗോപാലൻ
20. എന്റെ ജീവിതകഥ - എ. കെ. ജി
21. *Eight Furlongs of freedom* - T K Ravindran
22. മലബാർ മെയിൽ ദിനപത്രം
23. മലയാള മനോരമ ദിനപത്രം
24. മാതൃഭൂമി ദിനപത്രം
25. എക്സ്പ്രസ്സ് ദിനപത്രം
26. ദേശാഭിമാനി ദിനപത്രം
27. വികസന റിപ്പോർട്ട് ചേന്ദമംഗലം പഞ്ചായത്ത്
28. വികസന റിപ്പോർട്ട് പറവൂർ നഗരസഭ
29. സി പി രാജൻ സ്മാരക സുവനീർ '97

www.ingramcontent.com/pod-product-compliance
Lightning Source LLC
LaVergne TN
LVHW102350051026
849518LV00017B/1996
* 9 7 8 8 1 2 6 2 0 7 0 9 1 *